थोरांचे अज्ञात पैलू

डॉ. सदानंद मोरे

सकाळ प्रकाशन

सकाळ प्रकाशन

Thoranche Adnyat Pailu

थोरांचे अज्ञात पैलू

लेखक : सदानंद मोरे (देहूकर)

प्रथम आवृत्ती : जानेवारी २०१९

मुखपृष्ठ : संदीप देशपांडे

विषय सूची : शिल्पा मिलिंद सबनीस

संदर्भ साहाय्य : सकाळ ग्रंथालय

मांडणी : अश्विनी महाजन

प्रकाशक : सकाळ मीडिया प्रा. लि.
५९५, बुधवार पेठ,
पुणे ४११ ००२

ISBN : 978-93-87408-42-5

संपर्क : ०२०-२४४० ५६७८ / ८८८८८ ४९०५०
sakalprakashan@esakal.com

श्री. दत्तात्रेय विघ्नहर अत्रे
आणि
श्री. अरुण शेवते
या सुहृदांना

मनोगत

'सकाळ प्रकाशन'च्या माध्यमातून *थोरांचे अज्ञात पैलू* हे पुस्तक प्रकाशित होत असल्याचे समाधान काही वेगळेच आहे.

जवळपास गेली ५० वर्षे महाराष्ट्र या विषयाचा अभ्यास करत आहे. महाराष्ट्राचा अभ्यास म्हणजे महाराष्ट्राच्या लोकव्यवहाराचा अभ्यास. या लोकव्यवहाराचा उलगडा करणारे माझे *तुकाराम दर्शन, लोकमान्य ते महात्मा* आणि *गर्जा महाराष्ट्र* हे तीन ग्रंथ सकाळ प्रकाशनने प्रकाशित केले आहेत. विशेष म्हणजे हे तीनही ग्रंथ पूर्वी साप्ताहिक सकाळमधून 'सदर' या स्वरूपात लिहिले गेले होते.

गर्जा महाराष्ट्र हा ग्रंथ सरळसरळ महाराष्ट्राविषयी आहे, याची ओळख ग्रंथाच्या नावातूनच होते. इतर दोन ग्रंथांच्या शीर्षकात 'महाराष्ट्र' शब्द नसला तरी ते महाराष्ट्राविषयीच आहेत. तुकोबा, टिळक आणि गांधी या व्यक्तींच्या माध्यमातून महाराष्ट्राच्या इतिहासाचीच मांडणी या ग्रंथांमधून करण्यात आलेली आहे.

वरील तिन्ही ग्रंथ लिहिताना मला अक्षरश: हजारो व्यक्तींची माहिती मिळवावी लागली. ती सर्वच माहिती त्या ग्रंथांमध्ये समाविष्ट करणे उचित ठरले नसते, त्यामुळे मूळ विषय कदाचित बाजूला जात आहे, असे वाटले असते. पण या व्यक्ती आणि त्यांची माहिती इतकीही अनावश्यक किंवा बिनमहत्त्वाची नव्हती. खरे तर ती इतकी महत्त्वाची होती, की अभ्यासकांना आणि जिज्ञासूंना तिच्यापासून वंचित ठेवणे हा एक प्रकारचा गुन्हाच ठरला असता. योगायोगाने दरम्यानच्या काळात दै. सकाळच्या रविवारच्या पुरवणीसाठी अर्थात, सप्तरंगमध्ये सदर लिहिण्याविषयी मला विचारणा करण्यात आली. पडत्या फळाची आज्ञा समजून मी तिला तत्काळ प्रतिसाद दिला. 'थोरांचे अज्ञात पैलू' हे सदर त्यातून आकाराला आले. त्या सदराचे ग्रंथरूप म्हणजेच प्रस्तुतचे पुस्तक.

'प्रोफेशनल' किंवा व्यावसायिक दृष्टिकोण हा आजच्या जगाचा जणू परवलीचा शब्द झाला आहे. त्याचा एक अर्थ होतो, व्यवसाय करताना व्यवसायात व्यवसायबाह्य गोष्टींची लुडबुड खपवून न घेणे, व्यवसाय म्हणजे व्यवसाय! दुसरे काही नाही! नातेसंबंध, मैत्री, सामाजिक बांधिलकी अशा गोष्टींना थारा नाही. अशा प्रकारची व्यावसायिकता अंगी बाळगणारी व्यक्ती यशस्वी होणे म्हणजे भरपूर नफा कमावणे. मग तिच्या यशोगाथा अर्थात 'सक्सेस स्टोरीज' लिहिल्या जातात. त्या क्षेत्रात नव्याने पाऊल टाकणारी नवोदित मंडळी तिच्याकडे रोल मॉडेल म्हणून पाहतात.

एखाद्याच्या अंगात असे व्यवसाय कौशल्य असूनही त्याने हे सारे कौशल्य व्यवसायाच्या दावणीला न बांधता व्यवसायबाह्य गोष्टींना जुंपले तर काय होईल? याचे उत्तर कुणालाही सांगता येईल. व्यावसायिक म्हणून तो अपयशी ठरेल आणि तरीही संपत्ती, कीर्ती अशा रूपात जी काही प्राप्ती त्याला होईल, ती सर्व त्याने

अंगीकृत व्यवसायबाह्य गोष्टींसाठीच पणाला लावल्यामुळे त्या गोष्टींचे 'प्रमोशन' होईल; पण व्यावसायिक म्हणून त्याची गणना 'अपयशी' अशीच केली जाईल. त्याच्या तालमीत तयार झालेले उमेदवार यशस्वी होऊन भरपूर कमाई करतील. त्याचे नाव निघाले की कानाच्या दोन्ही पाळ्यांना हात लावून 'बाप माणूस' म्हणत कदाचित नतमस्तकही होतील.

आता आपण काय करत आहोत, त्याचा परिणाम काय होणार आहे, हे या 'अपयशी' माणसाला कळत नसते, अशातला भाग मुळीच नाही. पण हे कळणे बाजूला ठेवून, तो त्याच्या उच्च उद्दिष्टांसाठी होणाऱ्या नुकसानाकडे दुर्लक्ष करत असतो. परमेश्वरासाठी अशा गोष्टी करणाऱ्याचे वर्णन तुकोबांनी 'जाणोनि नेणता' असे केले आहे. इतकेच नव्हे, तर स्वत:च्या बाबतीतही 'जाणोनि नेणते करी माझे मन' अशी प्रार्थना विठ्ठलाला केली आहे. ही भूमिका ज्ञानी आणि अज्ञानी या दोन्ही प्रकारांत बसत नाही. स्वत: तुकोबांचे दिवाळे निघाले ते त्यांच्यात पुरेशी व्यावसायिकता नव्हती, त्यांना हिशेबच करता येत नव्हता म्हणून नव्हे. दिवाळे निघाल्यानंतरही ते 'बरे झाले देवा निघाले दिवाळे' असे म्हणतात. याचाच अर्थ या प्रकारातून झालेला 'लाभ' दिवाळ्यामुळे झालेल्या नुकसानीपेक्षा त्यांना महत्त्वाचा वाटला असणार, हे उघड आहे.

महाराष्ट्रापुरते बोलायचे झाल्यास महाराष्ट्रात अशा प्रकारच्या 'जाणोनि नेणत्या' झालेल्या व्यक्तींची वानवा कधीच नव्हती. या ध्येयधुंद माणसांनी आपल्या वैयक्तिक स्वार्थाकडे व कौटुंबिक हिताकडे दुर्लक्ष करून आपले व्यावसायिक कौशल्य समाजाच्या कल्याणासाठी वापरायचा निर्णय हेतुपुरस्सर घेतलेला असतो. तर, यात आपले कल्याण आहे, हे कळायची पात्रताही जर त्या समाजात नसेल, तर एकीकडे त्याचा विरोध आहेच; आणि दुसरीकडे बायकामुलांची नाराजी, अशा दुहेरी आपत्तीला तोंड देण्याचा प्रसंग त्यांच्यावर आलेला दिसतो.

अशाच काहीशा विस्मृतीत गेलेल्या माणसांच्या स्मृतीला उजाळा देऊन त्यांच्या विषयीचे ऋण व्यक्त करणे हे माझ्यासारख्या अभ्यासकांचे कर्तव्यच असल्याचे मी मानतो. समाजाचे यश हे त्यांच्या वैयक्तिक अपयशाच्या पायावर उभे असते, याचा विसर पडू न द्यायची जबाबदारी लेखक-कवींनी घ्यायची असते. आपल्या यशोगाथांमधल्या प्रत्येक दोन ओळींच्या मधला न लिहिला गेलेला मजकूर अशा व्यक्तींच्या अपयशाचा असतो, की ज्यांच्यामुळे आपल्याला हे यश मिळणे शक्य झालेले असते.

थोरांचे अज्ञात पैलू या ग्रंथात ज्यांची चर्चा करण्यात आली आहे, त्या सर्वांचीच थोरवी समाजापर्यंत नीट पोहोचली आहे, असे म्हणता येत नाही. त्यातील काही व्यक्तींची नावेसुद्धा फारशी ज्ञात नाहीत. ज्यांची आहेत त्यांचे काही महत्त्वाचे पैलू अलक्षित राहिले आहेत. प्रस्तुत ग्रंथामुळे ही उणीव बऱ्यापैकी भरून निघेल याची खातरी आहे.

थोरांचे अज्ञात पैलू या ग्रंथाच्या प्रकाशनासाठी महत्त्वपूर्ण भूमिका निभावणारे सकाळ पुस्तक प्रकाशन विभागाचे सरव्यवस्थापक आशुतोष रामगीर आणि संपादक दीपाली चौधरी यांना मनापासून धन्यवाद!

सदानंद मोरे

अनुक्रमणिका

१

म्हाइंभट आणि सदाशिवराव बापट!

'ज्ञान' आणि 'अज्ञान' या दोन्ही शब्दांचे अर्थ सापेक्षतेने आणि तारतम्याने घ्यावे लागतात. कोलंबसने अमेरिका शोधून काढली असे आपण म्हणतो. त्याचा अर्थ त्यापूर्वी ती अज्ञात होती असा घ्यायचा झाला, तर कोणाला अज्ञात होती, असा प्रश्न विचारावा. अमेरिकेत जे मूळ रहिवासी होते (ज्यांना रेड इंडियन्स म्हटले जाते व ज्यांचा सभ्य सुसंस्कृत युरोपीय लोकांनी वंशच्छेद केला), त्यांनाही ती अज्ञातच होती की काय?

दुसरे असे की, पूर्णपणाने ज्ञात आणि पूर्णपणाने अज्ञात अशी विभागणी तरी करता येईल का? एखाद्या गोष्टीचा काहीतरी भाग कोणाला तरी ज्ञात असावा लागतो; पण त्या कुणाचे तरी, त्या काहीतरीचे ज्ञान इतके कमी असते, की त्या गोष्टीला अज्ञात म्हटले तरी चालण्यासारखे असते; आणि एरवी तरी सर्वज्ञ कोण असतो? सॉक्रेटिस या प्रसिद्ध ग्रीक तत्त्वज्ञाची कथाही अशीच प्रसिद्ध आहे. तो अथेन्सचा रहिवासी. अथेन्सच्या नगरदेवतेने एका नागरिकाला स्वप्नात येऊन असा दृष्टान्त दिला, की सॉक्रेटिस हा महाज्ञानी आहे – तो कोणाहीपेक्षा अधिक जाणतो. त्या नागरिकाने ही वार्ता सार्वत्रिक केली. लोक सॉक्रेटिसकडे गेले. त्याला हे वृत्त सांगून त्यांनी त्याचे अभिनंदन केले. सॉक्रेटिस विचारात पडला. बरं, देवतेच्या दृष्टान्तावर शंका घेण्याचे काही कारण नसतेच. त्याने तिचा संदेश नम्रपणाने मान्य केला व तो म्हणाला, 'बरोबरच आहे, माझे अज्ञान किती अफाट आहे, याचे ज्ञान मला असल्यामुळे मी महाज्ञानी असल्याचे देवतेने म्हटले असणार!'

आपल्याला थोर व्यक्तींच्या विचारांचे, कर्तृत्वाचे, चारित्र्याचे आकलन झालेले असते ते याच स्वरूपात असते. म्हणून तर महापुरुषांची अनेक चरित्रे लिहिली जातात आणि मुख्य म्हणजे त्या चरित्रांमध्येही अनेक परस्परविरोधी मते आढळतात. छत्रपती शिवाजी महाराज, महात्मा फुले, लोकमान्य टिळक, महात्मा गांधी, डॉ. बाबासाहेब आंबेडकर या महापुरुषांची गणना चरित्रनायकांच्या या प्रकारात होते.

हा मुद्दा सुचण्याचे कारण म्हणजे टिळकांच्या *गीतारहस्य* या प्रसिद्ध ग्रंथाच्या शताब्दीनिमित्त त्याची झालेली चर्चा. टिळकांविषयी नेहमीच प्रतिकूल पूर्वग्रहातून लिहिणाऱ्या प्रा. न. र. फाटक यांच्यासारख्यांनी गीतारहस्याची तुलना चार्ल्स डार्विन यांच्या *दि ओरिजिन ऑफ दि स्पिशीज* या ग्रंथाशी केली. टिळकांनी गीतारहस्य लिहिले, त्यात कर्मयोगाचे तत्त्वज्ञान आहे, सामान्यपणे लोकांना हे ज्ञात असते; पण पुढे?

हीच गोष्ट एकूणच टिळक चरित्राबाबत खरी आहे. आमच्या लहानपणी टिळकांवर धडा असायचा,

त्यात टिळकांनी आपण शेंगा खाल्ल्या नसल्याचे सांगून मास्तरांच्या छड्या न खायचा बाणेदारपणा दाखवला, 'संत' शब्द तीन प्रकारे लिहून मराठी शुद्धलेखनाच्या मर्यादा उघड केल्या, कॉलेजात एका वर्षाचा गॅप घेतला व व्यायाम करून शरीरसंपदा कमावली. एवढ्या गोष्टी सांगून झाल्यावर एकदम, 'स्वराज्य हा माझा जन्मसिद्ध हक्क असल्याची गर्जना केली' अशी उडी मारलेली असायची. मग गणेशोत्सव, शिवजयंती वगैरे. झाले ज्ञात 'टिळक चरित्र.'

टिळकांसारख्या प्रकाशझोतात राहिलेल्या व गटांगळ्या न खाता वादांच्या भोवऱ्यात सतत गुरफटलेल्या महानायकाची ही अवस्था, तर राजकारणात साधुत्व व शुचित्व आणू इच्छिणारे टिळकांचे समकालीन नामदार गोपाळ कृष्ण गोखले यांची काय अवस्था असेल, याची कल्पनाच करावी. गोखले महात्मा गांधीजींचे गुरू होते व मवाळांचे नेते होते. ते उत्तम इंग्लिश बोलत असत. २०१५ हे वर्ष गोखल्यांच्या स्मृतीचे शताब्दी वर्ष होते. ते काँग्रेसचे माजी अध्यक्ष असल्यामुळे काँग्रेसवाल्यांना लाजेकाजेस्तव दोन-चार कार्यक्रम करावे लागले.

टिळक एका बाबतीत भाग्यवान, त्यांना सदाशिवराव बापट हे एक अनुयायी भेटले. अनुयायी कसले, भक्तच म्हणा की! या सदाशिवरावांची टिळकभक्ती इतकी पराकोटीची, की त्यांनी सातारा जिल्ह्यातील आपल्या बोरखळ या गावी टिळकांचे मंदिरच बांधायला काढले. त्या काळात साताऱ्यात ब्राह्मणेतर चळवळ एकदम जोमात होती. या चळवळीत टिळकांचे चित्र समाजसुधारणांचा आणि ब्राह्मणेतरांचा शत्रू असेच रंगवले गेले, त्यामुळे ब्राह्मणेतर पुढाऱ्यांनी मंदिरात पादुकांची प्रतिष्ठापना करण्याचा समारंभ चक्क उधळून लावला. मोठी दंगल झाली. उभय पक्षांचे लोक जखमी वगैरे झाले. एकमेकांवर फिर्यादी दाखल करण्यात आल्या.

तर, याच स. वि. बापटांनी टिळकांना चरित्ररूपाने अमर करण्यासाठी टिळकांच्या आठवणी गोळा करण्याचा उद्योग हाती घेतला. टिळकांचा ज्या-ज्या व्यक्तींशी संबंध आला, मग त्या व्यक्ती त्यांच्या विरोधक, अगदी सत्यशोधक ब्राह्मणेतर का असेनात, त्यांच्याशी संपर्क साधून बापटांनी त्यांना लिहिते केले व त्यांना आलेले टिळकांचे अनुभव त्यांच्याकडून आठवणींच्या स्वरूपात लिहून घेतले. अशा आठवणींचे एकूण तीन खंड बापटांनी प्रसिद्ध केले. भले बहाद्दर! या कामात बापटांनी घेतलेले कष्ट अतुलनीय आहेत. त्यांची चिकाटी अवर्णनीयच. 'आठवणी देतो' म्हणून कबूल करणाऱ्या मोठ्या लोकांना एकामागे एक स्मरणपत्रे धाडावीत; आणि कार्यबाहुल्यामुळे या लोकांनी पत्रोत्तर देऊ नये, असे खूपदा घडले व असे करणाऱ्यांमध्ये एके काळी टिळकांचे निकटवर्ती अनुयायी म्हणून कीर्तिवंत झालेले लोकही होतेच.

बापटांचे हे खंड दुर्मीळ व म्हणून दुष्प्राप्य आहेत. इतकेच की, या आठवणींतून प्रकट होणारे टिळक यात अज्ञातच म्हणावे लागतील!

बापटांनी ज्या निष्ठेने आणि प्रयत्नांच्या ज्या पराकाष्ठेने टिळकांच्या आठवणी गोळा केल्या, त्यावरून त्यांची तुलना कोणाशी करावी, हा प्रश्न उपस्थित होतो. सुदैवाने त्याचे उत्तर देण्यासाठी आपल्याला मराठी भाषेच्या बाहेर जायची गरज नाही.

तेराव्या शतकात होऊन गेलेल्या म्हाइंभट नावाच्या एका ब्राह्मणाने महानुभाव संप्रदायाचे ईश्वरी अवतार चक्रधरस्वामी यांच्या आठवणी अशाच प्रकारे गोळा केल्या होत्या. म्हाइंभट हा बापटांचा पूर्वसूरीच म्हणावा लागतो. म्हाइंभटाने ज्या आठवणी गोळा केल्या, त्या चक्रधर नावाच्या दैवी पुरुषाच्या असल्याने त्यांना आठवणी म्हणण्याऐवजी 'लीळा' म्हणण्यात येते; आणि या लीळांच्या आधारे म्हाइंभटाने चक्रधरांचे

चरित्र सिद्ध केले. या चरित्राला 'लीळाचरित्र' असे म्हणतात. 'लीळाचरित्र' हा मराठीतला आद्य चरित्रग्रंथ आहे. त्याची गुणवत्ता विचारात घेतली तर दहा-पाच नोबेल, पाच-पंचवीस ज्ञानपीठ, शे-दीडशे साहित्य अकादमी पुरस्कार त्यावरून सहज ओवाळून टाकावे लागतील. नशीब, म्हाइंभट आज हयात नाही, असता तर इतर लेखकांना पुरस्कार परतीची गरजच पडली नसती. एकट्या म्हाइंभटाकडून कार्य सिद्धीस गेले असते! चक्रधर आज जे काही आणि जेवढे काही ज्ञात आहेत, त्याचे श्रेय म्हाइंभट सराळेकरकृत 'लीळाचरित्रा'चेच.

म्हाइंभट आणि बापट यांची आणखी तुलना केली तर त्या दोघांच्याही कार्याचे स्वरूप समजायला मदत होईल. टिळकांचा महाराष्ट्रात, महाराष्ट्राबाहेर व थोडासा परदेशांतही संचार झाला होता. त्यात अनुयायांसोबत सहकारी, विरोधक इत्यादी विविध नात्यांनी अनेक लोक त्यांच्या सहवासात व संपर्कात होते. त्या सर्वांशी पत्रव्यवहार वगैरे करून बापटांनी त्यांच्याकडून टिळकांच्या आठवणी जमवल्या. त्याचप्रमाणे म्हाइंभटांनी चक्रधरांच्या लीळा गोळा केल्या. चक्रधरांचा शिष्यपरिवार, श्रोतृवर्ग अफाट होता. पण, त्या काळात टपालसेवा उपलब्ध नव्हती. तेव्हा म्हाइंभटांनी महाराष्ट्रभर फिरून या मंडळींना व्यक्तिश: गाठले व त्यांच्याकडून चक्रधरांच्या किंवा गोसावियांच्या लीळा गोळा केल्या. त्यात त्यांना बापटांप्रमाणेच बरेवाईट अनुभव आले.

म्हाइंभटांच्या पद्धतीचे वर्णन करण्यासाठी एक प्रातिनिधिक उदाहरण द्यायला हरकत नसावी. खेइंभट नावाच्या गृहस्थांना स्वामींचा सहवास लाभला होता, असे त्यांना समजले; पण खेइंभटांनी स्वामींचा परिवार केव्हाच सोडला होता. ते सहजासहजी उपलब्ध होण्यासारखे नव्हतेच. मग त्यांचा पत्ता काढून म्हाइंभट त्यांच्या गावी गेले. तेथे हे गृहस्थ शेती करत होते. बहुधा पेरणीचे काम चालू असावे आणि शेतकऱ्यांच्या दृष्टीने हे काम फारच महत्त्वाचे; अगदी 'मढं झाकून करावं' इतके. त्यामुळे ते काम अर्धवट सोडून खेइंभट म्हाइंभटाला वेळ देतील हे शक्यच नव्हते! पण गरज म्हाइंभटास होती. त्यांनी असा तोडगा सुचवला, की खेइंभटांनी खुशाल कृषिकार्य चालू ठेवावे. ते चालू असतानाच म्हाइंभट त्यांना लीळा विचारतील, त्या खेइंभटांनी सांगाव्यात. म्हाइंभट त्या उतरून घेतील! या प्रकारात कृषिकर्मात व्यत्यय येणार नसल्याने खेइंभटालाही 'नाही' म्हणायचे कारण नव्हते आणि म्हाइंभटाचेही काम होणार होते. त्याप्रमाणे खेइंभटाला ज्ञात असलेल्या लीळा त्याने म्हाइंभटांना सांगितल्या. त्या टिपून घेऊन म्हाइंभट मार्गस्थ झाले.

गोळा केलेल्या लीळा जशाच्या तशा लिहून काढल्या असत्या, तर म्हाइंभट फक्त संकलक राहिले असते, फार तर संपादक; पण ते चरित्रकार झाले. का आणि कसे? हे समजण्यासाठी लीळाचरित्राच्या निर्मितीची प्रक्रिया समजून घेतली पाहिजे. चक्रधरांनी महाराष्ट्र सोडून 'उत्तरापंथे गमन' केल्यानंतर त्यांचा परिवार उदास झाला. सर्व शिष्य आणि संबंधी यांनी ऋद्धीपूर या क्षेत्राचा म्हणजे गोविंदप्रभू या दुसऱ्या अवताराचा आश्रय घेतला. चक्रधरांनी जाण्यापूर्वीच नागदेवाचार्य यांची आपला उत्तराधिकारी म्हणजे अधिकरण म्हणून नेमणूक केली होती.

नागदेव नेहमी कुठल्यातरी चिंतनात मग्न असल्याचे दिसून येई. एके दिवशी म्हाइंभटांनी त्यांना आपण काय चिंतन करता असा प्रश्न विचारला, त्यावर आपण श्रीगोसावियांचिया लीळांचे स्मरण करतो, आठवण करत असतो, असे उत्तर त्यांनी दिले. स्वत: चक्रधरांनीच स्पष्ट केल्याप्रमाणे परमार्थात जसे नामस्मरण महत्त्वाचे, तसे लीळास्मरण व मूर्तिस्मरणही महत्त्वाचे.

झाले, म्हाइंभटांना प्रेरणा मिळाली. तुम्हांला ज्या लीळा आठवतात त्या मला सांगा, मी लिहून घेतो,

म्हणजे त्या या मार्गातल्या सर्वांनाच उपयोगी पडतील, अशी विनवणी म्हाइंभटांनी नागदेवांना केली. नागदेवांनाही ते पटले. पण मग लीळा लिहून काढायच्याच आहेत, तर त्या नागदेवांना आलेल्या चक्रधरांच्या अनुभवापुरत्याच मर्यादित का असाव्यात? कितीतरी माणसे वेगवेगळ्या नात्यांनी, वेगवेगळ्या टप्प्यांवर चक्रधरांच्या सहवासात आली होती आणि त्यांनी नागदेवाचार्यांप्रमाणेच स्वामींच्या अशा लीळांचा प्रत्यक्ष अनुभव घेतला होता. त्यांच्यापैकी जे कोणी हयात असतील व उपलब्ध होतील त्या सर्वांनाच विचारून आणखी लीळा का ज्ञात करून घेऊ नयेत? तसे झाले तर चक्रधर आणखी समजतील, त्यांच्या निष्ठांच्या स्मरणाने पंथीयांना आणखी पुण्यलाभ होईल.

म्हाइंभटांना ही सूचना पटली आणि त्यानुसार ते कामाला लागले. त्या कामाचाच एक भाग म्हणजे वर उल्लेखलेला खेइंभटाकडून लीळा घेण्याचा प्रसंग.

असो, अशा शेकडो लीळा म्हाइंभटांनी गोळा केल्या; पण हे झाले संकलन. आता या लोकांना साधनसामग्री मानून त्यांची कालानुक्रमे, प्रसंगानुरूप व्यवस्था लावली, तर त्यातून स्वामींचे एक परिपूर्ण चरित्रच सिद्ध होईल, हे समजायला नागदेवांना आणि म्हाइंभटांना वेळ लागला नाही. त्यानुसार लीळांची मांडणी करण्यात आली, त्यांचे तीन भाग करण्यात आले; एकाक, पूर्वार्ध आणि उत्तरार्ध. इतकेच काय; पण या लीळांना समर्पक शीर्षकेही देण्यात आली. अशा प्रकारे सिद्ध झाला मराठी भाषेतील आद्य चरित्रग्रंथ.

आता या पार्श्वभूमीवर बापटांच्या कृतीकडे तुलनात्मकदृष्ट्या पाहिले तर काय दिसते? बापटांनी टिळकांच्या आठवणी ना कालक्रमाने लावल्या, ना त्यांचे वर्गीकरण केले, ना त्यांना शीर्षके दिली. ते नुसतेच एक संकलन उरले. कितीही महत्त्वाचे व प्रशंसनीय असले तरी ते संकलनच. त्यावर कुठलेच संस्करण नाही. त्यामुळे बापटांच्या या कामाला पुरेशी प्रतिष्ठा लाभू शकली नाही.

दुसरा एक मुद्दाही कमी महत्त्वाचा नाही. म्हाइंभटांमागे चक्रधरांचे उत्तराधिकारी नागदेवाचार्य उभे होते, त्यांना कोणी प्रतिस्पर्धी नव्हताच. म्हाइंभटांनी आणलेल्या लीळा ते प्रथम नागदेवाचार्यांपुढे वाचून दाखवत. नागदेवाचार्य चक्रधरांचे पट्टशिष्य तर होतेच; पण त्यांना स्वतः चक्रधरांनी आपले 'अधिकरण' म्हणून नियुक्त केले होते. त्यांचा शब्द जवळपास आपल्या शब्दाइतका प्रमाण मानावा, असे खुद्द चक्रधरांनीच सांगितले होते. त्यामुळे वेगवेगळ्या व्यक्तींनी सांगितलेल्या लीळा पारखून घेऊन त्यांचा खरेखोटेपणा ठरवणारे एकमेव अंतरंग अधिकारी म्हणजे नागदेवच. लीळा सांगणारे लोक, अमुक एका प्रसंगी चक्रधर काय म्हणाले ते आपल्या शब्दांत सांगायचे, तेव्हा त्यातील कोणते शब्द 'श्रीमुखीचे' म्हणजे खुद्द चक्रधरांचे आहेत व कोणते नाहीत, याचा निवाडा करायचे कामही नागदेवाचार्य करत. थोडक्यात, म्हाइंभटांच्या संकलनाला पद्धतशीर चरित्राचे स्वरूप देण्यासाठी त्यावर नागदेवाचार्यांनी फिरवलेला हात फारच महत्त्वाचा ठरला यात शंका नाही.

आता, इकडे काय झाले पाहा. लोकमान्य टिळकांच्या पश्चात त्यांचा उत्तराधिकारी कोण, यावर त्यांच्या अनुयायांमध्ये एकमत होणे शक्य नव्हते. स्वतः लोकमान्यांनी तर अशी कोणाची नियुक्ती केली नव्हती. त्यामुळे या पदावर कोणीही दावा सांगितला असता, तरी त्याला टिळकांच्याच प्रभावळीतल्या कुणीतरी विरोध केला असताच; पण तरीही, टिळकांचे उत्तराधिकारी म्हणवून घेण्यासाठी व म्हटले जाण्यासाठी नरसिंह चिंतामण केळकर यांच्याकडे एक जमेची बाब होती, जी दुसऱ्या कोणाकडेच नव्हती, ती म्हणजे टिळकांच्या *केसरी*पत्राच्या संपादकपदाची गादी. या भांडवलावर कृ. प्र. खाडिलकर, गंगाधरराव देशपांडे,

महानुभाव संप्रदायाचे ईश्वरी अवतार चक्रधरस्वामी यांच्या आठवणी म्हाइंभट यांनी गावोगावी जाऊन गोळा केल्या. लोकमान्य टिळक यांच्या आठवणी त्यांचे भक्त सदाशिवराव बापट यांनी असेच कष्ट घेऊन गोळा केल्या. म्हाइंभटच्या आठवणी शिस्तबद्ध रीतीने संकलित झाल्या, त्यांना चरित्ररूप मिळाले; पण बापट यांच्या आठवणींबाबत असे घडले नाही.

दादासाहेब खापर्डे, चित्रशाळेचे वासुकाका जोशी अशा प्रतिस्पर्ध्यांवर मात करून केळकर टिळकांच्या गादीवर बसले. केसरी व केळकर जे मत मांडणार किंवा टिळकांच्या वचनांचा जो अर्थ लावणार तो प्रमाण, अशी सर्वसामान्य टिळकभक्तांची समजूत त्यामुळे झाली असेल, तर ते स्वाभाविकच म्हणावे लागते.

ते काहीही असो, केळकरांनी आठवणी जमा करण्यासाठी व इतर अनेक बाबतीतही सदाशिवराव बापटांना मदत केली. त्यांचे संबंध चांगले होते व त्या दोघांमध्ये चांगले सामंजस्यही होते. पण, बापटांनी आठवणी गोळा करण्याच्या आधीच केळकरांनी टिळकचरित्र लिहिण्याचा संकल्प स्वत:च सोडला होता. त्यांच्यावर हे चरित्र लवकरात लवकर प्रकाशित करण्यासाठी टिळकभक्तांचा दबावही असे. त्यामुळे केळकरांचे चरित्रलेखन व बापटांचे स्मृतिसंकलन ही दोन्ही कामे जवळपास एकाच वेळी चालू होती. त्याचा एक परिणाम म्हणून केळकरांना चरित्रलेखन करताना बापटांनी जमा केलेल्या आठवणींचा नीट उपयोग करून घेता आला नाही. तसेच, बापटांनाही केळकरांच्या वारशाचा उपयोग झाला नाही.

दुसरे असे की, त्या काळात म्हाइंभटांनी लिहिलेले चक्रधरांचे लीळाचरित्र उपलब्ध नव्हते. दरम्यानच्या काही शतकांत महानुभाव पंथाच्या विद्वानांनी पंथाचे सर्व ग्रंथ सांकेतिक गुप्त लिपीत लिहून काढून पंथाबाहेरील अभ्यासकांसाठी ते असून नसल्यासारखे करून टाकले होते. बापटांच्या आठवणींची संगतवार व्यवस्था लावून टिळकांचे एक लीळाचरित्रच लिहिता येईल, अशी कल्पना त्यामुळे कोणालाच आली नाही. या अर्थाने बापटांचे एवढे प्रयत्न वाया गेले असे म्हणावे लागेल.

याचा परिणाम म्हणून टिळक चरित्रातल्या अनेक बारीकसारीक; परंतु महत्त्वाच्या गोष्टी अज्ञातच राहिल्या. अर्थात, तरीही बापटांच्या त्रिखंडात्मक संकल्पाचे महत्त्व अबाधित राहते. केळकर, न. र. फाटक, धनंजय कीर आदी लेखकांनी लिहिलेल्या टिळक चरित्रांमध्ये काही मोकळ्या जागा राहिल्या असतील, तर या आठवणींचा उपयोग करून ही पोकळी भरून काढता येते. त्याचप्रमाणे उपरोक्त चरित्रग्रंथांमधील माहिती जिथे अपुरी वाटते, तिथे तिच्यात भर टाकणाऱ्या पूरक माहितीचे साधन म्हणूनही आठवणींच्या खंडांचा उपयोग होऊ शकतो.

कर्मसिद्धान्त ही एक प्रकारची अंधश्रद्धा मानण्याकडेच अलीकडच्या विज्ञाननिष्ठ बुद्धिवादी लोकांचा कल असतो, त्यामुळे पुढील हकीगत केवळ योगायोग समजावी. तिचा केळकरांकडून बापटांच्या आठवणींच्या खंडाकडे पुरेसे लक्ष दिले न जाण्याच्या कृत्याशी काही संबंध नाही.

सदाशिवराव बापट जसे लोकमान्यांचे एकनिष्ठ भक्त होते, तसेच ते केळकरांचेही भक्त राहिले. इतरांना पटो वा न पटो, केळकर जणू टिळकांचे नागदेवाचार्यच असे समजून त्यांनी केळकरांच्याही

आठवणी गोळा केल्या होत्या. त्या त्यांना पुढेमागे छापायच्याही होत्या. इतिहासाच्या अभ्यासकांना त्यांचा निश्चितच खूप उपयोग झाला असता. या आठवणींचे संकलित हस्तलिखित टिळक स्मारक मंदिरात जपून ठेवण्यात आले होते.

दुर्दैवाने १९४८मध्ये गांधीहत्येनंतरच्या जाळपोळीवेळी काही लोक टिळक स्मारक मंदिरावरच चालून आले. त्या वेळी बापटांनी केळकरांच्या आठवणींचे हस्तलिखित डोक्यावर घेऊन आश्रय मिळावा म्हणून अनेकांची दारे ठोठावली; पण दहशतीच्या वातावरणातील लोकांनी दारे उघडण्यास टाळाटाळ केली. शेवटी या पळापळीत हस्तलिखित गहाळ झाले ते परत न सापडण्यासाठीच!

या प्रकारामुळे केळकर चरित्रातील अनेक दुवे अज्ञाताच्या क्षेत्रात कायमचे लुप्त झाले. केळकरांच्या सर्व आठवणी उपलब्ध होऊ शकल्या असत्या, तर त्यांची तुलना महानुभावांच्या आणखी एका ग्रंथाशी करता आली असती, तो म्हणजे 'स्मृतिस्थळ'. स्मृतिस्थळात नागदेवचार्यांच्या आठवणी संकलित करण्यात आल्या आहेत. चक्रधरांच्या उक्तींचे प्रामाण्य महानुभाव पंथासाठी वेदातील श्रुतीवाक्यांसारखे, तर नागदेवाचार्यांच्या वचनांचे प्रामाण्य स्मृतींसारखे. या पद्धतीने टिळक संप्रदायासाठी टिळकांच्या उक्ती श्रुती व केळकरांच्या उक्ती स्मृती ठरल्या असत्या. पहिला ग्रंथ जर नीट लिहिला गेला असता, तर ते 'टिळकांचे लीळाचरित्र' झाले असते आणि दुसरा भाग (म्हणजे हस्तलिखित) दुर्घटनेत हरवले नसते. नंतर ते ग्रंथरूपात नीट लिहिले गेले असते, तर ते 'केळकरांचे स्मृतिस्थळ' झाले असते!

■

२

टिळक वारकऱ्यांवर का घसरले होते?

ज्ञान, कर्म आणि भक्ती यांची चर्चा भारतामधल्या सर्वच धर्मपरंपरांमध्ये होत आलेली आहे; पण नीट विचार केला तर धर्म नावाची गोष्ट बाजूला ठेवूनसुद्धा त्यांची चर्चा करता येते. कारण, कोणत्याही समाजाची प्रकृती या तीन घटकांनीच सिद्ध झालेली असते.

कर्म आणि ज्ञान या दोन घटकांबद्दल कुणी काही शंका घेईलसे वाटत नाही. समाजाच्या अस्तित्वासाठी त्यांची गरज असते, ही काही युक्तिवादपूर्वक सिद्ध करण्याची बाबच नाही. म्हणजे इतके ते स्पष्ट आहे. भक्तीविषयी मात्र चलबिचल होऊ शकते. धर्माच्या क्षेत्रात एक वेळ खपवून घेता येईल; पण इतर ठिकाणी भक्तीचे काय काम?

यासाठी भक्तीचा गाभा काय, हे समजून घेतले पाहिजे. भक्ती म्हटल्यावर लगेचच पूजाअर्चा, नैवेद्य, आरती यांची आठवण होते. अशा गोष्टींशी भक्तीचा संबंध आहेच; पण तो भक्तीचा गाभा नव्हे. भक्तीचा गाभा आहे श्रद्धा. ज्ञान व कर्म यांच्याप्रमाणेच श्रद्धेचीही गरज समाजाला असते.

अगदी टोकाचे उदाहरण घेऊ या, कार्ल मार्क्सने प्रवर्तित केलेल्या साम्यवादाचे. इथेही परत कर्म आणि ज्ञान या घटकांबद्दल कुणी दुमत व्यक्त करणार नाही. द्वंद्वात्मक भौतिकवादी तत्त्वाचे ज्ञान आणि त्या अनुषंगाने; किंबहुना त्याला लगटून-लपेटून केलेली क्रांतिकारक कृती ऊर्फ 'Praxis'. याशिवाय मार्क्सवादाच्या कोणत्याच संप्रदायाची वा शाखेची आपण कल्पना करू शकत नाही. डाव्या, उजव्या, अति डाव्या इत्यादी इत्यादी.

इथे भक्ती कुठे येते? श्रद्धेच्या, विश्वासाच्या, स्वीकाराच्या स्वरूपात येते. आता आमचा हा विश्वास बुद्धीच्या भट्टीतून तावून-सुलाखून काढला आहे, असे मार्क्सवादी म्हणणारच, हे उघड आहे. पण मार्क्सवादीच काय; पण आचारविचारांच्या कोणत्याही व्यवस्थेचा (आणि जर ती व्यवस्था संघटित असेल तर शंकाच नको) स्वीकार करणारे त्या-त्या व्यवस्थेचे अनुयायी असेच म्हणणार. तेव्हा ही सवलत सर्वांनाच दिली पाहिजे. मुद्दा कोणत्या का मार्गाने – पोथीतून, साक्षात्कारातून, वैचारिक वादविवादातून, व्यक्तिविषयक पूज्यता भावातून, संस्कारातून तुम्ही डोळे झाकून जाणीवपूर्वक किंवा विचारातून जी तत्त्वे स्वीकारता, त्यांच्यावर विश्वास ठेवून तुम्हाला कर्म करावे लागते, हा आहे. विज्ञानाच्या क्षेत्रात

म्हणजेच वैज्ञानिकांच्या कर्मात जे काही घडते, तो सारा निखळ बुद्धीचाच व्यवहार असतो, असा अनेकांचा भाबडा समज असतो. त्याला गेल्या शतकात थॉमस कुन्ह या तत्त्ववेत्त्याने छेद दिला. विज्ञानाचा व्यवहार हा विशिष्ट विचारचौकटीतच (Paradigm) होत असतो आणि ती चौकट त्या गटातील असते किंवा विशिष्ट विज्ञानसंप्रदायातल्या वैज्ञानिकांनी स्वीकारलेली असते. तिच्याविरुद्ध पुढे येणाऱ्या पुराव्याकडे, युक्तिवादाकडे दुर्लक्ष करण्याची त्यांची प्रवृत्ती असते. असे दुर्लक्ष करणे जेव्हा अशक्य होते, तेव्हा आपल्या विचारचौकटीत व तिला अनुकूल होईल, असा त्यांचा अन्वयार्थ लावण्याचा प्रयत्न होतो किंवा ते चुकीचे असल्याचे सिद्ध करण्याचीही धडपड केली जाते.

आता ही वस्तुस्थिती मान्य करताना खजील वगैरे होण्याचे काही कारण नाही. उलट, 'वैज्ञानिकांच्या या प्रकारच्या भूमिकेमुळेच वैज्ञानिक संशोधनाचा किंवा विज्ञानाचा एकूणच व्यवहार शक्य होतो. त्याला स्थैर्य लाभते. तो पुढे सरकतो,' असे कुन्ह सांगतात. अशा विचारचौकटी वा शोधसंकेत किंवा महाप्रमाणके नसतील तर ज्ञानव्यवहारात अराजक माजेल.

विज्ञानातल्या शोधसंकेतांमध्ये त्या-त्या वैज्ञानिक समूहांनी स्वीकारलेली गृहीतके, विचारपद्धती, संकल्पना, समस्यांची मांडणी करण्याची पद्धत, प्रमाणके इत्यादींचा समावेश होतो. त्यांचा स्वीकार करून, त्यांच्यावर विश्वास ठेवून वैज्ञानिक मंडळी कार्य करत असतात, हीच भक्ती होय. कोणत्याही सामाजिक व्यवस्थेसाठी कर्म आणि ज्ञान यांच्याबरोबर याही घटकाची आवश्यकता असते. आपल्या प्रमाणग्रंथावरचा किंवा नेत्यावरचा (गुरूवरचा, मार्गदर्शकावरचा) विश्वास हा या भक्तीचाच भाग आहे.

मुख्य मुद्दा असतो तो या तीन घटकांच्या (सांख्यांच्या भाषेत गुणांच्या आणि आयुर्वेदाच्या भाषेत दोषांच्या) प्रमाणाचा व समतोलाचा. या तीन घटकांमधला परस्परसंबंध व परस्परप्रमाण नीट असते, तोपर्यंत त्यांच्यातला तोलही तसाच राखला जातो.

उदाहरण म्हणून इस्लामचा विचार करू. महंमद पैगंबरांनी अरबस्तानात इस्लाम धर्माची मुहूर्तमेढ रोवल्यानंतरची काही वर्षे अरबांच्या यशाची कमान चढती राहिली. तेव्हाचे अरब जगातल्या सर्व दिशांकडच्या ज्ञानाची प्राप्ती करून घेण्यास आसुसलेले होते. ग्रीक लोकांचे जे ज्ञान युरोप खंड विसरून गेले होते, ते इस्लामधर्मीय अरबांनी ग्रीक भाषेतून प्राप्त करून घेतले आणि प्लेटो, ॲरिस्टॉटल, टॉलेमी आदी महत्त्वाच्या ग्रीक तत्त्वज्ञ-वैज्ञानिकांच्या ग्रंथांची अरबीत भाषांतरे केली. भारतामधून संस्कृत भाषेतले ग्रंथ त्यांनी आणवले व त्यांचीही भाषांतरे केली. अज्ञानाच्या अंधकारात बुडालेला युरोप खंड त्यांनी करून दिलेल्या ज्ञानाच्या उपलब्धतेमुळे खडबडून जागा झाला. आपलाच वारसा असलेली ग्रीक भाषा शिकण्यात वेळ दवडण्याऐवजी युरोपीय विद्वानांनी अगोदर ग्रंथांच्या अरबी भाषांतरांवरून ग्रीकांचे ज्ञान व विज्ञान लॅटिनमध्ये आणले. ही युरोपीय प्रबोधनाची सुरुवात ठरली.

तीन घटकांमधला समतोल राखण्यात अरबांना व इस्लामला जोपर्यंत शक्य झाले, तोपर्यंत ते जिंकतच राहिले. जगातल्या विविध संस्कृतींमध्ये त्यांचे स्थान तेव्हा पहिले होते. नंतरच्या काळात जेव्हा या तीन घटकांपैकी भक्ती नावाच्या घटकाचे प्रमाण वाढले आणि त्याने ज्ञानावरही कुरघोडी करायला सुरुवात केली, तेव्हा नुसत्या कर्मातल्या उत्साहाच्या बळावर त्यांना पूर्वीसारखे यश मिळेनासे झाले. याउलट, इकडे युरोपातल्या विचारवंतांनी ॲरिस्टॉटलच्या विज्ञानाला आणि त्याच्या विज्ञानाच्या चौकटीत बसवल्या गेलेल्या ख्रिस्ती (व पर्यायाने इस्लामीसुद्धा) धर्मश्रद्धांना आव्हान द्यायला सुरुवात केली. त्यामुळे त्यांच्या

> विज्ञानातल्या शोधसंकेतांमध्ये त्या-त्या वैज्ञानिक समूहांनी स्वीकारलेली गृहीतके, विचारपद्धती, संकल्पना, समस्यांची मांडणी करण्याची पद्धत, प्रमाणके इत्यादींचा समावेश होतो. त्यांचा स्वीकार करून, त्यांच्यावर विश्वास ठेवून वैज्ञानिक मंडळी कार्य करत असतात, हीच भक्ती होय. कोणत्याही सामाजिक व्यवस्थेसाठी कर्म आणि ज्ञान यांच्याबरोबर याही घटकाची आवश्यकता असते. आपल्या प्रमाणग्रंथावरचा किंवा नेत्यावरचा (गुरूवरचा, मार्गदर्शकावरचा) विश्वास हा या भक्तीचाच भाग आहे. मुख्य मुद्दा असतो तो या तीन घटकांच्या (सांख्यांच्या भाषेत गुणांच्या आणि आयुर्वेदाच्या भाषेत दोषांच्या) प्रमाणाचा व समतोलाचा. या तीन घटकांमधला परस्परसंबंध व परस्परप्रमाण नीट असते, तोपर्यंत त्यांच्यातला तोलही तसाच राखला जातो.

ज्ञानाचा विस्तार झाला. त्यातून आधुनिक विज्ञानाचा जन्म झाला. या ज्ञानाच्या आधारे युरोपीयांनी केलेले कर्म अधिक प्रभावी आणि फलदायी ठरू लागले. आपल्या सांस्कृतिक प्रकृतीत असा बदल इस्लाम धर्माचे अनुयायी करू शकले नाहीत. या प्रकृतीतल्या घटकांचा समतोल बिघडला. याचा परिणाम म्हणून जागतिक सत्तास्पर्धेत युरोपातील राष्ट्रे पुढे गेली व मुसलमानी राष्ट्रे मागे पडली.

जगाच्या इतिहासाचे सूक्ष्म व सखोल ज्ञान असलेले डॉ. बाबासाहेब आंबेडकर यांनी यामुळेच सद्धर्माच्या कसोट्या सांगताना 'धर्माची मुख्य तत्त्वे विज्ञानाशी विसंगत असू नयेत' यावर भर दिला. त्यांच्या मतानुसार, बौद्ध धर्म हा असा विज्ञानसुसंगत धर्म आहे. बाबासाहेबांच्या म्हणण्यात निश्चितपणे तथ्य आहे. इतर धर्मांप्रमाणे बौद्ध धर्माचे अनुयायीसुद्धा विशिष्ट ग्रंथांना प्रमाणग्रंथ मानतात. धर्मसंस्थापक गौतम बुद्धांच्या ठायी त्यांची भक्ती व निष्ठा असतेच; परंतु स्वत: गौतम बुद्धांनीच 'मी जे काही सांगितले आहे, त्यावर डोळे झाकून विश्वास न ठेवता त्याची खातरजमा करूनच स्वीकार करा,' असे स्पष्टपणे सांगितलेले असल्यामुळे वेळोवेळी मानवी ज्ञानात पडणारी भर विचारात घेऊन त्यानुसार त्या-त्या वेळी पारखून पाहण्याची कृती करून प्रत्यक्ष बुद्धवचनांचाही स्वीकार करण्याची वा न करण्याची मुभा बौद्ध धर्मातच आहे! त्यामुळे अगदी 'बुद्धं सरणं गच्छामि'मधला निष्ठापूर्वक श्रद्धायुक्त शरणभाव ज्ञानाला वा कर्माला अडसर ठरणार नाही, अशी बाबासाहेबांची खातरी पटली होती.

इतर सर्वच धर्मांमध्ये असे करायला वाव आहे का, या प्रश्नाचे उत्तर फारसे आशादायी नाही. धर्मनिष्ठांचा कल 'आपापल्या धर्मात सर्व काही आहे,' असा आग्रह धरण्याकडे असतो. त्यामुळे उदाहरणार्थ, विज्ञानाचा एखादा शोध आपल्या धर्मतत्त्वांशी विसंगत आहे हे लक्षात आले, तर त्या तत्त्वांचीच ओढाताण करून त्यांचा वेगळा अन्वयार्थ लावून, नवा शोध त्यांच्याशी सुसंगतच आहे, असे हट्टाग्रहाने सांगितले जाते; पण त्याचा अंतिम परिणाम तीन घटकांचा समतोल बिघडण्यातच होणार, हे उघड आहे.

ओढाताण करूनही सुसंगत अर्थ लावता येत नाही, असे लक्षात आल्यानंतर धर्मतत्त्व आणि नव्याने उपलब्ध झालेले ज्ञान यांच्यातली दरी उघड झाली. अशा परिस्थितीत एक तर तिच्याकडे डोळेझाक करून तिची दखलच घ्यायची नाही किंवा सरळसरळ नवे ज्ञानच नाकारायचे, अशा प्रतिक्रिया संभवतात. पण त्यांचे दुष्परिणाम अंतिमत: त्या धर्मालाच सहन करावे लागतात.

थोडक्यात सांगायचे झाल्यास, धर्मामध्ये अनुस्यूत असलेल्या घटकांचे समप्रमाण अबाधित राहावे, म्हणून धर्माचार्यांनी सतत दक्ष राहण्याची गरज असते. त्याचा एक मार्ग म्हणजे धर्माला प्रमाण असलेल्या

पवित्र ग्रंथांचा नव्याने अन्वयार्थ लावणे. ही गोष्ट वेद, गीता, मनुस्मृती यांच्या संदर्भात होण्याची शक्यता दिसत नसल्याने बाबासाहेबांना धर्मांतर करावे लागले. जातिव्यवस्थेचा जाच हे तात्कालिक कारण महत्त्वाचे नाही असे नाही; पण हे कारण प्रासंगिक होते. बाबासाहेबांचा विचार त्यापेक्षा अधिक व्यापक होता. त्याची निकड भासण्यासाठी किंवा त्याला चालना मिळण्यासाठी व्यवस्थेचा जाच निमित्तमात्र होता. आणखी एक महत्त्वाचा मुद्दा म्हणजे, अशा प्रकारे धर्मचर्चा करायचा, धर्मतत्त्वांचा वेगळा अन्वयार्थ लावायचा, त्यासाठी संबंधित वेदशास्त्रादी ग्रंथ पाहायचा अधिकारच हिंदू धर्म बाबासाहेबांना देत नव्हता.

टिळकांची गोष्ट तशी नव्हती. ते स्वतः उच्च ब्राह्मण वर्णात जन्मलेले असल्यामुळे त्यांना हा अधिकार जन्मसिद्धरीत्या प्राप्त झालेला होता. त्याला कुणी आव्हान देऊ शकत नव्हते. दुसरे असे, की त्यांना स्वत:ला अस्पृश्यता, जातिभेद अशा गोष्टींचा उपसर्ग होण्याची शक्यता नसल्याने तो प्रश्न त्यांच्यासाठी प्राधान्यक्रमाचा वा निकडीचा नव्हता. ते ज्या दृष्टिकोणातून धर्माकडे व समाजाकडे पाहत होते, त्यातून त्यांना जो तोल ढळलेला दिसला, त्यापेक्षा बाबासाहेबांना दिसलेले ढळणे वेगळ्या प्रकारचे होते, एवढे सांगितले म्हणजे पुरे!

देश ब्रिटिशांच्या अंकित असून, गुलामगिरीत खितपत पडला आहे. स्वातंत्र्याचा लोप झाला आहे. गेलेले स्वातंत्र्य परत मिळवणे हे भारतीयांचे कर्तव्यच आहे. मात्र, त्यासाठी आवश्यक असलेले कर्म ते करत नाहीत. त्यांच्यातले काही लोक अशा ज्ञानाचा पुरस्कार करताना दिसतात, ज्यांच्यासाठी कर्म हीच मुळी एक आपत्ती आहे. इतर काही लोकांना कर्म आणि ज्ञान यांच्यात इतका विरोध आहे असे वाटत नसले तरी ते ईश्वराच्या भक्तीवर इतका भर देतात आणि त्यात इतका वेळ घालवतात, की असे कर्म करण्यास त्यांना फुरसतच नसते. थोडक्यात ज्ञान आणि भक्ती यांच्या वाढत्या प्रमाणाने कर्माचा घटक मागे पडून समाजाच्या प्रकृतीचा तोल ढळला आहे.

या तोलाच्या पुनर्स्थापनेसाठी टिळकांनी गीतारहस्य लिहिले असल्याचे आपण पाहिले आहे. असे झाले म्हणजे लोक कर्म करण्यास प्रवृत्त होतील आणि मुख्य कर्म अर्थातच देशाला पारतंत्र्यातून सोडवण्यासाठीच्या हालचाली. बाबासाहेब एकूणच हिंदू धर्माला आव्हान देत होते. मग टिळकांचे आव्हान कुणाला होते?

टिळकांचे आव्हान हिंदू धर्माचा मुख्य प्रमाणग्रंथ व पूज्यग्रंथ ठरलेल्या भगवद्गीतेचा कर्मसंन्यासपर अन्वयार्थ लावणाऱ्या परंपरेला होते. गीतेच्या अन्वयार्थाच्या क्षेत्रात ही परंपरा अत्यंत प्रभावी असून, तोच या अर्थनिर्णयातला मुख्य प्रवाह होता. या प्रवाहाचे प्रवर्तक आद्य शंकराचार्य होते. शंकराचार्यांनी उपनिषदे, ब्रह्मसूत्रे आणि गीता या प्रस्थानत्रयीचा अन्वयार्थ लावणारी भाष्ये लिहिली. या भाष्यांमधून त्यांनी एकूणच वैदिक धर्माचे सार 'ज्ञानाने मोक्ष मिळतो, कर्म गौण आहे, कर्माचा उपयोग ज्ञानप्राप्तीची पात्रता अंगी यावी म्हणून चित्त शुद्ध करण्यापुरता आहे,' असे काढले. एकदा अशी पात्रता प्राप्त झाली की कर्म करण्याची आवश्यकताच उरत नाही आणि ज्ञानप्राप्ती होऊन ज्ञानाने मोक्ष मिळवलेल्या पुरुषासाठी तर कर्म निरर्थकच ठरते. अशा जीवन्मुक्ताने कर्मत्याग करून आत्मसुखात निमग्न होणे केव्हाही चांगले!

शंकराचार्यांच्या भूमिकेतला तार्किक सुसंगतपणा वा तात्त्विक थोरपणा या गोष्टी बाजूला ठेवू या. त्यांच्या या मांडणीमुळे हिंदू धर्मातल्या लोकांना कर्म टाळायचे निमित्त मिळाले. संन्यासमार्गाला समर्थन मिळून त्याची प्रतिष्ठा वाढली. लोक कर्माकडे तुच्छतेने पाहू लागले. कर्म करावे लागते ते इलाज नाही म्हणून. ती एक अटळ आपत्ती आहे.

> गीतारहस्य या ग्रंथातून लोकमान्य टिळकांचे आव्हान हे हिंदू धर्माचा मुख्य प्रमाणग्रंथ व पूज्यग्रंथ ठरलेल्या भगवद्गीतेचा कर्मसंन्यासपर अन्वयार्थ लावणाऱ्या परंपरेला होते. गीतेतल्या कर्माच्या अर्थाकडे कुणी लक्ष दिले नव्हते. कर्माला महत्त्व मिळावे, यासाठी गीतारहस्यातून त्यांनी भर दिला... ... 'गीता हा निवृत्तिमार्गाचा, म्हणजेच कर्मत्यागाचा उपदेश करणारा ग्रंथ नसून, प्रवृत्तिपर म्हणजे कर्म करायला सांगणारा ग्रंथ आहे', असा अन्वयार्थ त्यांनी लावला.

समाजावर धर्माचा व धर्माचार्यांचा किती प्रभाव असतो, याची टिळकांना पूर्ण कल्पना होती. इतकेच काय; पण या प्रभावाचा स्वातंत्र्यचळवळीसाठी उपयोग व्हावा, अशीही त्यांची इच्छा होती. त्यासाठी संबंधित आचार्यांना व नेत्यांना भेटून त्यांचे मन वळवण्याचा ते प्रयत्न करत असत; पण ही मंडळी ढिम्म होती. हा प्रश्न वैयक्तिक पातळीवरच्या संवादातून सुटत नाही, याची खातरी पटल्यावरच, ही मंडळी ज्या ग्रंथाच्या व तत्त्ववेत्त्यांच्या आधारावर असे म्हणू शकतात, तो ग्रंथ आणि तत्त्ववेत्ता यांनाच थेट हात घालायला हवा, हेही टिळकांच्या लक्षात आले. टिळकचरित्रातली अज्ञात गोष्ट असेल तर ती हीच आहे. एरवी परंपरेला मानणारा व परंपरेविषयी आदरभाव असणारा मनुष्य आद्य शंकराचार्यांसारख्या हिंदू धर्मात जगद्गुरुपदाची पूज्यता पावलेल्या व्यक्तीवर घसरेल हे शक्यच नव्हते.

या संदर्भात सदाशिवराव बापट यांच्या आठवणींच्या खंडामधील एक आठवण उदाहरणादाखल देणे उचित होईल. आठवण आहे वारकरी संप्रदायातले एक वेदान्ती विनायकबुवा साखरे यांची. विनायकमहाराज हे पुण्यात वैदिक पाठशाळा चालवत असत. या पाठशाळेतल्या मुलांना अर्थातच संस्कृत भाषा व तिच्यातली वेदविद्या शिकवली जाई. टिळक *केसरी, मराठा* वृत्तपत्रे काढत, तेव्हा बुवांना टिळक एकदा म्हणाले : 'जगात काय चालले आहे, याचे ज्ञान तुमच्या विद्यार्थ्यांना व्हावे म्हणून मी केसरी आणि इतरही वृत्तपत्रे मोफत पाठवायची व्यवस्था करतो.' त्यावर विनायकबोवांनी टिळकांच्या सरकारविरोधी चळवळीची दिशाच चुकीची असल्याचे सांगून अशा गोष्टींत आपल्याला स्वारस्य नसल्याचे स्पष्ट केले. लोकांच्या भल्यासाठी जर या चळवळी असतील, तर मुळात या चळवळींमुळे रूष्ट झालेले सरकार अधिकच दडपशाही करेल व त्यामुळे लोकांच्या दु:खात भर पडेल, असेही त्यांनी निदर्शनास आणले. त्यावर टिळकांची विषादपूर्ण प्रतिक्रिया अशी : 'तर मग आता तुम्ही खांद्यावर पताका घेऊन पंढरीस जाणार आणि टाळ कुटत बसणार? हे तुमच्या अध्ययनाचे फळ?'

हेच साखरेमहाराज काशीक्षेत्री म्हणजेच बनारस इथे गुरुगृही राहिले होते. टिळक एकदा काही कामानिमित्त बनारसला गेले असता त्यांची व विनायकबोवांची भेट झाली. त्या भेटीत टिळकांना साखरे यांचे गुरू दक्षिणामूर्ती स्वामी यांच्याबद्दल अधिक माहिती समजली. त्यामुळे ते प्रभावितही झाले. विनायकबोवा त्यांना आपल्या गुरूंच्या भेटीसाठी घेऊन गेले. टिळकांनी त्यांच्याशी बराच वेळ संस्कृत भाषेतून धर्मचर्चा केली. त्यांच्या ज्ञानाने व वक्तृत्वाने टिळक आणखी प्रभावित झाले. त्यांनी त्या स्वामींना असे सुचवले : 'अलीकडची तरुण पिढी इंग्लिश शिक्षणामुळे वेगळा विचार करू लागली आहे; तिच्यापर्यंत स्वामीजींचे हे विचार पोहोचले तर तिला हिंदू धर्माचे महत्त्व कळेल व ती ख्रिस्ती होणार नाही, तसेच नास्तिकही होणार नाही. स्वामीजींकडे या पिढीला समजावण्याइतके ज्ञान आहे. मात्र, हे ज्ञान इंग्लिश भाषेत सांगण्याची गरज आहे. स्वामीजी संन्यासी आहेत. संन्याशाला हिंदू धर्मात विशेष मान व प्रतिष्ठा असते. लोक त्यांचे ऐकतात.'

स्वामींना इंग्लिश शिकवण्याची व्यवस्था करायची जबाबदारी घ्यायची तयारीही टिळकांनी दाखवली.

यावर स्वामीजींची प्रतिक्रिया पाहण्यासारखी आहे. ते म्हणाले : 'असे ज्ञान तर टिळकांकडेही आहेच. शिवाय त्यांना इंग्लिश भाषाही चांगली अवगत आहे. राहता राहिला मुद्दा संन्याशाला मिळणाऱ्या प्रतिष्ठेचा. टिळकांना संन्यासदीक्षा द्यायचे काम फारच सोपे व अत्यल्प वेळेत होऊ शकते. म्हणजे स्वामींनी इंग्लिशसारखी परभाषा शिकण्यात काही वर्षे घालवण्यापेक्षा टिळकांनीच ताबडतोब संन्यासी व्हावे आणि तरुण पिढीशी इंग्लिशमधून संवाद साधून तिला धर्माकडे वळवावे.' झाले... संवाद खुंटला!

विनायकबोवा काय किंवा स्वामी काय, देशासाठी काही करण्याच्या बाबतीत इतके उदासीन का आहेत, याचा विचार करताना टिळकांना त्याचे मूळ शंकराचार्यांच्या कर्मसंन्यासवादी विचारात असल्याचे लक्षात आले. तेव्हा घाव घालायचा झाला तर मुळावरच घालायला हवा म्हणून त्यांनी शंकराचार्यांची कर्म व ज्ञान यांच्याविषयीची मते खोडून कर्माच्या प्रतिष्ठेची पुन:स्थापना करायचा निश्चय केला.

पण हे करावे कसे? शंकराचार्यांनी आपली ही मते आपल्या गीताभाष्यातून मांडली असल्याचे सर्वज्ञात आहे; म्हणजे त्यांनी गीतेचा तसा अर्थच लावला होता. टिळकांनी मग गीतेचा कर्मपर म्हणजेच प्रवृत्तिमार्गाचा उपदेश करणारा अर्थ लावायचे ठरवले. 'गीता हा निवृत्तिमार्गाचा उपदेश करणारा ग्रंथ नसून, प्राप्त कर्मांपासून संन्यास घ्यायला लावणारा, ती कर्मे सोडण्याचा संदेश देणारा नसून प्रवृत्तिपर म्हणजे कर्म करायला सांगणारा ग्रंथ आहे,' असा त्याचा अन्वयार्थ टिळकांनी लावला. तोच त्यांचा गीतारहस्य हा ग्रंथ होय! शंकराचार्यांच्या गीतार्थाच्या निमित्ताने ज्ञान आणि कर्म यांच्यातला संघर्ष उघड झाला; पण मग भक्तीचे काय? कर्म आणि भक्ती यांच्यात असा काही वाद झाल्याचे किंवा रामानुज, मध्व अशा भक्तिमार्गाच्या गीताभाष्यकारांनी गीतेचा कर्मसंन्यासपर अर्थ लावला नव्हता, हे टिळकांना ठाऊक नव्हते, असे नाही. तथापि, या आचार्यांनी कर्म करण्यावर जेवढा भर द्यायला पाहिजे होता तेवढा दिला नाही, हेही तितकेच सत्य होते.

वारकरी संप्रदायाचा पाया रचणाऱ्या ज्ञानेश्वरांनीही आपल्या मराठी गीताभाष्यातून म्हणजे ज्ञानेश्वरीतून कर्माचा निषेध न करता पुरस्कारच केला आहे. तथापि, वर्तमानकाळातले वारकरी संप्रदायाचे साखरेमहाराजांसारखे प्रवक्ते कर्माला पुरेसे महत्त्व देत नाहीत, हा टिळकांचा स्वानुभव होता. त्याच्याच आधारे त्यांनी गीतारहस्यात 'अर्जुनास धनुष्य-बाणाऐवजी हातात टाळ, मृदंग, वीणा देऊन त्याच्या गजरात भगवन्नामघोष करत प्रेमानंदाच्या भरात कुरुक्षेत्राच्या धर्मभूमीवर भारतवर्षीय सकल क्षात्र समाजापुढे बृहन्नडेप्रमाणे पुनश्च नृत्य करण्यास लावण्याचा भगवंताचा हेतू नव्हता,' असे वारकरी संप्रदायाला चिमटा काढणारे विधान त्यांनी केले. त्यांचे हे निरीक्षण चुकीचे असल्याचे डॉ. भा. पं. बहिरट यांनी दाखवून दिले. बहिरट एरवी कट्टर टिळकभक्त होते, तरी टिळकांची ही चूक त्यांनी पोटात घातली नाही.

टिळकांनी असे का म्हटले असावे, याची पार्श्वभूमी बहिरटांना अज्ञात होती. ती ठाऊक असती तर त्यांनी टिळकांना समजून घेतले असते व ते टिळकांवर रुष्टही झाले नसते.

■

३

आधुनिक महाराष्ट्रातील धर्मचिंतनाची परंपरा

महाराष्ट्रातल्या सामाजिक सुधारणा आणि धर्मसुधारणा यांच्यात किती जवळचा संबंध आहे, याचा नीट उलगडा अद्याप झालेला नाही. जेव्हा-जेव्हा एखादी सामाजिक सुधारणा करण्याचा प्रसंग यायचा, तेव्हा-तेव्हा त्या सुधारणेच्या मार्गात एखादी धर्मकल्पना आडवी आल्याशिवाय राहत नसे. त्यामुळे आपोआपच त्यासाठी का होईना, धर्माला हात लावणे आणि धर्मचर्चा करणे आवश्यक होऊन जायचे. धर्म ज्याप्रमाणे व्यक्तीच्या पारलौकिक कल्याणाची (उदाहरणार्थ, स्वर्ग, मोक्ष) हमी देतो, त्याचप्रमाणे तो सामाजिक जीवनाच्या स्थैर्याची व सुरळीतपणाचीही खातरी देतो. त्यामुळे साहजिकच काही प्रमाणात सामाजिक सुधारणा आणि लक्षणीय प्रमाणात धार्मिक सुधारणाही असणारच; म्हणूनच तर एकोणिसाव्या शतकातले जवळजवळ सर्वच समाजसुधारक धर्मसुधारक होते.

गोपाळ गणेश आगरकर हे धर्माकडे ऐतिहासिक आणि उपयुक्ततावादी दृष्टीने पाहत असल्यामुळे त्यांना स्वत:ला आधुनिक काळात धर्माची आवश्यकता राहिली नसल्याचे वाटत असले, तरी बहुतांश समाज धर्म मानतो, ही वस्तुस्थिती त्यांनी मान्य केली होती. त्याच दृष्टीने त्यांनी हिंदू धर्माची समीक्षा करण्याचे काम पत्करले. समाजात प्रचलित असलेली प्रत्येक त्रासदायक रूढी धर्माच्या आधारानेच तगून-टिकून असल्याचे त्यांच्या लक्षात आले आणि त्यांनी त्या आधारावर म्हणजे मुळावरच घाव घालायचा उपक्रम हाती घेतला. त्यामुळे ते पारंपरिक धर्मनिष्ठांच्या रोषाला पात्र ठरले. या मंडळींनी 'सुधारक हा वर्गच धर्माच्या विरुद्ध असून, त्याचे आचरणही धर्माच्या विरुद्ध आहे,' अशी हाकाटी करायला सुरुवात केली. या सुधारकांचा निषेध करण्यासाठी त्यांनी पुण्यात सुधारकांची प्रतीकात्मक प्रेतयात्रा काढली. सुधारकाचा पुतळा तयार करून तोंडात चिरुट, शेजारी दारूच्या बाटल्या अशा थाटात सुधारकाची तिरडी पुण्यात सर्वत्र फिरवण्यात आली. विशेष म्हणजे, पुण्यातल्या प्रत्येक सुधारकाच्या घरासमोर थांबून शंखध्वनी म्हणजेच बोंब ठोकण्यात आली. आगरकर हे स्वत: सुधारकाग्रणी असून *सुधारक* या वर्तमानपत्राचे संपादक असल्याने ही अंत्ययात्रा त्यांच्याही घरावरून गेली असणार हे स्पष्ट आहे. इतकेच नव्हे, तर 'ही प्रेतयात्रा खुद्द आगरकरांचीच प्रेतयात्रा होती,' असा समज अगदी अभ्यासकांमध्येही रूढ झाला असल्यास आश्चर्याचे कारण नाही.

धर्मचिकित्सेची ही प्रक्रिया खरे तर मराठी पत्रकारितेचे आद्य प्रवर्तक 'दर्पण'कार बाळशास्त्री जांभेकर

यांनी सुरू केली. बाळशास्त्रींचा रोख विशेष करून कौमार्यावस्थेतच कपाळी वैधव्य आलेल्या मुलींच्या पुनर्विवाहाची सुधारणा करण्यावर होता. तीच त्यांच्या सुधारणांची मर्यादा होती. अर्थात ती मर्यादा बाळशास्त्रींची व्यक्तिगत मर्यादा नसून, देश-काल-परिस्थितीचीच मर्यादा होती, असे म्हणणे योग्य ठरेल!

बाळशास्त्रींची ही मर्यादा त्यांचे शिष्य दादोबा पांडुरंग तर्खडकर यांनी ओलांडली. या किंवा त्या विशिष्ट सामाजिक समस्येला हात घालण्याऐवजी एकूणच सामाजिक समस्या ज्या धर्मामुळेच निर्माण झाल्या, त्याच धर्माची सुधारणा व्हावी म्हणून त्यांनी नवा धर्मपंथच काढला. त्याचे नाव परमहंस सभा.

दादोबांची परमहंस सभा ही 'जातिभेद मोडला पाहिजे,' या मताची होती आणि हा प्रकार त्या काळी कुणाच्याच पचनी पडणे शक्य नव्हते. त्यामुळे या सभेच्या सदस्यांना आपली जातिभेदविरोधी कृत्ये गुप्तपणाने पार पाडावी लागत. खरे तर ही कृत्ये इतकी प्रतीकात्मक असत, की त्यांना विरोध झाला असेल हे आजच्या पिढीतल्या लोकांना खरेसुद्धा वाटणार नाही. परमहंस सभेचे सभासद आठवड्यातून एक दिवस एकत्र येऊन प्रार्थना वगैरे करत; आणि या कार्यक्रमाची सांगता पोर्तुगीज बेकरीतून आणलेल्या पावाचे एकत्रितपणे भक्षण करण्याने होई! एक तर हा पाव पोर्तुगीज बेकरीतून म्हणजे परधर्मीय ख्रिश्चनांकडून आणलेला असायचा आणि दुसरे म्हणजे तो वेगवेगळ्या जातींच्या लोकांनी एकत्रितपणे खायचा! धर्म भ्रष्ट होण्यासाठी हे त्या वेळी खूप झाले. गुपचूप चाललेल्या या गैरकृत्यांचे बिंग केव्हातरी फुटायचे होते ते फुटलेच. एका वर्तमानपत्रातून या लोकांच्या नावानिशी ते काय करतात हे छापून आले. समाजात त्यांची छी-थू होऊ लागली आणि त्याचा परिणाम म्हणून त्यांच्यावर आपल्याच नव्या धर्मपंथाचा गाशा गुंडाळायची वेळ आली.

मात्र, दादोबांनी सुरू केलेली ही प्रक्रिया थांबणे शक्यच नव्हते. वेगळ्या प्रकारे व पद्धतीने, वेगळ्या रूपात आपले धर्मकारण पुन्हा सुरू करावे असे त्यांच्यापैकी काहींना वाटू लागले. योगायोगाने या ज्येष्ठ मंडळींची गाठ मुंबई विद्यापीठातून पदवी घेऊन बाहेर पडलेल्या तरुण नवशिक्षितांशी पडली. त्यांचे सूर जुळले व त्यातून एक नवा धर्मपंथ आकाराला आला. त्याचे नाव प्रार्थना समाज. दादोबांचे धाकटे भाऊ डॉ. आत्माराम पांडुरंग या नव्या पंथाचे अध्यक्ष होते. स्वत: दादोबा पाठीमागून सूत्रे हलवत. वासुदेव बाबाजी नवरंगे, तुकाराम तात्या पडवळ, मोरो विठ्ठल वाळवेकर या माजी परमहंसांना नव्या पंथाबद्दल सहानुभूती होती. तरुण शिक्षित सभासदांमध्ये नंतरच्या काळात स्वकर्तृत्वाने पुढे आलेले न्या. महादेव गोविंद रानडे, न्या. चंदावरकर, डॉ. रामकृष्ण गोपाळ भांडारकर, बाळ मंगेश वागळे, वामन आबाजी मोडक आदींचा समावेश होता. यातली बहुतेक मंडळी उच्चशिक्षित व प्रतिष्ठित होती. सरकारदरबारी त्यांना मान असे. मोठमोठ्या लोकांत त्यांची ऊठ-बस असे.

प्रार्थना समाजाच्या जुन्या-नव्या सभासदांपैकी जातिभेद मान्य असणारे कुणीच नव्हते. मात्र, परमहंस सभेने जातिभेद मोडायचे सरळ-सरळ प्रयत्न केल्यामुळे त्यांच्यावर काय प्रसंग गुदरला, याची त्यांना जाणीव होती. कदाचित जुन्या सभासदांनीच नव्या सभासदांना सबुरीचा सल्ला दिला असल्याची शक्यता आहे. ते काहीही असो, दुधाने तोंड भाजल्यावर जसे ताकही फुंकून प्यावेसे वाटते, त्याप्रमाणे प्रार्थना समाजाने जातिभेद नष्ट करण्याचा कार्यक्रम मागे ठेवून उपासनेवर लक्ष केंद्रित केले.

दादोबा पांडुरंग तर्खडकर सरकारी शिक्षण खात्यात वरच्या दर्जाचे अधिकारी होते. हाताखाली तयार झालेल्या विद्यार्थ्यांना शिक्षण खात्यात नोकऱ्या देऊन सामावून घेण्याइतके त्यांचे वजन व अधिकार होता. हे विद्यार्थी मग जिथे जात, तिथे परमहंस सभेचा प्रचार– अर्थात गुप्तपणे करत असत. केशव शिवराम भवाळकर

हे दादोबांचे शिष्य असेच पुण्यातल्या विश्रामबाग पाठशाळेत रुजू झाले.

याच दरम्यान जोतीराव फुले शैक्षणिक कार्यात उतरत होते. त्यांची आणि भवाळकरांची ओळख झाली. बहुधा त्यांच्याच माध्यमातून जोतीरावांना परमहंस सभेविषयी माहिती मिळाली असणार. शिक्षण खात्यात डेप्युटी वगैरे पदे सांभाळणाऱ्या दादोबांचेही सरकारी कामानिमित्त पुण्यात येणे-जाणे असणारच.

मग इतर परमहंस मंडळींशीही जोतीरावांचा स्नेह जमून आला. त्यात वासुदेवराव नवरंगे, तुकारामतात्या पडवळ होते. वाळवेकरांची व जोतीरावांची ओळख अगोदरचीच होती. परमहंससभेचे अध्वर्यू राम बाळकृष्ण (राणे/जयकर) यांच्याशीही जोतीरावांचा संबंध आला. जोतीरावांनी आपला शिवाजीमहाराजांवरचा पोवाडा राम बाळकृष्ण यांनाच अर्पण केला आहे.

या काळात ब्रिटिश सत्तेचा अंमल पूर्णपणे प्रस्थापित होऊन ती चांगलीच स्थिरावली होती. याचा एक परिणाम म्हणून पूर्वी ख्रिस्ती धर्मप्रचारकांवर असलेले निर्बंध उठवले गेले. त्यामुळे भारतात अमेरिकी, स्कॉटिश मिशनरी येऊ लागले आणि ते ख्रिस्ती धर्माचा प्रचार जोराने करू लागले. त्यांच्या प्रचार-प्रसाराची पद्धती खुद्द जोतीरावांनीच लिहिलेल्या 'तृतीय रत्न' या नाटकावरून समजून येते. हे मिशनरी हिंदू धर्मातली व्यंग्ये उघडकीस आणत, त्याचा परिणाम म्हणून हिंदू धर्मातल्या खालच्या स्तरात ढकलल्या गेलेल्या जातींमधल्या नवशिक्षितांची अस्मिता जागी झाली. धर्माच्या नावाखाली आपल्याला तुच्छ मानण्यात येते, हे त्यांना समजून चुकले. याउलट येशूच्या दरबारात सर्वांना सारखेच स्थान असून, समान गती मिळते हेदेखील त्यांच्या लक्षात आले. त्यामुळे त्यांना ख्रिस्ती धर्माचे आकर्षण वाटू लागले. त्यातल्या काहींनी सरळसरळ बाप्तिस्मा घेऊन ख्रिस्ती धर्माचा अंगीकारही केला. परमहंस सभेशी निगडित असलेले जोतीरावांचेच एक स्नेही बाबा पदमजी हे असेच एक धर्मांतरित ख्रिश्चन. अगोदरच्या म्हणजे शिकण्याच्या आणि नंतरच्या म्हणजे शाळा काढून शिकवण्याच्याच काळात जोतीरावांचा मरे मिचेल आदींसारख्या ख्रिस्ती मिशनऱ्यांशी जवळून संबंध आला. त्यांच्या धर्माचा व कार्यपद्धतीचाही परिचय झाला. स्वाभाविकपणे ते स्वतःच काय; परंतु त्यांचे ब्राह्मण स्नेहीसुद्धा ख्रिस्ती धर्माकडे काही काळ आकर्षित झाले होते. त्यांच्या या अवस्थेच्या खुणा त्यांच्याच साहित्यात दिसून येतात.

धर्मसंदेहाच्या या काळातच त्यांचा परमहंस सभेच्या अनुयायांशी संबंध आला आणि या सभेच्या रूपात त्यांना ख्रिस्ती धर्माचा देशी पर्याय गवसला. परमहंस सभेच्या गुप्ततेमुळे त्यांनी या पंथाची दीक्षा घेतली होती किंवा नव्हती, यासंबंधी निश्चित विधान करता येत नाही. तथापि, या सभेशी त्यांचे घट्ट नाते निर्माण झाले होते, हे मात्र निश्चित. स्वतः जोतीराव परमहंस झाले असोत अथवा नसोत, परमहंस सभेची स्थापना आणि तिचे विखुरणे या दोन्ही घटनांचे ते साक्षीदार होते. धर्माच्या माध्यमातून जातिभेदाला विरोध करता येणे शक्य असल्याचेही त्यांना परमहंस सभेमुळे कळून चुकले होते. सभेचे काही सदस्य तर त्यांचे जवळचे स्नेही-सहकारी बनले होते. त्यामुळे ही सभा मोडल्याने ते व्यथित झाले असणार, हे उघड आहे. या धर्मपंथाला समर्थ पर्याय उभा राहावा, असेही त्यांना वाटल्याशिवाय राहिले नसणार.

दरम्यान, वर उल्लेखल्याप्रमाणे काही पूर्वाश्रमीचे परमहंस व नवपदवीधर एकत्र येऊन त्यांनी 'प्रार्थना समाज' नावाचा एक धर्मपंथ काढला. जोतीरावांचे या घडामोडींकडे बारीक लक्ष होते. त्यांनी हे नव्या पंथाचे स्वागत केले, असे कुणाला वाटले, तर ते स्वाभाविकच म्हणावे लागेल. तथापि, असे घडले नाही. या नव्या पंथाचे म्हणजे प्रार्थना समाजाचे स्वागत जोतीरावांनी केले नाही. उलट, ते त्यांच्यावर टीकाच करत राहिले.

असे का घडले असावे, या प्रश्नाचे उत्तर फारसे अवघड नाही.

जातिभेदाविरुद्ध काही भूमिका घेऊन थेट कृती केली तर ती समाजाला रुचत नाही. लोकांची अजून तशी मानसिक तयारी झाली नाही. हे परमहंस मंडळींना स्वानुभवाने कळून चुकले होते. या अनुभवाची पुनरावृत्ती करण्याची त्यांची तयारी नव्हती; पण त्याचबरोबर आपल्या धर्मभावनेला संस्थात्मक रूप द्यावे, ही त्यांची इच्छा काही संपुष्टात आली नव्हती, म्हणून तर त्यांनी नव्या प्रार्थना समाजात जातिभेदाचा मुद्दा मागे टाकला; पण जोतीराव त्यामुळेच अस्वस्थ झाले. प्रार्थना समाजाच्या या धोरणात काहीतरी काळंबेरं असणार, असा संशय त्यांना आला. हे बहुधा ब्राह्मणांचे कारस्थान असणार, असेही त्यांना वाटू लागले; आणि या गोष्टी स्पष्टपणे उच्चारण्यास त्यांनी हयगय केली नाही.

फक्त आपली नाराजी, खेद किंवा संशय व्यक्त करून थांबतील, तर ते जोतीराव फुले कसले! परमहंस सभेला खराखुरा पर्याय आपणच दिला पाहिजे, असा त्यांनी निश्चय केला. हा नवा पर्याय ईश्वराच्याच उपासनेच्या बरोबरीने जातिभेदाविरुद्धही मन:पूर्वक संघर्ष करणार होता. मुळात जातिभेद हा ईश्वरी इच्छेच्या विरुद्ध असल्यामुळे त्याच्या विरुद्ध लढणे हेसुद्धा ईश्वराच्या उपासनेइतकेच महत्त्वाचे कार्य आहे. उपासनेच्याच नावाखाली जातिभेदाची लढाई टाळणे योग्य नाही, ही त्यांची धारणा होती.

या भूमिकेतूनच जोतीरावांनी आपल्याच सहकाऱ्यांच्या मदतीने नवा धर्मपंथ काढला. त्याचे नाव सत्यशोधक समाज किंवा सार्वजनिक (किंवा सार्वत्रिक) सत्यधर्म. ईश्वराची उपासना ही बाब या तिन्ही धर्मपंथांमध्ये समान होती. जोतीरावांच्याच सार्वत्रिक सत्यधर्मात मात्र जातिभेदनिर्मूलन नावाच्या गोष्टीवर तितकाच भर देण्यात आलेला होता. एकदा जातिभेदाच्या विरुद्ध पवित्रा घेतला की माऱ्याचा पहिला रोख उच्चवर्णीयांवर असणार, हे जितके स्वाभाविक, तितकेच अटळ असणार हे उघड आहे. जातिभेदामुळे ज्यांचा फायदा होतो, ते त्याला तितक्या पोटतिडकीने विरोध करणार नाहीत. उलट, ज्यांना त्याचा तोटा होतो, ते कसोशीने विरोध करणार, हे मनुष्यस्वभावाला धरून आहे. त्याला अनुसरूनच जोतीरावांनी टीका केली, हे लक्षात घ्यायला हवे. असो. तर आता एकोणिसाव्याच शतकाच्या अखेरीस महाराष्ट्रात प्रार्थना समाज आणि सत्यशोधक समाज असे खास मराठी धर्मपंथ कार्यरत दिसतात. त्यांच्याच बरोबरीने आर्य समाजाचेही काम सुरू होते; परंतु या पंथाने महाराष्ट्रात मूळ धरले नाही. नंतर तो मराठवाड्यात पसरला हे खरे असले तरी तेव्हा मराठवाडा हा महाराष्ट्राचा भाग नव्हता. तिथे निजामाचे राज्य होते आणि निजाम हिंदू प्रजेला न्यायाने वागवत नसल्यामुळे हिंदुहिताचे रक्षण करण्यासाठी तिथल्या प्रजेने आर्य समाजाची कास धरणे हे अगदीच स्वाभाविक होते.

दादोबा पांडुरंग तर्खडकर यांची परमहंस सभा 'जातिभेद मोडला पाहिजे,' या मताची होती आणि हा प्रकार त्या काळी कुणाच्याच पचनी पडणे शक्य नव्हते. त्यामुळे या सभेच्या सदस्यांना आपली जातिभेदविरोधी कृत्ये गुप्तपणाने पार पाडावी लागत. खरे तर ही कृत्ये इतकी प्रतीकात्मक असत, की त्यांना विरोध झाला असेल हे आजच्या पिढीतल्या लोकांना खरेसुद्धा वाटणार नाही.

रानडे-भांडारकरांच्या पिढीनंतर प्रार्थना समाजाचे कार्य विठ्ठल रामजी शिंदे यांनी चालू ठेवले. विठ्ठल रामजींना प्रार्थना समाज आणि सत्यशोधक समाज यांच्यामधला संघर्ष वृथा असून, त्याचे कारण 'केवळ संवादाचा अभाव' असे वाटले. त्यांनी स्वत: या दोन पंथांमध्ये पूल बांधण्याचा प्रयत्न केला. शिंदे मागे पडल्यानंतर द्वारकानाथ वैद्यांनी समाजाची धुरा सांभाळली.

बाळशास्त्री जांभेकर

दादोबा पांडुरंग तर्खडकर

धर्मचिकित्सेची ही प्रक्रिया खरे तर मराठी पत्रकारितेचे आद्य प्रवर्तक 'दर्पण'कार बाळशास्त्री जांभेकर यांनी सुरू केली. बाळशास्त्रींचा रोख विशेष करून कौमार्यावस्थेतच कपाळी वैधव्य आलेल्या मुलींच्या पुनर्विवाहाची सुधारणा करण्यावर होता. तीच त्यांच्या सुधारणांची मर्यादा होती. अर्थात ती मर्यादा बाळशास्त्रींची व्यक्तिगत मर्यादा नसून, देश–काल–परिस्थितीचीच मर्यादा होती, असे म्हणणे योग्य ठरेल!

बाळशास्त्रींची ही मर्यादा त्यांचे शिष्य दादोबा पांडुरंग तर्खडकर यांनी ओलांडली. विशिष्ट सामाजिक समस्येला हात घालण्याऐवजी एकूणच सामाजिक समस्या ज्या धर्मामुळेच निर्माण झाल्या, त्याच धर्माची सुधारणा व्हावी म्हणून त्यांनी नवा धर्मपंथच काढला. त्याचे नाव परमहंस सभा.

आधुनिक महाराष्ट्रातल्या धर्मचिंतनाची परंपरा फार मोठी आहे. दादोबा पांडुरंग तर्खडकर यांनी सुरू केलेल्या या धर्मचिंतनाचे अंतिम पर्यवसान म्हणजे महात्मा जोतीराव फुले यांना गुरुस्थानी मानणारे डॉ. बाबासाहेब आंबेडकर, असे म्हणता येईल. संत बहिणाबाईंच्या प्रसिद्ध रूपकाचाच आधार घेऊन सांगायचे झाल्यास धर्मचिंतनाच्या या मंदिराचा पाया तर्खडकरांनी रचला आणि त्याच्यावर डॉ. आंबेडकरांनी कळस चढवला.

सत्यशोधकांची वाटचाल काहीशी वेगळी झाली. उपासना आणि जातिभेदविरोध यांना सारखेच स्थान देणाऱ्या या समाजाचे पुढे ब्राह्मणेतर चळवळीत रूपांतर झाले. त्याचे श्रेय करवीर छत्रपती शाहूमहाराजांना द्यावे लागते. महाराजांनी शैक्षणिक चळवळीला प्राधान्य तर दिलेच; परंतु समतेच्याच प्रस्थापनेसाठी जिथे-जिथे उच्चवर्णीयांचे प्रमाण फाजील आढळते, तिथे-तिथे ते कमी करून तळागाळातल्या लोकांची स्थापना करण्याचे प्रयत्न केले. एका अर्थाने ही जोतीरावांच्याच तत्त्वांची प्रत्यक्षातली अंमलबजावणी होती. ती करणे त्यांना शक्य झाले, याचे कारण म्हणजे ते सत्ताधीश होते.

शाहूमहाराजांच्याच काळात पहिल्या महायुद्धाच्या समाप्तीनंतर ब्रिटिश सरकारने मॉंटग्यू चेम्सफर्ड कमिशन बसवले व भारतीय प्रजेला काही राजकीय अधिकार देऊ केले. हे अधिकार प्राप्त करण्यासाठी रीतसर राजकीय पक्ष स्थापन करून त्याच्याचमार्फत निवडणूक लढवणे आवश्यक होते. त्यानुसार ब्राह्मणेतरांच्या सामाजिक-शैक्षणिक चळवळीचे रूपांतर आता राजकीय चळवळीत झाले. हळूहळू या पक्षाच्या माध्यमातून बहुजन समाजाची सत्तेच्याच दिशेने आगेकूच झाली. त्यात धार्मिक चळवळ मागे पडली ती पडलीच. आजही जे कुणी सत्यशोधकांची परंपरा सांगतात, त्यांच्यात धर्मभावना किती असते, हा संशोधनाचा विषय ठरावा.

इकडे प्रार्थना समाजही क्षीण होत गेला. तथापि, विठ्ठल रामजी शिंदे यांनी या दोन्ही चळवळींचा चालवलेला वारसा बरीच वर्षे वाईचे रा. ना. चव्हाण यांनी सांभाळला. चव्हाणांनी हयातभर धर्म आणि समाज यांवर चिंतन व विविध वृत्तपत्रांतून आणि नियतकालिकांमधून लेखन केले. दुर्दैवाने त्यांच्या लेखनाची दखल

घेण्यात महाराष्ट्र कमी पडला. बहुजनांना सत्तेची पूर्ण प्राप्ती झाल्याने त्यांना बहुधा या गोष्टी अनावश्यक व निरर्थकही वाटल्या असतील!

सुदैवाने रा. नां.च्या पश्चात का होईना त्यांचे चिरंजीव रमेश चव्हाण यांनी, रा. नां.चे साहित्य प्रकाशित केले. रा. नां.च्या पुस्तकांची संख्या पंचवीसच्या वर पोहोचली आहे. ही पुस्तके वाचली म्हणजे त्यांच्या अभावी इतिहासाचे कितीतरी दुवे आपल्याला अज्ञातच राहिले असते, हे लक्षात येते.

आधुनिक महाराष्ट्रातल्या धर्मचिंतनाच्या चर्चेत आणखी एक नाव घेतल्याशिवाय ती पूर्ण होऊच शकत नाही. ते नाव म्हणजे अर्थातच डॉ. बाबासाहेब आंबेडकरांचे. धर्म आणि समाज यांच्यातले संबंध समजलेल्या बाबासाहेबांनी एका बाजूला अस्पृश्यांवर जुलूम करणाऱ्या हिंदू समाजाला त्यांच्याच धर्मातल्या त्रुटी दाखवून देण्यासाठी हिंदू धर्माची परखड समीक्षा केली. या समीक्षेने हिंदूंना जाग येत नाही, हे लक्षात आल्यावर त्यांनी धर्मांतराचा निर्णय घेतला आणि शेवटी बौद्ध धर्माचा स्वीकार केला. या प्रक्रियेत त्यांनी जे धर्मचिंतन केले, त्यावरून ते दादोबा पांडुरंगांनी सुरू केलेल्या परंपरेतले ते शेवटचे शिलेदार होते असेच म्हणावेसे वाटते.

रा. ना. चव्हाणांच्याच धर्मचिंतनात बाबासाहेबांच्या विचारांचा यथोचित परामर्श घेतल्याचे आढळून येते. थोडक्यात सांगायचे म्हणजे, दादोबा पांडुरंग तर्खडकर यांनी सुरू केलेल्या धर्मचिंतनाचे अंतिम पर्यवसान म्हणजे जोतीरावांना गुरुस्थानी मानणारे बाबासाहेब आंबेडकर. संत बहिणाबाईंच्या प्रसिद्ध रूपकाचा आधार घेऊन सांगायचे झाल्यास धर्मचिंतनाच्या या मंदिराचा पाया तर्खडकरांनी रचला आणि त्याच्यावर कळस आंबेडकरांनी चढवला. रा. ना. चव्हाण या मंदिरावर फडकणारी ध्वजा आहेत, असे म्हणण्यात काहीही अतिशयोक्ती नाही.

■

४

डॉ. आंबेडकरांचे धर्मांतर : एका उत्क्रांतीचा प्रवास

एकोणिसाव्या शतकात सुरू झालेल्या धर्मचर्चेची एक निष्पत्ती डॉ. बाबासाहेब आंबेडकर यांनी त्यांच्या लाखो अनुयायांसह बौद्ध धर्माचा स्वीकार करणे ही होती. १९५६मध्ये त्यांनी प्रत्यक्ष धर्मांतर केले, तेव्हा बहुतेकांनी त्यांना 'तुम्ही हिंदू धर्माचा त्याग का करत आहात,' हाच प्रश्न पुनःपुन्हा विचारला. 'बौद्ध धर्म का स्वीकारत आहात,' असे क्वचितच विचारले गेले. स्वत: बाबासाहेबांना याची खंत होती.

खरे तर बौद्ध धर्माचा प्रसार सर्व जगभर झाला होता. त्याच्याच जन्मभूमीतून, म्हणजे अर्थातच हिंदुस्थानातून, मात्र तो हद्दपार झाल्यात जमा होता. भारताच्या शेजारी देशांत, म्हणजे तिबेट-ब्रह्मदेश-श्रीलंका इथे तो जोमाने नांदत होता. वासाहतिक काळातले पहिले धर्मचिंतक म्हणून ज्यांची गणना करावी लागते, त्या ब्राह्मो समाजाचे किंवा ब्राह्म धर्माचे संस्थापक राजा राममोहन रॉय यांनी तौलनिक धर्माभ्यास करताना तिबेटला जाऊन बौद्ध धर्माची प्रत्यक्ष माहितीही मिळवली होती. ब्राह्मो समाजाच्या तत्त्वज्ञानात बौद्ध धर्माच्या एखाददुसऱ्या तत्त्वाचा समावेशही झाला असेल. नाही असे नाही. तथापि, त्याला काही त्या धर्माचे पुनरुज्जीवन वगैरे म्हणता येणार नाही.

बौद्धधर्मीय नसले तरी जिज्ञासेपोटी बौद्ध धर्माचा अभ्यास करणाऱ्या जिज्ञासूंची खुद्द पाश्चात्त्य राष्ट्रांमध्ये मात्र कमतरता नव्हती. त्यांनी केलेले लेखन, संशोधन इंग्लिश भाषेमार्फत भारतातल्या नवशिक्षितांपर्यंत पोहोचत होते. उदाहरणार्थ, ते स्वामी विवेकानंद यांच्यापर्यंतही पोहोचले. त्यामुळे विवेकानंदांच्या लेखनात त्याच्या प्रभावखुणा दिसून येतात. विवेकानंदांनी सिद्ध केलेल्या हिंदू धर्माच्या आवृत्तीत किंवा रूपात बुद्ध आणि बौद्ध धर्म यांना वगळलेले नाही; एवढे सांगितले म्हणजे पुरे.

महाराष्ट्रापुरते बोलायचे झाले तर या दरम्यान इथे जोतीराव फुले यांच्या प्रेरणेतून ब्राह्मणेतर चळवळीचे बीजारोपण झाले होते. प्रचलित हिंदू धर्म हा ब्राह्मणी असल्याचा ब्राह्मणेतरांचा आक्षेप होता, अशा परिस्थितीत अब्राह्मण व्यक्तीने स्थापन केलेला धर्म हा त्यांच्या आकर्षणाचा बिंदू ठरला असल्यास नवल नाही. विशेषतः स्वत: गौतम बुद्ध हे क्षत्रिय वर्णाचे असल्यामुळे धर्म आणि धर्माचार्य यांचे प्रेम ही केवळ ब्राह्मणांची मक्तेदारी नसल्याचे सिद्ध करणाऱ्या बुद्धांसह जनक, कृष्ण, महावीर अशा अब्राह्मण क्षत्रियांबद्दल या मंडळींना आपुलकी, आस्था आणि आदर वाटत असे. बुद्धांचा धर्म वैश्विक झाल्यामुळे त्यांच्याविषयी जोतीरावांना

विशेष कौतुक होते. उदाहरणच द्यायचे झाले, तर बडोदा संस्थानाचे देता येईल. बडोदानरेश सयाजीराव गायकवाड यांनी संस्कृत आणि पाली भाषांमधले प्राचीन बौद्ध धर्मग्रंथ छापून प्रसिद्ध करण्यास उत्तेजन दिले. संस्थानात बुद्ध जयंती साजरी होऊ लागली. धर्मानंद कोसंबी यांच्यासारखे जागतिक कीर्तीचे बौद्ध पंडित जयंतीच्या कार्यक्रमात निमंत्रित करण्यात येत असत. महाविद्यालयांमध्ये पाली भाषेचा अभ्यास करण्याची तरतूद करण्यात आली.

डॉ. बाबासाहेब आंबेडकर यांच्याही अगोदर बौद्ध धर्म स्वीकारणाऱ्यांमध्ये धर्मानंद कोसंबी यांचे नाव महत्त्वाचे आहे. महाराष्ट्रातले असे दुसरे नाव म्हणजे डॉ. नायर यांचे. नायर यांनी बौद्ध धर्म स्वीकारला आणि मुंबईत बुद्धविहार बांधला. डॉ. नायर बौद्ध धर्म स्वीकारण्यास कसे प्रवृत्त झाले, त्यांच्यावर कुणाचा प्रभाव होता, हा मुद्दा महत्त्वाचा आहे. त्याचे श्रेय ब्राह्मणेतरांमधले बुद्धिवादी विचारप्रवाहाचे प्रवक्ते आणि अभ्यासक मुंबईचे कृष्णाजी अर्जुन केळुसकर यांच्याकडे जाते. शिक्षकीपेशात असलेल्या केळुसकरांचा उल्लेख ब्राह्मणेतर चळवळीत 'गुरुवर्य' असा आदरपूर्वक केला जात असे. केळुसकरांचे एक महत्त्वाचे कार्य म्हणजे चरित्रलेखन. संत तुकाराममहाराज, छत्रपती शिवाजीमहाराज आणि मुख्य म्हणजे भगवान बुद्ध या महापुरुषांची चरित्रे गुरुजींनी लिहिली. त्यांनी लिहिलेले बुद्धचरित्र वाचून डॉ. नायर इतके प्रभावित झाले, की त्यांनी बौद्ध धर्माचा स्वीकार केला. स्वत: डॉ. बाबासाहेब आंबेडकरांचा कल बौद्ध धर्माकडे होण्याचे महत्त्वाचे कारण म्हणजे हेच केळुसकरकृत बुद्धचरित्र होय.

अर्थात, धर्म या विषयासंबंधीची पुरेशी जिज्ञासा बाबासाहेबांच्या मनात केळुसकर गुरुजींचे पुस्तक हाती पडायच्या अगोदरच निर्माण झाली होती, हे विशेष. आणि ते त्यांचे शाळकरी वय होते, हे तर आणखीच विशेष. त्याचाही आढावा घ्यायला हवा. धर्मविषयीची आस्था बाबासाहेबांच्या घराण्यात पिढ्यान्‌पिढ्या जोपासली गेली होती, असे म्हणण्यात काहीही अतिशयोक्ती नाही; किंबहुना अस्पृश्य मानल्या गेलेल्या अनेक घराण्यांमध्ये समृद्ध अशा प्रकारचे धर्मजीवन जगले जात असे; तेही अत्यंत प्रतिकूल परिस्थितीत, याचाही उल्लेख करायला हवा. हिंदू समाजव्यवस्थेतल्या जाचक अशा जातचौकटीत वावरत असूनही विदर्भात महानुभाव संप्रदायाने आणि उर्वरित महाराष्ट्रात वारकरी संप्रदायाने अस्पृश्यांना विशिष्ट मर्यादेत का होईना सामावून घेतले होते; इतरांनी दूर लोटलेले असताना! भारतीय पातळीवर ही गोष्ट पूर्वीच्या काळीसुद्धा समाजसुधारणा म्हणता येईल, म्हणावे लागेल, अशा रामानंदी आणि कबीरपंथ या पंथांनी केली होती. कबीर हे रामानंदांचेच शिष्य मानले जात असल्यामुळे हे दोन पंथ एका कुटुंबातलेच असल्यासारखे होते. महत्त्वाची बाब म्हणजे, वारकरी संप्रदायानेही कबीरांना आत्मसात केलेले होते. जसे बाबासाहेब हे बुद्ध, कबीर आणि फुले यांना गुरुस्थानी मानत असत, तसेच ते ज्ञानेश्वर-नामदेव-तुकोबा-एकनाथ आणि कबीर यांनाही आपले पूर्वसूरी मानत. त्यामुळे महाराष्ट्राच्या धर्मक्षेत्रात देवाणघेवाण भरपूर प्रमाणात झालेली होती. कदाचित संत एकनाथांमुळे आणि मधल्या काळातल्या भेदिक लावण्यांमुळे तत्त्वज्ञानातली मायाब्रह्म, शिवशक्ती अशी गूढ प्रमेये अस्पृश्य समाजापर्यंत पोहोचली होती. त्यांच्यातही कलगीचा किंवा तुऱ्याचा (शक्तीचा किंवा शिवाचा) पंथ अंगीकारून, पक्ष धरून लावण्यांच्या माध्यमातून वादविवाद करणारे अस्पृश्य पंडित आढळत असत.

या संदर्भात एका घटनेचा उल्लेख करायला हवा. संतसाहित्याचे प्रख्यात अभ्यासक व *मुमुक्षु* नावाच्या पारमार्थिक नियतकालिकाचे संपादक ल. रा. पांगारकर यांना संतसाहित्यातला एक दुर्मीळ ग्रंथ हवा होता; पण तो त्यांना मिळत नव्हता. तेव्हा त्यांनी 'हा ग्रंथ कुणाकडे असेल तर द्यावा' अशा अर्थाचे आवाहनवजा निवेदन

*मुमुक्षु*मध्ये छापले. बाबासाहेब तेव्हा *बहिष्कृत भारत* पत्र चालवत होते व *मुमुक्षु*चे नियमित वाचकही होते. त्यांनी 'हा ग्रंथ अस्पृश्यांच्या घरात असून सवर्ण पांगारकरांना तो त्यांच्याकडून मिळू शकेल,' असे जाहीर प्रकटन *बहिष्कृत भारत*मधून केले. एका अर्थाने ही सवर्ण हिंदूंना मार्मिक चपराकच होती, असे म्हणायला हरकत नाही.

अशा अनेक पोथ्या तेव्हाच्या अस्पृश्य मानल्या गेलेल्या लोकांकडे असत. बाबासाहेबांचे आजोबा मालोजी यांचा कल रामानंदी पंथाकडे होता, तर वडील रामजी यांनी कबीर पंथाचा स्वीकार केला होता. त्यामुळे कबीरांच्या बंडखोर साहित्याचा परिचय बाबासाहेबांना बालवयात घरातच झाला; पण त्यांचा असा परिचय कबीरांच्या दोह्यांपुरता मर्यादित राहिला नाही. रामजीबाबांना धर्मग्रंथ जमवण्याचा, वाचण्याचा, त्यांची पारायणे करायचा छंदच होता. त्यात ज्ञानेश्वर, तुकाराम, श्रीधर यांच्या साहित्याचा समावेश होताच होता. ते स्वतः लहान भीमरावांना असे ग्रंथ वाचायचा आग्रह करत असत आणि भीमराव ते वाचतही असत. या प्रकारामुळे बाबासाहेबांचा संतसाहित्याचा व्यासंग बालपणीच पूर्णतेला पोहोचला होता. या गोष्टीचा त्यांना अभिमान होता. आणि 'माझ्याइतका संतसाहित्याचा व्यासंग फारच थोड्या जणांचा असेल,' अशा जाहीर आव्हानातून त्यांनी तो प्रकटही केला होता. त्यांच्या मराठी लिखाणातून व भाषणांतून ज्ञानेश्वर-तुकाराम वारंवार डोकावतात. त्यांच्या मराठी भाषेवर संतसाहित्याचा प्रभाव होताच. त्यांनी चालवलेल्या *मूकनायक* आणि *बहिष्कृत भारत* या पत्रांच्या शीर्षस्थानी अनुक्रमे तुकोबा व ज्ञानोबा यांची वचने ब्रीदवाक्ये म्हणून विराजमान असत.

या प्रकारामागचा भाषिक पदरही समजून घ्यायला हवा. विष्णुशास्त्री चिपळूणकर घडवत असलेली नव्या धाटणीची मराठी अद्याप अस्पृश्य समाजापर्यंत पुरेशी पोहोचली नव्हती. कारण, त्या समाजात शिक्षणाचे प्रमाण अत्यल्प होते. शिवाय हा समाज खेड्यापाड्यांत पसरलेला होता; त्यामुळे त्याच्या मराठीवर संतांच्याच भाषेचा प्रभाव होता. धर्माच्या अंगाने विवेचन वर केले आहेच. अस्पृश्य समाजात वारकऱ्यांच्या दिंड्या असत. कितीतरी कीर्तनकारही असत. त्यांचा संतसाहित्याचा व्यासंग जबर असे. बाबासाहेबांच्या आधी होऊन गेलेल्या अस्पृश्य नेत्यांमध्ये ज्यांचे नाव अग्रगण्य होते, ते गोपाळबाबा वलंगकर स्वतः उत्तम अभंगरचना करत असत. कीर्तनकार तर ते होतेच. त्यांच्या संग्रहात असलेल्या ज्ञानेश्वरीच्या पोथीत जातिभेद आणि अस्पृश्यता यांचे खंडण करणाऱ्या ओव्या होत्या, ज्या इतर प्रतींत आढळत नाहीत. गोपाळबाबांनी रचलेली 'विटाळविध्वंस' ही कृती दलित चळवळीतली मैलाचा दगड समजावी, इतकी महत्त्वाची आहे.

आधीच बुद्धी कुशाग्र आणि त्यात वडिलांनी आणून दिलेल्या धर्मग्रंथांचे वाचन यामुळे भीमराव विद्यार्थिदशेतच वडिलांबरोबर धर्मविषयक वाद घालू लागले. विशेषतः रामायण-महाभारतात देवतुल्य मानल्या गेलेल्या व्यक्तींच्या वर्तनाबद्दल त्यांच्या मनात शंका निर्माण होऊ लागल्या आणि ते त्या वडिलांसमोर व्यक्तही करू लागले. (त्याचे पुढील पर्यवसान म्हणजेच 'रिडल्स' हे जाणकारांना सांगायला नकोच). इतकेच काय; पण अशा धर्मग्रंथांचे प्रयोजनच काय, असा प्रश्न त्यांना पडू लागला. थोडक्यात, धर्मजिज्ञासा हा त्यांच्या व्यक्तिमत्त्वाचा महत्त्वाचा भाग बनला तो विद्यार्थिदशेपासूनच!

धर्मविषयक अशा संभ्रमावस्थेत असताना केळुसकरांनी लिहिलेले बुद्धचरित्र त्यांना प्राप्त झाले आणि तेही खुद्द केळुसकरांकडूनच!

भीमराव इंग्लिश चौथीची परीक्षा उत्तीर्ण झाले, तेव्हा आनंदित झालेल्या त्यांच्याच जातिबांधवांनी व

चाळकऱ्यांनी त्यांचा सत्कार करायचे ठरवले. ही गोष्ट रामजीबाबांना पटली नाही; त्यामुळे मुलाच्या डोक्यात उगाचच हवा जाईल, त्याला गर्व होईल, असे त्यांना वाटत होते. तेव्हा सत्कार करू इच्छिणाऱ्या मंडळींनी केळुसकरदादांना मध्ये घातले. केळुसकरांची व रामजीबाबांची चांगली मैत्रीही होती.

मध्यस्थी यशस्वी झाली आणि रामजीबाबा राजी झाले. सत्कारसोहळा अर्थातच केळुसकरांच्याच हस्ते पार पडला. या प्रसंगी केळुसकरांनी भीमरावांना आपले बुद्धचरित्र बक्षीस दिले. या ग्रंथाचे वाचन हे बाबासाहेबांच्या आयुष्यातले निर्णायक वळण ठरले. तेव्हापासून बुद्धांचे चरित्र व तत्त्वज्ञान आणि हिंदू धर्माचे तत्त्वज्ञान व हिंदू देवतांचे चरित्र यांची तुलना ते करू लागले. पुढे वाढत्या वयाबरोबर या तुलनेच्या कक्षाही विस्तारल्या व त्यात इतर धर्मांचाही समावेश झाला. अशा प्रकारचा तौलनिक अभ्यास हा बाबासाहेब व ब्राह्मो-प्रार्थना समाजातले वि. रा. शिंदे यांच्यासारखे विचारवंत यांना जोडणारा दुवा होय. भारतातला शिक्षणक्रम आटोपून बाबासाहेब पुढच्या शिक्षणासाठी अमेरिकेत गेले. तिथंही त्यांचा धर्माभ्यास सुरूच राहिला. त्याला आता विशेषतः समाजशास्त्र, मानववंशशास्त्र यांच्या अभ्यासाची जोड मिळाली. जॉन डुईसारख्या तत्त्वज्ञानाच्या प्राध्यापकांकडून मानवी जीवनातल्या धर्माच्या स्थानाबद्दल फलप्रामाण्यवादी (pragmatic) भूमिकेतून वेगळ्या प्रकारची दृष्टी मिळाली. ती त्यांना धर्म मुदलातच न मानणाऱ्या मार्क्सवादी मंडळींचा प्रतिवाद करण्यास उपयोगी पडली असणार.

(जाता-जाता : केळुसकरांमुळे बाबासाहेबांच्या आयुष्याला पहिले निर्णायक वळण मिळाले, त्यांच्याचमुळे हे परदेशगमनाचेही दुसरे निर्णायक वळण मिळाले. परदेशी उच्च शिक्षणासाठी त्यांना आर्थिक मदतीची गरज होती. केळुसकर आणि दामोदर सावळाराम यंदे हे भीमरावांना बडोदानरेश सयाजीराव गायकवाडांकडे घेऊन गेले. सयाजीरावांनी भीमरावांसाठी शिष्यवृत्तीची तरतूद केली आणि पुढच्या गोष्टी सोप्या झाल्या.)

शिक्षण संपवून मायदेशी परतल्यावर बाबासाहेबांनी अस्पृश्य बांधवांच्या उन्नतीचे प्रयत्न सुरू केले. त्यात त्यांना करवीर छत्रपती शाहूमहाराजांची मदत झाली. ती त्यांच्या नेतृत्वाच्या उभारणीसाठी विशेष उपयुक्त ठरली. माणगाव, नागपूर इथे पार पडलेल्या अस्पृश्य परिषदांना शाहू छत्रपतींनी विशेष साह्य केले. यातूनच *मूकनायक* या पत्राचा जन्म झाला.

अपुरे राहिलेले शिक्षण पूर्ण करण्यासाठी बाबासाहेबांना परत एकदा परदेशगमन करावे लागले. ते परदेशी असतानाच *मूकनायक* बंद पडले. दरम्यान शाहू छत्रपतींचाही मृत्यू ओढवला. बाबासाहेब परत मायदेशी आल्यानंतर त्यांनी पुन्हा अस्पृश्यांच्या चळवळीत लक्ष घातले. आता शाहूमहाराज तर त्यांच्या मागे नव्हतेच; पण शाहूमहाराजांच्या प्रेरणेतून आणि प्रोत्साहनातून सुरू झालेल्या ब्राह्मणेतर चळवळीतही फूट पडली होती. शाहूमहाराज होते तोपर्यंत त्यांच्या प्रभावामुळे सर्व ब्राह्मणेतर जाती एका छत्राखाली नांदत होत्या. महाराजांच्या पश्चात त्यांच्यातल्या हितसंबंधांचा संघर्ष उघड झाला. इतर जाती मराठा वर्चस्वाचा आरोप करत बाजूला जाऊ लागल्या. मराठेतर-ब्राह्मणेतरांनी स्वतंत्र चूल मांडण्याचा निर्णय घेतला. या साठमारीत अस्पृश्यांच्या प्रश्नांकडे कोण लक्ष देणार? बाबासाहेबांनीही योग्य वेळी ब्राह्मणेतर चळवळीपासून फारकत घेऊन अस्पृश्यांचा लढा स्वतंत्रपणे लढण्याचा निर्णय घेतला.

या पार्श्वभूमीवर १९२४मध्ये बार्शी इथे भरलेल्या अस्पृश्यांच्या परिषदेचा उल्लेख करावा लागतो. याच परिषदेत बाबासाहेबांनी धर्मांतराचा पहिल्यांदाच स्पष्ट उच्चार केला. अस्पृश्यांच्या समस्या सोडवण्यासाठी तीन पर्याय उपलब्ध असल्याचे बाबासाहेबांनी या परिषदेत सांगितले. नामांतर, देशांतर आणि धर्मांतर हे ते पर्याय

अमेरिकेसह सर्व जगानेच बौद्ध धर्माचा स्वीकार करावा, असे डॉ. बाबासाहेब आंबेडकरांनी सुचवले होते. धर्मांतराच्या विचारप्रक्रियेमधल्या उत्क्रांतीचा तो अखेरचा टप्पा होता. पहिल्यांदा अस्पृश्यांचा उद्धार, त्यानंतर भारतातल्या लोकशाहीची निकोप जोपासना आणि शेवटी जगाला दोन महासत्तांच्या संघर्षातून मुक्त करणे, असे हे तीन टप्पे होते. आयुष्याच्या अखेरीस बाबासाहेबांनी लिहिलेल्या बुद्ध अँड हिज धम्म या ग्रंथात त्यांनी केलेले विवेचन हे मुख्यत्वे शेवटच्याच परिणत टप्प्यावरचे आहे.

होत. पैकी नामांतराचा पर्याय बाबासाहेबांना हास्यास्पद वाटला. अस्पृश्य जातींच्या नावांऐवजी, जातिवाचक शब्दांऐवजी त्यांची तीव्रता कमी करणारी, ग्राम्यतेचा परिहार करणारी, नवी पर्यायी नावे प्रचारात आणली, तरी जुनी नावे लोक विसरणार नाहीत, त्यांचा 'गंध' विरून जाणार नाहीत, 'असोसिएशन' संपुष्टात येणार नाही, असा बाबासाहेबांचा आक्षेप होता. (यामुळेच त्यांनी नंतर महात्मा गांधी यांनी सुचवलेल्या 'हरिजन' या शब्दाला विरोध केला, हे आपण जाणतोच.)

दुसरा पर्याय देशांतराचा. भारतामधल्या अस्पृश्यांनी देशत्याग करून, ज्या देशात अस्पृश्यता नाही, त्या देशाचा आश्रय घेणे हा तो पर्याय होय. आता ही कल्पना कितीही आकर्षक वाटली, तरी व्यावहारिकदृष्ट्या अव्यवहार्य आहे. एवढ्या मोठ्या समूहाला कोणता देश सामावून घेईल? आणि कशासाठी?

मात्र, 'देशांतराने साधता येणारा परिणाम देशांतर न करता दुसऱ्या एका मार्गाने साधता येईल व तो मार्ग म्हणजे धर्मांतर. वस्तुतः अस्पृश्यता या रूढीचा संबंध देशाशी किंवा भूमीशी नसून देशातल्या एका विशिष्ट धर्माशी आहे, हे लक्षात घ्यायला हवे. तो धर्म म्हणजे अर्थातच हिंदू धर्म. देशातली जातिव्यवस्था, जातिभेद आणि अस्पृश्यता यांना हिंदू धर्माचे समर्थन असून, त्यांना हिंदू समाजरचनेचा अविभाज्य भाग मानले जाते. जातीनुसार आचरण करणे हे एक प्रकारचे धर्माचरणच होय; त्यामुळे हिंदू धर्मात राहून अस्पृश्यतेची जाचक रूढी संपवता येणार नाही. हिंदू धर्माचा त्याग करून ज्या धर्मात जातिव्यवस्था, जातिभेद व अस्पृश्यता नाही, अशा धर्माचा स्वीकार करणे हा पर्याय - म्हणजेच धर्मांतर!'

हा पर्याय शक्यतेच्या कोटीतला व व्यवहार्य असल्याचे मतही बाबासाहेबांनी या भाषणात व्यक्त केले. मात्र, हा नवा धर्म कोणता असेल, याविषयी ते काही बोलले नाहीत.

याच दरम्यान तुर्कस्तानचा देशप्रमुख केमाल पाशा याने स्वतःच इस्लामी जगताचा धर्मप्रमुख म्हणजे खलिफा व्हायचे नाकारले व तो तुर्कस्तानला इहवादी चेहरा द्यायच्या उद्योगाला लागला. त्यामुळे खिलाफतीसाठी आंदोलन करणाऱ्या भारतातल्या मुसलमानांना व त्यांना पाठिंबा देऊन स्वातंत्र्यलढ्यासाठी त्यांचा पाठिंबा मिळवणाऱ्या गांधीजींना मोठाच हादरा बसला. हिंदू-मुसलमान ऐक्याचे गांधींचे प्रयत्न अपयशी तर झालेच; पण उलट हिंदू-मुस्लीम दंगली देशभर सुरू झाल्या. हिंदू धर्मातल्या अस्पृश्यतेचा त्रास होणाऱ्या वर्गाला इस्लामच्या जाळ्यात ओढायचे प्रयत्नही इस्लामी नेत्यांनी सुरू केले. 'दक्षिणेतले पाच हजार अस्पृश्य बंधू मुसलमान होणार,' अशी एक बातमी आली आणि त्यावर प्रतिक्रिया विचारली असता 'आपण मुसलमान होणार नसलो, तरी कुणी होत असेल तर त्याला परावृत्त करण्यासाठीही काही करणार नाही,' असे बाबासाहेबांनी बजावले.

दरम्यान, प्रार्थना समाजाचे एक प्रवक्ते जयराम वैद्य यांनी एका लेखाद्वारे, अस्पृश्यांनी प्रार्थना समाजाचा स्वीकार करावा, असे आवाहन केले. त्यांच्यावर टीका करत 'प्रार्थना समाज अस्पृश्यांचे प्रश्न सोडवण्यास

असमर्थ आहे,' असे बाबासाहेबांनी स्पष्ट केले. हा प्रश्न केवळ चर्चेने वा व्याख्यानांनी सुटणार नाही; त्यासाठी प्रत्यक्ष कृती केली पाहिजे, या निष्कर्षावर आलेल्या बाबासाहेबांनी प्रतीकात्मक असा महाडचा पाणी सत्याग्रह केला. त्यानंतर नाशिक इथे काळाराम मंदिरप्रवेशाचा सत्याग्रहही झाला. अशा कृतींना सवर्ण हिंदूंनी थंडा प्रतिसाद दिल्यामुळे शेवटी बाबासाहेबांनी १९३५मध्ये येवला इथल्या परिषदेत 'आपण हिंदू म्हणून जन्मलो असलो, तरी हिंदू म्हणून मरणार नाही,' अशी घोषणा करून हिंदूंना एक प्रकारची इशारावजा नोटीसच दिली, असे म्हणायला हरकत नाही. दरम्यान, हिंदू धर्माचा त्याग केल्यावर कोणता धर्म स्वीकारणे हे तत्त्व आणि व्यवहार यांना धरून होईल, याविषयी बाबासाहेबांचे विचारचक्र फिरतच होते आणि साहजिकपणे ते बौद्ध धर्माकडे वळत होते. त्यांच्या या वळण्यामागे इतिहासाच्या अभ्यासाचेही अधिष्ठान होते.

बाबासाहेबांचा निर्णय पक्का झाल्यावर त्यांनी अनेक सभा, परिषदा वगैरे घेऊन अस्पृश्य बांधवांना धर्मांतराची गरज पटवून दिली. भौतिक आणि आत्मिक अशा दोन्ही प्रकारच्या उन्नतीसाठी बौद्ध धर्म कसा योग्य आहे, हे ते सांगू लागले.

दुसऱ्या महायुद्धानंतर भारताचे स्वातंत्र्य जवळ आल्याचे सर्वांच्याच लक्षात आले. महत्त्वाची बाब म्हणजे, स्वातंत्र्योत्तर भारताला लोकशाही राजव्यवस्थेचा स्वीकार करण्यावाचून पर्याय नाही, हेही उमगून चुकले. बाबासाहेबांना देशाच्या भवितव्याचीही चिंता होतीच. त्यांच्याच लक्षात आले की, लोकशाही व्यवस्थेत सर्व नागरिकांना समान दर्जा असतो. तथापि, हिंदू धर्माला विषमतेने ग्रासले असल्याने तो लोकशाहीशी पूरक वा सुसंगत नाही. भारतात लोकशाही नीट नांदायची असेल, तर तिला पूरक अशा धर्माचा स्वीकार करण्याची गरज हिंदूंनाच जास्त आहे. बाबासाहेब या दुसऱ्या टप्प्यावर, 'हिंदूंनी बौद्ध धर्माचा स्वीकार करायची गरज आहे,' असे ते सांगू लागले. दरम्यान, भारत स्वतंत्र होऊन त्यांना भारताची राज्यघटना लिहिण्याची संधी मिळाली. तिचा उपयोग करून त्यांनी भारताचा पारंपरिक वारसा असलेल्या बौद्ध धर्मातली प्रतीके राष्ट्रजीवनात दाखल केली. उदाहरणार्थ, ध्वजावरचे अशोकचक्र, सारनाथच्या स्तंभावरची सिंहमुद्रा इत्यादी.

बाबासाहेबांच्या धर्मप्रज्ञेने या पुढील टप्पा गाठण्यास विलंब केला नाही. दुसऱ्या महायुद्धानंतर जगाची फाळणी अमेरिका आणि रशिया या दोन राष्ट्रांनी पुरस्कृत केलेल्या छावण्यांमध्ये होऊन त्यांच्यात शीतयुद्ध सुरू झाले. अमेरिका भांडवलशाही विचारांचा पाठपुरावा करणारा, तर रशिया मार्क्सप्रणित साम्यवादाचा पुरस्कार करणारा. बाबासाहेबांना भांडवलशाहीतून येणारी लोकशाही व स्वातंत्र्य यांचे आकर्षण होते; त्याचप्रमाणे साम्यवादामधल्या समतेचा विचार त्यांना मान्य होता. या दोन्ही प्रणालींचा समन्वय बौद्ध धर्माच्या माध्यमातून करता येईल, असा बाबासाहेबांचा विश्वास होता. त्यामुळे 'रशिया-अमेरिकेसह सर्व जगानेच बौद्ध धर्माचा स्वीकार करावा,' असे ते म्हणू लागले. हा धर्मांतराच्या विचारप्रक्रियेमधल्या उत्क्रांतीचा अखेरचा टप्पा होता. पहिल्यांदा अस्पृश्यांचा उद्धार, त्यानंतर भारतातल्या लोकशाहीची निकोप जोपासना आणि शेवटी जगाला दोन महासत्तांच्या संघर्षातून मुक्त करणे असे हे तीन टप्पे होते. आयुष्याच्या अखेरीस त्यांनी लिहिलेला *बुद्ध अँड हिज धम्म* या ग्रंथात त्यांनी केलेले विवेचन हे मुख्यत्वे शेवटच्या परिणत टप्प्यावरचे आहे.

दुर्दैवाने बाबासाहेबांनी जगाचा निरोप अकालीच घेतला. आपल्या महाग्रंथाचे प्रकाशनही ते पाहू शकले नाहीत. बाबासाहेब आपल्यावर केवढी मोठी जबाबदारी सोपवून गेले आहेत, याचे भान त्यांच्याच अनुयायांना आणि त्यांना मानणाऱ्यांना जितके लवकर येईल तितके चांगले, हे वेगळे सांगायची गरज नाही.

■

५

कम्युनिस्ट चळवळीचा प्रवास

आधुनिक महाराष्ट्रातले धर्मविषयक चिंतन आणि चर्चा यांचा इतिहास व्यक्तींच्या निर्देशाने सांगायचा झाल्यास दादोबा पांडुरंग ते रा. ना. चव्हाण या पद्धतीने सांगता येतो आणि त्यात डॉ. बाबासाहेब आंबेडकरांना विशेष स्थान द्यावे लागते. या इतिहासात गोपाळ गणेश आगरकरांचा समावेश करावा लागतो. वस्तुत: आगरकरांनी ईश्वराच्या अस्तित्वाच्या संदर्भात अज्ञेयवादी भूमिकेचा अंगीकार केला होता. ईश्वराचे अस्तित्व ही पंचज्ञानेंद्रियांच्या कक्षेत न येणारी गोष्ट असल्यामुळे तो आहे म्हणणाऱ्यांना आपले म्हणणे अनुभवाच्या कसोटीवर सिद्ध करता येत नाही; पण त्याचप्रमाणे तो नाही, असे म्हणणाऱ्या नास्तिकांनाही त्यांचे हे मत अनुभवाच्या आधारे सिद्ध करता येत नाही. सबब, आस्तिक आणि नास्तिक या दोन मतांपेक्षा तिसरीच एक भूमिका पुढे येते ती म्हणजे अज्ञेयवाद (Agnosticism).

मात्र, देव आहे, असेच निश्चयपूर्वक म्हणता येत नसेल, तर देवाला केंद्रस्थानी ठेवून त्याच्या उपासनेसाठी वगैरे निर्माण झालेल्या धर्माचीही गरज उरणार नाही, हे ओघाने आलेच; म्हणजे आगरकरांसाठी धर्माची आवश्यकता संपली होती. तथापि, ते ज्या समाजात वावरत होते, त्या समाजात धर्म हे प्रभावी वास्तव होते. त्याची दखल न घेता पुढे जाणे ही एक प्रकारची आत्मवंचनाच ठरली असती. समाजातल्या जाचक आणि घातक रूढी व प्रथा धर्माच्या समर्थनामुळे टिकून आहेत म्हणून या धर्माचा परामर्श घ्यायलाच हवा, त्याची चिकित्सा करायलाच हवी, याबद्दल आगरकरांच्या मनात शंका नव्हती. आणि हे काम ते कुणाच्या राग-लोभाची पर्वा न करता अखेरच्या श्वासापर्यंत करत राहिले. दादोबा ते रा. ना. या परंपरेत आगरकरांचे स्थान वैशिष्ट्यपूर्ण आहे, ते यामुळेच. व्यक्ती आणि समाज या दोघांनाही धर्म आवश्यक असल्याचे इतर मंडळी समजत होती; म्हणून तर त्यातल्या काहींनी कालानुरूप नवे धर्म स्थापन करण्याचे प्रयत्न केले. आगरकरांनी धर्म ही बाब गंभीरपणे घेऊनही ते नवा धर्मपंथ वगैरे काढण्याच्या भानगडीत पडले नाहीत. आगरकरांच्या या भूमिकेसाठी ना. ग. तथा नानासाहेब गोरे यांनी 'धर्मोल्लंघन' हा शब्द प्रयुक्त केला होता. माझ्या समजुतीप्रमाणे स्वत: नानासाहेब नास्तिक होते व धर्म वगैरे गोष्टींवर त्यांचा विश्वास नव्हता.

आगरकर सामाजिक सुधारणेचे कार्य करताना ज्या लोकांमध्ये वावरत होते, ते न्या. रानडेप्रभृति मात्र धर्म मानणारे, धर्मनिष्ठ होते; पण त्यामुळे त्यांच्या व आगरकरांच्या संबंधात वा सहकार्यात व्यत्यय

आला नाही. कारण ते सर्वच उदारमतवादी होते. डॉ. बाबासाहेब आंबेडकर हे आपल्या धर्मचिंतकांच्या परंपरेमधले एक महत्त्वाचे नाव. साहजिकच 'घटनाकार', समतेच्या लढ्याचे खंदे सेनापती या नात्यांनी बाबासाहेबांविषयी एरवी कितीतरी आदर असला, तरी बाबासाहेब कोणतातरी धर्म मानतात म्हणून त्यांचे महत्त्व तेवढ्यापुरते तरी आगरकरांपेक्षा कमी ठरणार, हे उघड आहे. 'आगरकरांनी धर्मोल्लंघन केले होते; बाबासाहेबांनी धर्मोल्लंघन न करता एका धर्माऐवजी दुसरा धर्म स्वीकारला,' असे नानासाहेब म्हणाले असते. मुद्दा तार्किक किंवा तार्किक संगतीचा आहे.

धर्म या गोष्टीला मुळातच विरोध करणारे लोक बाबासाहेबांच्याही काळी होते. त्यांचा या संदर्भात आपल्याला विरोध असणार, याची जाणीव बाबासाहेबांना अर्थातच होती. नानासाहेब ज्या समाजवादी विचारसरणीचे होते, तिच्या दोन शाखा जगभर नांदल्या. त्या दोन्ही सरणींचा आद्यजनक कार्ल मार्क्स होता, हे जाणकारांना ठाऊक आहे. ज्या विचारसरणीला साम्यवादी किंवा कम्युनिस्ट विचारसरणी म्हणतात, तिचा लोकशाहीवर विश्वास नाही. याउलट, नानासाहेबांच्या विचारसरणीला मार्क्सचा खासगी संपत्तीवरचा कटाक्ष व उत्पादनसाधनांची सामाजिक मालकी मान्य आहे. मात्र, त्यासाठी सशस्त्र क्रांती करायची गरज नाही; हे उद्दिष्ट लोकशाहीच्या मार्गानेही साध्य होऊ शकते, असे या विचारसरणीचे म्हणणे आहे. कम्युनिस्टांच्या राजवटीत होणारा व्यक्तीच्या अभिव्यक्ती स्वातंत्र्याचा संकोच तिला मान्य नाही.

दोन्ही विचारसरणी समाजवादाच्याच असल्या, तरी सोयीसाठी पहिलीला साम्यवादी (कम्युनिस्ट) म्हटले जाते, तर दुसरी नुसती समाजवादी (सोशालिस्ट) म्हणून प्रसिद्ध आहे. 'सोशल डेमॉक्रॅट' हे नावही रूढ आहे.

बाबासाहेबांनी धर्मचिंतन सुरू केले, त्या अनुषंगाने हिंदू धर्माची समीक्षा सुरू केली, तेव्हा म्हणजे १९२०च्या दरम्यान भारतात अद्याप कम्युनिस्ट विचारांचा प्रसार झालेला नव्हता. त्यामुळे कम्युनिस्टांपासून फुटून निघून लोकशाही समाजवादाचा विचार तर आणखी दूर असणार, हे उघड आहे.

मात्र, बाबासाहेबांनी जेव्हा महाडचा जलसत्याग्रह केला, तेव्हा भारतात आणि महाराष्ट्रात साम्यवादाचा शिरकाव झाला होता. त्यामुळे आज वा उद्या या दोघांच्यात धर्मविषयक विचारांची टक्कर होणार हे उघड होते.

भारतात कम्युनिझम दोन मार्गांनी प्रविष्ट झाला. त्यामागे जे दोन नेते होते, त्यांच्यापैकी एक बंगाली होते आणि दुसरे मराठी; मानवेंद्रनाथ रॉय आणि श्रीपाद अमृत डांगे. मानवेंद्रनाथ रॉयना मार्क्सवादाची म्हणजे कम्युनिस्ट चळवळीची माहिती थेट आंतरराष्ट्रीय पातळीवरून झाली होती. अमेरिका, मेक्सिको, जर्मनी इथल्या कम्युनिस्टांशी त्यांचे संबंध आले. तिथून ते थेट रशियात गेले. कॉम्रेड लेनिनच्या मांडीला मांडी लावून बसले. आशिया खंडातल्या भारतासारख्या वासाहतिक गुलामगिरीत खितपत पडलेल्या मागास देशांत साम्यवादी क्रांती कशी घडवून आणायची, यावर त्यांनी चर्चा केली.

बाकीचा तपशील द्यायची गरज नाही; पण एवढी पार्श्वभूमी असलेल्या व्यक्तीच्या गळ्यात भारतीय कम्युनिस्ट पक्षाच्या सर्वोच्च नेत्याची माला पडली नसती तरच नवल. त्यात भर पडली ती रॉयसाहेबांच्या रुबाबदार व्यक्तिमत्त्वाची. उंच, धिप्पाड, फाडफाड इंग्लिश बोलणारे, बेमालूम वेषांतर करणारे, पाश्चात्त्य सहचरीबरोबर लीलया संचार करणारे रॉय हाही एक आकर्षणाचा अद्‌भुत बिंदू ठरला. बघता-बघता रॉय एका पिढीचे 'नायक' बनले.

रॉय जेव्हा थेट लेनिनशी व त्याच्या पॉलिट ब्यूरोतल्या सदस्यांशी संपर्क प्रस्थापित करून भारतीय

कम्युनिस्ट पक्षाची उभारणी करत होते, तेव्हा महाराष्ट्रातल्या मुंबई शहरात एका देशस्थ ब्राह्मणाच्या कुटुंबात जन्माला आलेला मध्यमवर्गीय तरुण विद्यार्थी वर्गलढा, कामगार चळवळ आणि कम्युनिस्ट पक्ष यांची उभारणी करायची स्वप्ने पाहत होता. किडकिडीत शरीरयष्टीचा, चारचौघांसारखा दिसणारा हा तरुण मुळात लोकमान्य टिळकांना गुरुस्थानी मानणारा होता आणि त्यांच्यापासूनच प्रेरणा घेऊन कामगार वस्तीत जाऊन कामगारांची सेवा करत होता.

मुंबईचा गिरणीकामगार हा एक स्वतंत्र चर्चेचा विषय होऊ शकतो. ब्रिटिश राजवटीत मुंबई ही कापडउद्योगाची नगरी म्हणून प्रसिद्धीस आली. पारशी-गुजराती मालकांचे भांडवल आणि मराठी कामगारांचे श्रम यातून मुंबईचे वैभव वाढले. भांडवली उद्योगातून वैभव वाढते, तेव्हा ते कामगारांच्या शोषणातूनच वाढत असते, हा कार्ल मार्क्सचा सिद्धान्त आता मुंबईला लागू पडू लागला.

मार्क्सच्या विचारांचा नेमका परिचय भारतात कधी व कुणाला झाला, याचे रॉय किंवा डांगे यांच्या निर्देशातून दिलेले उत्तर हे मुख्यत्वे राजकीय अंगाने किंवा कम्युनिस्ट चळवळीच्याच संदर्भात दिलेले आहे. सैद्धान्तिक स्तरावर या प्रश्नाचे वेगळे उत्तर मिळते.

१८५७मध्ये भारतात ब्रिटिश सत्तेविरुद्ध म्हणजे कंपनी सरकारविरुद्ध लष्करी उठाव सुरू होता. मार्क्स तेव्हा अमेरिकेतल्या न्यूयॉर्कमध्ये *डेली ट्रिब्यून* या वृत्तपत्रासाठी त्या उठावाचे समीक्षण करणारे लेख लिहीत होता. नगर इथल्या अमेरिकी ख्रिस्ती मिशनमध्ये हे पत्र नियमितपणे यायचे. म्हणजे अन्य कुणी वाचले नसले, तरी या मिशनशी संबंधित असणाऱ्यांनी हे लेखन वाचले असणार. मात्र, त्यानंतरचे मार्क्सचे लेखन भारतात यायचे कारण नव्हते. धर्मानंद कोसंबी युरोपात होते, तेव्हा ते तिथल्या कामगार चळवळीचे वृत्तांकन *केसरी*साठी पाठवत असत; पण कामगार चळवळीला मार्क्सवादाची वाट पाहत थांबायचे नव्हते. एकोणिसाव्या शतकाच्या अखेरीस जोतीराव फुले यांचे सहकारी व अनुयायी नारायण मेघाजी लोखंडे यांनी मुंबईत कामगार चळवळीची मुहूर्तमेढ रोवली. त्यांच्या प्रयत्नांमुळे कामगारांना रविवारची साप्ताहिक सुटी मिळू लागली.

मुंबईतल्या कामगारांची चळवळ सुरुवातीला ब्राह्मणेतर चळवळीशी संबंधित होती, याची नोंद घेणे

> मार्क्सच्या विचारांचा नेमका परिचय भारतात कधी व कुणाला झाला, याचे मानवेंद्रनाथ रॉय किंवा श्रीपाद अमृत डांगे यांच्या निर्देशातून दिलेले उत्तर हे मुख्यत्वे राजकीय अंगाने किंवा कम्युनिस्ट चळवळीच्याच संदर्भात दिलेले असते. मात्र, सैद्धान्तिक स्तरावर या प्रश्नाचे वेगळे उत्तर मिळते.

कॉम्रेड मानवेंद्रनाथ रॉय

कॉम्रेड श्रीपाद अमृत डांगे

गरजेचे आहे. त्यामुळे लोखंडे यांच्या पश्चात हा वारसा सी. के. बोले, भिवाजी नरे, बॅ. हरिश्चंद्र तालचेरकर अशा ब्राह्मणेतरांनी सांभाळला. त्यांना प्रसंगी कृष्णाजी अर्जुन केळुसकरांचे मार्गदर्शन असे.

कम्युनिस्टांच्या युनियन किंवा कामगार संघटना मुंबईत डांगे, निंबकर, रणदिवे आदींमुळे दाखल होण्याच्या आधीचा इतिहास पाहताना बॅ. जोसेफ बॅप्टिस्टा यांचा उल्लेख जरूर करायला हवा. बॅप्टिस्टा हे ख्रिश्चन गृहस्थ लोकमान्य टिळकांचे अनुयायी होते. कामगारांच्या सभेत ठराव मांडून झाल्यावर ज्यांना तो मंजूर असेल त्यांनी 'नामदेव-तुकाराम' यांच्या नामाचा घोष करायचा, असे अध्यक्ष किंवा सभासंचालक फर्मावायचे आणि त्यानुसार ठराव मंजूर किंवा नामंजूर व्हायचा, असा हा मराठी ख्रिस्ती.

१९०९मध्ये काही कार्यकर्त्यांनी 'कामगार हितवर्धक सभा' स्थापन केली. मुंबईतल्या गिरणी कामगारांच्या समस्या सोडवायच्या, त्यांना मार्गदर्शन करायचे, त्यांच्यासाठी कल्याणकारी योजना राबवायच्या, मालकांबरोबर होणाऱ्या तंट्यात मध्यस्थी करायची, अशी कामे ही सभा करी. एव्हाना युरोप खंडातील कामगार संघटनांची व त्यांच्या कार्यपद्धतीची माहिती या मंडळींना उपलब्ध झाली होती. याच सभेच्या विद्यमाने आयोजित केल्या गेलेल्या सुलभ व्याख्यानमालेतले सी. के. बोले यांचे 'मुंबईतील कामगारांची स्थिती' हे व्याख्यान मला आंबेडकरी चळवळीचे साक्षेपी अभ्यासक सुहास सोनवणे यांच्याकडे पाहायला मिळाले. याच वर्षी म्हणजे १९०९मध्ये याच मालेत तालचेरकरांचे 'कामगारांचे संघ' आणि डॉ. शि. वा. पाटील यांचे 'कॉलरा व त्याच्या प्रतिबंधार्थ काय करावे?' ही व्याख्याने झाली व तीही प्रसिद्ध झाली.

बोले यांच्या व्याख्यानाच्या पुस्तिकेच्या मुखपृष्ठावर शीर्षस्थानी 'एकमेकां साह्य करूं। अवघे धरू सुपंथ॥' हे तुकोबांचे वचन छापले आहे. ते कामगार हितवर्धक सभेचे ब्रीदवाक्यच होते. व्याख्यानात रावबहादूर बोले यांनी एक महत्त्वाचा मुद्दा मांडला होता. तो असा :

> 'कामगारांच्याच श्रमावर नफा मिळवून गिरण्यांचे मालक चैन व ऐषआराम उपभोगतात. मुंबई शहराची कापडाच्या व्यापारात जी भरभराट झाली आहे, तिला कामगारवर्गाचे श्रम पुष्कळांशी कारणीभूत झाले आहेत. आपल्या रक्ताचे पाणी करून देशाच्या उद्योगधंद्याची वृद्धी करण्यास कारणीभूत होणारा कामगार हा घटक किती उपयोगी व महत्त्वाचा आहे, हे विस्ताराने सांगण्याची जरुरी नाही.'

कार्ल मार्क्सने शास्त्रीय भाषेत मांडलेल्या मूल्यविषयक श्रमसिद्धान्ताची (Labour theory of value) ही बाळबोध मांडणी आहे, एवढे सांगणे पुरेसे होईल.

बोले यांचा पुढचा मुद्दाही कमी महत्त्वाचा नाही. त्यांनी म्हटले होते :

> 'हे सर्व घटक जर एकत्र झाले, तर त्यांचा केवढा प्रचंड संघ होईल व त्या संघाची शक्तीही किती मोठी होईल, याची कल्पना पाश्चात्त्य देशांतील कामगारांच्या संघांवरून करता येईल. तिकडील कामगार आपले वजन राजकारणातसुद्धा बसवतात, मग मालकांची काय कथा?'

या वाक्यातून बोले ज्या प्रकारच्या कामगार संघटनांची ऊर्फ युनियन्सची कल्पना करतात, त्यांची प्रत्यक्ष निर्मिती करायचे श्रेय मुंबईत कॉम्रेड श्रीपाद अमृत डांगे व त्यांच्या सहकाऱ्यांना द्यायला हवे. कामगारांच्या अंगी वसत असलेल्या सुप्त राजकीय शक्तीचा निर्देश बोले करतात. ही शक्ती प्रत्यक्षात आणून तिचा प्रभाव दाखवायचे काम १९२४च्या दरम्यान डांगेप्रभृतींनी कम्युनिस्ट पक्षाच्या माध्यमातून सुरू केले.

कॉ. मानवेंद्रनाथ रॉय यांचे नेतृत्व बऱ्याच प्रमाणात विदेशी संस्कारांतून घडलेले असल्याने त्याला पढीकपांडित्याची झालर होती. याउलट, डांगे यांचे नेतृत्व प्रत्यक्ष अनुभवातून साकार झालेले होते. याचा अर्थ असा नव्हे, की डांगे यांना बौद्धिक चर्चेचे, वाचनाचे, विचारांचे वावडे होते. डांगे पहिल्या प्रतीचे विचारवंत होते. रॉय यांच्या परदेशी पार्श्वभूमीमुळे व रुबाबदार व्यक्तित्वामुळे सुरुवातीच्या काळात त्यांना कम्युनिस्ट पक्षात महत्त्वाचे स्थान प्राप्त झाले. त्याऐवजी डांगे यांचे नेतृत्व पुढे आले असते, तर कम्युनिस्ट पक्षाचा इतिहास वेगळा झाला असता. नंतरही डांगे यांना मुंबईतल्या मुंबईत कॉ. बी. टी. रणदिवे यांच्याशी स्पर्धा करावी लागली. नंतरही हे द्वंद्व चालूच राहिले. भारताचा स्वातंत्र्यलढा असो, चिनी आक्रमण असो, की पक्षाची नेहरू-इंदिराविषयक धोरणे असोत, डांगे यांना नेहमीच पेचात पकडण्यात आले.

■

६

डांगे यांना टिळकांची प्रेरणा

भारतीय स्वातंत्र्यलढ्याचा संबंध आंतरराष्ट्रीय पातळीवरच्या राजकारणाशी पोहोचतो, याची पूर्ण जाणीव लोकमान्य टिळकांना होती. त्यामुळे ते इतर राष्ट्रांमधल्या घडामोडींवर बारीक लक्ष ठेवून असत आणि त्यामधून भारतीय स्वातंत्र्यलढ्याला पूरक असे काही निष्पन्न करता येईल का, याचीही चाचपणी करत असत.

टिळकांच्या गीतारहस्यचे स्वरूप 'भगवद्‌गीतेवरील भाष्य' असे असले, तरी त्यांनी ते आधुनिक संदर्भात लिहिले होते. (जसे डॉ. बाबासाहेब आंबेडकरांनी *बुद्ध अ‍ॅण्ड हिज धम्म* लिहिले). अर्थात थेट राजकीय संदर्भ त्यांनी टाळले असले, तरी अलीकडे 'जर्मनीत उदयाला आलेला आधिभौतिक सुखवादी पंथ' हा उल्लेख मार्क्सच्या तत्त्वज्ञानाचाच आहे, यात शंका नाही. रशियात लेनिनच्या साम्यवादी क्रांतीचे वारे वाहत असताना टिळक चिरोल खटल्याच्या कामकाजासाठी इंग्लंडमध्ये वास्तव्य करून होते. तिथला मजूर पक्ष सशस्त्र क्रांतिवादी नसला, तरी त्याने मार्क्सच्या तत्त्वज्ञानाचा अंगीकार केला होता. विशेष म्हणजे प्रसिद्ध उद्योजक म्हणून नावलौकिक कमावलेल्या टाटांच्या घराण्याशी संबंध असलेल्या सर शापुरजी सकलातवाला या तरुणाला टाटांनीच इंग्लंडमधल्या कारभारावर देखरेख करण्यासाठी पाठवले असताना त्या तरुणाने भांडवलवादी विचारांची चौकट भेदून मार्क्सवादी विचारांची संथा घेतली. सकलातवाला हे मजूर पक्षाचे कार्यकर्ते व नेते बनले. त्यांनी टिळकांना खूप मदत केली. महत्त्वाची बाब म्हणजे, या सकलातवालांना नंतर मजूर पक्ष अळणी वाटू लागल्यामुळे त्यांनी त्याला लाल सलाम करून सरळ कम्युनिस्ट पक्षाचाच स्वीकार केला. ब्रिटिश पार्लमेंटमध्ये एकदा कम्युनिस्ट पक्षाचा एकच खासदार होता आणि तो म्हणजे सकलातवाला!

सकलातवाला मजूर पक्षात असताना त्यांनी टिळकांकडे भारतात मजूर पक्ष स्थापन करण्याचा लकडा लावला होता. शेवटी टिळकांनी 'मला माझ्या देशात श्रम आणि भांडवल या दोहोंना एकमेकांच्या विरोधात उभे करायचे नाही,' असे उत्तर दिले. भारतीय स्वातंत्र्यलढ्याला मजूर पक्षाची सहानुभूती आणि प्रसंगी साह्य मिळेल, हा त्यांचा अदमास अचूक होता. त्यांनी मजूर पक्षाच्या नेत्यांशी चांगले संबंध ठेवले होते. इतकेच काय; पण त्यांना देणग्याही दिल्या होत्या. सांगायला हरकत नाही, की भारताला स्वातंत्र्य मिळाले ते मजूर पक्ष सत्तेवर असतानाच. चर्चिलसारख्या हुजूर मंडळींच्या काळात ते अवघडच होते.

टिळकांना आंतरराष्ट्रीय राजकारणातले कम्युनिस्ट किंवा तत्सम मार्क्सवादी पक्षांचे तसेच कामगार

चळवळीचे व कामगार संघांचेही महत्त्व समजले होते. त्यामुळेच त्यांनी भारतात स्थापन होणाऱ्या 'इंटक' या कामगार संघटनेचे उपाध्यक्ष होण्याचे मान्य केले होते; पण त्याआधीच त्यांचा मृत्यू ओढवला.

मजूर पक्षाच्या संदर्भातली आणखी एक गोष्ट नमूद केल्याशिवाय भारतीय राजकारणातले मार्क्सवादाचे महत्त्व समजणार नाही. डॉ. बाबासाहेब आंबेडकरांनी स्थापन केलेल्या पहिल्या राजकीय पक्षाचे नाव 'स्वतंत्र मजूर पक्ष' हे होते. त्या बॅनरखाली त्यांनी निवडणुकाही लढवल्या होत्या आणि चांगले यशही संपादन केले होते. अस्पृश्य मानल्या गेलेल्या कामगारांची स्वतंत्र संघटनाही त्यांनी उभारली. योगायोगाची गोष्ट म्हणजे, युद्धकाळातल्या हंगामी सरकारात त्यांना कामगार खात्याचे मंत्रिपद सांभाळण्याचीही संधी मिळाली. बाबासाहेबांना डाव्या विचारसरणीचा ओढा होताच. इथला अस्पृश्य समाज हा उपजतच 'प्रोलितेरिएत' आहे असे ते म्हणत. मात्र, मार्क्सवाद्यांचा धर्माला विरोध आणि हिंसाचाराचे आकर्षण या गोष्टी त्यांना पटत नसत. त्यामुळेच स्वतंत्र भारतातल्या पहिल्या निवडणुकीत त्यांनी कम्युनिस्ट पक्षाऐवजी सोशालिस्ट पक्षाशी हातमिळवणी केली. कम्युनिस्ट आणि सोशालिस्ट यांचे विळ्या-भोपळ्याएवढे सख्य असल्याने त्याचा फटका बाबासाहेबांना बसायचा तो बसलाच.

कम्युनिस्ट पक्षाच्या भारतातल्या वाटचालीची चर्चा परत कॉम्रेड डांगे यांच्याकडे नेताना या गोष्टीचा आवर्जून उल्लेख करायला हवा, की कम्युनिस्ट पक्षाच्या चळवळीत पडण्यामागची डांगे यांची देशी प्रेरणा लोकमान्य टिळक हीच होती. त्या काळात मार्क्सची आणि मार्क्सवादी विचारांची पुस्तके भारतात सहजासहजी उपलब्ध होण्यासारखी नव्हती. सुदैवाने डांगे यांना रणछोडदास लोटवाला नावाचे अजब गुजराती भेटले. लोटवालांना मार्क्सवादाचे आकर्षण होते. श्रीमंत असल्याने त्यांच्याकडे मोठा ग्रंथसंग्रह होता. त्यांची मदत डांगे यांना झाली. लोटवालांच्याच मदतीने त्यांनी प्रसिद्ध मुद्रक-प्रकाशक दामोदर सावळाराम यंदे यांच्या 'इंदुप्रकाश' छापखान्यात प्रवेश केला व *सोशालिस्ट* नावाचे साम्यवादी चळवळीचे मुखपत्र सुरू केले.

या काळात दुसऱ्या बाजूला महात्मा फुले यांच्या प्रेरणेतून निघालेली व शाहूमहाराजांची विस्तारलेली जातलढ्याची ब्राह्मणेतर चळवळ जोमात होती. डांगे यांच्यासारख्याच मार्क्सवादी, नव्याने दीक्षा घेतलेल्या उत्साही मंडळींना 'वर्गलढा हाच खरा आहे,' असे वाटत होते व जातलढा वरवरचा! जातिव्यवस्था हीच इथली उत्पादनव्यवस्था असल्याचा मुद्दा त्यांना तेव्हा कळला नव्हता, नंतरही कित्येक दिवस कळला नाही. तो कळण्यासाठी कॉ. शरद पाटील यांची 'शॉक ट्रीटमेंट' मिळेपर्यंत वाट पाहावी लागली!

भारतातली समाजरचना ही वर्गरचना आहे असे मान्य केले, तर भारताच्या पारतंत्र्याची संगती लावता येते. या मुद्द्याचे बहुधा इथल्या मार्क्सवाद्यांना आकर्षण असावे. म्हणजे असे की, युरोपातल्या औद्योगिक क्रांतीमुळे तिथल्या उत्पादनात भरमसाट वाढ झाली. हे वाढीव उत्पादन खपवण्यासाठी त्यांना हक्काची विस्तारित बाजारपेठ हवी होती. त्यासाठी त्यांनी आशिया खंडातल्या राष्ट्रांना जिंकून तिथे आपली सत्ता स्थापन केली. याच राष्ट्रांपैकी एक राष्ट्र म्हणजे भारत. थोडक्यात, मार्क्सवादी इतिहासमीमांसा भांडवलशाहीचे व साम्राज्यवादाचे अतूट नाते असल्याचे मानते. त्यामुळे भांडवल नष्ट करून श्रमिकांचे राज्य आणण्याच्या प्रयत्नाचा एक भाग म्हणजे देशाचा स्वातंत्र्यलढा, असे आपोआप निष्पन्न होते. ब्राह्मणेतर जातींच्याच उद्धारासाठी आणि उत्कर्षासाठी ब्रिटिशांची सत्ता इथे आणखी काळ राहावी, तिच्याच आश्रयाने ब्राह्मणेतरांनी इथला अंतर्गत वसाहतवाद अर्थात ब्राह्मणी वर्चस्व मोडून काढावे, असे शाहूमहाराज आणि त्यांची ब्राह्मणेतर चळवळ म्हणत होती. थोडक्यात, जातिव्यवस्थेच्या चौकटीतून इतिहासाकडे

पाहिले, तर ब्रिटिश सत्ताधाऱ्यांना इथून घालवून देण्याची घाई करण्याची गरज उरत नाही. आधी अंतर्गत वसाहतवादाचा बंदोबस्त करून मग बाह्य वसाहतवादाकडे वळायचे, असे ब्राह्मणेतरांचे धोरण होते. हे धोरण मार्क्सप्रणीत वर्गांच्या व वर्गसंघर्षाच्या भाषेत इतिहासमीमांसा करणाऱ्या व वर्तमान कार्यक्रम ठरवणाऱ्या डांगे यांच्यासारख्या मार्क्सवाद्यांना परवडणारे नव्हतेच. त्यामुळे त्यांना ब्राह्मणेतर चळवळीचे नेतृत्व करणारे समाजधुरीण ब्रिटिश साम्राज्यशाहीचे हस्तकच वाटणार.

डांगे यांनी सार्वजनिक जीवनात प्रवेश केला तो टिळकांचे बोट धरून; परंतु टिळकांचे मार्गदर्शन त्यांना फार काळ लाभायचे नव्हतेच. १९२०मध्येच टिळकांचा मृत्यू झाला. टिळकांच्या मृत्यूनंतर भारताच्या स्वातंत्र्यलढ्याचे नेतृत्व महात्मा गांधींकडे आले. दरम्यान, डांगे यांचा मार्क्सवादाचा अभ्यास सुरू होताच. रशियामध्ये कम्युनिस्ट क्रांती यशस्वी करून झारशाहीचे उच्चाटन करणारा कॉम्रेड लेनिन हा सर्व जगाचे आकर्षण ठरला होता. मार्क्सला अनुसरून या बोल्शेव्हिक मंडळींनी क्रांतीचे एक विज्ञानच सिद्ध केले होते. द्वंद्वात्मक भौतिकवाद पद्धतीचा अवलंब करून वर्तमानकालीन परिस्थितीचा अन्वयार्थ लावायचा आणि त्यानुसार प्रत्यक्ष क्रांतिकारक कृती करायची. या कृतीचा कर्ता म्हणजे अर्थातच कामगारवर्ग. या वर्गाला क्रांतीच्याच शास्त्राचे धडे द्यायचे काम कम्युनिस्ट पक्षाचे. त्यासाठी कामगारांचे संप म्हणजे ट्रेड युनियन्सचे जाळे विणायचे इत्यादी इत्यादी.

या सर्व गोष्टी भारताबाहेर; इतकेच काय पण, प्रत्यक्ष लेनिनच्याच सहवासात शिकायचे भाग्य लाभलेले कॉ. मानवेंद्रनाथ रॉय रशियात असताना डांगे स्वतःच्याच हिमतीवर एकाकीपणे कम्युनिझम घडवत होते. ही गोष्ट खचितच प्रशंसनीय आहे. मार्क्सवादावरील ग्रंथ आणि प्रत्यक्ष अनुभव हेच त्यांचे गुरू!

रॉय यांना काय किंवा डांगे यांना काय, भारतीय राजकारणातल्या गांधी नावाच्या 'अपघाता'ला सामोरे जावे लागले. भारतीय स्वातंत्र्यलढा आणि त्यामधली गांधीजींची भूमिका यावर रॉय यांनीही लिहिले व डांगे यांनीही; पण रॉय यांचे लेखन पढीकपांडित्याचे तर डांगे यांचे चिंतनगर्भ.

याच प्रारंभीच्या काळात डांगे यांनी लिहिलेली *गांधी आणि लेनिन* ही पुस्तिका खूप गाजली. बऱ्याच जणांना डांगे यांनी लेनिनची बाजू घेऊन गांधीविचारांचा प्रतिवाद केला असे वाटते; पण तसे नाही. 'डांगे लाइन' ही अशी एकांगी कधीच नव्हती. ती रॉय यांची असायची. भारतीय परिस्थितीत गांधी आणि लेनिन यांच्याच विचारांचा समन्वय करायला हवा, असे डांगे यांचे प्रतिपादन आहे. मात्र, रॉय गांधी यांना प्रतिगामी, मध्ययुगीन वगैरे ठरवून मोकळे झाले होते!

मार्क्सवादी चौकटीत बसो न बसो, भारतातली जनता गांधीजींच्या मागे आहे, हे डांगे यांच्याच लक्षात आले. गांधीजींनी पुकारलेल्या असहकाराच्या चळवळीत त्यांनी भाग घेतला; पण गांधीजींचा अहिंसेचा वगैरे विचार त्यांच्या मार्क्सवादात बसत नव्हता; त्यामुळे त्यांनी आपली शक्ती गांधीजींच्या चळवळीला विरोध करणाऱ्या ॲनी बेझंट वगैरेंच्या सभा उधळण्यात वापरली.

स्वतः मार्क्सला अभिप्रेत असलेला कम्युनिस्ट हा अभ्यासू, बुद्धिमान आणि रसिक होता. डांगे या सर्व कसोट्यांना उतरतात. त्यांचे वाचन अफाट होते. त्यात वैचारिक ग्रंथांपासून अभिजात साहित्यकृतींचा समावेश होता. कालिदासापासून राम गणेश गडकऱ्यांपर्यंत त्यांचा सहज संचार असे. यात भर म्हणून त्यांना सूक्ष्म विनोदबुद्धीही लाभलेली होती ती वेगळीच. एरवी कम्युनिस्ट नेत्यांची भाषणे एक तर रुक्ष किंवा भडक. डांगे त्याला अपवाद.

> श्रीपाद अमृत डांगे यांची कम्युनिस्ट पक्षाच्या चळवळीत पडण्यामागची देशी प्रेरणा 'लोकमान्य टिळक' ही होती. मात्र, भारतीय परिस्थितीत महात्मा गांधी आणि लेनिन यांच्याच विचारांचा समन्वय करायला हवा, असे डांगे यांचे प्रतिपादन आहे. डांगे यांनी लिहिलेली गांधी आणि लेनिन ही पुस्तिका खूप गाजली. डांगे यांनी लेनिनची बाजू घेऊन गांधीविचारांचा प्रतिवाद केला, असे बऱ्याच जणांना वाटते; पण तसे नाही. 'डांगे लाइन' ही अशी एकांगी कधीच नव्हती.

मार्क्सचा सिद्धान्त आणि पद्धती व्यापक व सर्वंकष होती. त्यांच्या आधारे भारताचा इतिहास लिहायला हवा, असे डांगे यांना वाटणे साहजिक होते आणि त्यांची तेवढी पात्रताही होती. या प्रकल्पाची सुरुवातसुद्धा त्यांनी याच म्हणजे १९२५च्या दरम्यानच्या काळात केली, हे सांगितले म्हणजे त्यांच्याविषयीचा आदर द्विगुणित झाल्याशिवाय राहत नाही. पुण्याच्या चित्रशाळा या प्रकाशनगृहाचे वासुकाका जोशी *चित्रमय जगत्* नावाचे मासिक चालवत असत. त्या मासिकातून इतिहासाचार्य विश्वनाथ काशिनाथ राजवाडे यांनी भारतीय विवाहसंस्थेच्या इतिहासावर लेखमाला सुरू केली होती. एरवी ऋषी वगैरे म्हणून सुप्रतिष्ठ झालेल्या आपल्या वैदिक पूर्वजांमध्ये आज नैतिकदृष्ट्या गर्हणीय वाटणारे लैंगिक आचार प्रचलित होते, हे राजवाड्यांनी सप्रमाण दाखवून दिले. त्यामुळे तत्कालीन परंपरानिष्ठ ब्राह्मणवर्ग चवताळून उठला; आणि राजवाडे यांची लेखमाला बंद करण्यासाठी त्यांनी वासुकाकांवर दबाव आणला. अन्यथा चित्रशाळा प्रेसलाच आग लावण्यात येणार होती. वासुकाकांनीही या कर्मठांपुढे मान तुकवून राजवाड्यांची लेखमाला बंद केली.

राजवाड्यांच्या या लेखनावर डांगे बेहद्द खूश होते. भारताच्या प्राचीन इतिहासाचा मार्क्सवादी म्हणजे द्वंद्वात्मक भौतिकवादी पद्धतीने अन्वयार्थ लावण्यासाठी आवश्यक असलेली सामग्री त्यांना या लेखमालेतून अनायासेच उपलब्ध होत होती. ज्या प्रकारचे संशोधनात्मक कार्य फ्रेडरिक एंगल्सने आपल्या कुटुंबसंस्था आणि राजसंस्था यांच्या संबंधाने आर्थिक क्षेत्रातल्या खासगी मालमत्तेच्या अनुषंगाने युरोपच्या संदर्भात केले, तसे भारताच्या संदर्भात करावे, अशी डांगे यांची मनीषा होती. ते स्वत: राजवाडे यांना भेटले व वासुकाकांनी बंद केलेली लेखमाला आपल्या *सोशालिस्ट* या पत्रातून चालवण्याची तयारी त्यांनी दाखवली. पुढील मजकूर राजवाडे यांनी डांगे यांच्याकडे सुपूर्त केला खरा; परंतु दरम्यान खुद्द डांगे हेच मीरत खटल्यात गुंतल्यामुळे तो तसाच राहून गेला. पुढे म्हणजे तब्बल ५० वर्षांनंतर राजवाडे यांचे हे लेखन लोकवाङ्मयगृहाकडून *भारतीय विवाहसंस्थेचा इतिहास* या नावाने प्रकाशित झाले. त्याला डांगे यांची विस्तृत प्रस्तावनाही आहे.

मधल्या काळात डांगे यांनी भारतातल्या प्राथमिक साम्यवादी काळावर लिहिलेले पुस्तक प्रकाशित झाले. त्यांच्यावर ज्याप्रमाणे धर्मानंद कोसंबी यांच्यासारख्या मार्क्सवादी पंडितांनी टीका केली, त्याप्रमाणे कॉ. शरद पाटील यांच्यासारख्याच अब्राह्मणी मार्क्सवाद्यांनी हत्यार चालवले. शरद पाटील यांचा मुद्दा वेगळा होता. त्याचा संबंध कुठेतरी भारताच्या इतिहासातल्या जातिसंघर्षाशी होता. भारतीय इतिहासातल्या वर्गसंघर्षाचा वेध घेताना जातिसंघर्षाकडे दुर्लक्ष करण्याची चूक एम. एस. नंबुद्रीपाद याच्यापासून ते डांगे यांच्यापर्यंतच्या सर्वच ब्राह्मणी विद्वानांनी केली असल्याचे पाटील यांचे म्हणणे होते.

■

७

महाराष्ट्राच्या राजकारणात फुले, गांधी आणि मार्क्स

इतर कोणत्याही थोर नेत्यांप्रमाणे कॉम्रेड डांगे यांच्या आयुष्यात निर्णयात्मक असे अनेक प्रसंग-पेचप्रसंग आलेले असणार, हे जाणकारांना वेगळे सांगायची गरज नाही; पण या परिस्थितीमध्ये माझ्या मते, सर्वात अवघड परिस्थिती टिळकांच्या मृत्यूनंतर गांधीजींनी असहकाराची चळवळ सुरू केली ती होती. टिळकांचे सर्वच अनुयायी तेव्हा संभ्रमात पडले होते. गांधीजींचे राजकारण आणि टिळकांचे राजकारण यांच्यात मेळ कसा घालायचा, हा मोठाच प्रश्न त्यांच्यापुढे उभा राहिला होता. त्याला डांगे यांचा अपवाद असायचे कारण नव्हते; पण डांगे यांची समस्या इतर टिळकानुयायांपेक्षा अधिक जटिल होती. कारण तिला टिळक आणि गांधी यांच्याखेरीज आणखी एक परिमाण लाभले होते. ते म्हणजे अर्थातच लेनिनचे म्हणजेच मार्क्सचे. टिळक काय किंवा गांधीजी काय, एकाच भूमीतले आणि परंपरेतले नेते होते. त्यांच्यात काही बाबतींत मतभेद असले, तरी ते दोघेही एकच भाषा बोलत होते व ती लोकांना समजतही होती. मार्क्स आणि लेनिन यांचे सर्वच वेगळे!

डांगे यांना दाद दिलीच पाहिजे. पारंपरिक कर्मठ टिळकानुयायी आणि मार्क्सचे अत्याधुनिक युरोपीय विचार यांच्यातून मार्ग काढत तरुण डांगे यांनी लेनिन आणि गांधीजी यांच्या मार्गांचा भारतीय परिस्थितीनुसार समन्वय करण्याचा प्रयत्न केला. त्यांच्या पुस्तिकेचे नाव तसे फसवे आहे *गांधी विरुद्ध लेनिन*. या पुस्तिकेत खरे तर त्या दोघांच्या समन्वयाची शिफारस आहे.

या काळात डांगे मार्क्सच्या विचाराने आणि विचारपद्धतीने किती प्रभावित झाले होते, हे त्यांनी ज्या प्रकारे राजवाड्यांच्या विवाह संस्थेवरील लेखमालेचा पाठपुरावा केला त्यावरून दिसून येईल. यात त्यांचा प्रामाणिक उत्साहच दिसून येतो. याच उत्साहाच्या पोटी त्यांचे स्वतःचे व इतरही कम्युनिस्ट विचारवंतांचे जातिव्यवस्थेकडे व त्यातून उद्‌भवणाऱ्या समस्यांकडे दुर्लक्ष झाले. जातिव्यवस्था ही येथील उत्पादनव्यवस्थाच आहे, हा मुद्दा या मंडळींनी वेळीच समजून घेतला असता तर पुढच्या कटकटी बऱ्याच प्रमाणात कमी झाल्या असत्या. निदान विसाव्या शतकाच्या अखेरीस त्यांच्यावर ब्राह्मणवादाचे आरोप होऊन त्यांच्या जातीचा उद्धार करण्यात आला, तो टळला असता.

अर्थात, या संदर्भात त्यांना योग्य वेळी योग्य इशारा देणारे कोणी भेटलेच नव्हते, असे मात्र नाही.

बडोदा इथून भगवंतराव पाळेकर *जागृति* नावाचे साप्ताहिक चालवत. पाळेकर ब्राह्मणेतर चळवळीतून आले होते आणि त्यातही ते विठ्ठल रामजी शिंदे यांना गुरुस्थानी मानून त्यांच्या विचारांचे अनुसरण करणारे होते. त्यामुळे *जागृति*ची भूमिका नेहमी सडेतोड; पण समन्वयाची असे.

मॉंटेग्यू-चेम्सफर्ड सुधारणांमुळे होणाऱ्या कौन्सिलच्या निवडणुकांवर सरकारशी असहकार म्हणून कॉंग्रेसने बहिष्कार घातला होता. कॉंग्रेसची असहकाराची चळवळ ब्राह्मणेतर आणि नेमस्त यांना मान्य नसल्यामुळे ते निवडणुकीत उतरले होते. विशेष म्हणजे स्वत: विठ्ठल रामजी शिंदेसुद्धा या आखाड्यात उतरले. वस्तुत: ब्राह्मणेतर पक्षाच्या झेंड्याखाली ते उभे राहिले असते, तर त्यांना कोणी नावे ठेवली नसती. त्यांना बहुसंख्य ब्राह्मणेतरांचा पाठिंबा मिळाला असता; पण जातीच्या नावाने राजकारण करायचे नाही, असा निश्चय तत्त्वनिष्ठ शिंदे यांनी केल्याने तो मोह त्यांनी टाळला. त्यांनी स्वत:चा 'बहुजन पक्ष' काढला व निवडणूक लढवली. परिणाम व्हायचा तोच झाला. स्वत: शाहू छत्रपती त्यांच्या विरोधात गेले आणि त्यांचा पराभव झाला.

सांगायचा मुद्दा वेगळाच आहे. शिंदे यांच्या या बहुजन पक्षाचा तोंडवळा पूर्णपणे वर्गीय होता. राजकीय पक्षांची रचना आर्थिक हितसंबंधांना अनुरूप अशी व्हायला हवी असल्याचे त्यांचे म्हणणे होते. काळाच्या पुढे असणारे त्यांचे हे विचार तेव्हा कोणाला पटणे अवघडच होते; पण पाळेकरांनी त्यांची बाजू लावून धरली. *जागृति* हे शिंदे यांचे प्रचारपत्र बनले.

शिंदे यांच्या या आर्थिक वर्गवादी भूमिकेमुळे त्यांच्यावर प्रसंगी ते 'बोल्शेव्हिक' असल्याचा आरोपही व्हायचा. त्यांनी या विषयावर म्हणजे मार्क्सवादी चळवळीवर व्याख्यानेही दिली आहेत. १९२९च्या दरम्यान कोल्हापूरमधले सत्यशोधक माधवराव बागल यांनी *नव्या पिढीचे राजकारण* नावाचे पुस्तक लिहून त्यातून ब्राह्मणेतरांच्या नव्या पिढीने मार्क्स आणि गांधीजी यांच्या विचारांचा मेळ घालून राजकारण करायला हवे, असा संदेश दिला. या पुस्तकाला थेट विठ्ठल रामजी शिंदे यांची प्रस्तावना आहे.

हा सर्व इतिहास सांगायचे कारण म्हणजे शिंदे यांचेच शिष्य असलेल्या भगवंतराव पाळेकरांना कम्युनिझम कशाशी खातात, याचे पुरेसे ज्ञान होते. कॉम्रेड डांगे जेव्हा त्यांच्या *सोशॅलिस्ट* या पत्रातून ब्राह्मणेतर चळवळ ही जातीय असल्याचे सांगत वर्गलढ्याचे प्रतिपादन करू लागले, मुख्य संघर्ष हा भांडवलदार आणि श्रमिक यांच्यामधील असल्याचे सांगू लागले, तेव्हा पाळेकरांनी *जागृति*मधून डांगे यांचा प्रतिवाद केला. भारतीय परिस्थितीत जातवास्तव महत्त्वाचे असून, वर्गसंघर्षाच्या नावाखाली जातवास्तवाकडे दुर्लक्ष करता येणार नाही, याची जाणीव त्यांनी करून दिली.

जातीच्या नावाने राजकारण करायचे नाही, असा निश्चय तत्त्वनिष्ठ विठ्ठल रामजी शिंदे यांनी केल्याने तो मोह त्यांनी टाळला. त्यांनी स्वत:चा 'बहुजन पक्ष' काढला व निवडणूक लढवली. शिंदे यांच्या या बहुजन पक्षाचा तोंडवळा पूर्णपणे वर्गीय होता. राजकीय पक्षांची रचना आर्थिक हितसंबंधांना अनुरूप अशी व्हायला हवी असल्याचे त्यांचे म्हणणे होते. काळाच्या पुढे असणारे त्यांचे हे विचार तेव्हा कोणाला पटणे अवघडच होते.

श्रमिकांची एकजूट करून त्यांना भांडवलदारांच्या विरोधात क्रांती करण्यास उद्युक्त करणे हे काम मार्क्सच्या सिद्धान्ताप्रमाणे आपोआप होईल असे नव्हतेच. या एकजुटीच्या आड येणारी गोष्ट म्हणजे अर्थातच जात. वर्गलढा उभारायचा झाला, तर आधी श्रमिकांना जातीच्या पलीकडे न्यायला हवे. त्यासाठी स्वतंत्र आर्थिक-सामाजिक-धार्मिक चळवळीची गरज आहे. तिची आवश्यकता आणि महत्त्व कम्युनिस्टांना पुरेसे न कळल्यामुळे त्यांच्या प्रामाणिक प्रयत्नांना यावे तसे फळ आले नाही.

जातीच्याच अनुषंगाने आणखी एका प्रश्नाचा विचार करावा लागतो, तो म्हणजे शेतीचा. खरे तर हे दोन प्रश्न पूर्णपणे वेगळे करताच येत नाहीत. भारतातील प्रत्येक प्रांतात शेती करणाऱ्या लोकांच्या म्हणजे शेतकऱ्यांच्या जाती आहेत. येथील ग्रामप्रधान अर्थव्यवस्थेत शेती करणारी जात– मुख्य उत्पादक जात असून, इतर उत्पादक जातींची उत्पादने व सेवा पुरवणाऱ्या जातींच्या सेवा, शेती या मुख्य उत्पादनक्रियेशी निगडित असायच्या. त्यामुळे इथल्या उत्पादन संबंधांतील एक अचल घटक शेती हाच होता.

जातीप्रमाणे शेतीकडे म्हणजे अर्थातच शेतकऱ्यांकडेही कम्युनिस्टांचे दुर्लक्ष झाले. त्यांनी युरोपप्रमाणे इथेही कामगार हाच क्रांतीचा वाहक ठरेल, असे गृहीत धरले. ही एक प्रकारची पोथीनिष्ठाच होय. वस्तुतः क्रांती करण्याइतका सक्षम व समर्थ कामगारवर्ग निर्माण होण्यासाठी आधी देशाचे पुरेसे औद्योगीकरण होण्याची गरज असते. ते इथे झाले नव्हते. ते झाले आहे असे अजूनही म्हणता येत नाही.

चीनमध्ये माओने शेतकरीवर्गाचे महत्त्व ओळखले होते. म्हणून कदाचित तिथे क्रांती यशस्वी झाली असेल काय? तथापि, त्या क्रांतीत भरडल्या गेलेल्या स्वातंत्र्याचा विचार केला, तर निदान भारतात तरी ती मान्य झाली असती असे वाटत नाही.

आमचे एक मित्र कम्युनिस्ट होते. डांगे यांच्या जवळचे होते. त्यांचे नाव कॉ. सुभान वैद्य. दोन-तीन पिढ्या प्रार्थना समाजाची, आणि म्हणून सामाजिक समतेच्या चळवळीची पार्श्वभूमी असलेले सुभानराव हाडाचे कम्युनिस्ट होते. मुख्य म्हणजे त्यांना उत्पादन व्यवस्थेतले आणि चळवळीतले शेतीचे व शेतकऱ्यांचे महत्त्व उमगले होते. त्यामुळे ते डांगे यांच्याकडे हा विषय काढत. सुभानरावांनी मला एकदा सांगितले होते, की 'शेतीची चर्चा निघाली की माझे डोके दुखते' असे डांगे म्हणत. पण त्यामुळे हिंमत हरणाऱ्यांपैकी सुभानराव नव्हतेच. त्यांनी एकांड्या शिलेदाराप्रमाणे हवेली तालुक्यातल्या जिरायती शेतकऱ्यांची संघटना बांधायचा व तिच्यामार्फत त्यांचे प्रश्न सोडवण्याचा प्रयत्न केला. त्याला यश किती आले हा मुद्दा अलाहिदा. एकांड्या शिलेदाराच्या प्रयत्नातून एवढी मोठी गोष्ट होईलच कशी? सुभानरावांना एका गोष्टीची खंत वाटायची आणि ती ते वारंवार बोलूनही दाखवत : 'या देशातील कम्युनिस्टांनी जेवढा त्याग केला, जेवढे कष्ट सहन केले, तेवढे दुसऱ्या एखाद्या देशात केले असते तर तिथे एव्हाना दहा क्रांत्या झाल्या असत्या!'

ब्राह्मणेतरांमधील भाई माधवराव बागल यांच्यासारखे लोक जेव्हा गांधी आणि मार्क्स यांच्या जोडणीची भाषा करत होते, तेव्हा ते त्यांचा मूलाधार जोतीराव फुले यांना विसरले होते, अशातला मुद्दा नाही. फुले गृहीतच होते; पण १९२०च्या दशकात स्वातंत्र्यलढ्याला प्राधान्य मिळाल्यामुळे ते विशेषतः १९२५नंतर मागे पडू लागले होते. १९३०नंतर गांधीजींचे नेतृत्व मानून काँग्रेसमध्ये गेलेल्या जेधे-मोरेप्रभृति ब्राह्मणेतरांना मार्क्सच काय; परंतु फुलेसुद्धा मागेच ठेवावे लागले! पुढे असे करून काँग्रेसमध्ये आपला निभाव लागणे अवघड आहे, असे वाटल्याने त्यांनी काँग्रेसचा त्याग करून वेगळा पक्ष काढला. त्याचे नाव शेतकरी कामगार पक्ष. या पक्षाने आता फुले आणि मार्क्स बरोबर घ्यायचे ठरवले. त्यातील फुले तर आपलेच. आपल्याच

श्रमिकांची एकजूट करून त्यांना भांडवलदारांच्या विरोधात क्रांती करण्यास उद्युक्त करणे हे काम कार्ल मार्क्सच्या सिद्धान्ताप्रमाणे आपोआप होईल असे नव्हतेच. दुर्दैवाने देशातल्या कम्युनिस्ट चळवळींतल्या नेत्यांचे आणि विचारवंतांचे या देशातल्या जातिव्यवस्थेकडे व त्यातून उद्‌भवणाऱ्या समस्यांकडे दुर्लक्ष झाले. त्याचबरोबर शेती आणि शेतकऱ्यांकडेही त्यांनी लक्ष दिले नाही.

टोपलीतील भाकरी, त्यामुळे त्यांच्यावर फारसे बोलायचे कारण नाही; पण मार्क्सचे तसे नव्हते. तरीही मार्क्सबद्दल बोलायचे म्हटले, तर गेली तीन दशके मार्क्सबरोबर झुंजलेल्या डांगे, रणदिवे अशा कसलेल्या मल्लांशी गाठ होती; ते आव्हान मी स्वीकारतो म्हणून शंकरराव मोरे पुढे आले. त्यांनी मार्क्सवादाचा एवढा किस पाडला, की त्याच्या आधारे ते भारतातील कम्युनिस्टांपेक्षा आम्हांलाच मार्क्सवाद अधिक समजतो, असा दावा करू लागले. इतकेच काय; परंतु खुद्द रशियानेसुद्धा कम्युनिस्ट पक्षाऐवजी शेतकरी कामगार पक्षाला आश्रय दिला पाहिजे, असेही सुचवू लागले.

आता हे केवळ धाडसीच नव्हे, तर अशक्य कोटीतले होते. दुसरे असे की, मार्क्सवादाची सर्जनशील चर्चा करू शकतील असे विचारवंत पारंपरिक उच्चवर्णीयांत मिळायची मारामार; तिथे बहुजनांत कोठून मिळायचे? दत्ता देशमुखांसारखे हाताच्या बोटांवर मोजण्यासारखे होते, नाही असे नाही; पण त्यांनी कम्युनिस्ट, शेतकरी कामगार पक्ष अशा पक्षांच्याही पलीकडे जाऊन एस. के. लिमये प्रभृतींच्या बरोबरीने लाल निशाण गटाचा सवतासुभा उभारला. पुढे या गटाचेही तुकडे झाले.

या सर्व प्रवासात मुख्य मुद्दा कोणता असेल, तर मार्क्सवाद सर्वात यथार्थपणे कोणाला समजला आहे!

खरी गंमत तर पुढेच आहे. जहाल मार्क्सवादी मानले जाणाऱ्या शंकरराव मोरे यांनीच शेतकरी कामगार पक्षाला रामराम ठोकून स्वगृही म्हणजे काँग्रेसमध्ये पुनरागमन केले. त्यानंतर केशवराव जेधे आले आणि नंतर इतर अनेक!!

(टीप : या मातब्बर नेत्यांच्या काँग्रेसप्रवेशाशी यशवंतराव चव्हाणांचा काहीही संबंध नव्हता.)

■

८

राजकारण आणि अध्यात्म

मार्क्सवादी विचारसरणीतून महाराष्ट्रात कम्युनिस्ट पक्ष (ज्याचे यथावकाश तीन तुकडे झाले) शेतकरी कामगार पक्ष आणि लाल निशाण पक्ष (ज्याचे पुढे दोन तुकडे झाले) अशा तीन राजकीय विचारसरणी प्रवर्तीत झाल्या. प्रजा समाजवादी पक्ष (त्याचे अनेक तुकडे)सुद्धा मार्क्सच्या प्रेरणेतून निघाला होता. त्याचा लोकशाही व स्वातंत्र्य यांच्यावर विशेष भर असल्यामुळे त्याचा विचार स्वतंत्रपणाने करावा लागतो. तरीसुद्धा त्याचाही मूळ स्रोत मार्क्सवादच मानावा लागतो.

मानवेंद्रनाथ रॉय यांच्या पक्षाविषयीही काही सांगायला हवे. खरे तर रॉय हे भारतीय कम्युनिस्ट पक्षाच्या आद्य प्रवर्तकांपैकी एक. त्यांचे सुरुवातीचे लेखन लक्षणीयरीत्या पोथीनिष्ठ; पण नंतर त्यांनी मोठा 'यू टर्न' घेतला आणि ते लोकशाहीची भाषा बोलू लागले. त्यांच्या विचारसणीला 'रॅडिकल ह्युमॅनिझम' असे नाव आहे. त्यांच्या बुद्धिवादाचा आणि व्यक्तिमत्त्वाचा मोठा प्रभाव तेव्हाच्या सुशिक्षित तरुण पिढीवर पडला होता. समाजवादी पक्षाच्या वेगवेगळ्या गटांचा कम्युनिस्ट पक्षाला विरोध असला तरी त्यांनी मार्क्सवादी विचारांचा गाभा मात्र सोडला नाही. तसे रॉय यांचे नाही. रॉय यांनी स्टॅलिनच्या दडपशाहीला विरोध केला. त्यांच्या नंतरच्या विचारात मार्क्सवादाचा अंश फारच थोडा आढळतो.

हा झाला महाराष्ट्रातल्या डाव्या विचारांच्या पक्षांचा नकाशा. अधिकृत कम्युनिस्ट पक्षातल्या कॉम्रेडपेक्षाही अशा पक्षांमधील काही लोकांचा मार्क्सवाद अधिक टोकाचा असे. शंकरराव मोरे यांचा उल्लेख पूर्वी केला आहेच. त्यांच्या मृत्यूनंतर *दैनिक मराठा*मध्ये लिहिलेल्या अग्रलेखात आचार्य अत्रे यांनी मोरे यांचा मार्क्सवाद खुद्द स्टॅलिनलाही झीट आणणारा होता, असे खोचक सूचकतेने लिहिले असल्याचे आठवते. तीच गोष्ट जयप्रकाश नारायण यांची. (जयप्रकाश महाराष्ट्रातील नसले, तरी त्यांच्या अनुयायांमध्ये महाराष्ट्रातले कार्यकर्ते लक्षणीय संख्येने होते. तेव्हाचे पंतप्रधान पंडित जवाहरलाल नेहरू यांनी जयप्रकाश यांना काँग्रेसला सहकार्य करण्याचे आवतण ('ऑफर' या अर्थाने) दिले होते. त्यावर त्यांनी नेहरूंना ज्या अटी घातल्या त्या इतक्या जहाल होत्या, की त्यांची अंमलबजावणी रशियातही झाली नसती. हा शेरासुद्धा अत्र्यांचाच! अर्थात जयप्रकाश यांच्या विचारांमध्येही नंतर खूप परिवर्तन झाले. १९५२च्या निवडणुकीत समाजवाद्यांचा दारुण पराभव झाल्यानंतर त्यांनी राजकारण संन्यास घेऊन आचार्य विनोबा भावे यांच्या

सर्वोदय चळवळीत प्रवेश केला. या वळणाचे अलंकारिक वर्णन करायला इंग्लिश भाषेच्या सव्वीस काय (जसे 'यू' टर्न); पण देवनागरीमधल्या त्यांच्या दुप्पट अक्षरांमध्ये अक्षर सापडणार नाही.

या सर्व प्रक्रियेत नोंद घेण्यासारखी एक गोष्ट आहे. या डाव्या पक्षोपक्षांतल्या नेत्यांनी अगदी रॉय यांच्यासह बहुतेक सर्वांनी कोणत्या ना कोणत्यातरी टप्प्यावर देशातल्या मुख्य राजकीय प्रवाह ठरलेल्या काँग्रेसबरोबर सहकार्य केले होते. रॉयसाहेबांनीसुद्धा काँग्रेसच्याच फैजपूरमधल्या अधिवेशनात हजेरी लावून जवळपास काँग्रेसमध्ये प्रवेश केल्यात जमा असल्याचे दाखवले होते. ही त्यांची मुत्सद्देगिरीची खेळी होती! काँग्रेसमध्ये प्रवेश करून तिच्यावर ताबा मिळवून तिचा उपयोग आपली धोरणे राबवण्यासाठी करायचे त्यांचे धोरण होते, असे दिसते. तसे असेल तर एवढ्या बुद्धिमान माणसाच्या इतक्या भाबडेपणाबद्दल कीवच करावी लागेल. गांधीजी अशा अनेकांचे बारसे जेवले होते. याचा प्रत्यय रॉय यांना थोड्याच काळात आल्याशिवाय राहिला नाही! काँग्रेसपासून अंतर ठेवून राहिलेले दोघेच– एक स्वा. सावरकर आणि दुसरे डॉ. आंबेडकर.

सावरकर आणि आंबेडकर वगळता उपरोक्त बहुतेक सर्व व्यक्तींना व पक्षोपक्षांना स्थूल मानाने डावे असे म्हणण्याचा प्रघात आहे. त्यांचे वर्णन व वर्गीकरण याच पद्धतीने करण्यात येते. बऱ्याच वेळा अस्सल डावेपणा हा मार्क्सचे तत्त्वज्ञान किती समजले आहे यावर अवलंबून ठेवण्यात आलेला असल्याने यांच्यातली स्पर्धा मार्क्स कोणाला अधिक चांगला समजला आहे या मुद्द्यावरून होत असे. दुसऱ्या डाव्यास, उजवे ठरवणे त्याच्यावर मात करून आपले नाणे कसे अस्सल आहे हे दाखवण्याचा जणू 'शॉर्टकटच' की!

समाजवादी पक्षातल्या नेत्यांमध्ये जयप्रकाश यांच्याबरोबर अच्युतराव पटवर्धनांचे नाव घेतल्याशिवाय हे विवेचन पूर्ण होऊ शकत नाही. १९४२च्याच 'चले जाव' चळवळीत भूमिगत चळवळीचे नेतृत्व खऱ्या अर्थाने कोणी केले असेल तर ते अच्युतरावांनीच, याबद्दल वाद संभवतच नाही. विशेष म्हणजे जयप्रकाश, लोहिया यांच्यासारखे नेते पकडले गेले असताना हा लढा चालू ठेवण्याचे श्रेय अच्युतरावांनाच द्यावे लागते. वेषांतर, स्थलांतर करून पोलिसांना गुंगारा देऊन चकवण्यात अच्युतरावांइतका कोणाचा हातखंडा असेल असे दिसत नाही. अच्युतरावांचे भूमिगत जीवन हा एक संपूर्ण चित्रपटाचा विषय होऊ शकतो. एकेका वेषांतरांसाठी व स्थलांतरासाठी एकेक भाग असे ठरवले तर एक चांगली मालिका तयार होईल.

अच्युतराव पटवर्धन यांचा जन्म नगरमध्ये झाला. त्यांचे वडील प्रख्यात कायदेतज्ज्ञ होते. त्यांचे महाविद्यालयीन शिक्षण वाराणसी इथल्या हिंदू महाविद्यालयात झाले. त्याच महाविद्यालयात त्यांनी अर्थशास्त्राचे अध्यापनही केले.

काँग्रेसमध्ये त्यांनी काम सुरू केले ते काँग्रेसला समाजवादाच्या वाटेवर न्यायचे याच हेतूने. १९३५ ते ४१ या कालखंडात त्यांनी पक्षातल्या तरुणांना समाजवादाचे धडे देण्यासाठी अनेक ठिकाणी शिबिरे घेतली आणि त्यांना मार्गदर्शन केले. 'चले जाव' चळवळीत त्यांनी भूमिगत आंदोलनाचे नेतृत्व केले. ब्रिटिश सरकारने त्यांना पकडण्यासाठी एक लाखाचे बक्षीस ठेवले होते. देशाला स्वातंत्र्य मिळाल्यावर त्यांनी काँग्रेसमधून बाहेर पडून 'सोशालिस्ट पार्टी ऑफ इंडिया'ची स्थापना केली.

निवडणुकीत पराभव झाल्यानंतर जयप्रकाश यांना राजकारणासंबंधी जी उपरती होऊ लागली होती आणि जे वैराग्य निर्माण होत होते ते अच्युतरावांना आधीपासून म्हणजे स्वातंत्र्य मिळाल्यापासूनच होत होते. त्यामुळे काँग्रेसमधून बाहेर पडून वेगळा समाजवादी पक्ष काढण्याच्याच प्रक्रियेत ते फारशा उत्साहाने सहभागी नव्हते असेच म्हणावे लागते. त्यांचा मूळचा कल आध्यात्मिक होता. त्यांचे घराणेच थिऑसॉफी पंथाचे असल्याने थिऑसॉफीचे बाळकडू त्यांना बालपणापासूनच मिळाले होते. दरम्यान, थिऑसॉफीपासून फारकत घेऊन आपला सवतासुभा मांडणारे, पण तरीही गुरुत्वाची कल्पना नाकारणारे जे. कृष्णमूर्ती यांचा सहवास अच्युतरावांना मिळाला. निवडणुकीनंतर त्यांनीही राजकारणाला रामराम ठोकून कृष्णमूर्तींच्या आध्यात्मिक स्वरूपाच्याच रचनात्मक कार्याला स्वत:ला वाहून घेतले. योगी अरविंद, आचार्य विनोबा भावे, जयप्रकाश आणि अच्युतराव हे असे राजकारणातून अध्यात्माकडे आलेले थोर नेते. त्यात विनोबांचे स्थान व भूमिका आणखी वेगळी. पण तो स्वतंत्र चर्चेचा विषय होईल. विनोबांच्या अध्यात्माचा संबंध अर्थातच गांधीजींच्या विचारांशी येतो आणि त्यामुळे साहजिकपणाने जयप्रकाश नारायण यांचादेखील. गांधी, विनोबा, जयप्रकाश असा एक गट करावा लागतो. अरविंद योगमार्गातले, तर अच्युतरावांचे अध्यात्म बौद्धिक प्रकाराचे म्हणता येईल.

ते काहीही असो, या थोर पुरुषांनी राजकारणाचा त्याग केल्यामुळे देशाचे नुकसान झाले हे निर्विवाद. त्यांच्यापैकी विनोबा सर्वोदयाच्याच माध्यमातून समाजकारण व राजकारण यांच्याशी अप्रत्यक्षपणे का होईना संलग्न झाले. विशेषत: त्यांची भूदानाची कृती तेलंगणातील कम्युनिस्टांच्या चळवळीला शह व पर्याय देणारी राजकीय कृतीच ठरली, असे म्हणण्यात अतिशयोक्ती नाही.

जयप्रकाशांनी मात्र सत्तरच्याच दशकात इंदिरा गांधींविरोधातील राजकारणात थेट उडी घेऊन आपला राजकारणातील अनुशेष पूर्णपणे भरून काढला, असेही म्हणायला हरकत नाही. अच्युतराव अधूनमधून राजकीय परिस्थितीवर भाष्य करत राहिले एवढेच.

अरविंद घोष हे खरे तर जहाल क्रांतिकारक. लोकमान्य टिळकांच्या विचारांनी प्रेरित झालेल्या अरविंदांना लोकमान्यांचा जनवादी मार्ग अपुरा वाटल्यामुळेच की काय, त्यांनी सशस्त्र क्रांतीची वाट धरली. बाँबचा पंथ पत्करला, पण त्या खटल्यातून बाहेर पडल्यावर त्यांना राजकारणापेक्षा देशाला व जगाला अध्यात्मच तारील असे वाटू लागले. त्यामुळे त्यांनी ब्रिटिश भारत सोडून फ्रेंचांच्याच अमलाखाली असलेल्या पुड्डूचेरी (पाँडिचेरी) इथे प्रस्थान ठेवले आणि तिथेच आश्रमाची स्थापना करून ते योगसाधना करत राहिले.

आपल्या राजकारणातील सहकाऱ्यांनी असे राजकारण सोडून अध्यात्मात जावे याचा त्रास त्यांच्या अनुयायांना व सहकाऱ्यांना नक्कीच होत असणार. त्यांनी त्यांना या नव्या मार्गापासून परावृत्त करून स्वगृही परत आणण्याचा प्रयत्नही केला असणार. पण शेवटी मोठी माणसे ती मोठी माणसे! त्यांचे निश्चयही तसेच दृढ. या संदर्भात समाजवादी नेते प्रा. ग. प्र. प्रधान यांचे उदाहरण देण्यासारखे आहे. जयप्रकाश यांनी पक्ष व राजकारण सोडले याचा प्रधान यांना खूप खेद झाला. त्यांनी आपल्या भावना व्यक्त करणारे एक पत्र जयप्रकाश यांना लिहिले. त्यात 'तुम्ही आमच्यासारख्या अनुयायांना पोरके केले' अशा अर्थाचे एक वाक्य होते. पुढे यथावकाश आणीबाणी पर्वात जयप्रकाश राजकारणात परत सक्रिय झाले. त्यावर प्रधानांनी समाधान व्यक्त करणारी प्रतिक्रिया नोंदवली. त्यावर जयप्रकाशांचा शेरा मार्मिक होता. 'तू अजून तेव्हाचाच आहेस.'

यापेक्षा अधिक उद्‌बोधक किस्सा अरविंद यांचा आहे. लोकमान्य टिळक यांना काँग्रेसचे सर्वेसर्वा

योगी अरविंद, आचार्य विनोबा भावे, जयप्रकाश आणि अच्युतराव हे असे राजकारणातून अध्यात्माकडे आलेले थोर नेते. त्यात विनोबांचे स्थान व भूमिका आणखी वेगळी. पण तो स्वतंत्र चर्चेचा विषय होईल. विनोबांच्या अध्यात्माचा संबंध अर्थातच गांधीजींच्या विचारांशी येतो आणि त्यामुळे साहजिकपणाने जयप्रकाश नारायण यांचादेखील. गांधी, विनोबा, जयप्रकाश असा एक गट करावा लागतो. अरविंद योगमार्गातले, तर अच्युतरावांचे अध्यात्म बौद्धिक प्रकाराचे म्हणता येईल. ते काहीही असो, या थोर पुरुषांनी राजकारणाचा त्याग केल्यामुळे देशाचे नुकसान झाले हे निर्विवाद.

अरविंद घोष हे खरे तर जहाल क्रांतिकारक. लोकमान्य टिळकांच्या विचारांनी प्रेरित झालेल्या अरविंदांना लोकमान्यांचा जनवादी मार्ग अपुरा वाटल्यामुळेच की काय, त्यांनी सशस्त्र क्रांतीची वाट धरली. बाँबचा पंथ पत्करला, पण त्या खटल्यातून बाहेर पडल्यावर त्यांना राजकारणापेक्षा देशाला व जगाला अध्यात्मच तारील असे वाटू लागले. त्यामुळे त्यांनी ब्रिटिश भारत सोडून फ्रेंचांच्याच अमलाखाली असलेल्या पुड्डूचेरी (पाँडिचेरी) इथे प्रस्थान ठेवले आणि तिथेच आश्रमाची स्थापना करून ते योगसाधना करत राहिले.

होण्याइतके महत्त्व मिळाले होते. तथापि, काँग्रेसचे अध्यक्षपद त्यांना मिळाले नव्हते. हे शल्य त्यांच्या अनुयायांना खूप बोचत होते. त्यांना अध्यक्ष करता यावे म्हणूनच या अनुयायांनी नागपूरला काँग्रेसचे अधिवेशन भरवण्याचा घाट घातला. दुर्दैवाने त्या दरम्यानच लोकमान्यांचे निधन झाले. काँग्रेसमध्ये गांधींचे वर्चस्व वाढू लागले. त्यांनी सुरू केलेली असहकारितेची चळवळ टिळकांच्या अनुयायांना मानवत नव्हती. नागपूर इथे भरणाऱ्या अधिवेशनात गांधींना रोखणारा अध्यक्ष त्यांना हवा होता. टिळक असते तर प्रश्न नव्हता. पण आता काय करायचे?

अनुयायांना युक्ती सुचली. डॉ. बा. शि. मुंजे आणि केशव बळीराम हेडगेवार यांनी तडक पुड्डुचेरी (पाँडिचेरी) गाठली व योगी अरविंदांना साकडे घातले. 'योगसाधना थांबवा, राजकारणात या, नागपूर अधिवेशनाचे अध्यक्षपद स्वीकारा आणि गांधीजींचा वारू रोखा!'

योगी अरविंदांनी या मंडळींना सपशेल निराश केले. त्यांनी राजकारणात परत यायला नकार दिला. अध्यात्म हे राजकारणापेक्षा श्रेष्ठ असल्याच्या आपल्या मतावर ते ठाम राहिले. परिणामतः टिळकांच्या अनुयायांचा बालेकिल्ला असलेल्या नागपुरातही गांधीजींचा वारू कुणाला रोखता आला नाही. असहकारितेच्या चळवळीत मान्यता देणारा ठराव मंजूर झाला. पुढील इतिहास आपण जाणतोच.

■

१

महाराष्ट्राच्या राजकारणाची बौद्धिक उंची

देशातले आधुनिक काळातले समाजकारण आणि राजकारण समजून घेताना ज्या विचार-आचार प्रवाहांना सामोरे जावे लागते, त्यांच्यात एका टोकाला डावे साम्यवादी, मार्क्सवादी कम्युनिस्ट आणि दुसऱ्या टोकाला हिंदुत्ववादी रा. स्व. संघ व संघपुरस्कृत जनसंघ – भारतीय जनता पक्ष असे चित्र उभे राहते. बाकीच्या विचारधारा, संघटना आणि पक्षोपपक्ष यांना त्यांच्या त्यांच्या वैशिष्ट्यांनुसार या दोन टोकांमध्ये योग्य ठिकाणी ठेवावे लागते. देव, धर्म आणि अध्यात्म हा चर्चेचा विषय ठेवला, तर या टोकाच्या संप्रदायांच्या भूमिकांमधील भेद न सांगताही कळावा असा आहे. मार्क्सवादी मंडळी देव आणि धर्म नाकारतात, हे सर्वज्ञातच आहे. त्यांची तात्त्विक भूमिका भौतिकवादी (Materialist) या नावानेच ओळखली जाते. मात्र, त्यांचा भौतिकवाद इतर भौतिकवाद्यांसारखा सरळसोट, बाळबोध नाही. एकीकडे तो ऐतिहासिक आहे, तर दुसरीकडे पद्धतीच्या अंगाने शास्त्रीयदृष्ट्या तो द्वंद्वात्मक म्हणजे 'डायलेक्टिकल' आहे. तो बाळबोध यासाठी नाही, की त्यात हवामान, पाणी अशा केवळ जड घटकांना निर्णायक व नियंत्रक मानले जात नसून आर्थिक म्हणजे उत्पादनाशी संबंधित घटकांना पायाभूत मानले जाते, त्यामुळे मार्क्सवादाला भौतिकवादाच्या मार्क्सवादपूर्व संप्रदायांप्रमाणे ईश्वर नाकारायचीही गरज भासत नाही. ते काम पूर्वीच झालेले आहे. उत्पादनाच्या विविध ऐतिहासिक टप्प्यांवर ईश्वराची संकल्पना काय होती आणि तिने जगण्याच्या प्रक्रियेत कोणती भूमिका पार पाडली, काय योगदान दिले, याकडे खरा मार्क्सवादी विचारवंत लक्ष देईल. 'धर्म ही अफूची गोळी आहे' हे एक उद्धृत मार्क्सवादाची धर्मविषयक भूमिका नीट मांडू शकणार नाही.

खरा मुद्दा मार्क्सच्या विचारांकडे आकर्षित होऊन प्रामाणिकपणाने मार्क्सवादी झालेल्यांना मार्क्सवाद कितपत समजलेला असतो, हा आहे. व्यापक पद्धतीने विचार केला तर धर्म या गोष्टीचा अंतर्भाव ज्याला आपण संस्कृती म्हणतो त्यात होतो. वरकरणी धार्मिक वाटणाऱ्या किती तरी गोष्टी सांस्कृतिक असतात. अशा वेळी धर्म नाकारताना या गोष्टीही धार्मिक समजून नाकारायच्या, हे घंघाळातील पाणी फेकून देताना त्यातील बालक फेकून देण्यासारखे आहे. धर्मवादी मंडळी अशा अनेक गोष्टींना त्या धर्माचे अंग आहेत असे सांगून त्यांचा समावेश धर्मात करण्याच्या प्रयत्नात असतात. नेमक्या याच क्षणी सारासार विवेकबुद्धी वापरून अशा गोष्टींना धर्मापासून दूर करत त्यांचे रक्षण करायची जबाबदारी मार्क्सवाद्यांनी घेतली पाहिजे.

ईश्वरभक्तीच्या एखाद्या सुमधुर बंदिशीमधल्या सांगीतिक सौंदर्याचा आस्वाद घेण्याऐवजी त्या बंदिशीत ईश्वर, धर्म अशा गोष्टी आहेत म्हणून ती त्याज्य मानणे चुकीचे ठरेल. पूर्वीच्या काळातला बहुतांश कलाव्यवहार हा धर्माच्या व अध्यात्माच्या प्रेरणेतून झालेला आहे. मग ते संगीत असो की शिल्प किंवा चित्र किंवा अगदी स्थापत्यसुद्धा. ज्याला असे पृथक्करण करून त्या कलांचा आस्वाद घेता येत नाही, तो यांत्रिक ठोकळेबाज मार्क्सवादी झाला. त्याचा प्रामाणिकपणा जमेस धरूनही!

सुदैवाने कॉम्रेड डांगे यांच्यासारखे काही मार्क्सवादी यांत्रिक भौतिकवादी नव्हते. म्हणून तर कुमार केतकरांपासून सुरेश टिळेकरांपर्यंतची, बाळासाहेब विखे पाटलांपासून एकनाथराव भागवतांपर्यंतची वेगवेगळ्या वृत्ती-प्रवृत्तींची मंडळी डांगे यांना मानणारी निघाली. याउलट, मानवी जीवनाची जटिलता ज्यांना उमगत नाही असे काही लोक त्यांना प्रच्छन्न वैदिक किंवा प्रसंगी ब्राह्मणही समजू लागली. मार्क्सवादी असणे म्हणजे युरोपातल्या किंवा विशेषत: रशियातल्या किंवा चीनमधल्या कम्युनिस्ट पक्षाचा गित्ता गिरवणे नव्हे. तो गिरवणे म्हणजे यांत्रिकता नाही तर काय? पक्षापुढे उभ्या राहिलेल्या वेगवेगळ्या पेचप्रसंगांच्या वेळी स्वतंत्र भूमिका घेणारे डांगे पक्षात अलग पडले यात आश्चर्य वाटायचे काहीच कारण नाही. या यांत्रिकतेमुळे धर्म नाकारणाऱ्या पक्षाला ग्रंथप्रामाण्य, मठ आणि मठाधीश यांच्यावर उभ्या असलेल्या धर्माचे स्वरूप प्राप्त झाले. त्यातूनच उदाहरणार्थ, कॉम्रेड ज्योती बसूंना पंतप्रधान होऊ न देण्यासारख्या ऐतिहासिक चुका झाल्या.

या संदर्भात डांगे यांच्या चरित्रातली फारशी ज्ञात नसणारी गोष्ट संगायला हरकत नाही, जी मला सुरेश टिळेकरांकडच्या साधनसामग्रीमुळे ज्ञात होऊ शकली.

गोष्ट १९६०च्या जून महिन्यात सुरू होते, तेव्हा महाराष्ट्र राज्याची निर्मिती नुकतीच झाली होती आणि यशवंतराव चव्हाण यांनी मुख्यमंत्रिपद स्वीकारले होते. डांगे यांची प्रकृती तपासून त्यांच्या आजाराचे पूर्वनिदान प्रसिद्ध कम्युनिस्ट नेते भाई विष्णुपंत चितळे यांनी केले.

आजच्या वाचकांना विष्णुपंत तथा व्ही. डी. चितळे माहीत असण्याची शक्यता कमीच. मला ठाऊक असायचे कारण म्हणजे माझे वडील स्वातंत्र्य चळवळीत चितळे भूमिगत असताना त्यांच्यासमवेत होते. चितळे क्रियाशील कम्युनिस्ट होतेच; पण योगविद्येत त्यांचा मोठा अधिकार होता. त्यांनी डांगे यांच्यावर उपचार करायचे मान्य केले. आजार गंभीर होता. उपचारांसाठी डांगे यांना काही महिन्यांसाठी पुण्यात भाईंच्या देखरेखीखाली राहणे आवश्यक होते. औषधयोजना भाई सांगतील तशी, पथ्यपाण्यासकट. डांगे यांनी चितळे यांच्या अटी मान्य केल्या व योगोपचारासाठी पुण्यात बंगला भाड्याने घेऊन राहिले. सोबत सचिव इनामदार. उपचाराच्या काळात मौन पाळायची सक्त ताकीद.

चितळे यांच्या उपचारांचा आणि रुग्णाच्या प्रकृतीमधल्या चढ-उतारांचा तपशील द्यायचे कारण नाही. पण, या दरम्यान काय घडत होते ते महत्त्वाचे. जुलैमध्ये केंद्र सरकारच्या नोकरांचा देशव्यापी संप पुकारण्यात आला आणि एक दिवशी भाई चितळे यांनाच अटकेत टाकण्यात आले. खटला होऊन शिक्षाही झाली.

डांगे आणि इनामदार यांना योग्य ते मार्गदर्शन तुरुंगात जाताना चितळे करून गेले; पण आता प्रत्यक्ष देखरेखीची शक्यता संपुष्टात आली होती. तरीही इनामदारप्रभृतींनी येरवड्याच्या तुरुंगात जाऊन चितळे यांना भेटायची परवानगी मिळावी असा अर्ज केलाच.

एके दिवशी डांगे यांचा रक्तदाब एकाएकी चिंताजनक म्हणता येईल इतका खाली आला. ९८-७०! चितळे यांनी तुरुंगातून आहारात बदल करण्याविषयी सूचना पाठवल्या. त्यांची अंमलबजावणीही करण्यात

आली. त्यामुळे रक्तदाब १०५पर्यंत वाढला. पण, ह्रदयात थोडे दुखणे व दुसरीकडे मुंग्या येणे सुरू झाले. त्यामुळे डांगे यांच्यावर उपचार करणारे ॲलोपथीचे डॉक्टर बेंद्रे यांचा धीर खचला. या गोष्टी तुरुंगात चितळे यांना कळवल्यावर ते म्हणाले, की 'डीं'ची ही लक्षणे इतकी उत्तम आहेत, की या वेळेस मी बाहेर पाहिजे होतो, म्हणजे मग मी थोडी मालिश करून त्यांचे सर्व दुखणे बाहेर काढू शकलो असतो... पण त्यावर बोलण्यात काय अर्थ आहे!

दरम्यान, एक घटना चमत्कार म्हणावी अशी घटना घडली. स्वतः इनामदारांनी लिहून ठेवल्याप्रमाणे, 'डीं'च्या आजारपणाचे गांभीर्य व व्ही. डीं.च्या यौगिक उपाययोजनेबद्दल महाराष्ट्र राज्याच्या मुख्यमंत्र्यांना २५ तारखेस एक पत्र लिहिले होते. त्याचे लेखी उत्तर आम्हांस अद्याप मिळाले नव्हते; पण येरवडा जेलचे सुपरिंटेंडेंट मि. प्लेक यांनी मला २८ तारखेला फोन करून सांगितले, की व्ही. डी. चितळे यांना तुम्ही कोणत्याही वेळी येऊन भेटू शकता. तुम्हांस तशी परवानगी महाराष्ट्र सरकारने दिली आहे. त्यानुसार आता इनामदारांचे व चितळेंचे अनुयायी हरिभाऊ कुलकर्णी डांगे यांना घेऊन हवे तेव्हा येरवडा तुरुंगात चितळेंकडे जाऊन उपचार घेऊ लागले. प्लेकने खासगीत सांगितले, की हे सर्व कायदे एका बाजूला ठेवून चालले आहे.

इनामदार या सवलतीसाठी महाराष्ट्र सरकार व यशवंतराव चव्हाण यांचे आभार मानायला विसरत नाहीत. पण, या प्रकारावरील त्यांनी केलेली 'कॉमेंट' महत्त्वाची आहे.

'ना. यशवंतराव चव्हाण यांनी दाखवलेली सहानुभूती व दाखवलेला समजूतदारपणा या पाठीमागे राजकारण अजिबात नाही असे समजणे बावळटपणाचे ठरेल; परंतु या राजकारणात बौद्धिक उंची उंचावलेली आहे यात मात्र शंका नाही.' तुरुंगाचे नियम बाजूला ठेवून असे करायचे का? मुख्य म्हणजे एरवीच्या रूढ समजुतीनुसार 'क्वॅक' मानल्या जाणाऱ्या चितळे यांनी चालवलेल्या उपचारांना अशी मान्यता द्यायची का, या दोन्ही प्रश्नांची 'यांत्रिक' उत्तरे नकारात्मकच आली असती. इतकेच काय; पण सकारात्मक उत्तरे रूढ

राज्याच्या राजकारणाचा विचार केला, तर राजकीय विचारसरणी भिन्न असली तरी राजकारण किती ताणायचे, हे इथल्या नेत्यांना कळत होते. श्रीपाद अमृत डांगे यांच्यावर उपचार करणारे भाई विष्णुपंत चितळे पुण्यात तुरुंगात होते. तुरुंगात जाण्यापूर्वी ते डांगे यांच्यावर उपचार करत असत. मुख्यमंत्री यशवंतराव चव्हाण यांनी विशेष बाब म्हणून चितळे यांना डांगे यांच्यावर उपचार करण्याची आणि त्यासाठी त्यांना तुरुंगात कितीही वेळा भेटण्याची परवानगी डांगे यांना दिली होती.

यशवंतराव चव्हाण | श्रीपाद अमृत डांगे | विष्णुपंत चितळे

बुद्धिवादाच्या चौकटीत बसलीही नसती. पण, ना डांगे यांत्रिक मार्क्सवादी बुद्धिवादी होते आणि ना यशवंतराव चव्हाण यांत्रिक बुद्धिवादी काँग्रेसवादी. यशवंतरावांच्या पूर्वी मोरारजी देसाई मुंबई राज्याचे मुख्यमंत्री व त्याही आधी गृहमंत्री असताना त्यांनी कम्युनिस्टांना किती कठोरपणे वागवले होते, हे जाणकारांना माहीत आहे. यशवंतरावांनी तसे केले नाही.

अर्थात, मुळात बौद्धिकतेचीच कोती कल्पना असणाऱ्यांना ही उंची समजणे शक्य नाही, हे वेगळे सांगायची गरज नाही.

■

१०

भाई विरुद्ध साथी !

संयुक्त महाराष्ट्राची १ मे १९६० या दिवशी झालेली निर्मिती ही एक अद्भुत व रोमांचकारी घटना मानावी लागते. महाराष्ट्रातल्या वेगवेगळ्या सामाजिक, धार्मिक आणि राजकीय विचारसरणींचे गट एकत्र येऊन एका उद्दिष्टासाठी चळवळ उभारत आहेत असे दृश्य यापूर्वी कधीच दिसले नव्हते. अगदी १९४२चा 'चले जाव' हा ब्रिटिशविरोधी लढा पाहिला तरी त्यात कम्युनिस्ट, हिंदुत्ववादी, आंबेडकरवादी यांचा सहभाग नव्हता. पक्षीय दृष्टीने पाहिले तर ४२च्या लढ्याचे 'हीरो' ठरले ते समाजवादी (त्यांचा काँग्रेसअंतर्गतच एक गट असायचा) विशेषतः अच्युतराव पटवर्धन. आपली ही लोकप्रियता आपल्याला सत्तेच्या सिंहासनापर्यंत घेऊन जाईल असे त्यांना वाटले असल्यास आश्चर्य नाही. १९५२मध्ये पहिली सार्वत्रिक निवडणूक झाली, तेव्हा समाजवाद्यांनी काँग्रेसला आव्हान दिले. या वेळी त्यांचा विरोधी पक्षांपैकी खरा प्रतिस्पर्धी होता कम्युनिस्ट पक्ष. पण कम्युनिस्ट ४२च्या लढ्यात ब्रिटिशांच्या बाजूने होते. शिवाय, स्वातंत्र्य मिळाल्यानंतरसुद्धा त्यांच्यातल्या जहाल मंडळींनी आलेले स्वातंत्र्य हे खरे स्वातंत्र्य नसल्याची भूमिका घेतली. इतकेच नव्हे; नव्या काँग्रेस सरकारविरोधी तेलंगण केंद्र करून सशस्त्र लढा द्यायचा प्रयत्न केला होता. त्यामुळे त्यांची लोकप्रियता घसरली होती. उलट, ४२च्या लढ्यात समाजवादी अग्रेसर होते. अशा परिस्थितीत भारतीय मतदार आपल्या मागे येतील अशी समाजवाद्यांची अटकळ असेल तर ते स्वाभाविकच समजले पाहिजे. तथापि, अनाकलनीय अशा भारतीय मतदारांनी काँग्रेसला सत्तारूढ केले, इतकेच काय, समाजवाद्यांचा क्रमांक कम्युनिस्टांच्या खाली गेला. त्यामुळे नैराश्य आलेल्या जयप्रकाश नारायण यांनी राजकारण संन्यास घेतला.

या प्रकारामुळे कम्युनिस्ट आणि समाजवादी यांच्यात अगोदरपासूनच असलेली तेढ वाढली असल्यास नवल नाही. एका अर्थाने, कार्ल मार्क्सच्या विचारांना मानणाऱ्यांच्याच या दोन शाखा होत्या. त्यामुळे आपणच मार्क्सचे खरे वारसदार आहोत, असा वैचारिक वारसा हक्काचा मुद्दाही या संघर्षात अनुस्यूत होताच. त्यात या पराभवाची भर पडली. या पक्षांची मार्क्सवादाशी असलेली बांधिलकी फक्त वैचारिक क्षेत्रापुरती मर्यादित नव्हती. मार्क्सने क्रांतीचा वाहक व नायक मानलेल्या कामगार वर्गावर दोघांचीही मदार होती. या दोघांच्याही वेगळ्याच कामगार संघटना होत्या. म्हणजे काही क्षेत्रांत त्यांच्यातली स्पर्धा अटळ

होती. मार्क्सवादाच्या वैचारिक व चळवळीतील अशा दुहेरी वारशामुळे दोघांचेही नेते कॉम्रेडच. परंतु फरक दाखवण्यासाठी मराठी भाषेपुरते कम्युनिस्टांना 'भाई' म्हटले जायचे व समाजवाद्यांना 'साथी.' दोन्ही शब्दांचे विदेशी मूळ एकच 'कॉम्रेड.'

मार्क्सवादावर हक्क सांगणारा तिसरा पक्षही दरम्यानच्या काळात पुढे आला होता. त्याचे नाव शेतकरी कामगार पक्ष. फक्त महाराष्ट्रापुरताच मर्यादित असलेल्या या पक्षातील नेते याच साम्यामुळे 'भाई' म्हणून ओळखले जात. हे त्यांचे कम्युनिस्ट पक्षाशी असलेले साम्य. परंतु दुसरीकडे त्यांचे समाजवाद्यांशीही साम्य होते. या दोन्ही पक्षांच्या टोप्यांचा रंग एकच होता– लाल. कम्युनिस्टांनी कोणत्याही प्रकारच्या टोपीचा पुरस्कार केला नाही. हे त्यांचे एक दुसऱ्याच प्रकारचे वेगळेपण म्हणावे लागते. काँग्रेसच्या पांढऱ्या टोपीपासून आपले वेगळेपण दर्शवण्यासाठी हिंदू महासभेचे लोक भगव्या रंगाची टोपी घालायचे, तर डॉ. आंबेडकरांच्या अनुयायांनी निळ्या रंगाचा अंगीकार केला. असे हे टोपीपुराण. आज जवळपास सर्वांनीच टोपी घालणे टाकून दिले आहे. नाही म्हणायला अण्णा हजारेंमुळे व 'आप'मुळे काही प्रमाणात गांधी टोपीला संजीवनी मिळालेली दिसते.

मुद्दा कम्युनिस्ट आणि समाजवादी यांच्यातील स्पर्धेचा होता. हे दोघे कधी एकत्र येतील अशी शक्यता कोणालाच वाटली नसती, वाटत नव्हती, पण ते अद्‌भुत घडायचे होतेच. ते महाराष्ट्रात घडले. संयुक्त महाराष्ट्राच्या चळवळीने त्यांना एकत्र आणले.

या पक्षांचा मार्क्सवादी वारसा त्यांना क्वचित इतर क्षेत्रांतही एकत्र येण्यास अवकाश निर्माण करत असे. अर्थात, यात पुढाकार किंवा पहिले पाऊल कम्युनिस्टांचे असायचे. त्यांनीच डाव्या बांधिलकीच्या कलावंतांची संस्था (IPTA) निर्मिली तेव्हा समाजवाद्यांना त्यांचे अनुकरण करावेसे वाटले. कलापथके दोघांचीही होतीच. दरम्यान, कॉम्रेड डांगे यांनी पुरोगामी लेखकांची एक संघटना स्थापन करण्याची कल्पना मांडली. त्यासाठी पुण्यात बैठक घेण्याचे ठरले. बैठकीत समाजवादी पक्षाचे एस. एम. जोशी, नानासाहेब गोरे आदी मंडळी होतीच. डांग्यांच्या मांडणीने सारेच भारावले. पण या कल्पनेला त्याच बैठकीत मोडता घालण्याचे काम करणारा कोणी समाजवादी नव्हता. हे कृत्य केले ते पक्षनिरपेक्षपणे 'रोमँटिसिझम' मानणाऱ्या एका समीक्षकाने. त्यांचे नाव श्री. के. क्षीरसागर. श्रीकेक्षींनी बैठकीत असे काही प्रश्न उपस्थित केले, की त्यामुळे समाजवादी आणि कम्युनिस्ट यांच्यामधले मूलभूत स्वरूपाचे मतभेद स्पष्ट दिसावेत. क्षीरसागरांच्या या प्रश्नांमुळे काही वैचारिक सारवासारव करणे खुद्द डांगे यांनाही जमेना व समाजवादीही भानावर आले. कम्युनिस्टांच्या चाली सहसा थंड डोक्याने केल्या जात असत. उलट, समाजवादी भावनेच्या आहारी जाऊन प्रसंगी भाबडेपणाने वागत. समाजवाद्यांनी मार्क्सवादाची वैचारिक बैठक स्वीकारली असली तरी ते गांधीजींच्या तत्त्वांनीही प्रभावित झालेले असल्याने त्यांच्यावर 'साधनशुचिता' नावाच्या तत्त्वाचा थोडाफार पगडा होता. कम्युनिस्टांचा या प्रकाराला मुळात तत्त्वत:च विरोध होता. वर्गविरहित समाजरचनेसाठी काहीही केले तरी ते समर्थनीयच, अशी त्यांची भूमिका होती.

हे सारे भेद, स्पर्धा व संघर्ष जमेस धरूनही संयुक्त महाराष्ट्राच्या चळवळीत ते एकत्र आले. काँग्रेस एकीकडे व इतर सारे पक्ष दुसरीकडे एकवटलेले अशी परिस्थिती निर्माण झाली. कम्युनिस्ट, समाजवादी, शे.का.प., हिंदू महासभा, रिपब्लिकन या सर्व काँग्रेस विरोधकांनी संयुक्त महाराष्ट्र समितीची स्थापना केली. आचार्य प्र. के. अत्रे आणि वा. रा. कोठारी या दोन झुंजार पत्रकारांनी अनुक्रमे *मराठा* आणि *प्रभात* या

समाजवादी आणि कम्युनिस्ट हे दोन्ही पक्ष मार्क्सला प्रमाण मानणारे, पण दोघांमध्ये स्पर्धा प्रचंड. संयुक्त महाराष्ट्राच्या चळवळीत मात्र दोघेही कार्यपद्धतीत मतभेद असले तरी एकत्र आले. संयुक्त महाराष्ट्राची निर्मिती झाल्यावर दोघेही वेगळे झाले. 'मुंबई कुणाच्या ताब्यात?' हा दोघांच्या संघर्षाचा केंद्रबिंदू होता. कामगार संघटनांमार्फत त्यांची वर्चस्वाची लढाई सुरू होती. समाजवाद्यांनी आपले वजन शिवसेनेच्या पारड्यात टाकले, त्यामुळे कम्युनिस्टांची मुंबईतली सद्दी संपली.

वृत्तपत्रांमधून संयुक्त महाराष्ट्राची बाजू लावून धरली. वेगवेगळ्या बांधिलकींचा प्रवास करून आलेल्या या दोघांपैकी कोठारींनी समाजवाद्यांबरोबर जाणे पसंत केले, तर अत्र्यांनी डांग्यांच्या प्रभावामुळे कम्युनिस्टांच्या तंबूत मुक्काम ठोकला. या दोन पत्रकारांनी नंतर एकमेकांवर प्रखर टीका करणे हे ओघाने आलेच!

समितीच्या धोरणात्मक नेतृत्वात डांगे, एस.एम., प्रबोधनकार ठाकरे, उद्धवराव पाटील, दाजीबा देसाई, माधवराव बागल आदी मंडळींचा समावेश होता. सर्वांनी आपापल्या परीने योगदान दिले. यात वाद असायचे कारण नाही. त्यांच्या चळवळीला महाराष्ट्रातील सर्वसामान्य जनतेने मनापासून उचलून धरले व उत्स्फूर्त प्रतिसाद दिला. मात्र यंत्रणा आणि बळ यांचा विचार केला तर कम्युनिस्ट आणि समाजवादी हे पक्ष आघाडीवर होते, हे स्पष्ट आहे. एरवी मध्यमवर्गीयांच्या वाटू शकणाऱ्या या चळवळीत शेतकरी कामगार पक्षामुळे ग्रामीण भागात चांगला प्रतिसाद मिळाला हेदेखील खरेच आहे. बाबासाहेबांचा अनुयायी वर्गही ठामपणाने या चळवळीत सामील झाला. त्यांचे उमेदवार खुल्या जागांवर काँग्रेसच्या सवर्ण प्रतिस्पर्ध्यांचा पराभव करून निवडून येण्याचे चमत्कारही या काळात झाले. पण, शेवटी चळवळ स्वाभाविकपणे केंद्रीभूत झाली ती राजधानी मुंबईत.

मुंबई ही मराठी आणि गुजराती या दोघांच्या द्विभाषिक राज्याची राजधानी तर होतीच; पण मुख्य म्हणजे ती संपूर्ण भारताचीच आर्थिक राजधानी होती. राज्यातील अनेक उद्योग-व्यवसाय विशेषत: कापड गिरण्या मुंबईतच होत्या. या उद्योगातील कामगार संघटनांचा तिथे मोठा प्रभाव होता. हा कामगार वर्ग मराठी भाषक होता. मुंबईतील कामगार संघटना मुख्यत्वे कम्युनिस्टांच्या आणि समाजवाद्यांच्या ताब्यात होत्या. आणि मुंबईतीलच काय; पण भारतामधील एकूणच कामगार संघटनांवर नियंत्रण ठेवून त्यांच्यामार्फत आपले राजकारण पुढे रेटण्यात या दोन पक्षांमध्ये चुरस होती. बेळगाव, कारवार, निपाणी, बिदर, भालकी, डांग, दादरा, नगर-हवेलीसकट संयुक्त महाराष्ट्र व्हावा, अशी समितीच्या सर्वच घटक पक्षांची मनापासून इच्छा होती, यात शंका असायचे काहीच कारण नाही. पण तरीही मर्मस्थान मुंबई शहर होते, हे नाकारता येत नाही. तात्त्विक पातळीवर हा प्रश्न उत्पादनप्रक्रियेत भांडवल महत्त्वाचे की श्रम, असा होता. मार्क्सला प्रमाण मानणारे समाजवादी आणि कम्युनिस्ट श्रमाला महत्त्व देतात. मुंबईतला श्रमिक मराठी भाषा बोलणारा होता व भांडवलदार गुजराती होते. संयुक्त महाराष्ट्राची निर्मिती ही या दोन पक्षांची राजकीय गरज होती– तात्त्विक आणि व्यावहारिक अशा दोन्ही पातळ्यांवर. त्यांचे राजकारण श्रम-प्राधान्याच्या तत्त्वावर आणि कामगार संघटनांच्या बळावर उभे होते. त्यामुळे 'मुंबईसह संयुक्त महाराष्ट्र' हा चळवळीचा मुख्य मुद्दा ठरला.

त्याचा परिणाम म्हणजे मुंबईसह महाराष्ट्राची निर्मिती झाल्यावर महाराष्ट्राबाहेर राहिलेला बेळगाव आदी भागात या दोन्ही पक्षांना तितके स्वारस्य उरले नाही. आता कामगार संघटनांच्या माध्यमातून मुंबईवर ताबा कोणी ठेवायचा, हा मुख्य प्रश्न बनला. या नियंत्रणासाठी या दोन पक्षांत स्पर्धा सुरू झाली. समितीच्या

श्रीपाद अमृत डांगे   एस. एम. जोशी   ना. ग. गोरे

अंतर्गत कम्युनिस्ट आपल्यावर कुरघोडी करतात, हे लक्षात आल्यावर समाजवादी समितीतून बाहेर पडले. हे कधीतरी व्हायचे होतेच. राजकीय नेत्यांपैकी एस. एम. जोशी यांच्याबद्दल महाराष्ट्रात प्रचंड आदरभाव होता. एस. एम. यांचे सात्त्विक व प्रामाणिक व्यक्तित्व हे समितीचे मोठेच भांडवल ठरले. पण थोडी अतिशयोक्ती करून असे म्हणता येईल, की एस.एम. हे संयुक्त महाराष्ट्राच्या चळवळीचा मुखवटा होते. समितीचा चेहरा डांगे होते. पण जनमानसातील प्रतिमेचा विचार करता एस.एम.ना नेता म्हणून पुढे करणे कम्युनिस्टांनाही सोयीचे होते. चळवळीचे धोरण ठरवण्यासाठी होणाऱ्या बैठकांमध्ये काय होई, याचे वर्णन प्रबोधनकारांनी आत्मचरित्रात केले आहे. वेगवेगळ्या विचारसरणींचे समितीतील नेते एकमेकांशी कडाक्याचा वाद घालत. वाद करून थकून जात; पण निर्णय होत नसे. हे घडत असताना डांगे शांतपणे बसून असत. सर्वांचे बोलून झाल्यावर ते शेवटी हळूच आपला मुद्दा पुढे आणत आणि तो मान्य होई.

महाराष्ट्र राज्याची निर्मिती होईपर्यंत समाजवाद्यांनी हे खपवून घेतले. नंतर हे शक्यच नव्हते. ते समितीतून बाहेर पडले. मुंबईचा गड सर झाला होताच. आता लढाई त्याच्यासाठीच होती. या वेळीही त्यांना कम्युनिस्ट वरचढ ठरू लागले. शेवटी समाजवाद्यांनी आपले उरलेसुरले वजन नव्याने स्थापन झालेल्या शिवसेनेच्या पारड्यात टाकले. त्यामुळे मुंबईतून कम्युनिस्टांची सद्दी संपली हे खरे; पण समाजवादी तरी कुठे राहिले?

■

११

महाराष्ट्र धर्माची दोन रूपे

संयुक्त महाराष्ट्राची चळवळ हे महाराष्ट्राच्या इतिहासातले एक अद्‌भुत प्रकरण आहे. ही चळवळ जास्तीत जास्त समावेशक व्हावी म्हणजे तिचा प्रभाव वाढेल, असे तिच्या नेत्यांना वाटणे साहजिकच होते; पण त्यांचे हे ज्येष्ठत्व त्यांना त्यांच्या वयाच्या आकड्यांमुळे प्राप्त झाले नसून त्यांनी राजकारणात वा चळवळीत व्यतीत केलेल्या वर्षांमुळे प्राप्त झाले होते. प्रबोधनकार केशव सीताराम ठाकरे, पत्रकार वालचंद रामचंद्र कोठारी, इतकेच काय; परंतु श्रीपाद अमृत डांगे यांच्या वयाच्या हिशेबापेक्षा त्यांचा अनुभव निर्णायक ठरला.

केशवराव ठाकरे यांनी तरुणपणीच इतरांना मार्गदर्शन करणारे पुस्तक लिहिले, ते वक्तृत्वशास्त्रावरचे पुस्तक होते. पण हेच मार्गदर्शक ठाकरे जेव्हा इतिहासाच्या क्षेत्रात बुजुर्ग मानल्या जाणाऱ्या इतिहासाचार्य वि. का. राजवाडे यांना दंड थोपटून आव्हान देऊ लागले, तेव्हा वयाचे अंतर त्यांनी केव्हाच कापले होते. ठाकरे ज्या जातीचे होते त्या कायस्थ प्रभू या जातीच्या दर्जाबद्दल राजवाड्यांनी काही विचित्र मुद्दे मांडले, तेव्हा राजवाडेंवर आणि ते ज्या संस्थेचे संस्थापक होते ती 'भारत इतिहास-संशोधक मंडळ' हिच्यावर ठाकरे अक्षरश: तुटून पडले. *कोदण्डाचा टणत्कार अर्थात भारत इतिहास-संशोधक मंडळास उलट सलामी* या एकाच कृतीने ते प्रसिद्धीच्या शिखरावर पोहोचले. वाणी आणि लेखणी सारख्याच कौशल्याने चालवणाऱ्या ठाकरे यांनी खुद्द शाहू छत्रपतींनाही मोहिनी घातली. त्यांनी *प्रबोधन* नावाचे साप्ताहिक सुरू केले. ब्राह्मणेतर चळवळीचे मुखपत्र ठरलेले हे पत्र त्यांनी चक्क सदाशिव पेठेतून चालवले, ही एकच गोष्ट त्यांची धडाडी व धाडस यांचा परिचय करून देण्यास पुरेशी आहे.

संयुक्त महाराष्ट्र चळवळीचे दुसरे शिलेदार 'प्रभात'कार म्हणून प्रसिद्ध असलेले वालचंद रामचंद्र कोठारी यांची सुरुवातही ठाकरे यांच्यासारखीच झाली.

माढा-पंढरपूर अशी ग्रामीण पार्श्वभूमी असलेल्या नुकत्याच पदवीधर झालेल्या जैन समाजातल्या या तरुणाने १९१५मध्ये प्रसिद्ध झालेल्या लोकमान्य टिळकांच्या *गीतारहस्य* ग्रंथालाच आव्हान दिले. ठाकरे यांच्याप्रमाणे कोठारीसुद्धा ब्राह्मणेतर चळवळीतील बिनीचे शिलेदार होते. त्यांनी गीतारहस्यावर जे आक्षेप घेतले ते एकीकडे ब्राह्मणेतरी दृष्टिकोणातून, तर दुसरीकडे आगरकरी बुद्धिवादी दृष्टिकोणातून होते. ते वाचून स्वत: टिळकांनी या तरुणाला चर्चेसाठी बोलावले, तेव्हा टिळकांच्या डोळ्यांना डोळे भिडवून बोलायची

> पंडित नेहरूंशी मतभेद झाल्यामुळे बाबासाहेब मंत्रिपदाचा राजीनामा देऊन बाहेर पडले होते. त्यांनी आपले लक्ष बौद्ध धर्माच्या अंगीकारावर केंद्रित केले होते. पूर्वीच्या शेड्युल्ड कास्ट फेडरेशनचे पुनरुज्जीवन करण्यापेक्षा नवा राजकीय पक्ष स्थापन करण्याचा त्यांचा इरादा होता. या नव्या अर्थात रिपब्लिकन पक्षाचा जातीपातींशी संबंध राहणार नव्हता. बाबासाहेबांचे राजकीय नेतृत्व स्वीकारायला तयार असलेला सवर्णांचा एक गट तेव्हा अस्तित्वात होता.

हिंमत कोठारींनी दाखवली. टिळक तेव्हा अखिल भारतीय कीर्तीचे पुढारी व प्रसिद्धीच्या शिखरावर आरूढ होते, हे लक्षात घ्यायला हवे.

कोठारींचे महत्त्व तिथेच संपत नाही. याच दरम्यान कोठारींनी पुण्यातून *जागरूक* साप्ताहिक सुरू केले. पुण्यातून प्रसिद्ध होणारे ब्राह्मणेतर चळवळीचे ते पहिले पत्र होय. *प्रबोधन* त्यानंतर. अर्थात कोठारींचा यानंतरचा राजकीय प्रवास खूपच वळणावळणाचा झाला. ब्राह्मणेतरांची साथ सोडून ते काही काळ प्रागतिक मवाळांबरोबर वावरले. नंतर टिळकांचे अनुयायी न. चिं. केळकर त्यांना जवळचे वाटले. त्यानंतर सावरकरांचे विचार स्वीकारून काही काळ ते हिंदू महासभावाल्यांसारखे वावरले. शेवटीशेवटी गोरे, एस. एम. यांच्या समाजवादी विचारांवर स्थिरावले. प्रजा समाजवादी पक्षाच्या नंतरच्या फाटाफुटीत त्यांनी एस. एम. जोशींबरोबर जाणे पसंत केले. संयुक्त महाराष्ट्राच्या चळवळीत आचार्य अत्रेंचा *मराठा* आणि कोठारींचा *प्रभात* अशा दोन तोफा धडाधड असत. अर्थात पुढे समाजवादी गट समितीतून बाहेर पडल्यावर या दोन तोफा एकमेकांवरच धडाक्याने मारा करू लागल्या!

डांगे हा याच मालिकेत बसू शकणारा तिसरा तरुण शिलेदार. मात्र डांगे पहिल्यापासूनच साम्यवादी विचारांचे होते. त्यांच्या आयुष्यातला बराचसा काळ तुरुंगवासात गेला. तसे उरलेल्या दोघांच्या बाबतीत घडले नाही. ठाकरे किंवा कोठारी यांचा वैचारिक कल कसाही असला, तरी मोठ्या प्रमाणावर पक्षीय राजकारण वा पुढारपण करण्याची पाळी त्यांच्यावर कधी आली नाही. या उलट, डांगे पहिल्यापासूनच नेत्याच्या भूमिकेत वावरले. डाव्या पक्षातले त्यांचे नेतृत्व केवळ देशातच नाही, तर आंतरराष्ट्रीय पातळीपर्यंत पोहोचले होते.

मात्र, महाराष्ट्रातली 'हूज हू'ची कथा इथेच संपत नाही. भारतीय पातळीवर गाजणारी आणखी तीन मराठी व्यक्तित्वे त्या काळात होती. स्वातंत्र्यवीर सावरकर, आचार्य विनोबा भावे आणि डॉ. बाबासाहेब आंबेडकर (अच्युतराव पटवर्धन राजकारणापासून दूर गेले नसते, तर ते चौथे ठरले असते) या तिघांचाही पाठिंबा संयुक्त महाराष्ट्राच्या चळवळीला मिळावा, असे समितीच्या धुरीणांना वाटत असणार हे उघड आहे.

यापैकी बाबासाहेब आंबेडकर हे भाषावार प्रांतरचनेच्या विरुद्ध नव्हतेच; परंतु भाषेशिवाय इतरही गोष्टींचा विचार करायला हवा, असे त्यांचे मत होते. म्हणजे उदाहरणार्थ, हिंदी भाषकांचा एकच एक अवाढव्य प्रांत करण्यापेक्षा एकापेक्षा अधिक प्रांत करावेत. तीच गोष्ट महाराष्ट्राच्या बाबतीतही करणे व्यावहारिक व राजकीयदृष्ट्या उचित होईल, अशी त्यांची धारणा होती; पण या एकूणच प्रक्रियेत महाराष्ट्रावर अन्याय होत असेल तर चळवळीची पाठराखण करायला त्यांची हरकत नव्हती. त्यानुसार संयुक्त महाराष्ट्रवाद्यांना त्यांनी पूर्ण पाठिंब्याचे आश्वासनही दिले होते.

संयुक्त महाराष्ट्राची चळवळ ही वेगळीच चळवळ होती. स्वातंत्र्यवीर सावरकर, आचार्य विनोबा भावे आणि डॉ. बाबासाहेब आंबेडकर या तिघांचा या चळवळीला पाठिंबा मिळावा, अशी संयुक्त महाराष्ट्र समितीमधल्या नेत्यांची इच्छा होती. बाबासाहेब आंबेडकर हे भाषावार प्रांतरचनेच्या विरुद्ध नव्हतेच; परंतु भाषेशिवाय इतरही गोष्टींचा विचार करायला हवा, असे त्यांचे मत होते. मात्र महाराष्ट्रावर अन्याय होत असेल, तर चळवळीची पाठराखण करायला त्यांची हरकत नव्हती. त्यानुसार संयुक्त महाराष्ट्रवाद्यांना त्यांनी पूर्ण पाठिंब्याचे आश्वासनही दिले होते. सावरकरांचाही चळवळीला पाठिंबा नव्हता. विनोबा भावे यांनी तर या कल्पनेला थेट विरोधच केला.

या काळात पंडित नेहरूंशी मतभेद झाल्यामुळे बाबासाहेब मंत्रिपदाचा राजीनामा देऊन बाहेर पडले होते. त्यांनी आपले लक्ष बौद्ध धर्माच्या अंगीकारावर केंद्रित केले होते. पूर्वीच्या शेड्युल्ड कास्ट फेडरेशनचे पुनरुज्जीवन करण्यापेक्षा नवा राजकीय पक्ष स्थापन करण्याचा त्यांचा इरादा होता. या नव्या अर्थात रिपब्लिकन पक्षाचा जातीपातींशी संबंध राहणार नव्हता. बाबासाहेबांचे राजकीय नेतृत्व स्वीकारायला तयार असलेला सवर्णांचा एक गट तेव्हा अस्तित्वात होता. तसे झाले तर देशात काँग्रेसविरोधाचे राजकारण अधिक प्रभावीपणाने करता येईल, अशीही या मंडळींची धारणा होती; पण दुर्दैवाने बाबासाहेबांचे अकाली निधन झाल्यामुळे या गोष्टी जिथल्या तिथेच राहिल्या. तथापि, बाबासाहेबांचा संयुक्त महाराष्ट्राच्या चळवळीला आशीर्वाद व पाठिंबा असल्याचे माहीत असलेल्या त्यांच्या अनुयायांनी समितीला पूर्ण सहकार्य केले. त्याचा परिणाम म्हणून त्यांच्यातल्या कितीतरी उमेदवारांनी निवडणुकांमध्ये खुल्या जागांवरील लढतीत काँग्रेसच्या सवर्ण उमेदवारांचा पराभव केला, हा एक चमत्कारच म्हणावा लागेल.

आचार्य विनोबा भावे यांच्या बाबतीत मात्र वेगळा प्रकार झाला. विनोबांनी आध्यात्मिक उंची गाठली होती. तिथून महाराष्ट्र, गुजरात, कर्नाटक अशा प्रांतभेदांना काहीच अर्थ नव्हता. त्यांची एकदम 'जय जगत्'चा जयघोष करत समितीच्या नेत्यांना निरुत्साहित केले. एरवी विनोबांचे भक्त असलेले आचार्य अत्रे त्यामुळे खूपच चिडले. आपला संताप त्यांनी *दैनिक मराठा*मधल्या अग्रलेखांमधून जळजळीतपणे व्यक्त केला. 'विनोबा की वानरोबा' हे त्यांच्या अशाच एका अग्रलेखाचे नाव.

सावरकरांचा आणखी वेगळाच प्रकार होता. सावरकर विनोबांसारखे विश्ववादी नसले तरी ते पूर्णतः राष्ट्रवादी असल्यामुळे भारताला अखंड व एकसंध राष्ट्र मानून त्यात कोणत्याही प्रकारचा अंतर्गत झगडा नको, असे त्यांचे मत होते. आपल्याला फक्त 'भारतमाता की जय' एवढे समजते. 'आंध्रमाता की जय' वगैरे चूक असल्याचे त्यांचे म्हणणे होते. तथापि, ते ज्या पक्षाचे धुरीण होते, त्या हिंदू महासभेच्या नेत्यांना मात्र संयुक्त महाराष्ट्र हवासा वाटत होता. त्यासाठी सावरकरांचा पाठिंबाही त्यांना पाहिजे होता. त्यांची मुलाखत घ्यायला गेलेल्या पत्रकार दि. वि. गोखले यांना 'संयुक्त महाराष्ट्राचा प्रश्न मी क्षुद्र समजतो,' असे सावरकरांनी सांगितले. 'त्यांचे हे उद्गार छापण्याची आपलीच हिंमत न झाल्याने आपण तो भाग गाळला,' असे ना. वि. काकतकरांच्या *रहस्यरंग*मे १९६० अंकासाठी घेतलेल्या सावरकरांच्या मुलाखतीच्या बाबतीत गोखले सांगतात. 'तो छापल्यास सावरकरांचे विरोधक त्याचा गैरफायदा घेतील,' असे गोखले व काकतकर या दोघांनाही वाटले. विनोबांना किंवा सावरकरांना संयुक्त महाराष्ट्राचा प्रश्न गौण वाटणे हे त्यांच्या त्यांच्या अनुक्रमे वैश्विक आणि राष्ट्रीय भूमिकांशी सुसंगतच म्हणावे लागते.

यापैकी विनोबांची भूमिका विशुद्ध आध्यात्मिक होती. सावरकरांची भूमिका राजकीय स्वरूपाची होती. तिला राजकीय म्हणणे म्हणजे तिला कमी प्रतीची समजणे नव्हे. सावरकरांचा हिंदू राष्ट्रवाद सर्वज्ञातच आहे. १९२४च्याच दरम्यान प्रसिद्ध झालेल्या 'हिंदुत्वा'वरील प्रबंधात त्यांनी या राजकीय सिद्धान्ताचे सूतोवाच केले. सावरकरांच्याच हिंदुवादात महाराष्ट्र धर्माला विशेष स्थान होते. महाराष्ट्र धर्माची कल्पना एकोणिसाव्या शतकाच्या अखेरीपासून राजारामशास्त्री भागवत, न्या. रानडे आणि इतिहासाचार्य वि. का. राजवाडे यांनी विकसित केली. त्यांच्यापैकी राजवाड्यांची मागणी विशेष प्रभावशाली ठरली. राजवाड्यांच्या कल्पनेतील महाराष्ट्र धर्मात ब्राह्मण वर्चस्ववादाचा समावेश आहे, तो सावरकरांनी काढून टाकला. मात्र, हिंदुस्थानातील हिंदूंचे नेतृत्व करण्यात महाराष्ट्राने अग्रेसर राहावे आणि देशाचे रक्षण करावे, ही राजवाड्यांची कल्पना सावरकरांमध्येही आढळते. अर्थात, हे इतिहासदत्त कर्तव्य करण्यात महाराष्ट्र चुकला, तर अन्य प्रांतांनी पुढे येण्यास व त्यांचे नेतृत्व स्वीकारण्यास सावरकरांची हरकत नसावी

आता ज्या प्रांताने हिंदुस्थानचे ऐक्य अबाधित ठेवण्यासाठी आघाडीवर राहायचे तो प्रांत म्हणजेच महाराष्ट्र प्रांतिक किंवा प्रादेशिक पद्धतीने विचार करू लागला, तर ते सावरकरांना कसे रुचणार?

अठराव्या शतकात मराठ्यांच्या राज्याचा उत्तरेत विस्तार झाला. त्याचा परिणाम म्हणून हिंदुस्थानाच्या राज्याचे रक्षण करायची जबाबदारी महाराष्ट्रावर आली. ती निभावण्याचा त्याने शर्थीने प्रयत्न केला. पानिपतवर जाऊन अहमदशाहा अब्दालीचा हल्ला अंगावर घेणे हा त्याचाच एक भाग होता. अशा प्रकारच्या महाराष्ट्र धर्माचा पाया समर्थ रामदास आणि छत्रपती शिवाजीमहाराज यांनी घातला. त्याचे व्यापक रूप अठराव्या शतकात पाहायला मिळाले, असेही सावरकरांचे मत होते. महाराष्ट्राने पत्करलेली ही जबाबदारी संयुक्त महाराष्ट्राच्या फंदात पडलो तर नीट निभावता येणार नाही, अशी शंका सावरकरांना असावी. राष्ट्रापुढे प्रांत क्षुद्रच होय आणि हा क्षुद्रपणा निदान महाराष्ट्राने तरी दाखवू नये, असेही त्यांना वाटत असणार. विनोबांना मात्र महाराष्ट्राने ज्ञानेश्वरांच्याच 'विश्वचि माझे घर' आदर्शाचे पालन करावे असे वाटत होते. त्यांना अभिप्रेत असलेला महाराष्ट्र धर्म हा वामनाप्रमाणे त्रिविक्रम आहे. महाराष्ट्र हे त्याचे पहिले पाऊल, हिंदुस्थान दुसरे तर संपूर्ण विश्व हे तिसरे.

याचा अर्थ असा मात्र नव्हे, की सावरकारांना वैश्विक दृष्टीचे मुदलातच वावडे होते. जोपर्यंत अन्य धर्मांचे लोक संघटितरीत्या हिंदूंना नाडतात, तोपर्यंत हिंदूंनाही संघटित होऊन प्रतिकार करणे भाग आहे. तथापि, इतरांनी हिंदू धर्मावरची आक्रमणे थांबवली तर हिंदूही वैश्विक होतील, स्वतंत्र संघटन करणे थांबवतील. हिंदुत्वावरील प्रबंधाचा समारोप करताना हा मुद्दा त्यांनी संत तुकारामांच्या भाषेत मांडला आहे. आपल्याला अपेक्षित असलेली ही परिस्थिती निर्माण झाली तर तुकोबांप्रमाणे आम्हीही म्हणू –

'आमुचा स्वदेश। भुवनत्रयामाजी वास।।'

■

१२

टिळकांचा वारसा : गजानन विश्वनाथ केतकर

संयुक्त महाराष्ट्राच्या चळवळीत सामील झालेल्या पक्षांचे वर्गीकरण करायचे झाल्यास, कम्युनिस्ट, प्रजा समाजवादी आणि शेतकरी कामगार या तीन पक्षांना डावे म्हणायला काहीच हरकत नाही. डॉ. बाबासाहेब आंबेडकरांचा शेड्युल्ड कास्ट फेडरेशनसुद्धा डावीकडे झुकलेला पक्षच मानायला हवा. दरम्यान, बाबासाहेब तो पक्ष बरखास्त करून नव्या रिपब्लिकन पक्षाची जुळवाजुळव करायच्या तयारीत होते आणि काही सवर्णही त्यांचे नेतृत्व स्वीकारण्यास– म्हणजे या नव्या पक्षात जायला उत्सुक होते. पारतंत्र्याच्या काळात स्वतंत्र मजूर पक्ष काढणाऱ्या बाबासाहेबांना काही राजकीय अपरिहार्यतेमुळे 'शेड्युल्ड कास्ट फेडरेशन'सारखे जातिवाचक नाव असलेला पक्ष काढावा लागतो, तो विशिष्ट सामाजिक राजकीय परिस्थितीमुळे. तथापि, स्वातंत्र्यकाळात त्याची गरज नसावी, असे समजून बाबासाहेबांनी नव्या जातिनिरपेक्ष पक्षाची योजना आखली होती.

संयुक्त महाराष्ट्र समितीबरोबर हिंदू महासभा आणि जनसंघ हे हिंदुत्ववादी पक्षही होते. त्यातील हिंदू महासभा आधीची, ती स्वातंत्र्यवीर सावरकरांनी नावारूपास आणलेली. मात्र गांधीहत्येच्या प्रकरणात तिच्यावर आरोप झाल्यामुळे तिची लोकप्रियता घसरली आणि तिला राजकारण करणे अवघड जाऊ लागले. या परिस्थितीत तुलनेने सौम्य अशा नव्या हिंदुत्ववादी पक्षाची आवश्यकता हिंदुत्ववाद्यांना वाटली असल्यास ते साहजिकच म्हणावे लागते. आता आर्थिक धोरणांचा विचार केला, तर या दोन्ही पक्षांची गणना उजव्यांमध्येच करावी लागते; पण त्यांची आर्थिक धोरणे कोणी गंभीरपणे घेत नव्हते, हेही तितकेच खरे. त्यांचे खरे बळ ते हिंदुहिताचे रक्षक असण्यातच होते. कम्युनिस्ट, शेकाप, काँग्रेस आणि समाजवादी या पक्षांच्या चर्चाविश्वापेक्षा या दोन पक्षांचे चर्चाविश्व वेगळे होते. त्यांना महत्त्वाच्या वाटणाऱ्या समस्या अगोदरच्या तिघांना तशा वाटत नव्हत्या. आणि अर्थात याचा व्यत्यासही तितकाच खरा आहे.

जनसंघाला महत्त्व प्राप्त झाले होते, ते त्याच्या मागे असलेल्या राष्ट्रीय स्वयंसेवक संघामुळे. संघाचे नेतृत्व एकमुखी म्हणजेच एकचालकानुवर्ती असून, मा. स. गोळवलकर तथा गुरुजी, सरसंघचालक या सर्वोच्चपदी होते. गांधीहत्येच्या नंतर या संघटनेवर बंदी येऊन तिच्या कार्यकर्त्यांची धरपकड झाली. त्यांनी सत्याग्रहही केला. नंतर बंदी उठवण्यात आली. लाल आणि निळ्या रंगाने माखलेल्या समितीत हिंदुत्ववादी

लोकमान्य टिळक यांच्या निधनानंतर त्यांच्या अनुयायांमध्ये महात्मा गांधी यांचे नेतृत्व स्वीकारायचे की नाही, याबाबत तीव्र मतभेद झाले. अनेक बुजुर्ग नेते गांधीजींना मिळाले. मात्र, टिळकपक्षाचे पत्र केसरी म्हणजे लोकमान्यांचीच गादी मानले जायचे. ते नरसिंह चिंतामण केळकर यांच्याच हाती गेले आणि त्यांनी सतत गांधीविरोधाची 'लाइन' लावून धरली. ही 'लाइन' हिंदुत्वाकडे झुकलेली होती, हे वेगळे सांगायची गरज नाही.

भगव्या रंगाचा फारसा प्रभाव पडणे शक्य नव्हते. तथापि, जयंतराव टिळक म्हणजे लोकमान्य टिळकांचे नातू आणि त्यांचे *केसरी* हे मुखपत्र या हिंदू महासभेच्या जमेच्या बाजू होत्या. त्यामुळे हिंदू महासभा समितीत टिकाव धरू शकली.

याउलट जनसंघ हा समितीमधून बाहेर पडणारा पहिला पक्ष ठरला. याची कारणमीमांसा करता यायला हवी. 'प्रभाव' नावाच्या एका कारणाचा उल्लेख वर केलेले आहेच. दुसरे कारण असे दिसते, की संघाचे मुख्य कार्यालय किंवा केंद्र ज्या नागपूरमध्ये आहे, ते नागपूर आणि नागपूर ज्या प्रदेशात आहे, तो विदर्भ महाराष्ट्रात असावा की नसावा, याविषयीच तेव्हा धुमश्चक्री चालू होती. बापूजी अणेंसारख्या ज्येष्ठ नेत्याने स्वतंत्र विदर्भासाठी आपली पुण्याई पणाला लावली होती. संयुक्त महाराष्ट्राची कल्पना मांडण्यात ज्यांचा पुढाकार होता, ते ग. त्र्यं. माडखोलकर हे ऐन वेळी लटपटले आणि 'हे राज्य मराठी भाषकांचे होणार, की मराठा जातीचे होणार' असे प्रश्न उपस्थित करू लागले. साहजिकच, नागपूर येथील केंद्रस्थानी असलेल्या संघाच्या वरील नेतृत्वाला या विषयासंबंधीच्या धोरणाचा पुनर्विचार करावा असे वाटले असणार. दुसरे असे की, संघाची व्याप्ती देशभराच्या हिंदू समाजाएवढी असल्यामुळे एका विशिष्ट भाषिक समूहाची बाजू घेऊन इतरांना दुखवणे त्याला हिंदू संघटनेच्या दृष्टिकोणातून परवडले नसते. महाराष्ट्रातल्या लोकांची मने राखण्यासाठी कर्नाटक आणि गुजरात इथल्या लोकांची मने का दुखवायची, असा व्यावहारिक विचार संघाने केला नसेलच असे म्हणता येत नाही. त्यामुळे बहुधा जनसंघाने समितीतून अंग काढून घेतले असण्याची शक्यता वाटते.

खरे तर संघाच्या स्वयंसेवकांच्या रूपात जनसंघाकडे एक प्रभावी व व्यापक यंत्रणा हाताशी होती. कम्युनिस्ट आणि समाजवादी पक्षांकडे जशी कामगार संघटना, तशी जनसंघाकडे संघ. कामगार संघटना या पक्षांनी काढल्या; पण इथे तर संघाने पक्ष काढलेला दिसतो. या प्रकारामुळे माझ्या निरीक्षणात व विधानात विशेष फरक पडत नाही. १९२५मध्ये संघ स्थापन झाला, तेव्हा हिंदू महासभा आधीच अस्तित्वात होती; पण तिला राजकीय पक्षाचे स्वरूप प्राप्त झाले नव्हते. काँग्रेसशी सहकार्य करतच काँग्रेसचा रोख हिंदुहिताकडे वळवण्याचा, ठेवण्याचा हिंदू महासभेचा प्रयत्न असे. हिंदू महासभेचे डॉ. बा. शि. मुंजे, रत्नागिरीत स्थानबद्ध असलेले विनायक सावरकर (जे १९३७ नंतर हिंदू महासभेचे अध्यक्ष झाले व ज्यांच्यामुळे तिला खरोखरच्या राजकीय पक्षाचे स्वरूप मिळाले.) आणि त्यांचे ज्येष्ठ बंधू बाबाराव यांच्याशी संपर्कात असलेल्या डॉ. केशव बळीराम हेडगेवार यांचा विचारविनिमय होत असे. असे असले तरी संघाने सावरकरांचे मत प्रत्येक वेळी प्रमाण मानलेच होते असे म्हणता येत नाही. गांधीजींच्या कोणत्याही प्रकारच्या अहिंसक सत्याग्रहात सामील होणे सावरकरांच्या विचारात बसत नव्हते. पण तरीही, हेडगेवार आणि काही संघस्वयंसेवक जंगलसत्याग्रहात सामील झाले आणि त्यांनी त्यासाठी शिक्षाही भोगली.

गजानन विश्वनाथ केतकर हे लोकमान्य टिळकांचे नातू. टिळकांची एक कन्या नाशिकच्या विश्वनाथपंतांना दिली होती. नाशिकचे हे केतकर घराणे दानशूर, प्रार्थना समाजिस्ट व प्रागतिक असे होते. त्यामुळेच त्यांचा टिळकांच्या (त्या काळातील प्रथेपेक्षा) वयाने वाढलेल्या मुलीशी विवाह होऊ शकला.

टिळकांची आज्ञा शिरसावंद्य मानून गजाननरावांनी वकिलीची परीक्षा देऊन पदवीही घेतली व यथावकाश *केसरी*मध्ये पत्रकारिता करू लागले. टिळकांच्या राजकारणाचा व पत्रकारितेचा वारसा केतकरांनी पुढे चालवला.

तरुण कार्यकर्त्यांची शिस्तबद्ध संघटना असलेल्या राष्ट्रीय स्वयंसेवक संघाने आपल्या हिंदू महासभेचीच 'विंग' किंवा दल म्हणून काम करावे, असे सावरकर आणि त्यांच्या सहकाऱ्यांना वाटणे आपण समजू शकतो; पण संघाची स्वत:ची म्हणून काही उद्दिष्टे असणारच. त्यांचा सावरकरांच्या धोरणाशी जेव्हा आणि जिथे मेळ बसत नसे तेव्हा व तिथे त्यांच्यातला बेबनाव पाहायला मिळणार, हे उघड होते. उदाहरणार्थ, सावरकरांची गायीबद्दलची मते संघाच्या पचनी पडणे शक्यच नव्हते. डॉ. हेडगेवारांचा व सावरकरांचा प्रत्यक्ष संपर्क असल्यामुळे व डॉक्टरांवर सावरकरांचा प्रभावही असल्यामुळे अशा प्रसंगांमुळे विशेष काही नुकसान होत नव्हते. हेडगेवारांच्या नंतर संघाची धुरा गोळवलकर गुरुजींकडे आल्यानंतर मात्र परिस्थितीत काहीसा पालट झाला. १९४२मध्ये महात्मा गांधींच्या आदेशावरून 'चले जाव' चळवळ सुरू झाली. ते दुसऱ्या महायुद्धाचे दिवस होते. युद्ध ही संधी समजून तरुणांनी ब्रिटिश सेनेत दाखल व्हावे, अशी सावरकरांची भूमिका असल्याने त्यांनी या चळवळीला पूर्ण विरोध केला– तात्त्विक आणि व्यावहारिक अशा दोन्ही पातळ्यांवर. या परिस्थितीत काँग्रेसवाल्यांनी सावरकरांची 'रिक्रूटवीर' अशी संभावना करणे अनपेक्षित नव्हतेच.

इथे मुद्दा काँग्रेसचा नाही. गुरुजींचा राष्ट्रीय स्वयंसेवक संघही ४२च्या चळवळीत सामील झालेला नव्हता; पण ४२ची भूमिकाच अमान्य असल्याचे गुरुजींनी कुठे म्हटलेले नाही. उलट, असे मोठे लढे पेलण्याइतपत संघाची शक्ती अजून वाढलेली नाही, असा त्यांचा खुलासा होता. चळवळीत सहभाग नसला तरी चळवळीला त्यांची सहानुभूती होती; निदान विरोध नव्हता आणि ब्रिटिश सत्ताधाऱ्यांना पाठिंबा तर निश्चितच नव्हता.

या काळात संघ आणि सभा यांच्यातील संबंधांमध्ये बऱ्यापैकी व्यत्यय आला होता.

असे असले तरी हिंदू महासभा आणि संघ किंवा सावरकर आणि गोळवलकर या दोघांनाही मानणारे हिंदुत्ववादी अस्तित्वात होते, याचीही नोंद घ्यायला हवी.

गजानन विश्वनाथ केतकर हे त्यांच्यापैकीच एक महत्त्वाचे नाव. हे गजाननराव म्हणजे साक्षात लोकमान्य टिळकांचे नातू. टिळकांची एक कन्या नाशिकचे रहिवासी असलेल्या विश्वनाथपंतांना दिली होती. नाशिकचे हे केतकर घराणे दानशूर आणि सुधारक वृत्तीचे म्हणून प्रसिद्ध होते. प्रार्थना समाजिस्ट व प्रागतिक असे त्यांचे वर्णन करता येईल. किंबहुना असे असल्यामुळेच त्यांचा टिळकांच्या (त्या काळातील प्रथेपेक्षा) वयाने वाढलेल्या मुलीशी विवाह होऊ शकला.

गजाननराव ग्रॅज्युएट झाले, तेव्हा हिंदुस्थानचे नेते म्हणून टिळकांचे नाव जगभर दुमदुमत होते; पण महाराष्ट्रासाठी ते *केसरी*कार होते. त्यामुळे आपणही त्यांच्यासारखेच पत्रकार होऊन देशसेवा करावी, असे तरुण गजाननरावांना स्वाभाविकपणाने वाटले. आपला इरादा त्यांनी दादांना (म्हणजे लोकमान्यांना) बोलून दाखवला. त्यावर दादांनी त्यांना कायद्याची पदवी घेण्याचा सल्ला दिला. वर्तमानपत्राच्या संपादकाला कायद्याचे ज्ञान अनिवार्य असल्याचे टिळकांचे मत व आग्रह होता. तसे नसेल तर लिहिताना कायद्याचे उल्लंघन होऊन बदनामीच्या खटल्यांना सामोरे जावे लागते.

आजोबांची आज्ञा शिरसावंद्य मानून गजाननरावांनी वकिलीची परीक्षा देऊन पदवीही घेतली व यथावकाश *केसरी*मध्ये पत्रकारिता करू लागले.

टिळकांच्या अखेरच्या कालखंडात तरुण; परंतु तीव्र ग्रहणशक्ती असलेले गजाननराव टिळकांची लहान-मोठी कामे करण्यात तत्पर असत. महात्मा गांधी टिळकांना भेटण्यासाठी सिंहगडावरील बंगल्यात आले, तेव्हा गजाननराव तिथे होते आणि त्या दोघांची काही गुप्त बोलणी चालली असताना बाहेरून कोणी आत येऊ नये म्हणून गजाननरावांची दरवाजावर पहारेकरी म्हणून नियुक्ती झाली होती. त्यांनी आपले कर्तव्य चोख बजावले असणार, हे सांगायची गरज नाही.

टिळकांबरोबरची चर्चा संपवून गांधी बाहेर पडले ते प्रचंड अस्वस्थच होऊनच! अस्वस्थ झालेल्या गांधीजींचे प्रतिक्रियात्मक पुटपुटणे मात्र केतकरांच्या कानी आल्याशिवाय राहिले नाही.

'कमाल का आदमी है। नास्तिक भी हो सकता है।'

यानंतर टिळक फार काळ जगले नाहीत. १९२०मध्ये त्यांचा मृत्यू झाल्यावर देशाच्या स्वातंत्र्यलढ्याच्या नेतृत्वाची धुरा महात्मा गांधी यांच्याकडे आली. टिळकांच्या अनुयायांमध्ये गांधींचे नेतृत्व स्वीकारायचे की नाही, याबाबत तीव्र मतभेद झाले. अनेक बुजुर्ग नेते गांधींना मिळाले. मात्र टिळकपक्षाचे पत्र *केसरी* म्हणजे लोकमान्यांचीच गादी मानले जायचे. ते न. चिं. केळकर यांच्याच हाती गेले. आणि त्यांनी सतत गांधीविरोधाची 'लाइन' लावून धरली. ही 'लाइन' हिंदुत्वाकडे झुकलेली होती, हे वेगळे सांगायची गरज नाही.

केळकरांच्या *केसरीत* पत्रकारितेचे धडे गिरवत असताना केतकर एकीकडे काँग्रेसचे कार्य करत होते. विशेष म्हणजे या वेळी गांधींचा देशभर कितीही बोलबाला असला तरी महाराष्ट्र काँग्रेस केळकर गटाच्या नियंत्रणाखाली होती. काँग्रेसचे दप्तर *केसरी*च्या कचेरीत असायचे. इतकेच काय, याच दरम्यान एकदा केतकर महाराष्ट्र काँग्रेस समितीचे सचिवसुद्धा होते. सचिव या नात्याने त्यांनी १९३०च्या सत्याग्रहाचे नेतृत्व केले आणि शिक्षाही भोगली. या काळातले केतकर नखशिखान्त खादीधारी होते. या खादीधारणेत डोक्यावरच्या खादीच्या टोपीचाही समावेश असे.

टिळकांच्या राजकारणाचा व पत्रकारितेचा वारसा अशा प्रकारे केतकरांनी पुढे चालवलाच; पण टिळकांचा आणखी एक वारसा त्यांच्यात उतरला होता, तो म्हणजे श्रीमद्‌भगवद्‌गीता.

■

१३

संघातली दोन परिवर्तने...

लोकमान्य टिळकांनी 'गीतारहस्य'मध्ये गीतेचे जे तत्त्वज्ञान मांडले होते तेच आपल्या जीवनाचे तात्त्विक अधिष्ठान केले होते. त्यांच्या या तत्त्वज्ञानाला 'कर्मयोग' असे नाव आहे. गीतेचा अन्वयार्थ लावणाऱ्या पारंपरिक भाष्यग्रंथामध्ये कर्मयोगाला स्थान नव्हते. बहुतेकांचा कल गीतेमध्ये कर्माला फारसे महत्त्व नाही, असे सांगण्याकडे होता. टिळकांनी प्रवाहाच्या विरुद्ध विचार मांडला. तो मांडताना त्यांना विशेषत: शंकराचार्यांवर टीका करावी लागली. त्यामुळे आचार्यभक्त नाराज व रुष्ट झाले. त्यांनी शंकराचार्यांचाच अर्थ कसा बरोबर आहे, हे सांगायला सुरुवात केली. त्यात टिळकांवर टीका करणे ओघाने आलेच. आचार्यभक्त विष्णुशास्त्री बापट यांनी तर टिळकांनी गीतेचा लावलेला अर्थ कसा चुकीचा असून, शंकराचार्यांचाच अर्थ कसा बरोबर आहे हे दाखवणारा *गीता भाष्यार्थ व रहस्यार्थ परीक्षण* हा मोठा ग्रंथच लिहिला. पण टिळकांना केवळ पांडित्य प्रदर्शनात रस नव्हता. त्यांचा भर गीतेतील उपदेशाप्रमाणे वागण्यावर होता. गीतेत सांगितलेला धर्म हाच खरा वैदिक धर्म असून, त्याचे आचरण सर्व हिंदूंनी करावे हे सांगण्यासाठीच त्यांनी 'गीतारहस्य' लिहिले. टिळकांच्या पश्चात या धर्माप्रमाणे प्रत्यक्ष आचरण करणे ही त्यांच्या अनुयायांची जबाबदारी ठरली. शिवाय, टिळकांनी केलेला गीतेचा अर्थ कसा बरोबर आहे, हे सांगायला खंडनमंडण, वादप्रतिवादसुद्धा करणे गरजेचे होते.

त्यानुसार ज. स. करंदीकर यांनी *गीतार्थमंजरी* हा ग्रंथ लिहून विष्णुशास्त्री बापटांच्या मताचे खंडन केले!

अर्थात, हा झाला वैचारिक मुद्दा. प्रत्यक्ष आचरण ही अधिक कठीण बाब असते. विद्यावाचस्पती सदाशिवशास्त्री भिडे यांनी त्यासाठी 'गीता धर्ममंडळ' नावाची संस्थाच सुरू केली. विशेष म्हणजे भिडेशास्त्री अंध होते. ग. वि. केतकरांनी या संस्थेचे सचिवपद सांभाळले. पण मुद्दा पदाचा नाही. केतकरांनी टिळकांच्या गीतार्थचिंतनाचा वारसा या मुद्द्यावर जपला. केतकरांचा आणि माझा संबंध आला तो याच गीतेमुळे. पण हा योगायोग समजण्यासाठी थोडी पार्श्वभूमी सांगायला हवी.

केतकरांनी *केसरी*ची सूत्रे हाती घेतली तेव्हा *केसरी* पूर्णत: 'हिंदू महासभे'चे मुखपत्र बनला होता. मुख्य म्हणजे स्वातंत्र्यवीर सावरकर आणि गोळवलकर गुरुजी या दोघांना सांभाळायची कसरत त्याला करावी लागत होती. चांगले अग्रलेख लिहिता यावेत, म्हणून केतकरांनी टिळकांच्या लेखनशैलीचा सूक्ष्म अभ्यास

केला. (त्यावर त्यांनी स्वतंत्र पुस्तकही लिहिले आहे.) कायद्याच्या कचाट्यात न सापडता प्रतिपक्षावर टीका कशी करायची, याचा वस्तुपाठच टिळकांच्या अग्रलेखांतून पाहायला मिळतो. तो कित्ता केतकरांनी गिरवला होता.

१९४७मध्ये भारत स्वतंत्र झाला तो फाळणीचे शल्य उरात ठेवूनच. फाळणीसाठी गांधीजींना जबाबदार मानणारा हिंदुत्ववाद्यांचा एक वर्ग अस्तित्वात होता. त्यांच्यातल्या एका कट्टरवाद्याने म्हणजेच नथुरामने गांधीजींची हत्या केली. त्या वेळची हिंदुत्ववादी मंडळी संघ आणि सभा, गुरुजी आणि सावरकर असा भेद फारसा करत नसत. सावरकरांचा अनुयायी म्हणून गणला गेलेला नथुराम संघाचाही सदस्य होता. खरे तर संघाची विचारधारा सौम्य वाटल्याने त्याची वाटचाल हिंदू महासभेकडे झाली. पण तिथेही सावरकर त्याला पुरेसे जहाल वाटत नसावेत, असे दिसते.

ते काहीही असो, गांधीजींच्या हत्येनंतर सरकारची सरसकट सर्वच हिंदुत्ववाद्यांवर वक्रदृष्टी होणे स्वाभाविक होते. त्यातूनच संघावर बंदी आली. ही बंदी घालण्याच्या बाबतीत पंडित नेहरू आणि सरदार पटेल यांच्यात एकमत होते.

संघाच्या कार्यकर्त्यांनी बंदीच्या विरोधात सत्याग्रह करून तुरुंगात जायचा मार्ग पत्करला. दरम्यान, तपासाअंती या हत्येशी संघाचा संबंध नसून, हिंदू महासभेच्या कट्टरपंथी गटाने हे कृत्य केले असल्याच्या निष्कर्षापर्यंत पटेल आले. ते तेव्हा गृहमंत्रीच होते. तथापि, हत्येसाठी पोषक असे वैचारिक वातावरण निर्माण होण्यात संघाचा प्रत्यक्ष-अप्रत्यक्ष वाटा असल्याचा त्यांचा समज राहिलाच.

अशा परिस्थितीत गुरुजी आणि पटेल यांच्यात संवाद घडवून आणण्याचे काम केतकरांनी केले. राजकारणाशी साक्षात संबंध न ठेवता संघाने सांस्कृतिक संस्था/संघटना म्हणून कार्य केले, तर पटेल बंदी उठवायला तयार होते, ही गोष्ट गुरुजींच्या गळी उतरवण्यात केतकर यशस्वी झाले. संघाने तशा प्रकारचे निवेदनपत्रही बनवले व बंदी उठली. हा काळ केतकरांच्या आयुष्यातला कर्तृत्वाचा काळ म्हणावा लागतो. त्याला ग्रहण लागले ते वेगळ्या कारणामुळे.

हिंदू धर्माविषयी जिज्ञासा आणि आस्था असणारे, आणि म्हणून त्याचा अभ्यास करणारे विदेशी विद्वान अनेक आहेत. त्यांच्यापैकी एक होत्या, श्रीमती अल्वा रेडमंड. या पाश्चात्त्य विदुषी हिंदू धर्माच्या अभ्यासासाठी पुण्यात आल्या. स्वतः केतकर हिंदू धर्माचे व त्या अनुषंगाने विशेषतः ख्रिस्ती धर्माचे अभ्यासक होते. मधल्या काळात अनेक कोकणस्थ ब्राह्मण ख्रिस्ती झाले होते. त्यामुळे केतकरांनाही एक अभ्यासविषय म्हणून ख्रिस्ती धर्माचे आकर्षण होते. या बाईंचा व केतकरांचा परिचय झाला. परिचयाचे रूपांतर प्रेमात झाले व प्रेमाचे परिणयात म्हणजे विवाहात! त्यांचे नाव अमलाबाई ठेवण्यात आले. सांगताना एका ओळीत आटोपती येणारी ही घटना तेव्हा तशी खूपच खळबळजनक ठरली. एकटे सावरकर सोडले, तर हिंदू महासभेतील कुणीही केतकरांच्या मागे उभे राहिले नाही. मुख्य म्हणजे *केसरी* हे हिंदू महासभेचे पत्र, त्यातही त्याला लोकमान्यांची परंपरा, *केसरी*च्या विश्वस्तांसाठी तर मोठाच पेच निर्माण झाला, त्याची परिणती शेवटी केतकरांनी *केसरी*चे संपादकपद सोडण्यात झाली!

मात्र, जशा ज्ञानकोशकार श्रीधर व्यंकटेश केतकरांच्या शीलवतीबाई (पूर्वाश्रमीच्या मिस कोहेन, जर्मन ज्यू) तशाच या गजाननराव केतकरांच्या अमलाबाई. जातिनिष्ठ हिंदू स्त्रीने धडा घ्यावा असे या दोघींचे संकटकाळातले वागणे व पतीला साथ देणे होते. मधल्या काळात नोकरी नसल्यामुळे केतकरांनी डेक्कन

> राष्ट्रीय स्वयंसेवक संघाच्या गणवेशातल्या बदलापेक्षा मोठे परिवर्तन यापूर्वी दोन वेळा झाले. १९४८च्या बंदीवेळी संघाने सामाजिक, सांस्कृतिक संघटना हा बदल केला आणि १९७८च्या बंदीवेळी संघाने देवरसांच्या सरसंघचालकत्वाखाली सेवाव्रताचा अंगीकार केला. या बदलात ग. वि. केतकरांचा सहभाग होता. गणवेशातल्या बदलापेक्षा हे दोन बदल निर्णायक होते.

कॉलेजचे कँटीन चालवायला घेतले. अमलाबाई तिथे विविध पदार्थ तयार करत. केतकरांसारख्या पत्रकाराला मागणी असणेही स्वाभाविक होते. त्यांनी *तरुण भारत* या जनसंघाच्या विचारसरणीच्या वर्तमानपत्राचे संपादकपद स्वीकारले. ते पत्रही त्यांनी नावारूपाला आणले.

दरम्यान, एक अनपेक्षित घटना घडली. त्यामुळे केतकरांची पत्रकारिता पुन्हा एकदा विसकटली. गांधी हत्येच्या प्रकरणात गोपाळ गोडसेला शिक्षा झाली होती. ती भोगून त्याची सुटका झाल्यावर कुटुंबीय आणि चाहत्यांनी सत्यनारायणाची किंवा तत्सम पूजा घातली. त्या पूजेला केतकर उपस्थित होते. कुणीतरी बोलण्याची विनंती केल्यावरून ते अनौपचारिकपणे बोलले. बोलण्याच्या ओघात गांधी हत्येच्या कटाची माहिती काँग्रेसचे नेते बाळूकाका कानिटकर यांनी मुंबई राज्याचे तत्कालीन मंत्री बाळासाहेब खेर, मोरारजी देसाई यांच्यापर्यंत पोहोचवली होती अशा स्वरूपाचे विधान केतकरांनी केले. *इंडियन एक्स्प्रेस*चे पत्रकार प्रभाकर गोखले यांनी त्याची बातमी छापली.

या बातमीमुळे महाराष्ट्रात मोठी खळबळ माजली. स्वत: केतकरांवर खटला दाखल झाला. न्या. कपूर यांची चौकशी समिती गठित झाली आणि गंभीर गोष्ट म्हणजे केतकरांना *तरुण भारत* सोडावा लागला. स्वातंत्र्यसैनिक म्हणून मिळणारे पेन्शनही स्थगित झाले! केतकरांचे एक बंधू नगर इथे वैद्यकीय व्यवसाय करत असत. त्यांचे मोठे हॉस्पिटलही तिथे होते. *तरुण भारत* सुटल्यावर गजाननराव अहमदनगर इथे बंधूंकडे राहायला आले. दरम्यानच्या काळात अमलाबाईंना हृदयविकाराची दुर्धर व्याधी जडली. त्यांच्या उपचाराचा खर्च भारतात परवडणारा नसल्याने त्यांनी दक्षिण आफ्रिकेत प्रयाण केले.

१९७४मध्ये पुणे विद्यापीठातून तत्त्वज्ञान विषयात एम. ए. केल्यानंतर मी नगरच्या 'न्यू आर्टस, कॉमर्स अँड सायन्स' महाविद्यालयात व्याख्याता म्हणून रुजू झालो. मुळातच बहिर्मुख स्वभाव व सामाजिक संबंधांची आवड असल्याने नगरच्या सांस्कृतिक वातावरणाशी एकरूप व्हायला मला वेळ लागला नाही. तिथल्या साहित्यिक, संशोधक, लेखक यांच्या वर्तुळात मी सामावून गेलो. माझ्या आवडीच्या विषयांवर व्याख्याने द्यायला लागलो.

नगरच्या 'सनातन धर्मसभा' या संस्थेच्या शारदीय व्याख्यानमालेत माझे एकदा गीतारहस्य या विषयावर व्याख्यान ठरले. त्या व्याख्यानासाठी केतकर आवर्जून उपस्थित राहिले. तरुण पिढीतील एक अभ्यासक गीतारहस्यावर बोलतो हीच बाब त्यांना सुखावणारी होती; आणि मी अर्थातच बरा बोललोदेखील. तेव्हापासून आमचा नियमित संवाद सुरू झाला. मुख्य विषय – भागवद्गीता, अनुषंगाने धर्म, तत्त्वज्ञान, टिळक, गांधी, संघ, हिंदू महासभा, सावरकर, हेगडेवार, गुरुजी असे. केतकर संवादासाठी मोकळे असत. टिळक सांप्रदायिक असूनही शंकराचार्यांचा प्रत्येक मुद्दा चुकीचा असा त्यांचा दुराग्रह कधीच नव्हता. उलट, गीतेचा उपदेश पहिल्या तीन अध्यायांमध्येच संपला. चौथ्या अध्यायाच्या सुरुवातीचे 'वंशकथन' करणारे

श्लोक तिसऱ्या अध्यायाच्या शेवटी ठेवले की 'युनिट' पूर्ण होते हे आपल्याला शंकराचार्यांमुळे समजले, असे ते स्पष्टपणे सांगत.

दादांचे म्हणजे केतकरांचे व माझे या काळात इतके सख्य जमले होते, की त्यांचे चिरंजीव तत्त्वज्ञानाचे प्राध्यापक भा. ग. केतकर मला गमतीने 'अंकल' म्हणत. १९७५मध्ये निवडणुकीसंबंधीचा खटला हरल्यानंतर तत्कालीन पंतप्रधान इंदिरा गांधींनी अणीबाणी जाहीर केली. अणीबाणीत राष्ट्रीय स्वयंसेवक संघावर बंदी घालण्यात आली. मोठ्या प्रमाणावर धरपकड झाली. संघाचे अनेक कार्यकर्ते तुरुंगात गेले होते. सरसंघचालक गोळवलकर गुरुजी यांचे निधन होऊन बाळासाहेब देवरस सरसंघचालक झाले होते.

संघावर पहिली बंदी आली तेव्हा केतकर *केसरी* पत्राचे संपादक होते व त्यांच्या शब्दाला वजन होते, म्हणून तर त्यांना पटेल व गुरुजी यांच्यात मध्यस्थी करता आली. आता दुसऱ्या बंदीच्या वेळी केतकर तसे कोणीच नव्हते. काटेकोरपणे पाहिले, तर त्यांच्यावर सरकारने खटला भरला होता. वय बऱ्यापैकी झालेले होतेच आणि काही करायचे झाले, तर परावलंबी असल्यामुळे तेही तसे शक्य नव्हते. संघावरच्या यापूर्वीच्या बंदीच्या वेळी आपण जशी शिष्टाई केली, तसे या वेळी करता येईल का, असे केतकरांना वाटले. त्यांच्या क्रियाशील स्वभावाशी ते सुसंगतच होते.

एका कोणत्यातरी सुट्टीसाठी मी पुण्याला जातो आहे हे समजल्यावर त्यांनी मला एक सोपे काम सांगितले. ग्रंथालयात जाऊन जागतिक पातळीवरील 'स्काउट' या सेवाभावी संस्थेविषयी वाचन करून त्याची टिपणे काढायची. माझ्यासाठी ही गोष्ट अवघड नव्हतीच. वेळ द्यायचाच प्रश्न होता आणि केतकरांसाठी वेळ देणे हे आवडणारेच काम होते. मी ते काम केले.

अर्थात, मला हे नंतर समजले म्हणजे स्वत: केतकरांनीच सांगितले. गांधी हत्येच्या वेळी संघ ही सांस्कृतिक कार्य करणारी संघटना आहे, असा पवित्रा घेता आला. आता खरे तर संघाने सेवाव्रती संघटना म्हणून वावरावे, घटनेत तशी दुरुस्ती करावी, असे केतकरांना वाटत होते. मुद्दा फक्त बंदी उठवण्याचा नव्हता. ख्रिस्ती मिशनऱ्यांच्या सेवावृत्तीची व सेवाकार्याची केतकरांना जाणीव होती. तसा प्रकार हिंदू धर्मात नाही, म्हणून ही धर्मांतरे होतात हे त्यांनी अनुभवले होते. देवरस तेव्हा बहुधा येरवड्याच्या तुरुंगात होते. केतकरांनी त्यांना अभिप्रेत व अपेक्षित असलेला बदल स्पष्ट करणारे टिपण देवरसांकडे पाठवले. केतकरांनी सांगितले म्हणून नसेलही; पण देवरसांच्या मनातही असे काहीतरी असणार, संघाने संघटन सोडून इतर काहीही करायचे नाही हा गुरुजीकालीन संकेतवजा दंडक मोडून देवरसांनी संघाला सेवाकार्याची दीक्षा दिली, हे सर्वांनाच ठाऊक आहे.

आज विविध सेवाभावी संस्थांचे व कार्यकर्त्यांचे संघाने विणलेल्या जाळ्याइतके व्यापक जाळे अन्य कुणाचेही नाही ही वस्तुस्थिती आहे. गणवेशात हाफ पँटऐवजी फुल पँट समाविष्ट करण्यापेक्षा हे परिवर्तन काही पटींनी निर्णायक होते!

■

१४

कर्म हीच भक्ती!

गल्लीबोळांतून आज खासगी कोचिंग क्लासेसचे फुटलेले पेव हा अनेकांच्या चिंतेचा विषय आहे. शाळांमध्ये व महाविद्यालयांमध्ये थोडेसे शुल्क वाढले तरी रस्त्यावर उतरणारे पालक आणि विद्यार्थी संघटना क्लासवाल्यांच्या भरमसाट फीचा विचार करताना कधीच आढळत नाहीत. क्लाससंस्कृतीचा एक वाईट परिणाम म्हणजे शाळा-महाविद्यालयाचे वर्ग बुडवले तरी चालतात, अशी विद्यार्थ्यांची समजूत होऊन ते दांड्या मारायला शिकतात; आणि दुसरीकडे, नाहीतरी पोरे क्लासला जातात व पासही होतात, तेव्हा मन लावून शिकवायची काय गरज, अशी अनेक शिक्षकांची समजूत होते!

अशा परिस्थितीत साक्षात लोकमान्य बाळ गंगाधर टिळक खासगी क्लास चालवत असत, हे सांगितल्यावर अनेकांना आश्चर्य वाटल्याशिवाय राहणार नाही. पण त्यात आश्चर्य वाटायचे कारण नाही. टिळकांनी सुरू केलेल्या गणेशोत्सवाचे जे झाले, तेच क्लासचेही झाले. त्यात दोष टिळकांचा नसून आपला आहे.

टिळकांनी पुण्यात 'लॉ'चा म्हणजे कायद्याच्या शिक्षणाचा क्लास काढला. पुण्यातील तो बहुधा पहिलाच खासगी क्लास असावा. त्याची पार्श्वभूमी समजून घ्यायला हवी.

टिळक, गोपाळ गणेश आगरकर आणि त्यांच्या अन्य सहकाऱ्यांनी पहिल्यांदा 'न्यू इंग्लिश स्कूल' स्थापन केले. त्याच्या पुढचा टप्पा म्हणजे फर्ग्युसन कॉलेजची व डेक्कन एज्युकेशन सोसायटीची स्थापना. दरम्यान, या मंडळींनी *केसरी* आणि *मराठा* ही अनुक्रमे मराठी आणि इंग्लिश भाषेतील वृत्तपत्रे सुरू केली. फारच रोमांचकारी काळ होता तो. सुरुवातीला *केसरी*चे संपादन आगरकर करत आणि *मराठा*चे टिळक. पुढे आर्थिक व इतर कारणांमुळे दोन्ही पत्रांची मालकी टिळकांकडे आली. दरम्यान, टिळक आणि आगरकर यांच्यात सामाजिक सुधारणांचे स्वरूप आणि मार्ग यावरून संघर्ष निर्माण झाला. त्याचा परिणाम *केसरी*मधील आगरकरांच्या अभिव्यक्तिस्वातंत्र्यावर होऊ लागला. तांत्रिकदृष्ट्या टिळक *केसरी*चे मालक आणि संपादक असले, तरी आगरकर नोकर!

अर्थात, आगरकरही काही कच्च्या गुरूचे चेले नव्हते. त्यांनी याचा वचपा फर्ग्युसन महाविद्यालयामध्ये काढला. हे दोघेही फर्ग्युसन महाविद्यालयात प्राध्यापक म्हणून नोकरी करत असले, तरी संस्थाचालकसुद्धा

होते. आता संस्थेचा कारभार लोकशाही पद्धतीने बहुमतप्रामाण्याने चालतो, हे वेगळे सांगायला नकोच. संस्थेच्या नियामक मंडळात आगरकरांच्या गटाचे बहुमत होते. त्याच्या आधारे अल्पमतात असलेल्या टिळकांची कोंडी आगरकर करू शकत होते. ती त्यांनी केली. म्हणजे फिट्टंफाट. या कोंडीची परिणती आगरकरांनी *केसरी* आणि टिळकांनी महाविद्यालय सोडण्यात झाली. मग टिळक *मराठा*बरोबर *केसरी*चेही संपादक झाले. तिकडे आगरकरांनी टिळक आणि *केसरी* यांच्या विचारांना शह देण्यासाठी *सुधारक* नावाचे स्वतंत्र वृत्तपत्र काढले. दोघांनी एकमेकांवर मन:पूत टीका करून मराठी माणसाचे स्वभावदर्शनही घडवले.

आगरकरांनी स्वतंत्र पत्र काढले तरी टिळकांनी मात्र स्वतंत्र महाविद्यालय काढायचा विचार केला नाही. संस्था चालवताना संघर्ष झाला, तर लोकशाहीच्या सनदशीर मार्गाने संस्था ताब्यात घ्यावी; पर्यायी संस्था उभारू नये, असे टिळकांचे मत होते. त्यानुसार त्यांनी न्या. रानडे नियंत्रित सार्वजनिक सभा ताब्यात घेतली. त्यावर रानडे यांनी पर्यायी डेक्कन सार्वजनिक सभा काढली. तेव्हा टिळकांनी हाच विचार मांडला. त्यानंतरही सुरत येथे १९०७मध्ये भरलेल्या काँग्रेसच्या अधिवेशनात जहाल आणि मवाळ या गटांमध्ये रणकंदन होऊन मवाळ गटाने टिळकांना व त्यांच्या अनुयायांना काँग्रेसमधून काढून टाकले. टिळकांच्या अनुयायांनी व सहकाऱ्यांनी टिळकांनी दुसरा पक्ष काढावा, असे सुचवून पाहिले; पण टिळकांनी त्याला साफ नकार दिला. काँग्रेसमध्ये परत प्रवेश मिळवून तिचा कब्जा करायचा हाच त्यांचा इरादा राहिला. नंतर ते त्यात यशस्वीही झाले.

कॉलेजची नोकरी सुटण्याचा आणखी एक परिणाम होता, तो म्हणजे अर्थार्जन आणि उपजीविका याचा प्रश्न. टिळक तसे खाऊनपिऊन सुखी म्हणता येईल अशा परिस्थितीतील असले, तरी सार्वजनिक कामासाठी लागणारे अतिरिक्त पैसे त्यांच्याकडे नव्हते आणि मुख्य म्हणजे 'केसरी-मराठा'ची पूर्ण मालकी त्यांच्याकडे आली तरी वर्तमानपत्रावर उपजीविका चालावी अशी तेव्हाची परिस्थिती नव्हतीच.

ही आर्थिक कोंडी फोडण्यासाठी टिळकांनी पुण्यात वकिलीच्या शिक्षणाचे क्लास काढले! या उपक्रमातून त्यांना अपेक्षित द्रव्यलाभ तर होऊ लागलाच; परंतु महाराष्ट्राच्या कानाकोपऱ्यांतून पुण्यात कायदा शिकायला आलेले विद्यार्थी टिळकसरांच्या क्लासमधून प्रत्यक्ष-अप्रत्यक्षपणे कायद्याबरोबर राजकारणाचेही धडे घेऊ लागले. टिळकांच्या तालमीत तयार झालेले हे तरुण वकील आपापल्या गावी जाऊन वकिली करता-करता टिळकांचे राजकारणही चालवू लागले. थोडक्यात, टिळकांना त्यांच्या राजकारणासाठी एक भक्कम यंत्रणाच लॉ क्लासच्या माध्यमातून उभारता आली!

टिळकांनी लॉ क्लास चालवले तेव्हा त्यांचे वास्तव्य नारायण पेठेतील गायकवाड वाड्यात नव्हते. हा वाडा त्यांना बडोद्याचे महाराज सयाजीराव गायकवाड यांनी खरेदी दिला. हे प्रकरणही समजून घ्यायला हवे. सयाजीराव हे संस्थानिक असले तरी पक्के ब्रिटिशविरोधी होते. त्यांनी त्यांच्या कारकिर्दीत ब्रिटिश साम्राज्यशाहीला शह देणारी अनेक कृत्ये केली. त्यापैकी कायद्याच्या चौकटीत बसणारी कृत्ये त्यांनी उघडपणे केली. त्याबाबत ब्रिटिश सरकार हात चोळत बसण्यापलीकडे काहीच करू शकत नव्हते. जी कृत्ये ब्रिटिशांनी केलेल्या कायद्याच्या चौकटीत बसत नसत, ती महाराज गुप्तपणे करत असत.

टिळक आणि सयाजीराव यांचे चांगले संबंध होते. टिळकांच्या देशकार्याविषयी सयाजीरावांना अतीव आदर असून, ते टिळकांना हस्तेपरहस्ते मदत करत असत. गायकवाड वाडा टिळकांनी सयाजीरावांकडून विकत घेतला. हा सरळ-सरळ व्यवहार झाला असे एखाद्याला वाटेल; पण मामला इतका सरळ नव्हता.

सरकारच्या 'ब्लॅक लिस्ट'मध्ये असलेल्या, राजद्रोहाचे खटले झालेल्या टिळकांसारख्या व्यक्तीला वाडा विकत देणे हे कृत्यसुद्धा सरकारच्या लेखी सरकारविरोधीच होते. हे धाडस दुसऱ्या कोण्याही संस्थानिकाने केले नसते. अर्थात, सयाजीरावांना हे ठाऊक असल्याने त्यांनी या व्यवहारात पूर्ण खबरदारी घेतली होती, की जेणेकरून सरकारला तक्रार वा काही कारवाई करण्यास जागाच राहू नये. पुण्याचा वाडा टिळकांनाच देण्याचा निश्चय झाल्यानंतर सयाजीरावांनी प्रशासनाची ब्रिटिश पद्धती राबवली, जेणेकरून त्यांच्यावर सरकारकडून कोणत्याही प्रकारचा तांत्रिक आक्षेप येऊ नये. त्यांनी आपले निकटवर्ती व विश्वासू प्रकाशक दामोदर सावळाराम यंदे आणि खासगी खात्याचे इंजिनिअर यांचे एक कमिशन नेमले. त्यानुसार या दोघांनी वाड्याची पाहणी करून महाराजांकडे त्यासंबंधीचा अहवाल सादर करायचा होता. झाले, हे दोघे मान्यवर पुण्याला आले. त्यांनी वाड्याची पाहणी करून हुजुरांकडे अहवाल सादर केला. अहवालात त्यांनी अशी शिफारस केली, की हा वाडा जीर्ण झालेला असून, मोडकळीस आलेला आहे. त्याच्या दुरुस्तीसाठी खर्च करण्यापेक्षा तो येईल त्या किमतीला विकून टाकणे आर्थिकदृष्ट्या अधिक व्यवहार्य ठरेल.

अहवालातील 'मिळेल ती किंमत' या शब्दप्रयोगाचा सुप्त व सूचित अर्थ होता 'टिळक देतील ती किंमत.'

त्यानुसार वाड्याचे रीतसर खरेदीखत करण्यात आले. वाडा टिळकांच्या नावावर झाला. टिळकांनी भाड्याच्या घरातून हक्काच्या घरात स्थलांतर केले.

ज्या भाड्याच्या घरात टिळकांनी संसारप्रपंच केला, 'केसरी-मराठा' चालवले आणि मुख्य म्हणजे तेथे त्यांचे लॉ क्लासेस भरत. ते घर म्हणजे सदाशिव पेठेतील सरदार विंचूरकरांचा वाडा. अर्थात, राजकारणाचा व्याप आणि *केसरी*चा खप वाढल्यानंतर टिळकांनी लॉ क्लास घेणे थांबवले होते. टिळकांच्या काळात पुण्याच्या सामाजिक, सांस्कृतिक व राजकीय जीवनात या सरदार-जहागीरदार मंडळींना विशेष स्थान होते. नातू, रास्ते, पानसे, मेहेंदळे, मुजुमदार, विंचूरकर, देशमुख अशी सरदार घराणी तेव्हा प्रसिद्ध होती. ही घराणी पेशवाईच्या काळात नावारूपाला आली. त्यांनी मोठमोठ्या लढाया मारल्या, राजकारणे शिजवली. विंचूरकर वाड्यात वास्तव्य असतानाच टिळकांच्या घरात लग्न-मुंजींसारखी कार्ये झाली. मांडीवर नातवंडे खेळली. गजाननराव केतकर हे त्या नातवंडांपैकी एक. टिळकांना घरात 'दादा' असे म्हटले जायचे. हेच संबोधन पुढे त्यांच्या गजाननराव आणि जयंतराव (टिळक) या नातवंडांनाही चिकटले. टिळकांच्या नातवंडांबरोबर खेळण्या-बागडण्याचे भाग्य विंचूरकरांच्या कुटुंबातल्या बालगोपाळांना लाभले असणार, हे वेगळे सांगायची गरज नाही. या बालगोपाळांमधले एक नाव होते शांताबाई ऊर्फ माई. शांताबाई आणि गजाननराव समवयस्क.

> लोकमान्य टिळकांनी सुरू केलेल्या गणेशोत्सवाचे जे झाले तेच खासगी क्लासचेही झाले. फर्ग्युसन महाविद्यालयांतून बाहेर पडल्यावर टिळकांनी कायद्याचे शिक्षण देणारा खासगी क्लास सुरू केला. महाराष्ट्राच्या कानाकोपऱ्यांतून पुण्यात कायदा शिकायला आलेले विद्यार्थी टिळकसरांच्या क्लासमधून प्रत्यक्ष–अप्रत्यक्षपणाने कायद्याबरोबर राजकारणाचेही धडे घेऊ लागले. टिळकांच्या तालमीत तयार झालेले हे तरुण वकील आपापल्या गावी जाऊन वकिली करता–करता टिळकांचे राजकारणही चालवू लागले. थोडक्यात, टिळकांना त्यांच्या राजकारणासाठी एक भक्कम यंत्रणाच लॉ क्लासच्या माध्यमातून उभारता आली!

शांताबाईंना दक्षिणेतल्या एका सरदार घराण्यात देण्यात आले होते. वैधव्यानंतरचे आयुष्य त्यांनी श्रीक्षेत्र आळंदी इथे ज्ञानेश्वर महाराजांच्या सेवेत घालवले. आळंदीत त्यांचा 'पाईक' नावाचा बंगला होता. माईंची भक्ती डोळस होती. वारकरी संप्रदायातल्या प्रतिभावंत कीर्तनकार दादा महाराज सातारकर यांचे श्रवण त्यांनी केले. पुण्यामधले रावसाहेब आणि ताईसाहेब मेहेंदळे, बॅ. बा. ग. परांजपे हे त्यांचे निकटवर्ती पारमार्थिक स्नेही. त्यांच्या वर्तुळात माझे वडील श्रीधरअण्णा यांचा समावेश होता. अण्णांबरोबर लहानपणी मी शेकडो वेळा आळंदीला गेलो आहे. पण तिथे जाऊन माईंना (आणि केशवराव कबीरबुवांना) न भेटता परत आल्याचे आठवत नाही. माई आणि अण्णा यांच्या गप्पा अर्थातच ज्ञानेश्वरी, गाथा आणि दादा महाराज, परांजपे असे वैकुंठवासी सुहृद, यांच्यासंबंधी. माईंनी आयुष्यभर ज्ञानेश्वरीचे चिंतन करून *दृष्टान्ताची मात* हे दोन खंड प्रसिद्ध केले.

माईंच्या घराच्या दिवाणखान्यात संतांच्या तसबिरी होत्या, त्याप्रमाणे कापडावर विणलेला एक संस्कृत श्लोकही होता. श्लोकात लोकमान्य टिळकांचा कर्मयोगाचे सार सांकेतिक पद्धतीने ग्रंथित करण्यात आले होते. श्लोक श्रीमद्भागवतातील एका प्रसिद्ध श्लोकावरून बेतला होता,

नाहं वसामि वैकुंठे यत्र योगीनाम् हृदयरवौ ।
मद्भक्ताः यत्र गायन्ति तत्र तिष्ठामि नारद ।।

भक्तीचा महिमा सांगणाऱ्या या श्लोकावरून करण्यात आलेला श्लोक मात्र कर्माचे महत्त्व अधोरेखित करणारा होता. आजमितीला संपूर्ण श्लोक आठवत नाही. तथापि, श्लोकात मी (म्हणजे भगवंत) देवळांत, ग्रंथांच्या पानांत वगैरे नसून कर्म करणाऱ्यांच्या जवळ असतो, असे म्हटले होते त्याचा समारोप आठवतो - 'मदर्थं कर्म कुर्वन्ति तत्र तिष्ठामि सर्वदा.'

हा श्लोक कोणत्या ग्रंथात आहे, कोणी रचला आहे, असे माईंना विचारले तेव्हा मी खूप लहान होतो. माझ्या चौकसपणाचे कौतुक करत माईंनी तो श्लोक टिळकांचे नातू गजाननराव केतकर यांनी रचला असल्याचे सांगून लहानपणी गजाननराव व आपण (अर्थात विंचूरकर वाड्यात) एकत्र खेळलो असल्याचे सांगितले. विंचूरकर वाडा सोडून टिळकांचे बिऱ्हाड गायकवाड वाड्यात गेल्यावरही हा स्नेह टिकून राहिला. केतकरांनी कर्म आणि भक्ती यांची सांगड घालून रचलेला प्रस्तुत श्लोक माईंना अतिशय आवडला होता. त्यांनी तो कापडावर विणून तो घराच्या दर्शनी भागातच लावला होता.

नगरला नोकरी करत असताना मी एकदा सहज गजाननरावांना हा श्लोक म्हणून दाखवला, तेव्हा त्यांना विलक्षण आनंद झाला. कारण हा श्लोक ते स्वतःच विसरून गेले होते. त्यांच्यासाठी हा पुनःशोधच होता. त्यांनी माझे मनःपूर्वक आभार मानले. तेव्हा अर्थात मलाही समाधान वाटले.

स्वतः टिळकांचे गीतेबद्दलचे मत काहीही असो, ज्ञानेश्वरीतल्या गीतार्थात ज्ञानेश्वरांनी भक्तीवर भर दिला असला, तरी कर्माकडे दुर्लक्ष मात्र केले नव्हते.

त्यांची *'तया सर्वात्मका स्वकर्मकुसुमांची वीरा । पूजा केली होय अपारा । तोषालागी ।।'* ही ओवी त्याची साक्ष आहे. हाच आशय गजाननरावांच्या श्लोकातून व्यक्त झाल्याने माईंना तो आवडणे स्वाभाविकच होते.

■

१५

दैव जाणिले कुणी ?

माणसाचे आयुष्य हा एक अविरत चालणारा कृतिकार्यक्रम असतो. बुद्ध महावीरांच्या काळातल्या आजीवक पंथाच्या अनुयायांसारखे दुर्मीळ अपवाद सोडले तर निष्क्रिय राहून म्हणजेच कोणत्याच प्रकारचे कर्म न करता जे काही प्राप्त होईल त्यावर निर्वाह करण्याचे कोणीच समर्थन करताना आढळत नाही. महाभारतापासून राजनीतीवरील सर्व ग्रंथ कर्माचाच महिमा गाताना दिसतात. कर्म करताना कर्ता मागचा-पुढचा विचार करतो हे गृहीतच आहे. म्हणजे कर्म करताना त्याची एक योजना असते. ती योजना अर्थातच परिस्थितीच्या आकलनावर अवलंबून असते. शेवटी कर्म तरी काय असते? परिस्थितीत हस्तक्षेप करून तिच्यात आपणास अनुकूल असा बदल घडवून आणणे वा प्रतिकूल बदल थोपवणे. अर्थात त्यासाठी परिस्थितीचे, स्वतःच्या क्षमतांचे आणि कर्माच्या संभाव्य परिणामांचे आकलन अथवा ज्ञान आवश्यक असते. पुरेसे ज्ञान नसताना केलेल्या कर्माला जुगार असे म्हणतात. कधी-कधी असा जुगार खेळण्याचीही वेळ येते हा भाग वेगळा. पण सर्वसामान्यतः माणसे विचारपूर्वक कृती करतात असेच दिसते. या विचारात चूक असू शकते व परिणामतः त्या कर्माचे अपेक्षित फळ मिळत नाही. पण मग कर्ता त्यातून धडा घेतो व पुढच्या वेळी ती चूक दूर करण्याचा प्रयत्न करतो. संत ज्ञानेश्वरांनी 'ज्ञानाला कर्माचे डोळे' म्हटले आहे ते उगाच नाही.

याचा अर्थ कर्त्याला कर्माच्या परिस्थितीचे परिपूर्ण आकलन होते आणि मगच तो कर्म करण्यास प्रवृत्त होतो, असा मात्र नाही. कर्म यशस्वी होण्याइतपत ज्ञान असले तरी तो कर्म करण्यास प्रवृत्त होतो. आता हे ज्ञान पुरेसे आहे किंवा नाही याचा निर्णयही अंतिमतः त्याचा त्याने घ्यावयाचा असतो. गरज वाटल्यास तो तज्ज्ञ, हितचिंतक यांच्याशी सल्लामसलत करू शकतो, त्यांचे मार्गदर्शन घेऊ शकतो.

आपले ज्ञान परिपूर्ण आहे असे गृहीत धरून किंवा अशा खातरीने कर्त्याने कर्म करायचा निर्णय घेतला आणि कर्म केले तरी ते यशस्वी होईलच याची खातरी कोणालाच देता येत नाही. याचे कारण परिस्थितीमधील एखादा निर्णायक असा प्रतिकूल अज्ञात घटक. कर्माची योजना आखताना हा घटक अज्ञात असल्याने त्याची दखल घेतली गेलेली नसतेच. पण तो अनपेक्षितपणाने व अचानक कार्यरत होतो आणि त्याच्यामुळे कर्त्याने विचारपूर्वक आखलेल्या योजनेचा विचका होतो. त्याचे कर्म निष्फळ होते. कदाचित विपरीत परिणामालाही तोंड द्यावे लागते.

परिस्थितीतील अशा अज्ञात व अनिश्चित घटकांना परंपरेत दैव असे म्हटले आहे. कर्म करताना अशा घटकांचे अस्तित्व गृहीत धरून कर्म केले तर कर्म निष्फळ झाले तरी कर्ता निराश होत नाही. इतकेच काय, इच्छित फळ मिळाले तरी त्यामागेही अज्ञात अनुकूल घटकांचीही साथ असेल. हा काही आपल्या एकट्याच्या पराक्रमाचा परिपाक नाही असे समजून तो अहंकाराने उतत-माततही नाही. कर्म करताना फळाची आशा ठेवू नकोस, निष्काम बुद्धीने कर्म कर. कारण कर्म करणे हेच तुझ्या हातात आहे. फळ मिळण्यावर तुझे नियंत्रण नसते, हेच गीतोक्त कर्मयोगाचे सार आहे.

मग प्रश्न असा उपस्थित होतो, की ज्याच्या फळाची वा यशाची खातरी नसते ते कर्म करावेच कशासाठी? त्यापेक्षा कर्मत्याग किंवा कर्मसंन्यास काय वाईट? त्यावर उत्तर असे आहे– कर्म करतानाच कर्तव्यभावनेतून करावे; फळ मिळण्यासाठी नव्हे. फळ मिळाले तर नाचू नये. नाही मिळाले तर खचू नये. ही गोष्ट कर्तव्य म्हणून कर्म करणाऱ्या कर्त्याला सांगायची आवश्यकताच उरत नाही. 'हे कर्म मी फळ मिळालेच पाहिजे या आग्रहापोटी करत नसून ते करणे हे माझे कर्तव्य असल्यामुळे करत आहे या भूमिकेतून ते करावे' हा गीतेचा विचार स्पष्टपणे मांडण्याचे श्रेय लोकमान्य टिळकांच्या *गीतारहस्य* ग्रंथाला द्यावे लागते.

पण निष्काम कर्मयोगाच्या या भूमिकेपर्यंत पोहोचणे ही अत्यंत कठीण बाब आहे. माणसे फळाच्या अपेक्षेनेच कर्म करतात. फळ मिळाले नाही तर निराश होतात. मिळाले तर उत्सव करतात.

खरे म्हणजे कर्म सफल वा निष्फळ होण्याच्या प्रक्रियेशी अज्ञात अनुकूल-प्रतिकूल घटकांचा संबंध असतो हेसुद्धा लोकांना माहीत असतेच. त्यांचा बंदोबस्त करण्याचे म्हणजे त्यांना अनुकूल बनवण्याचे किंवा त्यांची प्रतिकूलता संपुष्टात आणण्याचे उपाय शोधण्यासाठी ते प्रयत्न करतात. उदाहरणार्थ- या दैवाचा संबंध आकाशस्थ ग्रहगोलांशी लावला जातो. तेच आपले आयुष्य घडवतात असे गृहीत धरून त्यांचे ज्ञान करून घेतले तर आपल्याला आपले भविष्यही घडवता येईल, अशी समजूत त्यातून निघते. ग्रहांच्या अनुकूलतेसाठी जादूटोणा, गंडेदोरे, नवससायास, मंत्र-तंत्र, शांती असे उपाय निष्पन्न होतात.

महाभारतात माणसाच्या कर्माला पुरुषकार असे म्हटले असून, हा पुरुषकार आणि दैव यांच्या सहकार्यातून कर्म सफल होते, असे म्हटले आहे. हाच कित्ता उत्तरकालीन राजनीतीवरील ग्रंथांनी गिरवला आहे. दैव नावाच्या अज्ञाताला ज्ञात करून घ्यायचे अनेक मार्ग असू शकतात. जसे, तळहातावरील रेषा, कपाळावरील रेषा, मस्तिष्कमापनशास्त्र– बाबाराव सावरकरांचा या शास्त्राचा अभ्यास होता. इतकेच काय, तळपायावरील रेषासुद्धा! शिवाय, एकूणच अंगलक्षणशास्त्रही आहेच. त्यात शरीराच्या वेगवेगळ्या अवयवांचा आकार, त्यांच्यावरील खुणा यांच्या आधारे भविष्य सांगण्यात येते.

प्रत्यक्षात जे ग्रह माणसाचे यशापयश नियंत्रित करतात त्यांचाही आधार यासाठी घेण्यात येतो. यातूनच व्यक्तीच्या जन्माच्या वेळेच्या ग्रहस्थितीचा नकाशा अर्थात जन्मपत्रिका/कुंडली मांडून तिच्या आधारे भविष्य वर्तवण्याची विद्या विकसित झाली. त्यासाठी गणित वगैरे चांगले असावे लागते. याशिवाय, अंकशास्त्र म्हणून एक वेगळा प्रकार आहे. ग्रीकांमध्ये रमल नावाचे शास्त्र विकसित झाले. त्याचा परिणाम अरबांवरही झाला होता.

दैवाची ही अज्ञेयता ग. दि. माडगूळकरांच्या 'मोलकरीण' चित्रपटातील एका गीतातून व्यक्त होते.

'दैव जाणिले कुणी?
लवांकुशाचा हालवी पाळणा, वनी वाल्मीकी मुनी'

तरीही माणसाला दैव जाणण्याचे प्रयत्न करावेसे वाटतातच. आता जीवनात फारसे काही घडत नसते अशा चाकोरीबद्ध सामान्य माणसांनासुद्धा भविष्यात डोकावून आपल्या वर्तमान कर्माची आखणी करावीशी वाटत असेल, तर धडाडीचे निर्णय घेऊन धाडसी कृत्ये करावी लागणाऱ्या राजेमहाराजे, मुत्सद्दी, सेनानी, नेते अशा लोकोत्तरांना तर त्याविषयी आकर्षण वाटणे स्वाभाविकच मानायला हवे. राजेरजवाड्यांच्या पदरी दैवज्ञ असत. पत्रिका मांडून मुहूर्त किंवा शकुन वगैरे काढून देणे हे त्यांचे काम. कर्माचा प्रारंभ विशिष्ट वेळी केला तर दैव अनुकूल होते, असा त्यामागचा विचार होता. एरवीही प्रतिकुलाला अनुकूल बनवण्यासाठी, शांती कर्म, बळी, वेगवेगळ्या प्रकारची रत्ने (उदाहरणार्थ, अंगठीत) धारण या गोष्टीही त्यातूनच आल्या. यातूनच तांत्रिक, मांत्रिक अशा लोकांचे फावते. या संदर्भात धीरेंद्र ब्रह्मचारीपासून चंद्रास्वामींपर्यंतची नावे लोकांच्या चर्चेत असतातच.

अशा प्रकारे विविध माध्यमांतून भविष्य जाणून घेणाऱ्यांपैकी सर्वच लोक अंधश्रद्धा पाळतात, असे म्हणता येणार नाही. काही जिज्ञासेपोटी, काही कुतूहलामुळे, तर काही ज्योतिषाचीच परीक्षा बघण्यासाठी भविष्य पाहतात!

या संदर्भात काही थोर व्यक्तींची चर्चा करणे उद्बोधक ठरेल.

नामदार गोपाळ कृष्ण गोखले यांच्या निधनास २०१५मध्ये शंभर वर्षे पूर्ण झाली. पूर्णपणे 'सेक्युलर' राजकारण करणाऱ्या नामदार गोखले यांचा ज्योतिषशास्त्रावर विश्वास होता. महत्त्वाची बहुतेक कामे ते ज्योतिषाचा सल्ला घेऊन, पत्रिका मांडून, मुहूर्त काढून करत असत. अगदी 'भारत सेवक समाज' या प्रसिद्ध संस्थेची स्थापना करतानासुद्धा त्यांनी हीच पद्धत अवलंबली होती.

गोखले यांचे राजकीय प्रतिस्पर्धी समजले जाणारे लोकमान्य टिळक हिंदुत्वाचे राजकारण करत, असा काहींचा समज आहे. शिवाय, ते मोठे ग्रहगणितीही होते. त्यावरून ते नेहमी ज्योतिषांशी सल्लामसलत करूनच कृतीचा निर्णय घेत असतील, असे वाटणे स्वाभाविक आहे; पण वस्तुस्थिती उलट आहे. टिळकांच्या या लौकिकामुळे अनेक ज्योतिषी टिळकांकडे जात, त्यांना अनाहूत सल्ले देत. लोकसंग्रहाचे तत्त्व पाळणारे टिळक त्या सर्वांची यथोचित संभावनाही करत. पण प्रत्यक्ष कृतीची वेळ आली, की ते म्हणत, 'ग्रहांना ग्रहांचे काम करू देत, मी माझे काम करणार.' म्हणजेच ते मुहूर्त, शांती कर्म अशा फंदात पडत नसत. स्वातंत्र्यवीर सावरकर तर कट्टर बुद्धिप्रामाण्यवादी, नास्तिकतेकडे झुकलेले. त्यामुळे त्यांचा ज्योतिषावर विश्वास असणे शक्यच नव्हते. उलट, त्यांनी शनी ग्रह आणि पत्रिकेतील शनीच्या स्थानाला अनुसरून निघालेल्या साडेसातीच्या कल्पनेची टिंगल केली. 'शनी माहात्म्या'चे विडंबन करणारी 'कंदिलमाहात्म्य' ही रचना त्यांनी केली. त्यामुळे न्या. राम केशव रानडे यांच्यासारखी पारंपरिक मंडळी रुष्ट झाली. सावरकरांचा तुरुंगवास वगैरे गोष्टी सावरकरांच्या साडेसातीच्या काळातच झाल्या, असेही त्यांनी सुचवले.

समाजसुधारक गोपाळ आगरकरांची गोष्टच और. शनीची साडेसाती, पत्रिकेत जातकाला मंगळ असणे या बाबींचा समाजात किती पगडा आहे हे ते जाणून होते. एकीकडे समाजाची अशा प्रभावातून मुक्तता व्हावी म्हणून त्याला बुद्धिवादाची मात्रा उगाळून देत असताना आगरकर अशा समजुतींचा उपयोग आपले लेखन प्रभावी ठरण्यासाठी, सजवण्यासाठी करत असत. तो त्यांच्या शैलीचाच भाग आहे. त्यामुळेच ते शनीमहाराजांची आरती रचू शकले. अर्थात त्यातून आगरकरांची विनोदबुद्धीही दिसून येते. आगरकर यांनी केलेली शनिदेवाची आरती...

(जयदेव जयदेव जय पांडुरंगा - या चालीवर)

जयदेव जयदेव जय शनीराया ।।
अज मज झाली बुद्धि तुजला वर्णाया ।। जय. ।।
भाविक शास्त्रज्ञांसी संमत अशी गाथा ।।
गाउनि चित्ताकर्षी केली तव कथा ।।
यास्तव प्रसन्न होऊनि 'वर माग आतां' ।।
ऐसे म्हणशील तरी दे हे तत्त्वतां ।। जय. ।।
जे न सुधारका पढतील त्यांसी ।।
त्याची वा किंमत न देती त्यांसी ।।
राशीस येऊनी छळावेंगा देवा! ।।
वद नाहीं नामी का पत्र हे राया ।। जय. ।।
येथे बारा आणे मुंबापुरि रुपया ।।
फक्त दीड रुपया दुसऱ्या गांवींया ।।
बंगींत मागतां पोष्टेजासकट ।।
फक्त अठरा आणे, हे का संकट? ।। जय. ।।
वाचुनि याते जोडी जो तत्त्वज्ञानाला ।।
संतती, संपत्ती, उद्गति दे त्याला ।।
तैसेंच, यातील विचार ज्या मान्य ।।
त्या महाराष्ट्रीयां दे दे सुखदान ।। जय. ।।

ब्रिटिशपूर्व काळात असलेले व्यक्तीचे महत्त्व पुढे देशात कमी झाले. लोकसत्तेच्या काळात संस्थांची व संघटनांची आवश्यकता असल्याची इथल्या समाजधुरीणांची खातरी झाली व अशा संस्था-संघटना निघू लागल्या. या प्रक्रियेला न्या. म. गो. रानडे यांनी चालना दिली. पुढे तर विविध राजकीय पक्षोपक्षही स्थापन झाले.

आता अशा पक्षांना व्यक्ती समजून त्यांची पत्रिका मांडून त्यांचेही भविष्य वर्तवता येईल असे ज्योतिर्विदांना वाटणे व त्यांनी तसा प्रयत्न करणे, त्या अनुरोधाने चर्चा करणे अपेक्षितच होते. त्यानुसार

> निष्काम कर्मयोगाच्या भूमिकेपर्यंत पोहोचणे ही अत्यंत कठीण बाब आहे. माणसे फळाच्या अपेक्षेनेच कर्म करतात. फळ मिळाले नाही तर निराश होतात आणि मिळाले तर उत्सव करतात. खरे म्हणजे कर्म सफल वा निष्फळ होण्याच्या प्रक्रियेशी अज्ञात अनुकूल–प्रतिकूल घटकांचा संबंध असतो हेसुद्धा लोकांना माहीत असतेच. त्यांचा बंदोबस्त करण्याचे म्हणजे त्यांना अनुकूल बनवण्याचे किंवा त्यांची प्रतिकूलता संपुष्टात आणण्याचे उपाय शोधण्यासाठी ते प्रयत्न करतात. खरे तर कर्म करतानाच कर्तव्यभावनेतून करावे; फळ मिळण्यासाठी नव्हे. फळ मिळाले तर नाचू नये. नाही मिळाले तर खचू नये. ही गोष्ट कर्तव्य म्हणून कर्म करणाऱ्या कर्त्याला सांगायची आवश्यकताच उरत नाही.

कोणी भारताचीच कुंडली तयार करावी, कुणी काँग्रेसची पत्रिका मांडावी व विशेषत: निवडणुकांच्या अगोदर पक्षांच्या यशापयशाची चर्चा त्यांच्या पत्रिकेतल्या ग्रहांची स्थाने, योग, दृष्टी इत्यादींच्या 'मॉडेल'वरून करावी हा नेहमीचाच प्रकार झाला. २०१४च्या निवडणुकीतसुद्धा काँग्रेस, भाजप अशा पक्षांच्या 'दैवा'वर चर्चा होत होतीच. दरम्यान 'सेफालॉजी' नावाचे संभाव्यतेवर आधारित नवे विज्ञानही विकसित झाले.

पण आश्चर्य असे की, आजच्या सत्तारूढ भाजपची जन्मदात्री असलेल्या राष्ट्रीय स्वयंसेवक संघ या संघटनेची पत्रिका घेऊन कोणी चर्चा केल्याचे मला अद्याप आढळले नाही. तेव्हा तो प्रयोग करून पाहायला हरकत नसावी. कम्युनिस्ट पक्षाची पत्रिका मांडली तर ती कोणी गंभीरपणे घेणार नाही, हे मला ठाऊक आहे. कारण हे लोक पडले बुद्धिवादी आणि विज्ञाननिष्ठ. स्वत: मार्क्सने भविष्यकालीन सामाजिक, राजकीय घटनांबद्दल अनेक भाकिते केली होती. ती चुकली तरी त्याने काही बिघडणार नाही. कारण ती वैज्ञानिक होती असेच ही मार्क्सवादी मंडळी म्हणणार. संघाचे लोक हे मुळातच परंपरेचे अभिमानी वगैरे असल्यामुळे ते असे करणार नाहीत. गंभीरपणाने घेतले नाही तरी दखल मात्र घेतील आणि अभ्यासकांना तर काहीच अडचण येऊ नये. त्यांनी हवे तर पत्रिका दुरुस्त करावी, पर्यायी भाकितेही करावीत. महत्त्व चर्चेला आहे. महाराष्ट्राचा लोकव्यवहार हा माझ्या अभ्यासाचा विषय आहे आणि ज्योतिष तर लोकव्यवहाराचा एक महत्त्वाचा भाग आहे. संघाची पत्रिका तयार करताना आमचे मित्र प्रसिद्ध ज्योतिर्विद दत्तात्रय अत्रे यांची मदत झाली. त्यांचा साभार उल्लेख.

राष्ट्रीय स्वयंसेवक संघ

स्थापना : अश्विन शुद्ध दशमी (विजयादशमी) शके १८४७ (दि. २७ सप्टेंबर १९२५) प्रात:काळी नागपूर येथे

पत्रिकेसंबंधीची काही स्थूल निरीक्षणे

(१) पत्रिका मंगळाची आहे. (२) पत्रिकेत सर्व ग्रह राहू-केतूंच्या एकाच बाजूला पडले असल्याने कालसर्पयोग दाखवतो. दुसरे असे की, हे ग्रह अनुदित भागात असल्याने त्यांचा प्रभाव दिसायला उशीर लागतो. (३) तूळ लग्न असून लग्नी उच्चीचा शनी आणि लग्नस्वामी शुक्र हे ग्रह अनुकूल आहेत. मात्र, इथले हे ग्रह आत्मनिष्ठा आणि आत्ममग्नता यांचे द्योतक आहेत. (४) नवमेश बुध व्ययात कन्येत स्वगृही व्ययेश म्हणून उपस्थित आहे. धार्मिकदृष्ट्या पारंपरिकता दिसते. (५) शिवाय, व्ययातले रवी आणि मंगळ हे पापग्रह संघ सतत चर्चेत असल्याचे सूचित करतात. (६) लाभेश रवी लाभस्थानाच्या द्वितीयात (व कुंडलीच्या व्ययात) समर्पित कार्यकर्त्यांचा समूह निर्दिष्ट करतो. (७) दशमस्थ राहू प्रत्यक्ष-अप्रत्यक्ष राजकारणातला सहभाग दाखवतो. (८) सप्तमेश मंगळ व्ययस्थानी असल्याने दुसऱ्या संघटनांशी सहकार्य करण्यात अडथळे येतात. (९) षष्ठेश गुरू तृतीय म्हणजे पराक्रम स्थानी स्वगृही असला तरी त्याच्यावर मंगळाची चौथी व शनीची तिसरी दृष्टी असल्यामुळे अंतर्गत विरोध असतात; पण तृतीयातल्या तृतीयेश गुरूच्या प्रभावाने त्यांना आटोक्यात ठेवण्यात यश मिळते. (१०) चतुर्थ आणि पंचम स्थानांचा स्वामी म्हणजेच केंद्र आणि कोन यांचा मालक शनी हा या पत्रिकेतील योगकारक ग्रह असून, तो लग्नस्थानी उच्चीचा होऊन विराजमान झाला आहे. त्याच्या बरोबरीने दशमस्थ राहू विचारात घेतला तर राजकीय सत्ता चालवण्याचा योग स्पष्ट होतो. (११) चतुर्थ स्थानातील चंद्र संघाची रास मकर असल्याचे सांगतो. तथापि, तिथे केतू असल्याने राशीबळ

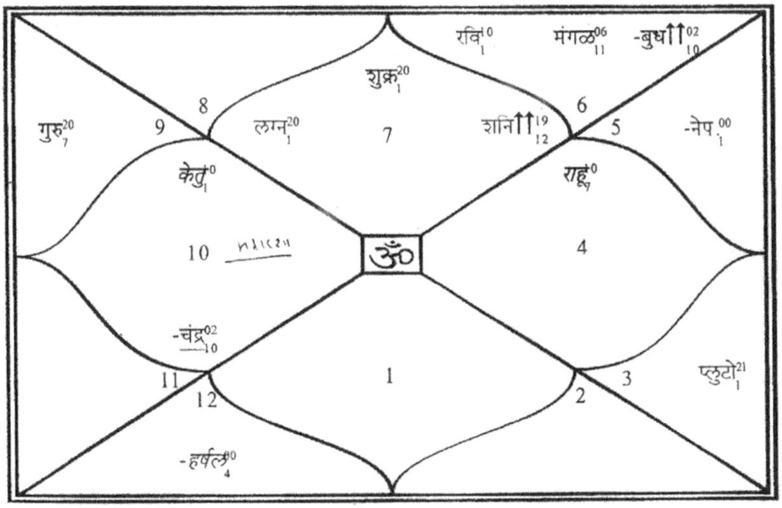

कमी झाले आहे. (१२) पंचम स्थान अपत्याचे मानले जाते. संघटनेच्या पत्रिकेत संघटनेतून निघणारी संघटना तिची संतती मानता येते. त्यानुसार (जनसंघ आणि) भारतीय जनता पक्ष संघाचेच अपत्य होय.

आता संक्षिप्त फलादेश

(१) २०१९मध्ये सार्वत्रिक निवडणुका होतील तेव्हा केतूच्या महादशेत राहूची अंतर्दशा असेल त्याचप्रमाणे (२) हा काळ साडेसातीचा असल्यामुळे, (३) याच साडेसातीच्या कक्षेत पंचमस्थान म्हणजे अपत्याचे लग्नस्थान येत असल्याने संघ आणि भाजप या दोघांनाही कमालीची दक्षता घेण्याची गरज आहे. (४) द्वितीय वाणीच्या स्थानाचा स्वामी मंगळ व्ययात आहे. फटकळ बोलणाऱ्या कार्यकर्त्यांपासून हानी दाखवणारी ही ग्रहस्थिती असून, त्यांच्यावर नियंत्रण ठेवण्याची गरज आहे. (५) सर्वात महत्त्वाची बाब अत्रे यांच्याशी चर्चा करताना निष्पन्न झाली. ती म्हणजे, शनी आणि रवी यांच्या संबंधातील. यातील एक ग्रह दुसऱ्या ग्रहाच्या मागे किंवा पुढे (व्ययात किंवा धनात) असल्यावर मतभेदाच्या प्रसंगी वडिलांनी मुलाला (किंवा मुलानेही वडिलांना) आपल्या मताप्रमाणे वागण्याची मुभा देण्यात दोघांचेही हित असते. (या प्रकाराला शनी-रवी दोष असे म्हणतात. कारण पारंपरिक ज्योतिषशास्त्राप्रमाणे रवी आणि शनी यांच्यातील संबंध पितापुत्राचा आहे.)

।। शुभं भवतु ।।

■

१६

संघाच्या उदयाची पार्श्वभूमी!

भारतीय जनता पक्षाला एकहाती राजकीय सत्ता मिळाल्यामुळे राष्ट्रीय स्वयंसेवक संघ एकदम चर्चेच्या केंद्रस्थानी आला. याअगोदर तो भारतामधील चर्चाविश्वाच्या परिघावरच राहिलेला दिसून येतो. संघाविषयी संघाच्या बाहेरील अभ्यासकांनी जे लिहिले, ते एक तर टीकाप्रहार करण्यासाठी किंवा तुच्छताबुद्धीने. संघ नावाची वस्तू नीट समजून घेण्याचा प्रयत्न कोणी फारसा केलेला दिसत नाही. मी माझ्या *लोकमान्य ते महात्मा* या ग्रंथात तटस्थपणाने संघाच्या उदयाची व विकासाची मीमांसा करण्याचा प्रयत्न केलेला आहे.

अर्थात, संघालाही यासंबंधीची आपली जबाबदारी टाळता येणार नाही. संघाबाहेरील लोकांना संघाची भूमिका समजावून द्यावी असे निदान सुरुवातीला तरी संघाला वाटल्याचे दिसत नाही. संघाचे संस्थापक डॉ. केशव बळीराम हेडगेवार हे 'काम एके काम' या भूमिकेचे होते, ते फारसे 'आर्टिक्युलेट'ही नव्हते. डॉक्टरांनंतर सरसंघचालक झालेले माधव सदाशिव गोळवलकर गुरुजी 'आर्टिक्युलेट' होते; पण संघविरोधकांच्या संघाविषयीच्या तुच्छतेची प्रतिक्रिया म्हणून त्याच प्रकारची तुच्छता त्यांनी विरोधकांविषयी ठेवली, त्यामुळे संघाचे मुख्य प्रवाहापासूनचे दुरावलेपण कायम राहिले.

संघ समजून घ्यायचा झाला तर ब्रिटिश वासाहतिक सत्तेच्या काळात भारतात काय घडत होते, हे समजून घ्यायला हवे.

१८५७पर्यंत भारतामध्ये ईस्ट इंडिया कंपनीचे राज्य होते. ५७च्या उठावानंतर हिंदुस्थान हा अधिकृतपणे ब्रिटिश साम्राज्याचा भाग झाला. १८५७च्या उठावात मुसलमान अग्रभागी होते व त्यांनी हा उठाव जिहादच्या जिद्दीने केला, त्यामुळे ब्रिटिशांची मुसलमानांवर इतराजी किंवा खप्पा मर्जी होणे अगदीच स्वाभाविक होते. मुत्सद्दी ब्रिटिशांनी या वेळी हिंदू आणि शीख यांना झुकते माप देऊन मुसलमानांकडे दुर्लक्ष केले. ५७पूर्वी आणि ५७नंतरही मुसलमानांमधल्या कट्टरपंथीय वहाबी पंथाच्या लोकांनी लढा चालू ठेवलाच होता.

ब्रिटिशांच्या या धोरणाचा फायदा हिंदूंनी विशेषत: बंगाली हिंदूंनी उठवला, त्यामुळे काही दशकांपूर्वीच राज्यकर्ता असलेला मुसलमान समाज झपाट्याने मागे पडला, ब्रिटिश सत्तेविरुद्ध बंडाची भाषा करू लागला. संख्येने बहुल असलेल्या, शारीरिक सामर्थ्यावर विश्वास ठेवणाऱ्या आणि जगभरच्या आपल्या धर्मबांधवांशी संबंध ठेवून असलेल्या या समाजाला असंतुष्ट ठेवून चालणार नाही. शिवाय ते न्यायोचितही

नाही, असा व्यावहारिक व तात्त्विक इशारा सर विल्यम विल्सन हंटर यांनी एका पुस्तिकेतून दिला.

दरम्यान, बंगालमधल्या नवजागृत नवसमृद्ध भद्र हिंदूंनी ब्रिटिशांची विद्या आत्मसात करून ती त्यांच्यावरच उलटवायला सुरुवात केली. स्वातंत्र्योर्मीची ज्योत तेवत ठेवणारा महाराष्ट्र यात मागे कसा राहणार? बंगालमधील सुशिक्षित नवजागृत तरुण ब्राह्मण, कायस्थ आणि वैद्य या तीन जातींतून आले होते. महाराष्ट्रात वैद्य ही जातच नव्हती; आणि मुख्य म्हणजे ब्राह्मण आणि कायस्थ (सीकेपी) यांच्यात विस्तवही जाऊ नये, इतके वैमनस्य होते. त्याखालच्या, जोतीराव फुलेंच्या शब्दांत शूद्रातिशूद्र (नंतरच्या प्रयोगानुसार बहुजन) आर्थिकदृष्ट्या खचलेला व ज्ञानाच्या दृष्टीने अडाणी राहिल्याने त्याच्यात अशा प्रकारची सक्रिय जागृती येण्यास अद्याप वेळ होता. त्याला त्याच्या हक्कांची जाणीव करून देण्याचा प्रयत्न पहिल्यांदा महात्मा फुले यांनी केला. अशा हक्कांच्या हमीशिवाय मिळू शकणारे स्वातंत्र्य उपयोगाचे नाही, अशी खूणगाठ मनात बांधून जोतीरावांच्या आणि नंतर शाहू छत्रपतींच्या सत्यशोधक अनुयायांनी वेगळी भूमिका घेतली. बंगाली भद्र आणि मराठी ब्राह्मणांनी १८८५मध्ये स्थापन केलेल्या काँग्रेसला सहकार्य करायचे त्यांनी नाकारले.

एकोणिसाव्या शतकातल्या ऐंशीच्या दशकात एकीकडे मुसलमानांचे वाढते मागासलेपण व वाढता असंतोष व दुसऱ्या बाजूला हिंदूंकडून संघटनात्मक पातळीवरून होऊ लागलेली स्वातंत्र्याची मागणी यामुळे अस्वस्थ झालेल्या धूर्त ब्रिटिशांनी आपल्या धोरणात बदल केला. त्यांनी आपल्या सहानुभूतीचा आणि सहकार्याचा रोख हिंदूंकडून मुसलमानांकडे वळवला. हिंदूंच्याही अंतर्गत त्यांनी ब्राह्मणेतरांना पाठबळ द्यायचे ठरवले. याच कारणामुळे स्वातंत्र्यलढ्याच्या पहिल्या पर्वात महाराष्ट्रामध्ये ब्राह्मण आघाडीवर व बहुजन अलिप्त असे चित्र दिसते. हे चित्र बदलल्याशिवाय स्वातंत्र्यलढ्याला बळ मिळणार नाही, हे टिळकांच्या लक्षात आले. शंभर वर्षांपूर्वी म्हणजे १९१६मध्ये त्यांनी मुस्लीम लीगबरोबर सहकार्याचा करार केला.

मुस्लीम लीगचा प्रश्न देशपातळीवरील असल्यामुळे त्याला त्यांनी प्राधान्य देणे स्वाभाविक होते. त्यानंतर त्यांनी महाराष्ट्रातल्या समस्येकडे लक्ष द्यायला सुरुवात केली. महाराष्ट्रात त्या काळी शाहू छत्रपतींसारखा नेता लाभल्यामुळे ब्राह्मणेतर चळवळ जोमात होती. टिळकांनी विठ्ठल रामजी शिंदे या मातब्बर मराठ्यामार्फत स्वराज्याच्या चळवळीला बहुजनांचा पाठिंबा मिळवण्याच्या दृष्टीने हालचाल सुरू केली. स्वत: विठ्ठलराव शिंदे सामाजिक प्रश्नांच्या संदर्भात जोतीरावांना मानणारे असले तरी राजकीय स्वातंत्र्याचीही तितकीच आवश्यकता आहे आणि ते मिळवण्यासाठी ब्राह्मणांशी सहकार्य करायला हरकत नाही या मताचे होते. फुले, रानडे आणि टिळक (आणि नंतर गांधी) या तिन्ही (चारही) व्यक्तित्वांचा समन्वय म्हणजे महर्षी शिंदे. खरे तर ते भगवान बुद्धांनाही मानत असत. बुद्ध आणि धम्म यांना ते शरण गेले; परंतु व्यक्तीवर कोणत्याही संघटनेचे वा संस्थेचे दडपण त्यांना मान्य नसल्याने संघाला (इथे रा. स्व. संघ नाही) शरण जाणे त्यांना योग्य वाटत नव्हते. पण, एरवी आपण अदीक्षित बौद्ध असल्याचे ते स्पष्टपणाने सांगत. थोडक्यात सांगायचे झाल्यास, एकोणिसाव्या शतकाच्या उत्तरार्धात व विसाव्या शतकाच्या पूर्वार्धात महाराष्ट्रामध्ये झालेल्या विचारमंथनातून निघालेले नवनीत म्हणजे विठ्ठल रामजी शिंदे. विठ्ठलराव हा गाळीव महासमन्वय होय.

शिंद्यांना पुढे येऊन भूमिका घ्यावी लागली, याचे कारण माँटेग्यू-चेम्सफर्ड कमिशनने सुचवलेल्या सुधारणांनुसार हिंदी माणसांना काही राजकीय हक्क मिळणार होते. शिक्षणाच्या व संपत्तीच्या जोरावर हे हक्क उच्चवर्गीयच गिळंकृत करतील. म्हणून या मर्यादित स्वराज्यालाच विरोध करणे शिंद्यांना पटत नव्हते. या निमित्ताने बहुजनांचे राजकीय व प्रशासकीय शिक्षण होईल, अन्यथा खरोखरचे स्वराज्य येईल तेव्हा ते

आणखी मागे पडतील, अशी त्यांची रास्त भीती होती. सुरुवातीला त्यांची उपेक्षा आणि उपहास झाला; पण नंतर बहुजन समाजाला त्यांनी दाखवलेल्या मार्गानेच जावे लागले, असे इतिहास सांगतो.

शिंद्यांनी टिळकांच्या सूचनेवरून शनिवारवाड्यावर अठरापगड जाती आणि महानुभाव, लिंगायत, वारकरी असे धर्मसंप्रदाय यांची संयुक्त सभा घेतली. त्या-त्या वक्त्याने आपापल्या जातीच्या वतीने स्वराज्याला पाठिंबा देऊन नव्या सुधारणांचे स्वागत करायचे, अशी सभेची कार्यक्रमपत्रिका होती.

सभेसाठी अर्थात स्वतः टिळकांनाही निमंत्रण होते, त्यांनी भाषणही करायचे होते; पण शिंद्यांनी बजावले, की त्यांनी ब्राह्मण जातीचा प्रतिनिधी या नात्याने भाषण करावे व ब्राह्मणेतरांच्या मनात ब्राह्मणी नेतृत्वाविषयी असलेल्या शंकाकुशंकांचे निरसन करावे. खरे तर त्या काळात टिळक अखिल हिंदुस्थानचे पुढारी म्हणून जगविख्यात झाले होते. पण, त्यांनी शिंद्यांची मागणी मान्य केली आणि ब्राह्मणांचे प्रतिनिधी म्हणून त्यांनी भाषण केले. येणारे स्वराज्य हे ब्राह्मणांचे नसून, त्यात सर्व जातीजमातींना स्थान असेल, अशी ग्वाही दिली.

कोणत्याही कारणाने असेल; पण ब्राह्मणेतरांचा स्वराज्याला असलेला विरोध लवकरच मावळला आणि त्यांनी या नव्या कायद्यानुसार झालेल्या निवडणुकांत भाग घेतला. निवडणुका लढवल्या, जिंकल्या व त्यांच्यातल्या काहींनी कौन्सिलमध्ये दिवाणगिऱ्या ऊर्फ मंत्रिपदेही मिळवली.

मात्र, ज्यांच्या दूरदृष्टीमुळे व आग्रहामुळे हे घडले, त्या विठ्ठल रामजींचे काय झाले हे अगदी अभ्यासकांनाही माहीत नसेल. निवडणुका जातीपातीच्या आधारे न लढवता शुद्ध आर्थिक वर्गांच्या विचाराने लढवाव्यात, असे म्हणत विठ्ठलरावांनी 'बहुजन पक्ष' या नव्या पक्षाची स्थापना केली. त्यांनी त्यांच्या स्वतःच्या म्हणजे मराठा जातीच्या वतीने राखीव जागेवर निवडणूक न लढवता खुल्या जागेवर लढवली. त्यांचा हा स्वतंत्र बाणा तेव्हाच्या नेतृत्वाला म्हणजे दस्तुरखुद्द शाहू महाराजांनाच पटला व परवडला नाही. त्यांनी शिंद्यांचा पराभव होईल असे पाहिले.

खरे तर शिंदे निवडून येऊन कौन्सिलमध्ये गेले असते, तर मराठ्यांना व एकूणच बहुजनांना अभ्यासू, प्रगल्भ, निःस्वार्थी नेतृत्वाचा लाभ झाला असता, राजकारणाला वेगळे वळण मिळाले असते; पण तसे व्हायचे नव्हते. दरम्यान, नंतर डॉ. बाबासाहेब आंबेडकर अस्पृश्यांचे प्रतिनिधी म्हणून कौन्सिलमध्ये प्रविष्ट झाले. केवळ महाराष्ट्रातच नव्हे, संपूर्ण हिंदुस्थानात विद्वत्तेच्या बाबतीत त्यांच्याशी स्पर्धा करील असे कोणी नव्हते. या अभ्यासू वृत्तीचा व विद्वत्तेचा फायदा बाबासाहेबांना विधिमंडळात झाल्याशिवाय राहिला नाही. त्यांच्या मुद्देसूद मांडणीची व अभ्यासू वृत्तीची छाप पडे. त्या तोलामोलाचा संसदपटू ब्राह्मणेतरांकडे नव्हता. म्हणून ब्राह्मणेतर आमदारांनी आंबेडकरांपासून शिकावे, असा सल्ला बडोद्याच्या *जागृती* या ब्राह्मणेतर पत्राचे संपादक भगवंतराव पाळेकर यांनी अग्रलेखातून दिला होता!

ते काहीही असो, ज्या निवडणुकांमधून हे सर्व घडत होते, त्यात काँग्रेस पक्षाचा मात्र सहभाग नव्हता! १९२०मध्ये ऑगस्ट अखेर टिळकांचा मृत्यू झाल्यानंतर देशाच्या राजकारणाची सूत्रे महात्मा गांधींच्या हाती गेली. देशातल्या मुसलमानांना स्वातंत्र्यलढ्याच्या मुख्य प्रवाहात आणण्यासाठी टिळकांनी बॅ. जीनांबरोबर लखनौ कराराचे राजकारण चालवले होते. या करारात मुसलमानांना त्यांच्या प्रत्यक्ष संख्येच्या प्रमाणापेक्षा अधिक जागा देण्यात आल्या होत्या, त्यामुळे डॉ. बा. शि. मुंजे यांच्यापासून पं. मदन मोहन मालवीयांपर्यंत अनेक हिंदुत्वनिष्ठ नाराज झाले होते. मुसलमानांशी सख्य व सहकार्य हे टिळकांच्या राजकारणातले सूत्र

आणखी पुढे नेण्याचे गांधीजींनी ठरवले. पहिल्या महायुद्धानंतरच्या या काळात ब्रिटन व त्यांच्या दोस्तांनी तुर्कस्तान, इटली व जर्मनी या आघाडीचा पराभव केला होता. आघाडीतल्या तुर्कस्तान या देशाचे मोठे साम्राज्य असून तो ब्रिटिशांचा स्पर्धक होता. त्याचे हे साम्राज्य नष्ट करण्याचा चंग ब्रिटिशांनी बांधला. इतकेच नव्हे, तर तुर्कस्तानचा सुलतान (सुन्नी पंथीय) मुसलमानांचा सर्वोच्च धर्मप्रमुख अर्थात खलिफा मानला जायचा, त्याचे खलिफा हे पद म्हणजेच खिलाफतही नष्ट करण्याचे ब्रिटिशांनी ठरवले. त्यामुळे भारतातले मुसलमान ब्रिटिशांवर रुष्ट झाले. त्यांना सहकार्य केले तर ते स्वातंत्र्यलढ्यात येतील, अशा अपेक्षेने व अंदाजाने गांधीजींनी खिलाफतीला पाठिंबा देऊ केला. गांधींचे तत्त्व व प्रभाव त्या काळात एवढा लक्षणीय होता, की भारतातल्या मुसलमानांनी गांधीजींनीच या चळवळीचे नेतृत्व करावे, अशी त्यांना गळ घातली. चळवळ अहिंसक असावी, या अटीवर गांधीजींनी हे नेतृत्व स्वीकारले.

याच दरम्यान जालियनवाला बागेतील हत्याकांड, तसेच अभिव्यक्तिस्वातंत्र्याची गळचेपी करणारा रौलेट कायदा, या घटना घडल्या. त्यांचाही विचार करून गांधीजींनी त्यांच्या निषेधार्थ असहकारितेचे आंदोलन पुकारले. त्यानुसार सरकारी शाळा-कॉलेजे, कोर्टकचेऱ्या व मुख्य म्हणजे नव्या कायद्यान्वये येऊ घातलेली निवडणूक यांच्यावर बहिष्कार घालण्यात येणार होता. ही चळवळ १ ऑगस्ट १९२० रोजी म्हणजे टिळक गेले त्याच किंवा त्याच्या दुसऱ्याच दिवशी सुरू होणार होती. तिला काँग्रेस पक्षाची मान्यता नव्हती; पण विशेषत: मुसलमानांच्या सहभागामुळे या चळवळीला जो प्रचंड पाठिंबा मिळाला तो पाहून काँग्रेसला तिच्यात सहभागी व्हावे लागले! (त्यासाठी दोन अधिवेशने खर्ची पडली हा भाग वेगळा.) महाराष्ट्रातील टिळकांच्या अनेक अनुयायांना हा सहभाग मान्य नव्हता; पण त्यांची मात्रा चालेना. शेवटी त्यांच्यात फूट पडून गांधीजींचे नेतृत्व मानणारा वर्ग त्यांच्यापासून दुरावला.

हिंदू-मुसलमान एकत्र येऊन ब्रिटिश सत्तेच्या विरोधात उभे ठाकले आहेत, हे दृश्य अभूतपूर्व होते. शंकराचार्य मशिदीत जाऊन, तर मुल्लामौलवी देवळात येऊन राजकीय भाषणे करतात आणि सामान्य जनता 'हिंदू- मुसलमान की जय' ही घोषणा देते, हे पाहून ब्रिटिशांचेही धाबे दणाणल्याशिवाय राहिले नाही.

पण, मामला एवढा सरळसोपा नव्हता, नसतोच. याच वेळी दुसरीकडे हिंदू-मुसलमानांच्या दंगलींना तोंड फुटले. मलबारातील मोपल्यांचे बंड ही त्यातली उल्लेखनीय दंगल होय. कसेबसे जुळले– जुळवलेले हिंदू-मुसलमान ऐक्य टिकावे म्हणून गांधीजींनी मुसलमानांच्या आगळिकांकडे दुर्लक्ष केले, ते त्यांना सावरून- सांभाळून घेऊ लागले.

अशा परिस्थितीत ज्यांनी लखनौ कराराच्या वेळी गुरुस्थानी असलेल्या टिळकांशीही वाद घातला असे हिंदू गांधीजींचे ऐकून गप्प बसतील हे शक्यच नव्हते. हिंदुराष्ट्राची स्थापना वगैरे फार दूरच्या गोष्टी. हिंदूंवर अन्याय होत आहे, ते मार खात आहेत, त्यांचा आधी बचाव करायला हवा; तो गांधी किंवा त्यांच्या नेतृत्वाखालील काँग्रेस करू शकत नाही, असा काही हिंदूंचा ग्रह होणे स्वाभाविक होते.

आता या प्रकारच्या दंगलींमागे ऐक्यच नको असलेल्या कडव्या हिंदू व मुसलमान यांचा जसा हात असणे शक्य आहे, तसा तो ब्रिटिश सत्ताधीशांचाही असू शकेल. ते जे काही असायचे ते असू दे. दंगे होत होते हे खरे आहे. याच वेळी जगभर 'पॅन इस्लाम' म्हणजे जगातील सर्व मुसलमान एकच असून, त्यांची सत्ता सर्वत्र चालली पाहिजे, असा एक विचार मुसलमानांमध्ये पुढे आला होता. इतकेच नव्हे, तर अफगाणिस्तानच्या अमीराने भारतावर स्वारी करावी. इथले मुसलमान त्याला मदत करतील (हिंदूंची

> हिंदूंचे रक्षण करायला हिंदू असमर्थ, ब्रिटिश सरकारची मुसलमानांना फूस, आणि काँग्रेसवर अवलंबून राहायची सोय नाही, अशी अगतिक मानसिकता देशात तयार होत होती. दंगलीमुळे हिंदूंवर अन्याय होत आहे, ते मार खात आहेत, त्यांचा बचाव करायला हवा, तो गांधीजी किंवा त्यांच्या नेतृत्वाखालील काँग्रेस करू शकत नाही, असा काही हिंदूंचा ग्रह होणे स्वाभाविक होते.

ब्रिटिशांशी असहकारिता चालू होतीच) आणि त्यातून ब्रिटिशांचा पराभव होईल अशा प्रकारचा एक कटही इथे शिजत होता. त्या कटात खुद्द गांधीजींचाच हात असल्याचा काही हिंदुत्ववाद्यांचा संशय होता! (खरे तर त्यात साक्षात लोकमान्य टिळकांचाही सहभाग असल्याचे काही टिळकभक्त सांगतात. खरे-खोटे टिळकांनाच माहीत.) अशा परिस्थितीत ब्रिटिशांचे राज्य खरोखरच लयाला गेले तर मुसलमानांचे वर्चस्व प्रस्थापित होईल अशी शंका इथल्या काही लोकांना वाटू लागली होती. हिंदूंचे रक्षण करायला हिंदू असमर्थ, ब्रिटिश सरकारची मुसलमानांना फूस, आणि काँग्रेसवर अवलंबून राहायची सोय नाही, अशी अगतिक मानसिकता तयार होऊ लागली होती.

दरम्यान, असहकारितेच्या चळवळीतल्या मुस्लीम सहभागाचा पाया असलेली जी खिलाफत तीच खचली! महायुद्धानंतर तुर्कस्तानची सूत्रे ज्याच्या हातात आली, त्या मुस्तफा कमाल पाशाने खिलाफतीचे ओझे स्वतः होऊनच फेकून दिले. इतकेच नव्हे, तर तुर्कस्तानचे आधुनिकीकरण करण्याचा घाट घातला. नवरदेवच लग्नमंडपातून चालता झाल्यावर वऱ्हाडी वाजंत्र्यांची जी अवस्था होईल, तशी गांधीजींची आणि काँग्रेसची झाली. आता आंदोलनातील जणू आत्माच हरवला. त्याला ना गांधींचा इलाज होता ना काँग्रेसचा, ना हिंदूंचा. त्यामुळे चळवळ आपोआप थंडावली. रुष्ट झालेल्या मुसलमानांची मधल्या काळात निर्माण झालेली ऊर्जा आता स्वातंत्र्यलढ्याऐवजी काही प्रमाणात दंगलीत खर्च झाल्याचे दिसते. थोडक्यात सांगायचे झाल्यास, चार-पाच वर्षांतच ऐक्याकडे झुकलेला लंबक आता मात्र दंग्याधोप्यांकडे झुकला.

या संदर्भात आणखी कोणाची नव्हे, तर दस्तुरखुद्द डॉ. हेडगेवार यांचीच साक्ष काढायला हरकत नसावी. डॉक्टर लिहितात – 'म. गांधींच्या असहकारितेच्या चळवळीचा राष्ट्रात चढलेला आवेश कमी होऊन त्या चळवळीमुळे राष्ट्रात उत्पन्न झालेले दोष आपले डोके वर काढून मिरवू लागले होते. राष्ट्रीय चळवळीचा जोर कमी होऊन आपापसांतील द्वेष व मत्सर हे स्पष्ट दृग्गोचार होत होते. व्यक्तिव्यक्तींमधील भांडणांना ऊत आला होता. जाती-जातीत भांडणे सुरू होती. ब्राह्मण-ब्राह्मणेतरवाद थयथय नाच करत होता.'

येथील हिंदू-मुसलमानांच्या वैमनस्याबरोबरीने ब्राह्मण-ब्राह्मणेतरवादाचा उल्लेख महत्त्वाचा आहे. या वादाचे महत्त्व व परिणाम जसे हेडगेवारांनी जाणले होते, तसे सावरकर किंवा गुरुजी यांनी जाणले नसावेत, असे म्हणायला जागा आहे.

■

१७

देशोपासक विरुद्ध देशभक्त?

राष्ट्रीय स्वयंसेवक संघाचे संस्थापक डॉ. केशव बळिराम हेडगेवार यांच्या पूर्वायुष्यातल्या जडणघडणीविषयी काही गोष्टी समजून घ्यायची गरज आहे. तेव्हाचा वऱ्हाड-नागपूर प्रदेश हा लोकमान्य टिळकांचा बालेकिल्ला समजला जाई. दादासाहेब खापर्डे, डॉ. बा. शि. मुंजे, बाबासाहेब परांजपे, अच्युतराव कोल्हटकर, वामनराव जोशी हे टिळकानुयायी महाराष्ट्रात प्रसिद्ध होते. १९०७मध्ये काँग्रेसच्या सुरतच्या अधिवेशनात जहाल व मवाळ यांच्यातल्या चकमकीत टिळकांचे रक्षण करायला सरसावलेल्या मंडळींमध्ये वऱ्हाडचे टिळकभक्त अग्रेसर होते. हेडगेवार यांच्यावर या मंडळींचा प्रभाव होताच. त्यात डॉ. मुंजे हे त्यांना अधिक जवळचे.

हेडगेवार यांच्या जडणघडणीत त्यांच्या कोलकाता इथल्या वास्तव्याचाही वाटा आहे. तिथल्या नॅशनल मेडिकल कॉलेजचे ते पाच वर्षे विद्यार्थी होते. दरम्यान, बंगालमध्ये युगांतर आणि अनुशीलन हे क्रांतिकारकांचे दोन गट कार्यरत होते. त्यातली अनुशीलन समिती व तिचे नेते पुलिनबिहारी दास यांचा हेडगेवारांशी विशेष संबंध आला. स्वातंत्र्यवीर वि. दा. सावरकरांचे धाकटे बंधू नारायणराव हेदेखील त्याच कॉलेजात वैद्यकीय शिक्षण घेत होते. त्यांचा व हेडगेवारांचा स्नेह जुळला. नारायणरावांकडून त्यांना विनायकरावांच्या देशभक्तीच्या कथा ऐकायला मिळत.

कलकत्त्यामधल्या वास्तव्यात ग्रहण केलेल्या बंगाली संस्कारांचे संक्रमण हेडगेवारांमार्फत त्यांनीच स्थापन केलेल्या संघावर होणे अगदीच स्वाभाविक मानले पाहिजे. वैचारिक पातळीवरील संस्कार म्हणजे भारत देशाला मातृभूमीच्या व मातृदेवतेच्या रूपात पाहणे. भारतमातेची संकल्पना ही मुख्यत्वे बंगालमध्ये विकसित झाली, हे आपण जाणतोच. कालिमातेची उपासना रूढ असलेल्या प्रदेशात असे घडणे अपेक्षितच आहे. तेव्हा बंगाल प्रांत स्वातंत्र्यलढ्यात अग्रेसर होता. मुख्य म्हणजे स्वातंत्र्याची वैचारिक मांडणी करण्यासाठी आवश्यक असलेले भाषाप्रभुत्वही त्यांच्याकडे होते. शिवाय, बंगालच्या फाळणीच्या काळात जोमाने चाललेल्या बहिष्काराच्या आंदोलनातही बंगालचाच पुढाकार होता. या सर्व गोष्टींचा परिणाम म्हणजे बंगाली कवी बंकिम यांनी रचलेले 'वन्दे मातरम्' हे काव्य नुसतेच प्रसिद्ध झाले असे नसून भारताच्या राष्ट्रगीताच्या रोखाने त्याची वाटचाल झाली. स्वातंत्र्यासाठी प्राण देणाऱ्यांसाठी 'वन्दे मातरम्' हे नुसते घोषवाक्य न राहता प्रेरणास्रोत बनले.

हेडगेवारांनी संघाची स्थापना केली तोपर्यंत 'वन्दे मातरम्'वर काँग्रेसचा जणू मालकी हक्क प्रस्थापित झाला होता. शिवाय, संघाच्या पृथगात्मतेचा प्रश्न होताच. त्यामुळे हे गीत संघाकडून जसेच्या तसे अंगीकारले जाणे शक्य नव्हतेच. तथापि, संघाच्या 'नमस्ते सदा वत्सले मातृभूमी' या प्रार्थनागीतात 'वन्दे मातरम्'मधल्या कल्पनांचाच विस्तार झालेला आढळतो. 'वन्दे मातरम्'नंतर लिहिल्या गेलेल्या रवीन्द्रनाथ टागोरांच्या ज्या गीताला राष्ट्रगीताचा दर्जा मिळाला, त्या 'जनगणमन'मधल्या 'अधिनायका'कडे पितृस्वरूपात पाहता येणे शक्य आहे; जरी त्यात तसा स्पष्ट उल्लेख नाही. अर्थात, 'जनगण'मधून पितृभूमीची कल्पना विकसित झाली नाही. एरवी मातृभूमीची आळवणी करणाऱ्या सावरकरांनी मात्र 'हिंदू'ची व्याख्या करताना पितृभूमीची कल्पना वापरली, याची नोंद घ्यायला हवी. काहीही असो, 'वन्दे मातरम्' आणि 'जनगणमन' या दोन्ही गीतांचा एकत्रित विचार केला तर देशातल्या मातृसत्ताक आणि पितृसत्ताक या दोन्ही संस्कृतींचा समन्वय होतो, असे म्हणायला हरकत नसावी.

मातृभूमी आणि 'वन्दे मातरम्' या दोन गोष्टींबाबत बरीच चर्चा व वादविवाद झाले असल्याचे आढळून येते. भारतीय राष्ट्रवाद सिद्ध होत असताना भारतभूमीचे आधी मातृरूपात मानवीकरण (Personification) व नंतर किंवा त्याबरोबरीनेच दैवतीकरण (Deification) झाले.

ऐतिहासिकदृष्ट्या पाहिले असता बंगालमध्ये विकसित झालेल्या राष्ट्रवादाला मुस्लीमविरोधाचा एक पैलू असणे स्वाभाविक होते. ब्रिटिश सत्तेच्या स्थापनेपूर्वी म्हणजे १७५७पूर्वी बंगालमध्ये मुसलमानांच्या नबाबांचा अंमल होता. या अमलाच्या काळात बंगाली हिंदूंना दडपण्यात आले होते, ही वस्तुस्थिती आहे. याउलट, ब्रिटिशांच्या अमलात हिंदूंना पुरेपूर वाव मिळाला. ब्रिटिशांच्या मदतीने मुसलमानांना शह द्यायचे धोरण हिंदूंनी अवलंबले आणि त्यात त्यांना लक्षणीय यशही मिळाले. ब्रिटिशांची विद्या शिकून ब्रिटिशांच्या मदतीने पुढे आलेल्या बंगाली भद्र लोकांनी म्हणजेच नवशिक्षित, नवसमृद्ध बंगाली हिंदूंनी खुद्द ब्रिटिश सत्तेलाच आव्हान द्यायला सुरुवात केली. मुसलमानांचे वर्चस्व ब्रिटिशांच्या मदतीने झुगारल्यानंतर आता ते ब्रिटिशांचेही वर्चस्व संपवण्याचे बेत आखू लागले. त्यासाठी सशस्त्र क्रांतीचा मार्ग अवलंबण्याची त्यांची तयारी झाली. त्यातूनच 'युगांतर' आणि 'अनुशीलन' निघाले. भारतीय कम्युनिस्ट पक्षाच्या संस्थापकांपैकी एक महत्त्वाचे बंगाली मुसलमान नेते कॉ. मुझफ्फर अहमद *मायसेल्फ अँण्ड दि कम्युनिस्ट पार्टी ऑफ इंडिया* या आत्मवृत्तात असे सांगतात, की अनुशीलन समितीत 'अहिंदूला किंवा हिंदूद्वेष्ट्याला प्रवेश देऊ नये असा नियमच होता'. स्वतः पुलिनबिहारी दास यांनीही या तथ्याला अनुमोदन दिले आहे.

'वन्दे मातरम्'च्या हरिनाथ डे कृत इंग्लिश भाषांतरामधल्या काही ओळी नमुन्यादाखल देऊन अहमद विचारतात, 'एकेश्वर मुस्लीम तरुण हा मंत्र कसा काय म्हणू शकले असते? बंगालमधली क्रांतिकारक चळवळ निश्चितपणाने ब्रिटिशविरोधी होती; परंतु ती हिंदूंची पुनरुज्जीवनवादी चळवळही होती. हिंदूंच्या सत्तेची पुनःस्थापना हे तिचे वैशिष्ट्य होते.'

अर्थात, कट्टरपंथी मुसलमान 'वन्दे मातरम्' किंवा हिंदू वर्चस्वाची भीती यामुळे स्वातंत्र्यलढ्यापासून अलिप्त राहिले, असे समजायचे कारण नाही. इस्लामच्या कट्टरपंथीय अन्वयार्थानुसार मुसलमानांनी अन्य कोणत्याही धर्मीयाच्या राजवटीत नांदणे हेच निषिद्ध आहे; आणि दुसरा मुद्दा असा आहे की, चूक असो वा बरोबर, स्वतः मुझफ्फर अहमद नसतीलही; पण भारतावर वर्चस्व स्थापन करण्याचे स्वप्न बाळगणारे मुसलमानही तेव्हा होतेच. स्वतः कॉम्रेडना कामगारांचे राज्य हवे होतेच. अशा परिस्थितीत अमुक एकाचेच

स्वप्न चुकीचे होते, अशी भूमिका घेणे गैर ठरेल.

ते काहीही असो, बंगाली राष्ट्रवादाचा प्रभाव हेडगेवार आणि संघ यांच्यावर होता ही वस्तुस्थिती आहे. या प्रभावाचे आणखी एक गमक सांगतो. संघ स्वयंसेवकांमध्ये एकमेकांना राख्या बांधण्याचा प्रघात आहे. वस्तुतः रक्षाबंधनाची ही प्रथा मुळात राजपुतांची. तिथे बहिणीने भावाला किंवा एखाद्या स्त्रीने पुरुषाला भाऊ मानून, त्याने आपले रक्षण करावे म्हणून राखी बांधायची प्रथा होती. बंगालच्या फाळणीच्या वेळी बंगालमध्ये जी चळवळ झाली तिच्यात पुरुषांनीही एकमेकांना राख्या बांधायचा प्रघात पडला. हेडगेवार यांनी ही प्रथा संघात रुजवली.

मुख्य मुद्दा भारतमातेचा आणि अर्थातच 'वन्दे मातरम्'चा आहे. स्वातंत्र्यसमरात सामील होण्यास मुळातच अनुत्सुक असलेल्या कट्टर मुसलमानांना 'वन्दे मातरम्'चे निमित्त मिळाले, हे खरे असले तरी 'वन्दे मातरम्'मुळेच अनेकांना त्यात सामील होण्यासाठी सबळ कारण मिळाले, हेही नाकारता येणार नाही.

'वन्दे मातरम्'च्या वादाचे पडसाद काँग्रेसमध्येही उमटल्याशिवाय राहिले नाहीत. काँग्रेसचे अध्यक्ष महंमद अली यांनी एका अधिवेशनात 'वन्दे मातरम्' थांबवायचा आदेश दिला असता तो न जुमानता विष्णू दिगंबर पलुसकरांनी ते चालू ठेवून पूर्णही करण्याची घटना या वादातूनच घडली.

'वन्दे मातरम्'च्या कूळकथेचा संदर्भ बंगाली हिंदूंच्या हिंदुत्वनिष्ठेत असला तरी हा संदर्भ थोड्याच काळात पूर्णपणाने गळून पडला व ते पूर्णपणाने राष्ट्रीय गीत बनले. त्यामुळेच ब्रिटिश सत्ताधाऱ्यांच्या दृष्टीने 'वन्दे मातरम्'चा उच्चार राजद्रोहासारखा अपराध ठरला. त्यासाठी अल्पवयीन मुलांनासुद्धा पोलिसांच्या अत्याचारांना तोंड द्यावे लागले ही वस्तुस्थिती आहे. आजसुद्धा हे गीत गाताना कोणाच्या मनात हिंदुराष्ट्राची कल्पना येत असेल असे समजणे फार धाडसाचे होईल.

'वन्दे मातरम्' (किंवा भारतमाता की जय) इस्लामच्या चौकटीत बसत नाही म्हणजे नेमके काय? इस्लामच्या मतानुसार, अल्ला हा एकमेव ईश्वर असून तोच भज्य, पूज्य आहे. त्याच्या भज्य, पूज्यतेत कुणालाही भागीदारी करता येणार नाही. खुद्द महंमद पैगंबर साहेबांनासुद्धा नाही. म्हणून तर पैगंबरसाहेबांविषयी आदर व्यक्त करण्याची पद्धत ईश्वरोपासनेच्या पद्धतीपेक्षा वेगळी आहे. ईश्वरावर मुळातच श्रद्धा नसणे म्हणजे 'कुफ्र' आणि ईश्वर नसलेल्याला ईश्वरासारखे मानणे हे शर्क! 'वन्दे मातरम्' किंवा 'भारतमाता की जय' म्हणणे हे या अन्वयार्थानुसार 'शर्क' ठरेल.

वरवर पाहता हा मुद्दा उचित वाटू शकतो. भारतीय घटनेत धर्मस्वातंत्र्य दिलेले आहे. त्यानुसार प्रत्येकाला आपापल्या धर्मातली तत्त्वे पाळण्याची मुभा आहे. मात्र, कुणालाही आपल्या धर्मातली तत्त्वे इतर धर्मांच्या अनुयायांवर लादण्याचा अधिकार नाही. घटनेचे हे सूत्र समोर ठेवून आणखी एका गोष्टीचा निर्देश करायला हवा. 'भारतमाता की जय' या घोषणेतील जयजयकार किंवा 'वन्दे मातरम्'मधील 'वन्दे' (मी वंदन करतो) यांनी अल्लाशी स्पर्धा करणाऱ्या वा अल्लाच्या मानसन्मानात सहभागी होणाऱ्या स्पर्धक देवतेचा निर्देश होतोच असे नाही. संस्कृत भाषेत 'वन्दे' हा शब्द एक व्यक्ती दुसऱ्या व्यक्तीविषयीचा आपला आदरभाव व्यक्त करण्यासाठीही वापरू शकते. मोनियर आणि विल्यम्स यांच्या संस्कृत-इंग्लिश शब्दकोशात या शब्दाच्या विविध अर्थच्छटा दिल्या आहेत. जसे, 'to praise, celebrate, to show honour, do homage, salute respectfully or defereutially, venerate, worship, adore, to show honour to any one, greet respectfully.'

या संदर्भात रामायणातला एक प्रसंग सांगण्यासारखा आहे. रावण सीतेचे हरण करून तिला आकाशमार्गे लंकेकडे घेऊन जाताना सीतेने आपला शोध घेता यावा, आपल्या मार्गाचा माग घेता यावा, म्हणून एकेक अलंकार जमिनीवर टाकला. ते अलंकार सुग्रीवादी वानरांना सापडले. ते त्यांनी लक्ष्मणाला दाखवले, तेव्हा त्यांच्यापैकी फक्त पायातले अलंकार तो ओळखू शकला. का, तर त्याचा ज्येष्ठ बंधुपत्नीचे रोज 'पादाभिवंदन' करायचा परिपाठ होता. आता इथला अभिवंदन शब्द वंदन शब्दाला 'अभि' प्रत्यय लावून सिद्ध झाला आहे. या शब्दाला देवीचा वगैरे काहीही संदर्भ नाही. धाकट्या भावाने थोरल्या भावाच्या पत्नीला– वहिनीला आपला तिच्याप्रति असलेला आदरभाव व्यक्त करण्याचा तो संकेत आहे.

थोडक्यात, वंदन किंवा जयजयकाराच्या सर्वच कृती वंद्य वस्तूला ईश्वर मानून होत असतात असे नाही. तो केवळ लौकिक पातळीवरचा मानवी व्यवहार असू शकतो. आणि समजा, एखाद्या हिंदूला भारत देश हा मातृदेवतेच्या स्वरूपात दिसत असेल तर त्याचा तसे पाहण्याचा अधिकार मान्य करून, त्याचे त्या अर्थाने त्या देवतेला वंदन करण्याचे स्वातंत्र्य मान्य करून धर्मनिष्ठ मुसलमान या देशाला ईश्वरतुल्य अस्तित्व न मानता लौकिक, निधर्मी, अनौपासनिक पद्धतीने आदरणीय मानू शकतो; आणि त्याचा तसे मानून, तसा आदर व्यक्त करण्याचा अधिकार त्या हिंदूंनाही मान्य करण्यास हरकत नसावी. तात्पर्य, 'वन्दे मातरम्' किंवा 'भारतमाता की जय' या घोषणांना 'मुल्कपरस्ती' समजलेच पाहिजे असे नाही. पातशाहाची 'कदमपोशी' केल्यामुळे जर तो अल्लाचा स्पर्धक किंवा वाटेकरी होत नसेल तर पातशाहापेक्षा श्रेष्ठ असलेल्या देशाला त्याच प्रकारचे अभिवादन करण्यात काय अडचण आहे?

इस्लाम धर्मातून म्हणजे त्याच्या एकेश्वरवादातून निष्पन्न होऊ शकणाऱ्या अडचणीची चर्चा केली. आता याच प्रकारची अडचण उद्भवू शकणारी दुसरी एक विचारसरणी आहे, ती म्हणजे निरीश्वरवादाची. निरीश्वरवादी मुळात ईश्वराचेच अस्तित्व मान्य करत नाही. त्यामुळे ईश्वराला वंदन वगैरे करणे त्याच्या चौकटीत बसत नाही. आता अशा प्रकारचे नास्तिक लोक सेवादलात, कम्युनिस्ट पक्षात लागतील तेवढे सापडतील. 'वन्दे मातरम्' म्हणताना त्यांच्यापैकी कोणाच्या मनात देवीची वगैरे कल्पना येत नसणार, याची मला तरी खातरी आहे. आता केवळ संघवाले 'भारतमाता की जय' म्हणायला सांगतात म्हणून आम्ही म्हणणार नाही, असे त्यांच्यापैकी कोणी म्हणाला, तर त्याची ही भूमिका केवळ प्रतिक्रियात्मक असून त्याने त्याची क्रियाप्रारंभशक्ती गमावली आहे असेच म्हणावे लागते.

भारतमातेची पारंपरिक प्रतिमा.
या प्रतिमेवर बंगाली कृतीचा प्रभाव आहे.

श्रुती मगदूम यांनी काढलेले हे चित्र खऱ्या
अर्थाने भारतमातेचे रूप होऊ शकेल.

> देशनिष्ठेची व देशवंदनाची मीमांसा करताना 'उपासना' शब्दाऐवजी 'भक्ती' हा शब्द त्याच्या मूळ संदर्भानुसार अर्थाने वापरता येतो. 'भक्ती' हा शब्द आज जरी देवतेच्या संदर्भात वापरण्यात येत असला, तरी त्याचे मूळ राजकीय चर्चाविश्वात सापडते, हे लक्षात घ्यायला हवे. सेवकाची राजावरची किंवा अनुयायाची नेत्यावरची निष्ठा व तदनुसार वर्तन म्हणजे भक्ती. भक्तीचा हा संदर्भ लक्षात घेतल्यावर देशभक्त हा देशोपासक असतोच, असे नाही. तो एकेश्वरी किंवा निरीश्वरवादी असेल तर तो तसा नसण्याची शक्यता आहे. देशोपासक आणि देशभक्त यांच्यात झगडा व्हायचे काही कारण नाही.

मग मुद्दा उरतो तो केवळ प्रतीकांचा. जवळपास गेले शतकभर प्रचलित असलेली भारतमातेची चित्ररूप प्रतिमा कोणाला देवतेसमान वाटत असेल तर तिच्याऐवजी चारचौघींतील एखाद्या मातेची प्रतिमा ठेवता येईल असे एक चित्र माझ्या नुकतेच पाहण्यात आले. मोहिनी कारंडे यांनी संपादित केलेल्या *स्त्रीसक्षमीकरण विविधांगी प्रवास* या पुस्तकाच्या मुखपृष्ठावर श्रुती मगदूम यांनी काढलेले हे चित्र आहे. चित्रकर्तीने हे चित्र भारतमातेचे चित्र म्हणून काढलेले नाही, याची मला जाणीव आहे. पण, एकविसाव्या शतकातील भारतमाता यापेक्षा वेगळी असेल, असे मला तरी वाटत नाही.

या संदर्भात एक महत्त्वाचा फरक करण्याची गरज आहे. राष्ट्राला देवतास्वरूप मानून त्याला वंदन करणाऱ्यांच्या वर्गाच्या (जसा स्वातंत्र्यवीर सावरकर, संघ, ज्ञानप्रबोधिनी) वंदनाला उपासना असे म्हणता येते. हा राष्ट्रोपासकांचा वर्ग होय. हिंदू धर्माला अनेक देवतांचे वावडे नसल्यामुळे राष्ट्रालाही देवता मानण्यास व त्याची उपासना करण्यास सर्वसाधारण धर्मनिष्ठ हिंदूला अडचण येत नाही. इतकेच काय; पण ज्यांचा अज्ञेयवाद निरीश्वरवादाच्या सीमेपर्यंत पोहोचला होता, त्या स्वातंत्र्यवीर सावरकरांच्या विचारांची देशाला देव मानण्यापर्यंत मजल जाते.

देशाला देव मानू न शकणाऱ्या एकेश्वरवाद्यांच्या देशप्रेमाची, देशनिष्ठेची व देशवंदनाची मीमांसा करताना 'उपासना' शब्दाऐवजी 'भक्ती' हा शब्द त्याच्या मूळ संदर्भानुसार अर्थाने वापरता येतो. 'भक्ती' हा शब्द आज जरी देवतेच्या संदर्भात वापरण्यात येत असला तरी त्याचे मूळ राजकीय चर्चाविश्वात सापडते, हे लक्षात घ्यायला हवे. सेवकाची राजावरची किंवा अनुयायाची नेत्यांवरची निष्ठा व तदनुसार वर्तन म्हणजे भक्ती. इथे उपासना नावाच्या धार्मिक / आध्यात्मिक / पारमार्थिक व्यवहाराचा काहीही संबंध नाही. वासुदेव आणि अर्जुन (खरे तर अक्रूर असायला हवा) आणि त्यांच्या अनुयायांविषयीच्या पाणिनीच्या सूत्रांचा नीट अभ्यास केला तर ही गोष्ट लक्षात येईल. या राजांचे वा नेत्यांचे दैवतीकरण झाल्यामुळे भक्तीलाही तसाच दैवतशास्त्रीय अर्थ चिकटला. मराठी भाषेत 'देशभक्त' (दे.भ. हे त्याचे संक्षिप्त रूप जसे दे.भ. केशवराव जेधे) शब्द रूढ झाला तेव्हा त्याला उपासनेची छटा नसून देशावरील निष्ठेचा, देशासाठी केलेल्या त्यागाचा, सोसलेल्या क्लेशाचा संदर्भ होता. देशभक्त हा देशोपासक असतोच असे नाही. तो एकेश्वरी किंवा निरीश्वरवादी असेल तर तो तसा नसण्याची शक्यता आहे. देशोपासक आणि देशभक्त यांच्यात झगडा व्हायचे काही कारण नाही.

■

१८

हेडगेवार आणि हर्डीकर!

हिंदुहिताचा विचार करत तो हिंदू राष्ट्रवादाच्या सीमेपर्यंत पुढे नेणाऱ्या संस्था-संघटनांमध्ये राष्ट्रीय स्वयंसेवक संघाचा क्रमांक सर्वात वरचा म्हणावा लागतो. या प्रक्रियेची सुरुवात अर्थातच स्वामी दयानंद यांनी स्थापन केलेल्या आर्य समाजापासून झाली. आर्य समाज ही राजकीय संघटना नसून, धार्मिक संघटना होती. प्रचलित हिंदू धर्मावर चढलेली पुटे काढून त्याला मूळच्या वैदिक धर्माचे स्वरूप द्यायचे, असा आर्य समाजाचा कार्यक्रम होता. धर्माने ख्रिस्ती असलेल्या ब्रिटिशांचे राज्य आणि राज्य हातात नसले तरी वरचढ ठरणारे मुसलमान ही हिंदू धर्मावरील संकटे समजून त्यांचा मुकाबला करण्यासाठी हिंदू धर्मात सुधारणा तर झाली पाहिजे; परंतु ही सुधारणा ब्राह्मो समाजाच्या पद्धतीने होता कामा नये. मूळ वैदिक धर्माचे पुनरुज्जीवन म्हणजेच सुधारणा, अशी भूमिका आर्य समाजाने घेतली. आर्य समाजामुळे भारतात जेथे-जेथे मुसलमान वरचढ होऊन हिंदूंवर डोळे वटारीत तेथे-तेथे हिंदूंना आत्मविश्वास आला आणि ते मुसलमानांच्या डोळ्यांत डोळे घालून त्यांना आव्हान देऊ लागले.

हिंदुहिताचा कैवार घेत उदयाला आलेली दुसरी संघटना म्हणजे हिंदू महासभा. हिंदू महासभेची स्थापना मुस्लीम लीगची प्रतिक्रिया म्हणून झाली, याची नोंद घ्यायला हवी. मात्र, एक स्वतंत्र राजकीय संघटना म्हणून हिंदू महासभेने निदान सावरकरांनी तिचे अध्यक्षपद स्वीकारेपर्यंत कधीच बाळसे धरले नाही. काँग्रेसचा काहीही दावा असो, ब्रिटिश सरकार आणि मुस्लीम लीग काँग्रेसला हिंदूंचाच पक्ष समजत होते. आता आपणच हिंदूंचा खरा पक्ष आहे, असे हिंदू महासभेला म्हणायचे असेल तर तिने काँग्रेसपेक्षा अधिक सामर्थ्यवान बनणे भाग होते आणि ते तर शक्य नव्हते. अशा वेळी हिंदू महासभेच्या नेत्यांनी काँग्रेसमध्येच वावरत काँग्रेसअंतर्गत दबावगट म्हणून काम करणे पसंत केले. काँग्रेसला हिंदू हिताकडे वळवायचे व मुसलमानांना फाजील सवलती देण्यापासून रोखायचे, हे या दबावगटाचे दुहेरी उद्दिष्ट होते.

आर्य समाज काय, महासभा काय, शिस्तबद्ध व सुसंघटित संघटना नव्हत्या. त्यामुळे त्यांचा अपेक्षित प्रभाव पडत नव्हता. हिंदू समाजामधली ही उणीव भरून काढण्यासाठी राष्ट्रीय स्वयंसेवक संघाचा जन्म झाला, असे म्हणण्यात काही अतिशयोक्ती नाही. या अर्थाने संघ हे काळाचे अपत्य होय. पण काळ म्हणजे एखादे झाड नसते, की त्याला फळे लगडावीत आणि पिकून गळून पडावीत. मानवी हस्तक्षेपाशिवाय

काळाच्या उदरातून काहीच जन्माला येत नसते. संघाच्या बाबतीत हा हस्तक्षेप डॉ. हेडगेवार यांनी केला.

ना. ल. पालकर आणि चं. प. भिशीकर यांची हेडगेवार चरित्रे, डॉ. वि. रा. करंदीकर लिखित *तीन सरसंघचालक*, दत्तोपंत ठेंगडींचे *संकेतरेखा*, गंगाधर इंदुरकर लिखित *संघ : काल, आज आणि उद्या*, द. ना. गोखले कृत बाबाराव सावरकरांचे चरित्र, कु. ल. महाले लिखित *मनूचा मासा : राष्ट्रीय स्वयंसेवक संघ*, द. स. हर्षे कृत *राष्ट्रीय स्वयंसेवक संघ : एक चिकित्सक समालोचन* इत्यादी पुस्तकांमधून हेडगेवारांनी संघाची स्थापना का व कशी केली, याची कल्पना येऊ शकेल. संघसमर्थक, संघविरोधक, तटस्थ अभ्यासक किंवा सर्वसाधारण जिज्ञासू वाचक या सर्वांनी ही सर्वच पुस्तके वाचलेली असतात असे नाही. त्यामुळे काही ना काही भाग त्यांच्यापैकी प्रत्येकासाठी अज्ञातच राहिलेला असतो.

स्थूलमानाने असेही विधान करता येते, की त्या काळातील कोणत्याही प्रकारच्या हिंदुत्ववाद्याला लोकमान्य टिळकांविषयी आदर आणि विश्वास असे. काँग्रेसचे नेतृत्व जसे टिळकांच्या हाती गेले तसे या मंडळींना काँग्रेस हा आपला पक्ष वाटू लागला. मुख्य म्हणजे टिळक हे हिंदुहिताचे रक्षण करतील ही तर त्यांची खातरी होती. त्यामुळे टिळकांनी लीगबरोबर केलेले लखनौ करार असो किंवा टिळकांनी खिलाफतीच्या मागणीला दिलेला पाठिंबा असो, सुरुवातीला खळखळ करणे आणि नंतर गप्प राहून अनुमोदन देणे हेच या मंडळींचे धोरण राहिलेले दिसते. मग ते बा. शि. मुंजे असोत अथवा मदन मोहन मालवीय.

१९१४मध्ये मंडाले इथून कारागृहातून सुटून टिळक पुण्याला परतले आणि थोड्याच दिवसांनी (पहिल्या) महायुद्धाला तोंड फुटले. त्यामुळे निर्माण झालेल्या देशांतर्गत आणि आंतरदेशीय परिस्थितीचा लाभ उठवत परत एकदा आपल्या नेतृत्वाचे बस्तान बसवण्यात टिळकांनी यश मिळवले आणि भारताच्या राजकारणाची सूत्रे हाती घेतली. हेडगेवार वैद्यकीची पदवी घेऊन नागपुरात परतले खरे; पण त्यांचे मन 'प्रॅक्टिस'मध्ये लागणार नव्हतेच. टिळकांना त्यांनी नेते मानले असले, तरी त्यांचा कल सशस्त्र क्रांतीकडेच होता. त्यातल्या त्यात त्यांचे भाऊजी कावरे आणि डॉ. मुंजे यांच्याशी जमायचे. या सर्वच लोकांचे टिळकांवर नेता म्हणून प्रेम होते व टिळकांनी काँग्रेसचे अध्यक्ष व्हावे, अशी सगळ्यांची इच्छाही होती. १९२०मधील अधिवेशन नागपुरात भरवून त्याचे अध्यक्षस्थान टिळकांना द्यायचे आणि १९०७च्या सुरत काँग्रेसमधून झालेल्या हकालपट्टीचा वचपा काढायचा, असा या मंडळींचा निश्चय होता. तथापि, मधल्या काळात काही घडामोडी वेगाने घडल्या आणि त्यांच्यामुळे इतिहासाला निर्णायक कलाटणीही मिळाली. पहिली गोष्ट म्हणजे भारताच्या राजकीय क्षितिजावर महात्मा गांधींचा उदय. त्याची नोंद घेताना पालकर लिहितात, 'त्या वर्षीच्या (१९१९) अमृतसर काँग्रेसलाही डॉक्टर गेले होते. अधिवेशन चालू असताना ते 'जालियनवाला बाग'ही जाऊन पाहण्यास विसरले नाहीत. या अधिवेशनातील एकूण चर्चेवरून महात्माजींच्या विचाराला लोकांचा पाठिंबा मिळणार असा रंग दिसू लागला.' या अनुषंगाने दुसऱ्या एका गोष्टीची नोंद करायची गरज पालकरांना वाटल्याचे दिसत नाही. पण तो तर सर्वात महत्त्वाचा मुद्दा होता. गांधींच्या वाढत्या प्रभावाला आव्हान देऊ शकेल असा एकही नेता टिळकांच्या प्रभावळीत नव्हता!

दुसरी महत्त्वाची घटना म्हणजे खुद्द लोकमान्य टिळकांचाच मृत्यू! अनपेक्षितपणे घडलेल्या या घटनेमुळे टिळकांना नागपूर काँग्रेसचा अध्यक्ष बनवण्याचा मनसुबा जागच्या जागीच विरून गेला. ही झाली तात्कालिक बाब. त्यापेक्षा महत्त्वाचे म्हणजे गांधीजींशी बरोबरी करून त्यांच्या नेतृत्वाला पर्याय देऊ शकणारा नेता टिळकांच्या अनुयायांमध्ये नसल्यामुळे काँग्रेसचे नेतृत्व तर त्यांच्या हातून निसटलेच; परंतु

गांधींच्या नेतृत्वाला पक्षांतर्गत आव्हान देत त्यांच्यावर दबाव आणून त्यांना आपल्या धोरणाप्रमाणे वागायला लावणाराही कोणी नव्हताच.

याची चुणूक गांधींनी सुरू केलेल्या असहकारितेच्या आंदोलनातून लगेचच पाहायला मिळाली. रौलट कायदा व जालियनवाला बागेतील जनरल डायरचे अमानुष अत्याचार याचा निषेध म्हणून गांधीजींनी हे आंदोलन पुकारले असते तर ते एक वेळ समजून घेता आले असते; आणि मनाविरुद्ध असला तरी शाळा-कॉलेज, निवडणुका आणि कोर्टकचेऱ्या यांवर बहिष्कार टाकताना देशभक्तीचे समाधान मानता आले असते; पण गांधीजींनी रौलट आणि जालियनवाला बागेतील गोळीबार यांच्या बरोबरीने मुसलमानांच्या खिलाफतीच्या प्रश्नाचाही समावेश या चळवळीत केला. तो जास्त त्रासदायक ठरला. खरे तर खिलाफतीच्या आंदोलनाला टिळकांनीही पाठिंबा दिला होताच; पण त्यांच्या मृत्यूपर्यंत तरी तो केवळ शाब्दिक होता. गांधीजींनी त्याला कृतिशील बनवले. इतकेच नव्हे, तर त्याचा काँग्रेसच्या कार्यक्रमात अधिकृतपणे समावेश करून घेतला. आधी कलकत्त्याच्या विशेष अधिवेशनात आणि नंतर नागपूरच्या रीतसर नियमित अधिवेशनात! कलकत्त्याच्या अधिवेशनाच्या संदर्भात पालकर लिहितात, 'या अधिवेशनाचा विशेष असा की, प्रतिसहकारवादी टिळकानुयायी यांना मागे टाकून असहकारवादी महात्मा गांधीजींचे प्रभुत्व काँग्रेसवर प्रस्थापित झाले.'

नागपूरच्या अधिवेशनाबद्दल सांगायचे झाल्यास 'बॅ. चित्तरंजन दास यांनी मांडलेला असहकाराचा नऊ परिच्छेदांचा ठराव महात्मा गांधींनी उचलून धरला आणि लाला लजपतराय, श्री शंकराचार्य (पुरी), स्वामी श्रद्धानंद, श्यामसुंदर चक्रवर्ती व जमनादास मेहता यांनी पुष्टी दिल्यावर संमत झाला. या ठरावाने खिलाफत समिती व काँग्रेस यांच्या युतीवर अधिकृतपणाची मुद्रा ठोकली गेली.' गांधीजींच्या आग्रहावरून आंदोलनात खिलाफतीच्या प्रश्नाचा समावेश, इतकेच काय; परंतु या आंदोलनाची कार्यपद्धती (असहकारिता) मनाला पटत नसली तरी (काँग्रेस) पक्षाचा आदेश म्हणून काही कार्यकर्त्यांनी त्यात उडी घेतली. डॉ. हेडगेवार हे त्यांच्यापैकी एक. १९२१च्या पहिल्या दोन-तीन महिन्यांत डॉ. मुंजे व डॉ. हेडगेवार यांनी भंडारा, खापा, केलवर, काटोल, वळेगाव, दशसहसर, देवली, वर्धा, बोरी अशा अनेक गावी तसेच तालुका व जिल्हा परिषदांतून असहकारितेचा प्रचार करणारी भाषणे केली. त्याचा परिणाम म्हणून हेडगेवारांवर भाषणबंदी घालण्यात आली.

दरम्यान, काटोल व भरतवाडा येथे केलेल्या भाषणांवरून हेडगेवारांवर खटला दाखल करण्यात आला. या खटल्यात हेडगेवार यांनी आपली बाजू स्वत:हाच मांडली– ती अत्यंत निर्भिडपणाने. मि. स्मेली या ब्रिटिश न्यायाधीशाला उद्देशून ते स्पष्टपणे म्हणाले, ''हिंदुस्थानात एखाद्या हिंदी माणसाच्या कृत्याचा न्यायनिवाडा करण्याचा आव एखाद्या परक्या राजसत्तेने आणावा, हा मी माझा नि माझ्या महान देशाचा अपमान समजतो.''

राजद्रोही भाषणे न करण्याची हमी आणि त्यासाठी जामीन देण्याचे नाकारल्याने न्यायाधीशांनी त्यांना एक वर्ष सश्रम कारावासाची शिक्षा ठोठावली. हेडगेवार यांचे बचावाचे भाषण हे मूळ भाषणापेक्षाही जास्त प्रक्षोभक असल्याची नोंद घ्यायला न्यायाधीश महोदय खटल्याच्या निकालपत्रात विसरले नाहीत.

कारावासात असताना डॉ. हेडगेवार, गांधी आणि काँग्रेस यांच्या अपेक्षेप्रमाणे व आदेशानुसार सूतकताईसुद्धा करत. सुटका होऊन बाहेर आल्यावरही ते खादीची पांढरी (म्हणजेच गांधी) टोपी व खादीचे

उपरणे परिधान करत असत. दरम्यान, त्यांची प्रांतिक काँग्रेसवर निवड झाली व प्रांताच्या संयुक्त कार्यवाह पदावर नियुक्तीही झाली.

हेडगेवार यांचा काँग्रेसच्या चळवळीतील सहभाग आणि त्यांना झालेली ही शिक्षा संघाच्या स्थापनेच्या अगोदरच्या आहेत. म्हणून त्यांचे महत्त्व यासाठी कमी होत नाही, की अशाच प्रकारचा सहभाग आणि शिक्षा यांची पुनरावृत्ती संघाच्या स्थापनेनंतरही एकदा झाली आहे. पण तिकडे वळण्यापूर्वी आणखी एकदा संघाच्या निर्मितीची चर्चा करायला हवी.

या संदर्भात आणखी एका महत्त्वाच्या नावाचा उल्लेख करायला हवा. ते म्हणजे डॉ. ना. सु. हर्डीकर. डॉ. हर्डीकर हे हेडगेवारांचे कलकत्त्याच्या नॅशनल मेडिकल कॉलेजमधील सहाध्यायी. पदवी घेतल्यावर हर्डीकर अमेरिकेत गेले. तिथे त्यांनी लाला लजपतराय यांच्याबरोबर काम केले. हर्डीकरांचा व टिळकांचा पत्रव्यवहार असे. भारतात परत आल्यावर हर्डीकर नागपूर येथील काँग्रेसला उपस्थित राहिले. शारीरिक सामर्थ्य, शिस्त, संघटना या गोष्टींचे हर्डीकरांना हेडगेवारांएवढेच प्रेम होते. नागपूरच्या अधिवेशनात हेडगेवारांप्रमाणे त्यांनीही स्वयंसेवकाचे काम केले.

वस्तुतः देशासाठी आणि काँग्रेससाठी स्वयंसेवक हा एकदम नवखा प्रकार होता अशातला भाग नाही. ॲनी बेझंट, टिळक, जीना यांनी होमरूल लीगची चळवळ चालवली तेव्हापासून सभांचे नियोजन, गर्दीला आळा घालणे, नेत्यांचे रक्षण करणे यासाठी स्वयंसेवकांची गरज होती. तेव्हाही या स्वयंसेवकांसाठी गणवेश वगैरे होताच; पण त्यांचे स्वतंत्र असे संघटन नव्हते आणि त्यांना कोणी गंभीरपणे घेतही नव्हते.

हर्डीकर आणि हेडगेवार या दोघांनाही ही उणीव १९२०च्या नागपूर अधिवेशनात जाणवली. १९२३च्या काकीनाडा येथे भरलेल्या काँग्रेसच्या अधिवेशनात हर्डीकरांनी हिंदुस्थानी सेवादलाची स्थापना करून आघाडी मारली. हर्डीकर कडक शिस्तीचे असल्यामुळे हे सेवादल नावारूपाला येऊ लागले. इतके, की ते पुढे काँग्रेसश्रेष्ठींच्याच डोळ्यांवर येऊ लागले. अहिंसेच्या तत्त्वावर विश्वास असणाऱ्या काँग्रेसमध्ये अशा लष्करी बाण्याच्या संघटनेची गरजच काय, असे प्रश्न उपस्थित करण्यात येऊ लागले. यथावकाश हर्डीकर आणि त्यांचे दल या दोघांचे पंख छाटून काँग्रेसने आपले नुकसान करून घेतले. मधल्या काळात राष्ट्रीय स्वयंसेवक संघाला शह देण्यासाठी समाजवादी मंडळींनी राष्ट्र सेवादलाची स्थापना केली. नंतर त्याचे रूपांतर पुरोगामी विचारांच्या तरुण-तरुणींची लग्ने जमवणाऱ्या अनौपचारिक विवाहमंडळात झाल्याची टीका सेवादलाचे टीकाकार करत असतात!

काकीनाडात १९२३मध्ये स्थापन झालेले हर्डीकरांचे सेवादल एकाच वर्षात इतके प्रभावी ठरले, की पुढील वर्षी बेळगावात झालेल्या काँग्रेसच्या अधिवेशनावर त्याची छाप पडल्याशिवाय राहिली नाही. काहींच्या डोळ्यांत ते भरले, तर काहींच्या डोळ्यांत ते खुपले असे म्हणता येईल. सेवादलातील स्वयंसेवकांना देण्यात येणाऱ्या आज्ञा हिंदी भाषेत हव्यात, त्यांना चांगली कवायत करता यावी यासाठी हर्डीकरांनी बडोद्याच्या सी. माणिकरावांच्या आखाड्यातील त्यांचेच शिष्य कृ. द. महाबळ यांना मुद्दाम निमंत्रित करून त्यांचा त्यासाठी उपयोग करून घेतला होता.

संघामधील व्यायामाची व कसरतीची परंपरा पेशवाईकालीन प्रसिद्ध व्यायामपटू बाळंभटदादा देवधर यांच्यापासून विकसित झाली. माणिकराव खरे तर जुम्मादादांच्या आखाड्यातले. पण यातील मौज अशी आहे, की बाळंभटदादांचे चिरंजीव नारायण हे बडोद्यातच होते. त्यामुळे जुम्मादादांची परंपरा व बाळंभटांची

महात्मा गांधीजींशी बरोबरी करून त्यांच्या नेतृत्वाला पर्याय देऊ शकणारा नेता टिळकांच्या अनुयायांमध्ये नसल्यामुळे काँग्रेसचे नेतृत्व तर त्यांच्या हातून निसटलेच; परंतु गांधींच्या नेतृत्वाला पक्षांतर्गत आव्हान देत त्यांच्यावर दबाव आणून त्यांना आपल्या धोरणाप्रमाणे वागायला लावणाराही कोणी नव्हताच. याची चुणूक गांधींनी सुरू केलेल्या असहकारितेच्या आंदोलनातून लगेचच पाहायला मिळाली. गांधीजींच्या आदेशानुसार ज्या कार्यकर्त्यांनी असहकार आंदोलनात भाग घेतला त्यात डॉ. केशव बळिराम हेडगेवार यांचाही सहभाग होता.

परंपरा यांच्यात देवघेव होत होती. हर्डीकरांचे दल आणि हेडगेवारांचा संघ यातील एक भेद भाषिक होता. सेवादलातील आज्ञा हिंदी किंवा हिंदुस्थानी भाषेत तयार केल्या होत्या, तर संघात संस्कृत भाषेचा उपयोग करण्यात आला. हे काम अण्णा सोहोनी यांचे. अण्णा सोहोनी प्रसिद्ध क्रांतिकारक भिडे भटजी यांच्या तालमीत तयार झाले होते. भिडे बाळंभटदादांच्या परंपरेतील. सैनिकी पद्धतीचे शिक्षण देणारे मार्तंड जोग हे तर सेवादलाचे!

व्यावहारिक पातळीवर कोणतीही किंमत देऊन व अवाजवी अनुनय करत मुसलमानांचा पाठिंबा घेऊन त्यांच्यासह स्वातंत्र्यलढा करायचा हे काँग्रेसचे धोरण न पटल्याने हिंदूंनी आत्मनिर्भर होऊन त्यांच्या मदतीशिवाय म्हणजेच ऐक्याशिवाय लढा चालवायचा, या निष्कर्षापर्यंत हेडगेवार आले. त्यासाठी संघटना स्थापन करण्याची गरजही त्यांच्या लक्षात आली. तथापि, या संघटनेसाठी तात्त्विक भूमिकेचीही तितकीच गरज होती. हे काम करण्यास मुंजे किंवा नागपुरातील इतर मंडळी सक्षम नव्हती. असे काही काम खुद्द टिळकांनीच करावे यासाठी मुंजे यांनी पाठपुरावा केला होता; पण टिळकच निजधामी गेल्यामुळे ती शक्यता केव्हाच संपुष्टात आली होती.

योगायोगाने अशी एक व्यक्ती हेडगेवारांना उपलब्ध होती. बॅ. विनायक दामोदर सावरकर व त्यांचे ज्येष्ठ बंधू गणेश दामोदर उपाख्य बाबाराव सावरकर यांची सरकारने अंदमानातल्या तुरुंगातून नुकतीच सुटका केली होती. विनायकराव तथा तात्या यांना राजकीय कृती वा विधान करण्यास मनाई करून त्यांना सरकारने रत्नागिरीत स्थानबद्ध करून ठेवले होते. बाबारावांवर मात्र असे निर्बंध नव्हते. मुंजे-हेडगेवारप्रभृति नागपूरकर मंडळी बाबारावांच्या सहवासात आली व त्यांच्यामार्फत त्यांचा विनायकरावांशी संपर्क प्रस्थापित झाला.

खरे तर सुरुवातीच्या काळात स्वतः विनायकराव स्वातंत्र्यलढा हा हिंदू व मुसलमान यांनी मिळून लढायचा आहे या मताचे होते. इतकेच नव्हे, तर १८५७मध्ये अशा प्रकारचा लढा लढला गेला होता, अशा प्रकारचा इतिहासाचा अन्वयार्थ लावणारा ग्रंथही त्यांनी लिहिला होता. या ग्रंथापासून कितीतरी स्वातंत्र्यसैनिकांनी प्रेरणा व स्फूर्ती घेतली होती. तथापि, अंदमान येथील कारावासाच्या काळात केलेल्या वाचनातून व आलेल्या अनुभवातून विनायकरावांचे मतपरिवर्तन होऊन ते पूर्णपणे हिंदू राष्ट्रवादी बनले.

अंदमानातून सुटून रत्नागिरीत आल्यानंतर विनायकरावांनी 'हिंदुत्व' नावाचा प्रबंध लिहिला. त्यात हिंदू राष्ट्राचे सैद्धान्तिक विवेचन असून, 'हिंदू' शब्दाची अभिनव व्याख्याही केली होती. याच ग्रंथात हेडगेवारांना आपल्या संघटनेसाठी तात्त्विक आधार सापडला. 'हिंदुत्व'मधील भूमिका पायाभूत मानून हिंदूंचे शारीरिक, लष्करी व राजकीय अशा तीन प्रकारचे शिक्षण देणारी राष्ट्रीय स्वयंसेवक संघ ही प्रभावी संस्था व संघटना ठरली.

तरुणांच्या अशा प्रकारच्या संघटनांची आवश्यकता कम्युनिस्ट वगळता सर्वच राजकीय प्रवाहांना पटलेली दिसून येते. अर्थात, कम्युनिस्टांच्या कामगार संघटना तथा ट्रेड युनियन्स असल्यामुळे त्यांना अशा संघटनेची गरज वाटली नसणे शक्य आहे.

बाकीच्यांचे सोडा; पण खुद्द डॉ. बाबासाहेब आंबेडकरांच्या अनुयायांनी २५ नोव्हेंबर १९२६ या दिवशी 'समता सैनिक दल' या संघटनेची स्थापना केली. या दलातदेखील शारीरिक, बौद्धिक व लष्करी असे तीनही प्रकारचे शिक्षण देण्यात येत असे. बुधवार लष्करी कवायतीसाठी राखून ठेवलेला असे. पुढे महाराष्ट्रातल्या आंबेडकरवाद्यांचे या संघटनेकडे पूर्ण दुर्लक्ष झाले व तेही काँग्रेसवाल्यांप्रमाणे पूर्णपणे राजकारणात गुरफटून गेले!

इतर संघटनांची वाताहात होत असताना संघ मात्र टिकून राहिला.

■

१९

संघाचा नित्यानित्यविवेक

महापुरुषांचे अनुयायी आपापल्या नेत्यांच्या मोठेपणाविषयी व इतरांच्या क्षुद्रपणाविषयी नेहमीच नि:शंक असतात. त्यांचे नेते मात्र एकमेकांचे महत्त्व ओळखून असतात. आजकाल गल्लीबोळातील पोरेटोरेसुद्धा सोशल मीडियामधून कोणाचीही टवाळी नि:संकोचपणाने करताना आढळून येतात; ती अभ्यासाऐवजी पूर्वग्रहांवरच आधारित असते.

गांधीजींनी सुरू केलेल्या असहकारितेच्या चळवळीला तिच्या पहिल्या पर्वात प्रचंड प्रतिसाद मिळाला. तिचा मुकाबला कसा करावा, याविषयी ब्रिटिश सरकार गोंधळात पडले. सरकारने गांधीजींवर खटला भरून त्यांना तुरुंगात टाकले. या खटल्यात गांधीजींना सहा वर्षांची शिक्षा झाली, तो दिवस १८ मार्च १९२२ हा होता. त्यामुळे प्रत्येक महिन्याची १८ तारीख 'गांधी दिन' म्हणून पाळून सरकारचा निषेध करण्याचा व गांधीजींविषयी आदर व्यक्त करण्याचा निर्णय घेण्यात आला. अशाच एका गांधीदिनी डॉ. हेडगेवार गांधीजींविषयी काय म्हणाले, ते महत्त्वाचे आहे.

> ''आजचा दिवस अत्यंत पवित्र आहे. महात्मा गांधीजींसारख्या पुण्यश्लोक पुरुषाच्या अंगी असलेल्या सद्‌गुणांचे श्रवण व चिंतन करण्याचा हा दिवस आहे. त्यांचे अनुयायी म्हणवण्यात भूषण मानणाऱ्यांच्या शिरावर तर त्यांच्या गुणांचे अनुकरण करण्याची जबाबदारी विशेषच येऊन पडते. महात्मा गांधीजींच्या अंगी असलेला अत्यंत महत्त्वाचा सद्‌गुण म्हटला पाहिजे, तो म्हणजे हाती घेतलेल्या कार्याकरिता आत्यंतिक स्वार्थत्याग होय. महात्मा गांधीजींची चळवळ जर त्यांच्या अनुयायी वर्गापासून कशाची अपेक्षा करत असेल तर ती या आत्यंतिक स्वार्थत्यागाची. बोलणे एक व कृती एक, अशा दुटप्पी वर्तनाचे लोक महात्माजींना नकोत. तोंडाने 'महात्मा गांधी की जय' म्हणावयाचे, हात वर करून त्यांच्या कार्यक्रमाला दुजोरा द्यावयाचा, आणि घरी गेल्यावर आपले चैनीचे व स्वार्थत्यागाचे सर्व व्यवसाय तसेच चालू ठेवून, त्या कार्यक्रमाविरुद्ध वर्तन करावयाचे, अशा दोगल्या (दुटप्पी) वृत्तीच्या अनुयायांकडून महात्माजींची कार्यनौका कधीच वल्हवली जाणार नाही. आपला दुबळेपणा झाकण्याकरिता शांतीचे पांघरूण घेऊ नका. प्रतिपक्षाच्या बरोबरीने मनगटात सामर्थ्य आणा, आणि मगच, शांतीच्या गोष्टी बोला म्हणजे ते

शोभेल. महात्माजींचे अनुयायी म्हणवून घ्यावयाचे असल्यास स्वतःच्या घरावर (हलवायाच्या नव्हे) तुळशीपत्र ठेवून रणांगणात उतरा.''

डॉक्टरांचे हे उद्‌गार ऐतिहासिकदृष्ट्या अत्यंत महत्त्वाचे आहेत. कम्युनिस्ट पक्षाचा उदय होऊन वर्गविग्रहाची व क्रांतीची भाषा प्रचारात यायला अजून वेळ होता. डॉ. बाबासाहेब आंबेडकर बॅरिस्टरची पदवी घेण्यासाठी इंग्लंडला गेलेले असल्यामुळे दलितांची अशी वेगळी चळवळ नव्हतीच. ब्राह्मणेतर पक्ष स्वातंत्र्याची चळवळ हे ब्राह्मणांचे राखीव कुरण असल्याचा समज करून घेऊन त्यापासून चार कोस दूरच होता. काँग्रेसमधल्या मवाळ किंवा नेमस्त गटाला गांधीजींची चळवळ मान्य नसली तरी त्याला देशात कोणी विचारत नसल्याने तो पूर्णपणे निष्प्रभ झाला होता. बॅ. महंमद अली जीनासुद्धा गांधीजींना स्पष्ट विरोध करण्याची ही वेळ नव्हे, असे समजून बाजूला स्वस्थ बसून काय चालले आहे हे फक्त पाहत होते. ॲनी बेझंटबाईंपासून रँग्लर र. पु. परांजप्यांपर्यंत कोणाचे काहीही चालत नव्हते. संघर्ष होता तो फक्त टिळकांच्या अनुयायांमध्ये– तोसुद्धा गांधीजींच्या मागे जायचे की नाही यावरून.

सर्वात महत्त्वाचा मुद्दा म्हणजे सावरकरांची पर्यायी भूमिका अजून स्पष्ट व्हायच्या प्रक्रियेत होती, तीसुद्धा जवळ-जवळ गुप्तपणाने, नेतृत्व तर शक्यच नव्हते. त्यांना राजकीय विधाने करण्याचीच काय; पण रत्नागिरी सोडायचीही बंदी होती. एकटे बाबाराव सावरकर हिंदुत्वाचा प्रचार करणार तरी किती? तेव्हा अमरावतीचे दादासाहेब खापर्डे, नागपूरचे डॉ. मुंजे काहीही आणि कितीही म्हणाले तरी, तुम्ही गांधीजींच्या बरोबर की गांधीजींच्याच विरोधात, हाच मुख्य प्रश्न होता. आणि हेडगेवार तेव्हा तरी निश्चितपणाने गांधीजींच्या बरोबर या भूमिकेत होते.

याच संदर्भात आणखी एका प्रसंगाचा उल्लेख करायला हरकत नाही. एकदा गांधी श्रेष्ठ की सावरकर श्रेष्ठ, असा वाद चालला असता, हेडगेवार तिथे आले आणि त्यांनी तो ऐकला. त्यांनी त्या वाद घालणाऱ्या दोघांना समजावले, की 'गुलाब श्रेष्ठ की मोगरा श्रेष्ठ, अशासारखाच हा वाद आहे. जसा गुलाबासारखा मोगरा नाही, तसाच मोगऱ्यासारखा गुलाब नाही, हेही तितकेच खरे. तसे पाहू जाता सौंदर्य, कोमलता व सुगंध या तिन्ही दृष्टींनी या दोघांत कोण श्रेष्ठ याविषयी मतभेद होणे सहज शक्य आहे. अशा वेळी ज्याने त्याने दुसऱ्या फुलाला चुरगाळून न टाकता आपापल्या अभिरुचीप्रमाणे आपल्याला प्रिय असलेल्या फुलाचा मनसोक्त आस्वाद सुखेनैव घ्यावा, असे मी सांगेन.'

डॉक्टरांचे सांगणे मनावर न घेणारे लोक हिंदुत्ववादी वर्तुळात निघाले आणि त्यांनी एक फूलच चुरगळून टाकले. त्या चुरगळण्याचा परिणाम म्हणून संघावर बंदी आली. पण हे पाहायला डॉक्टर हयात नव्हते, हा भाग वेगळा.

१९२५मध्ये राष्ट्रीय स्वयंसेवक संघाची रीतसर स्थापना झाली, तेव्हा गांधीजींच्या असहकारितेच्या प्रभावाची पहिली लाट ओसरली होती. सावरकरांच्या हिंदू राष्ट्रवादाच्या रूपाने हेडगेवारांसारख्यांना वेगळ्या भूमिकेचा पर्याय उपलब्ध झाला होता. इतकेच नव्हे, तर गांधींच्या बदनामीची मोहीमही जोराने सुरू झाली होती. गांधीजींनी अफगाणिस्तानच्या अमीराला हिंदुस्थानात पाचारण करून त्याच्या मदतीने इथले ब्रिटिश सरकार उलथून टाकण्याचा कट रचला, असे सांगून त्यांची तुलना जयचंद राठोडशी करण्यात येऊ लागली होती. असे उपद्‌व्याप करणाऱ्यांमध्ये हेडगेवारांच्या निकटवर्ती व्यक्तींचाही समावेश होता. परंतु, स्वतः हेडगेवार या प्रचाराला बळी पडलेले दिसत नाहीत. एकीकडे गांधीजींना थेट इंग्रजांचेच हेर ठरवणारे व

दुसरीकडे त्यांना मुसलमानांचे एजंट मानणारे यांच्या विचारांमधील विसंगती त्यांना जाणवल्याखेरीज राहिली नसणार, हे उघड आहे.

याचाच परिणाम म्हणून की काय, हेडगेवारांनी १९३०च्या जंगल सत्याग्रहात भाग घेऊन तुरुंगवास पत्करला. त्यांचा हा दुसरा तुरुंगवास संघाच्या स्थापनेनंतरचा आहे, हे लक्षात घ्यायला हवे. १९३०चा विचार केला तर त्याच्या आधी स्वत: तात्यारावांनीही गांधीजी आणि त्यांची अहिंसा यांच्यावर वृत्तपत्रीय लिखाण व नाटके यांच्या माध्यमातून टीकेची झोड उठवली होती. सावरकरांना मानणारी व्यक्ती गांधींच्या चळवळीत भाग घेते आहे, ही गोष्ट तशी कल्पना करायलासुद्धा अवघडच आहे.

अर्थात, जंगल सत्याग्रहात भाग घेताना हेडगेवारांनी एक धोरणात्मक काळजी घेतली होती. संघाने 'संघ' म्हणून सत्याग्रहात भाग घेतला तर सरकारची त्याच्यावर वक्रदृष्टी होईल आणि नुकतीच सुरू झालेली संघटना त्यात बळी जाईल; म्हणून संघस्वयंसेवकाला सत्याग्रह करायचा झाला तर त्याने संघाचा सदस्य या नात्याने न करता वैयक्तिक पातळीवर करावा, असे या धोरणाचे सूत्र होते. त्यानुसार सत्याग्रह करताना संघाच्या गणवेशात न करता नेहमीच्या पोशाखात करायचा असेही ठरले.

ठरल्याप्रमाणे १९३०मध्ये २१ जुलैला यवतमाळपासून सहा मैलांवरील धामणगाव मार्गावरील लोहारा जंगलात सत्याग्रह झाला. हातातल्या कोयत्याने निर्बंधित क्षेत्रातील गवत कापण्यात आले. या गुन्ह्यासाठी डॉक्टरांना लगेचच अटक झाली. यवतमाळ येथील कारागृहाच्या कोर्टात खटला चालून त्यांना एकूण नऊ महिन्यांच्या सश्रम कारावासाची शिक्षा ठोठावण्यात आली. हा तुरुंगवास त्यांनी अकोला इथल्या कारागृहात भोगला. या काळात संघाचे सरसंघचालक पद डॉ. ल. वा. परांजपे यांनी सांभाळले. विशेष म्हणजे या काळात नागपूरमधल्या संघ कार्यालयात सूतकताईचे काम जोमात चालत होते.

राजकीय चळवळीत भाग घेताना संघाचे अस्तित्व धोक्यात येणार नाही वा त्याची झळ संघास लागणार नाही अशा बेतानेच घ्यायचा या हेडगेवारांच्या धोरणात विलक्षण संगती आढळते. ते फक्त गांधींच्या किंवा काँग्रेसच्या सत्याग्रहापुरते मर्यादित नव्हते. त्याचा अनुभव खुद्द सावरकरांनासुद्धा आल्याशिवाय राहिला नाही. हैदराबादच्या निजामाच्या राज्यात हिंदूंना मिळणाऱ्या वागणुकीच्या विरोधात खुद्द स्वातंत्र्यवीर सावरकरांनी हिंदू महासभेच्या वतीने सत्याग्रह घडवून आणला होता. या सत्याग्रहात संघाने सामील व्हावे, अशी सावरकरांसह सर्वच हिंदुत्ववाद्यांची अपेक्षा होती. पण हेडगेवारांनी त्यांना मुळीच दाद दिली नाही. वैयक्तिक पातळीवर ज्याला भाग घ्यायचा असेल, त्याला घेऊ द्या; पण संघटना म्हणून संघाला त्यात ओढू नका, असे हेडगेवारांनी संबंधितांना निक्षून सांगितले. इतकेच नव्हे, तर संघाने सत्याग्रहात भाग घेतला आहे, अशा बातम्या हिंदू महासभेच्या वर्तुळातून प्रसृत होऊ लागल्या तेव्हा डॉक्टरांनी तीव्र नापसंती व्यक्त केली.

या संदर्भात एका गोष्टीचा खुलासा करायलाच हवा. संघाच्या पायाभरणीत बाबाराव सावरकर आणि डॉ. मुंजे यांचा महत्त्वाचा वाटा होताच. (बाबारावांनी आपली स्वत:ची हिंदू संघटना संघात विलीन केली होती.) तात्यारावांच्या बौद्धिक मांडणीचा तर संघाला मोठाच आधार मिळाला. १९३७पर्यंत म्हणजे तात्यांचे रत्नागिरीमधले स्थानबंदित्व संपुष्टात येऊन त्यांनी हिंदू महासभेचे अध्यक्षपद स्वीकारेपर्यंत या सर्वच घटकांचे परस्परसंबंध चांगलेच होते. संघाचा स्वत:चा राजकीय पक्ष नसल्यामुळे, संघाने 'आपली' संघटना म्हणून काम करावे अशी अपेक्षा हिंदू महासभेची आणि अर्थातच सावरकरांचीही असणे स्वाभाविक मानता येईल. तथापि, संघाला ते मान्य होणे शक्यच नव्हते. हिंदू राष्ट्रवाद, हिंदू संघटना यांच्याविषयीचे मूलभूत

मतैक्य जमेस धरूनही संघ आणि हिंदू महासभा यांच्यात महत्त्वाचे भेद होतेच. शिवाय, हिंदू महासभेचे सर्वेसर्वा स्वातंत्र्यवीर सावरकर यांची वैचारिक भूमिका व व्यक्तिमत्त्व यांचाही प्रश्न होताच. सावरकर टोकाचे बुद्धिवादी. हिंदू धर्मातील रूढी-परंपरांविषयीची त्यांची टोकाची मते संघाला परवडण्यासारखी नव्हतीच.

दुसरे असे, नेतृत्वाबाबतची संघाची उघड-उघड भूमिका एकचालकानुवर्तित्वाची होती. हिंदू महासभेची अधिकृत भूमिका तशी नसली तरी प्रत्यक्ष व्यवहारात सावरकरांचे व्यक्तित्व, वक्तृत्व आणि प्रभाव जमेस धरता हिंदू महासभेतही कळत नकळत सावरकरांच्या एकचालकानुवर्तित्वाचा शिरकाव झालाच. एकचालकानुवर्तित्व मानणाऱ्या दोन संघटना एकत्र येणे, याचा अर्थ त्यांच्यापैकी एका संघटनेच्या नेत्याने दुय्यम भूमिका स्वीकारणे. संघ व सभा यांच्या बाबतीत हे अशक्यच होते. बरे, याअंतर्गत बाबींचा जाहीर उच्चार व्यावहारीकदृष्ट्या परवडणारा नव्हताच. त्यामुळे बाह्यात्कारी सहमती व अंतर्गत संघर्ष असा काहीसा प्रकार घडला. हेडगेवारांचा सावरकरांशी प्रत्यक्ष संबंध आलेला असल्याने व त्यांना सावरकरांनी प्रत्यक्ष मदत केलेली असल्याने काही ऋणानुबंध निर्माण झाले असल्याने हेडगेवारांच्या काळात ही कटुता मर्यादित होती. हेडगेवारांच्या पश्चात गोळवलकर गुरुजी सरसंघचालक झाले. गुरुजींचा सावरकरांशी तसा प्रत्यक्ष संबंध आलेला नसल्यामुळे त्यांच्यावर सावरकरी संस्कार झालेला नव्हता. त्यामुळे गुरुजींच्या काळात हा दुरावा अधिक वाढला. स्वातंत्र्योत्तर काळात संघाने आपली राजकीय शाखा (म्हणजे भारतीय जनसंघ) स्थापन केल्यानंतर हा प्रश्न कायमचा निकालात निघाला, पण तो वेगळ्या प्रकारे!

सर्वसामान्य कार्यकर्त्यांना अशा अंतर्गत घडामोडींची कल्पना नसल्याने ते भाबडे असतात. त्यांना जितके गुरुजी मान्य तितकेच सावरकरही पूज्य. ते एकीकडे संघातही जाणार व दुसरीकडे सावरकरांच्या भाषणालाही गर्दी करणार! संघ-सभा संबंधातील अशा संदिग्धतेचा फटका संघाला फार वाईट रीतीने बसला. हिंदू महासभेतल्या एका जहाल गटाच्या गोडसे-आपटे अशा मंडळींनी गांधीहत्या घडवली. नथूराम पूर्वी संघाचा स्वयंसेवकही होता. पण, दरम्यान त्याला संघाची धोरणे मिळमिळीत वाटल्यामुळे त्याने संघाचा त्याग करून स्वत:ची वेगळी हिंदू संघटना काढली होती. गांधीहत्येनंतर हत्येचे खापर संघाच्याही डोक्यावर फोडणे अवघड नव्हतेच. हिंदू महासभा तसा नगण्य पक्ष असल्याने त्याच्यावर बंदी घातली काय आणि नाही घातली काय, विशेष फरक पडणार नव्हताच. तेव्हा त्या बंदीचा रोख आपोआपच संघाकडे वळला!

भागानगर सत्याग्रहाच्या काळात संघ आणि सभा यांचे संबंध किती ताणले गेले होते, याचे एक उदाहरण सांगायला हरकत नाही. भागानगर सत्याग्रहात भाग घ्यायला संघाने नकार दिला, यावर चिडून जाऊन गो. गो. अधिकारी यांच्या *वंदे मातरम्* पत्रातून संघ व सरसंघचालक यांच्या विरोधात बारा टीका लेख छापून आले. त्यात खुद्द हेडगेवारांवर 'अहंकारी' असल्याचा आरोप करून 'अहंकाराचे विष हे सापाच्या विषापेक्षाही भयंकर असते,' असा इशारा दिला होता.

अशा प्रकारच्या जहाल टीकेला उत्तर न देता गप्प राहणे संघाला परवडले नसतेच! नागपूर येथील मावकरांनी चालवलेल्या *सावधान* पत्राने ही कामगिरी बजावली. नित्य कार्ये व नैमित्तिक कार्ये या धर्मशास्त्राने केलेल्या भेदाचा आधार घेऊन *सावधान* सांगतो की, 'भागानगरचा सत्याग्रह नैमित्तिक कार्य होते. तो नित्यानित्यविवेक अधिकारींना करता आला असता तर संघाविरुद्ध बारा फूत्कार त्यांनी सोडलेच नसते. भागानगर आटोपल्यानंतरही राष्ट्रविमोचनाचे कार्य शिल्लक उरतेच; हे भागानगरीत उत्साहाच्या ओसंडत्या बालीश भरात श्री. अधिकारी विसरलेले दिसतात. ज्या वेळी राष्ट्रविमोचनाकरिता अखेरचा एकच घाव

> राष्ट्रीय स्वयंसेवक संघाला राजकीय संस्थेपासून अलिप्त ठेवले तरच त्याचे संरक्षण होईल, याची केशव बळिराम हेडगेवार यांना खातरी होती. त्यामुळे स्वातंत्र्यवीर सावरकर यांच्याशी स्नेह असूनही हिंदू महासभेपासून अंतर ठेवले. महासभेने त्यामुळे आपली वेगळी रामसेना काढण्याचा प्रयत्न केला. महासभेने भागानगर सत्याग्रहाच्या प्रकरणावरून हेडगेवार यांच्यावर टीका केली, त्याला संघाकडून प्रत्युत्तरही दिले गेले.

घालावयाचा असतो, त्या अंतिम समर-क्षणाच्या आगमनाची पूर्वतयारी हे राष्ट्रविमोचनाचे नित्य कार्य होत व भागानगर आंदोलनासारखी आंदोलने ही राष्ट्रविमोचनाची नैमित्तिक कार्ये होत.'

या वादामुळे संघ आपला अवयव (organ) म्हणून काम करणार नाही याची हिंदू महासभेला खातरी पटली आणि सभेची अशी वेगळी संघटना स्थापन करण्याच्या हालचाली सुरू झाल्या. 'रामसेना' हे त्या स्वयंसेवक संघटनेचे नाव. विशेष म्हणजे त्यासाठी हिंदू महासभेला डॉ. मुंजे यांच्यासारखा मोहरा पुढे करावा लागला. त्याप्रमाणे पत्रक निघाले – 'रामसेना हे महासभेचे सैन्य राहील. मंडळाचे अध्यक्ष डॉ. मुंजे यांच्यामार्फत येणाऱ्या महासभेच्या सर्व आज्ञा रामसेनेला पाळाव्या लागतील.'

राष्ट्रीय स्वयंसेवक संघ अस्तित्वात असताना, वेगळ्या संघटनेची गरज काय, या संभाव्य शंकेचा खुलासा पत्रकात आधीच करून टाकला होता, तोदेखील हेडगेवारांच्या गौरवपूर्ण उल्लेखासह – 'हिंदूंच्या सैन्यशिक्षणाचे द्रोणाचार्य पूज्य डॉ. हेडगेवार यांनी पक्षातीत हिंदू संघटना ही नागपुरात सुरू केली.'

अर्थ स्पष्ट आहे. हेडगेवारांची संघटना पक्षातीत असल्याने ती हिंदू महासभेशी बांधील नाही. आणि म्हणून हिंदू महासभेला ना तिला आज्ञा करता येत ना तिच्यावर अवलंबून राहता येत! विशेष म्हणजे या पत्रकावर चक्क डॉक्टरांचेही नाव टाकण्यात आले होते. त्यावर हेडगेवार यांना, आपले नाव आपल्या न कळत व आपल्या संमतीशिवाय टाकण्यात आले असल्याचे जाहीर करावेच लागले. त्यामुळे डॉ. मुंजे दुखावले जाणार होते; पण त्याला इलाज नव्हता. संघाला राजकीय संस्थेपासून अलिप्त ठेवले तरच तिचे संरक्षण होईल, याची डॉक्टरांना खातरी होती.

■

२०

भगवंताचे अधिष्ठान

देशाच्या स्वातंत्र्यलढ्यातले १९२० ते १९३० हे दशक महत्त्वाचे पर्व आहे. जुने नेतृत्व अस्तंगत होऊन नवे नेतृत्व पुढे येण्याचा, धडपडण्याचा हा कालखंड. पण त्यामुळेच तो गोंधळाचा, अनिश्चिततेचा, प्रयत्न आणि प्रमादांच्या धडपडीचा कालखंड आहे. दुसऱ्या दशकातल्या महायुद्धाचे संकट संपुष्टात येते न् येते तोच या तिसऱ्या दशकाच्या उत्तरार्धात आर्थिक मंदीचे सावट जगभर पसरले. भारत देश ब्रिटिश साम्राज्याचा भाग असल्याने आणि ब्रिटिशांचे राज्य जगभर पसरले असल्यामुळे त्याला जागतिक प्रभावापासून दूर राहता येणे शक्यच नव्हते. याच प्रभावाचा एक भाग होता मार्क्सवाद. काही वर्षांपूर्वी मार्क्सवाद हा फक्त विचारांच्या, आणि फारच झाले तर चळवळीच्या पातळीवर होता. परंतु महायुद्ध संपता-संपता रशियात क्रांती होऊन मार्क्सवादी विचारांच्या कम्युनिस्ट पक्षाची सत्ता आली. श्रमिकांची सत्ता जगभर प्रस्थापित झाली पाहिजे, हा मार्क्सवादी विचारांच्या अंगभूत गाभ्याचाच भाग होता. भांडवलशाहीतून निष्पन्न झालेला साम्राज्यवादी वसाहतवाद हा जितका विस्तारशील तितकाच भांडवलशाहीचा 'नकार' म्हणून पुढे आलेला हा साम्यवादसुद्धा विस्तारशीलच. ही साम्यवादी विचारसरणी याच म्हणजे तिसऱ्या दशकात भारतात दाखल झाली. रॉय, डांगे अशी नावे, कानपूर, मीरत असे खटले सर्वत्र गाजू लागले.

या साम्यवादी विचारसरणीत देव आणि धर्म यांना स्थान नसल्याने आधीच एका विस्तारशील धर्माशी म्हणजे इस्लामशी गाठ पडलेल्या धर्मनिष्ठ हिंदूसाठी हे अतिरिक्त आव्हान होते. ब्रिटिशांचे राजकीय पारतंत्र्य हे तर प्रखर वास्तव होतेच, त्याच्या जोडीला आता पॅनइस्लामवाद आणि साम्यवाद या नव्या धोक्यांचा संभव झाला. ब्रिटिश सत्तेच्या उदयापूर्वी देशावर, मराठ्यांनी खिळखिळे केलेले का होईना, पण मुसलमानांचेच राज्य होते. काँग्रेसने स्वराज्याची चळवळ सुरू केल्यावर, तिच्याकडे हिंदूंची सत्ता आणू पाहणारी चळवळ म्हणून पाहणाऱ्या मुसलमानांच्याही आशा पल्लवित होऊन परत एकदा हिंदुस्थानावर सत्ता गाजवावी, निदान हिंदूंच्या बरोबरीने सत्तेत अर्धा वाटा मिळवावा, असे त्यांना वाटू लागले ते स्वाभाविकच मानावे लागते. भारताच्या स्वातंत्र्याच्या प्रश्नाचा थेट संबंध ब्रिटिशांच्या राज्याशी असला, तरी मुसलमान आणि त्यांची भूमिका या गोष्टी बाजूला ठेवून तो सोडवता येणे शक्य नाही, याची जाणीव गोखले, टिळक व गांधी या नेत्यांना झाली आणि त्यांनी त्याची दखल घेतली. लखनौ करार ही जशी या जाणिवेची एक निष्पत्ती; तशीच

खिलाफतीच्या चळवळीला सक्रिय पाठिंबा ही तिची दुसरी निष्पत्ती होती.

गांधी आणि काँग्रेस काहीही म्हणोत, काँग्रेसचे राज्य ही हिंदूंची सत्ता असेल असे वाटणारे अनेक मुसलमान तेव्हा अस्तित्वात होते; तसेच काँग्रेसच्या राज्यात मुसलमानांच्या हाती सत्तेच्या किल्ल्या जातील, काही झाले तरी ते अर्ध्या वाट्याच्या खाली येणार नाहीत असे वाटणारे अनेक हिंदूही अस्तित्वात होतेच! याच हिंदूंना आता नास्तिक कम्युनिस्टांनाही तोंड द्यायचे होते.

आणखी एका गोष्टीचा उल्लेख केल्याशिवाय या परिस्थितीचे चित्र पूर्ण होऊ शकत नाही. इंग्रजांच्या काळात मिळणारे शिक्षण आणि संधी यांचा लाभ घेतलेला हिंदू धर्मातीलच शूद्र आणि अतिशूद्र यांचा वर्ग हीही एक समस्या होतीच. ही नवजागृत मंडळी आपल्या हक्कांची मागणी करत होती व आपल्यावर झालेल्या अन्यायाचा जाबही विचारू लागली होती. महाराष्ट्रातील व मद्रासकडील ब्राह्मणेतर चळवळींनी राजकीय स्वरूप धारण करून सत्तेत वाटा मागायला सुरुवात केली होती. अतिशूद्रांचा किंवा अस्पृश्यांचा वर्ग तितका सामर्थ्यवान नसला, तरी त्यानेही स्वतंत्रपणाने आपल्या हक्कांचे निर्धारण करायला सुरुवात केली होती. विशेष म्हणजे आपल्या अवनतीचे कारण, हिंदू धर्म व या धर्मातले ब्राह्मण पुरोहित असल्याची या दोन्ही वर्गांची खातरी होऊन त्यांनी हिंदू धर्म व ब्राह्मण यांच्याविरुद्ध टीकेची मोहीमच उघडली होती. ही गोष्ट वर्चस्ववादी ब्राह्मणांना परवडणारी नव्हतीच; पण जे ब्राह्मण आपल्या वर्चस्वाच्या पलीकडे जाऊन, आजपर्यंत गाजवलेल्या अधिसत्तेचा त्याग करून केवळ हिंदू धर्माच्या हिताचा विचार करायला तयार होते, त्यांनाही मानवणारी नव्हतीच.

बरे, स्वतः महात्मा गांधी आपल्याला धर्मनिष्ठ हिंदू म्हणवून घेत असले, आणि एक साधुपुरुष म्हणून त्यांची प्रतिमा तयार झाली असली, तरी ते मुसलमानांना व ब्राह्मणेतरांना सहानुभूती दाखवून झुकते माप देत असल्याच्या शंकेने अनेक जण ग्रस्त झालेले होते. या पार्श्वभूमीवर उदयाला आलेले हिंदूंचे संघटन म्हणजेच राष्ट्रीय स्वयंसेवक संघ. तात्त्विक पातळीवर गांधीवादी, बुद्धिवादी, ब्राह्मणेतर, धर्मनिरपेक्षतावादी, साम्यवादी काहीही म्हणोत, यातले बरेचसे प्रश्न व्यावहारिक पातळीवरील होते व मनुष्यस्वभावाशी सुसंगत होते. त्यांची सोडवणूक करण्यासाठी गांधी जे उपाय सांगत होते त्यांचा अंगीकार करण्यासाठी गाठावी लागणारी नैतिक उंची व स्वार्थत्यागाची तयारी असणारे लोक समाजात किती असणार? इतकेच काय, गांधीजींची ही नैतिकता वगैरे नसून त्यांचे फॅड आहे, ते भ्रमिष्टच आहेत, असे आक्षेप व्यावहारिक पातळीवरून घेता येणे शक्य होते आणि तसे घेतले जातही होते!

आता या सर्व गोष्टी गांधीजींना समजत नव्हत्या, असे थोडेच आहे. त्या त्यांना समजत तर होत्याच; पण ही समज त्यांनी त्या-त्या वेळी प्रकटही केली आहे. त्यांची अभिव्यक्तीची पद्धती वेगळी होती. उदाहरण द्यायचे झाले तर मलबारातल्या मोपल्यांच्या बंडाच्या वेळी त्यांनी दिलेल्या प्रतिक्रियांचे घेता येईल. या प्रकरणात हिंदूंवर खूप अत्याचार झाले होते. त्यावर गांधी म्हणाले, '.... brave, God-learing mopalas who were fighting for what they consider as religion and in a manner which they consider as religious.' हा काही स्पष्ट शब्दांत केलेला निषेध नव्हता; पण त्याचा ध्वनी पाहिला तर गांधींनी त्यात इस्लाममधल्या ईश्वराची आज्ञा आणि धार्मिकतेच्या चुकीच्या कल्पनेतून होऊ शकणाऱ्या उत्पातांची सूक्ष्म समीक्षा केली आहे, असे दिसून येते. ही टीका इस्लामचा उदारमतवादी अन्वयार्थ लावण्याचे आव्हान, इस्लामच्या समर्थकांपुढे ठेवते!

ते काहीही असो, गांधीजींचा मार्ग सर्वांनाच मानवेल, अशी अपेक्षा करता येत नाही; आणि दुसरा मुद्दा असा की, तो जर बुद्धिवादी, नेमस्त, दलित, साम्यवादी अशा अनेक समूहांना मानवत नव्हता, तर सर्वच्या सर्वच हिंदूंना तो मार्ग पटावा, असा आग्रह तरी कसा धरता येईल? ज्यांना तो मानवला नाही त्यांनी हिंदूंच्या रक्षणासाठी स्वतंत्र संघटना काढली. पण हा झाला या संघटनेमागचा किमान विचार. त्या पुढे जाऊन या लोकांना हिंदुधर्मीयांचे स्वतंत्र राज्य हवे, निदान हिंदुस्थानात तरी हिंदूंची सत्ता हवी, असे वाटत होते. या गृहीतकाला धरूनच त्यांनी वेगळ्या प्रकारच्या राष्ट्रवादाची मांडणी केली. इतिहासाचा वेगळा अन्वयार्थ लावून त्याचीही वेगळी संगती लावली. स्वत: डॉ. हेडगेवार यांनी स्वतंत्र असे लेखन केलेले नाही. त्यांची व्याख्यानेही उपलब्ध नाहीत. पण सावरकरांचा हिंदुत्वावरचा *प्रबंध* आणि नंतर माधवराव गोळवलकर तथा गुरुजी यांचे *वुई* ही दोन पुस्तके संघाचे वैचारिक अधिष्ठान समजायला हरकत नसावी. इतिहासाचार्य वि. का. राजवाडे यांची मांडणी पायाभूत धरून, तिच्यातली ब्राह्मणकेंद्रितता बाजूला करून, सावरकरांनी आपले विचार मांडले होते. फार काय; अलीकडच्या काळात मांडण्यात आलेली समरसतेची कल्पनासुद्धा राजवाड्यांच्या लेखनात सापडते. त्यामुळे त्यांना संघाचे वैचारिक पूर्वज समजायला हरकत नसावी. शिवाजीमहाराजांचा आदर्श समोर ठेवून महाराष्ट्राने देशातल्या हिंदू समाजाचे नेतृत्व करून धुरीणत्व स्वीकारून हिंदू राष्ट्राची स्थापना करावी, हे राजवाड्यांच्या मांडणीचे सूत्र, हाच महाराष्ट्र धर्म.

'निबंधमाला' चालवणारे विष्णुशास्त्री चिपळूणकर हे राजवाड्यांचे प्रेरणास्थान. स्वधर्म, स्वदेश, आणि स्वभाषा या त्रिसूत्रीचे जनक म्हणजे शास्त्रीबुवा. राजवाड्यांनी समर्थ रामदासांना राष्ट्रगुरू ठरवले. त्यांचा हा विचारही संघाने ग्राह्य धरला होता. मात्र, राजवाड्यांचा राष्ट्रवाद आणि सावरकर व संघ यांचा राष्ट्रवाद यातला भेदही लक्षात घ्यायला हवा. राष्ट्रामधील महाराष्ट्राच्या धुरीणत्वाची कल्पना राजवाड्यांची. ती सावरकरांना व संघाला मान्य असल्यामुळे आतापर्यंत एक वगळता सर्व सरसंघचालक मराठी असल्याचे दिसून येईल. या प्रकारचे धुरीणत्व पेशव्यांनी प्रथम प्रस्थापित केले, हा राजवाडे यांच्या कौतुकाचा विषय. पण राजवाडे पेशव्यांची चूकही दाखवतात. राजवाड्यांच्या मते, पेशव्यांनी विशेषत: उत्तरेकडील स्थानिक राजांची सत्ता अबाधित ठेवून भारताचे एक संघराज्य – फेडरेशन बनवायला हवे होते. तसे न करता त्यांनी अधिक सत्तेचा हव्यास धरला व त्याचा परिणाम म्हणून उत्तरेतले सत्ताधारी मराठ्यांपासून दुरावले. या बाबतीत राजवाडे विशेषत: नानासाहेब पेशव्यांचा कडक निषेध करतात.

राजवाडे यांच्या कल्पनाशक्तीच्या भराऱ्यांना केवळ ऐतिहासिकच नव्हे, तर वर्तमानकालीन वास्तवाचेही अधिष्ठान होते. ब्रिटिशांच्या गुलामगिरीतून देशाला मुक्त करण्याच्या प्रक्रियेत अग्रेसर राहण्याचे सामर्थ्य महाराष्ट्रात आहे, हे सांगताना ते संबंधित व्यक्तीचा नामनिर्देश करायलाही विसरत नाहीत. ती व्यक्ती म्हणजे बडोदा संस्थानचे अधिपती सयाजीराव गायकवाड!

महाराष्ट्राच्या या धुरीणत्वातून साकार होणाऱ्या नव्या स्वतंत्र हिंदुस्थानचे स्वरूप अमेरिकेप्रमाणे संयुक्त संस्थानाचे असेल. ते एक फेडरेशन असून त्यातील घटक संस्थांनांना पुरेशी स्वायत्तता असणार याबाबत राजवाडे नि:शंक होते. महाराष्ट्र धर्म अर्थात महाराष्ट्राचे धुरीणत्व गृहीत धरून सावरकरांनी व संघाने ज्या प्रकारच्या स्वतंत्र हिंदुस्थान देशाचे संकल्पचित्र समोर ठेवले ते राजवाड्यांप्रमाणे शिथिल संघराज्याचे – फेडरेशनचे नसून केंद्र बलवान असलेल्या राष्ट्राचे होते हा महत्त्वाचा भेद. म्हणजे, त्यांना राजवाड्यांनी पेशव्यांवरील केलेली टीका मानवली नसणार हे उघड आहे.

सावरकरांवर राजवाड्यांचा प्रभाव असला, तरी त्यांच्यामधल्या एका महत्त्वाच्या भेदाचीही नोंद केली पाहिजे. सावरकर जितके बुद्धिवादी होते तितकेच ते भावनाशीलही होते. त्यामुळे त्यांच्या राष्ट्रवादात 'भारतमाता' - 'स्वातंत्र्यदेवी' या कल्पनांना स्थान मिळू शकले. राजवाड्यांच्या व्यक्तिमत्त्वात भावनाप्रधानतेला स्थान नव्हते ते केवळ बुद्धिवादी होते. त्यामुळे त्यांच्या लेखनात मातृभूमी, भारतमाता अशा गोष्टी फारशा आढळणार नाहीत; सावरकरांमध्ये त्या आढळतात. पण त्यांच्याशी बंगाली प्रभावाचा संबंध नाही. त्यांच्या घराण्यातच अष्टभुजा देवीची उपासना चालत आली होती. सावरकरांनी अगदी बालपणीच ती पूर्णपणे आत्मसात केली होती. पुढे त्यांचा कल नास्तिकतेकडे झुकल्यावर अष्टभुजेची उपासना सुटली. पण तिची जागा भारतमातेच्या उपासनेने घेतली हा एक महत्त्वाचा 'metamorphosis' होता.

संघाच्या राष्ट्रवादातील भारतमातेची कल्पना बंगाली देशभक्तांच्या संपर्कातून कशी आली, हे आपण पाहिले आहेच. डॉ. हेडगेवार कोलकाता इथे वैद्यकीय शिक्षण घेत असताना तिथे त्यांचा बंगाली क्रांतिकारकांशी संबंध आला. बंगालमध्ये शक्तिपूजेचा संप्रदाय प्रभावी असून त्यातून भारतमातेची कल्पना निघाली. डॉ. हेडगेवार यांच्या पश्चात गोळवलकर गुरुजी सरसंघचालक झाले. त्यांचाही बंगालशी संबंध आला होता. तरुण वयातच गोळवलकरांचा हेडगेवार आणि संघ यांच्याशी संबंध आला तेव्हापासूनच त्यांचे वेगळेपण हेडगेवारांच्या ध्यानात आले.

उच्चशिक्षित असलेल्या गोळवलकरांची मानसिक ठेवण आध्यात्मिक होती. वकिलीची परीक्षा उत्तीर्ण होऊन त्यांनी जेमतेम वर्ष दीड वर्षे प्रॅक्टिस केली असेल नसेल तोच त्यांना वैराग्य प्राप्त झाले आणि ते अचानक घरातून निघून गेले. बंगालमधील सारगाछी आश्रमात जाऊन त्यांनी स्वामी अखंडानंद यांची सेवासाधना केली. अखंडानंदांना रामकृष्ण परमहंस आणि स्वामी विवेकानंद यांचा सहवास लाभला होता. स्वामीजींच्या मार्गदर्शनाने गोळवलकरांनी योग आणि अध्यात्म यात इतकी प्रगती केली होती की, ते जमिनीपासून काही फूट अंतरावर कोणत्याही आधाराशिवाय आसन घालू शकत असत. हा प्रकार प्रत्यक्ष पाहणाऱ्या एका प्रसिद्ध मर्दनतज्ज्ञांनी नोंदवून ठेवला आहे.

ते काहीही असो, घरी काहीही न सांगता आश्रमात दाखल झालेले गोळवलकर काही दिवसांनी परत आले तेव्हा घरच्यांना जितका आनंद झाला, तितका किंवा त्यापेक्षाही अधिक हेडगेवार यांना झाला असणार. हेडगेवारांना त्यांना आपला उत्तराधिकारी नेमायचे होते; आणि तसे झालेही.

डॉ. हेडगेवार गुरुजींमुळे प्रभावित झाले याचे एक कारण गुरुजींचा आध्यात्मिक अधिकार असू शकेल. पण दुसरे कारण होते, गुरुजींनी १९३८मध्ये लिहिलेले *We - Our Nationhood Defined* हे पुस्तक. या पुस्तकातल्या विचारांसंबंधी हेडगेवारांचे चरित्रलेखक ना. ह. पालकर लिहितात, ''श्री गुरुजी यांना भारतीय संस्कृतीच्या दिव्यत्वाचा साक्षात्कार ज्या श्री रामकृष्ण परमहंसांच्या परंपरेतून झाला होता, त्या परंपरेत श्री कालिमाता वा श्री जगन्माता हेच उपास्य दैवत म्हणून मानले जाते. आता श्री गुरुजी यांचे उपास्य हे कोणत्याही मृण्मय वा अन्य मूर्तींच्या रूपात त्यांच्या डोळ्यांसमोर उभे न राहता, 'हिंदुराष्ट्र' या स्वरूपातच त्यांना त्या 'दैवता'चे दर्शन घडू लागले होते. *वुई* या पुस्तकाच्या प्रास्ताविकात ते लिहितात, की 'I offer this work to the public as an humble offering at the holy feet of the Divine Mother - the Hindu Nation...'

सावरकर, हेडगेवार, गोळवलकर एकाच भारतमातेचा निर्देश करत असले तरी त्यांची उगमस्थाने

वेगवेगळी होती! सावरकरांचे उगमस्थान घरातल्या देवीच्या उपासनेत सापडते. हेडगेवारांचे बंगालमधल्या अनुशीलन समितीच्या क्रांतिकारकांच्या सहवासात, तर गोळवळकरांचे त्यांच्या बंगाली परंपरेच्या आध्यात्मिक साधनेत. थोडक्यात, गुरुजींमुळे संघाच्या संघटनेला व चळवळीला एक प्रकारचे आध्यात्मिक अधिष्ठान लाभले. राजकारणासह सर्वच लौकिक व्यवहारांकडे निखळ उपयुक्ततावादी दृष्टिकोणातून पाहणाऱ्या सावरकरांना अशा आध्यात्मिक अधिष्ठानाची आवश्यकता वाटत नव्हती.

सावरकर आणि गुरुजी यांच्यातल्या या मतभेदाची चुणूक १९५६मध्ये लोकमान्य टिळक जन्मशताब्दीच्या निमित्ताने प्रसिद्ध झालेल्या *केसरी*च्या विशेषकांतल्या या दोघांच्या लेखांमधून पाहायला मिळते. सावरकर टिळकांच्या गीतारहस्यालाच काय; परंतु प्रत्यक्ष भगवद्गीतेलाच उपयुक्ततावादी ग्रंथ मानतात! याउलट, गुरुजी 'सामर्थ्य आहे चळवळीचे। जो जे करील तयाचे। परि तेथ भगवंताचे। अधिष्ठान पाहिजे ।।' ही रामदासांची ओवी नमुन्यादाखल देतात. इतकेच काय; पण त्याही पुढे जाऊन 'अशा अधिष्ठानाविरहित केलेली व्यावहारिक कामे व त्यांचे परिणाम हे आसुरी संपत्तीचे होत. त्यांनी राष्ट्राचे खरे कल्याण होणे शक्य नाही' अशा शेरा मारतात.

गुरुजींनी हिंदू महासभेचे एके काळी अध्यक्षपद भूषवणाऱ्या डॉ. श्यामाप्रसाद मुखर्जींबरोबर जनसंघ या राजकीय पक्षाची स्थापना केली तेव्हा अस्वस्थ झालेल्या ना. भा. खरे यांनी श्यामाप्रसादांच्या कृतीला 'हिंदू महासभा नष्ट करण्याचा प्रयत्न' असे म्हटले. श्यामाप्रसाद मुखर्जी हे 'सरदार पटेलांच्या सततच्या सहवासाने हिंदू महासभाद्वेष्टे बनले असावेत' असाही खऱ्यांचा कयास होता. खरे तर मुखर्जी यांनी स्वतःच खरे यांना आपण गोळवळकरांच्या मदतीने नवा पक्ष काढत असल्याचे सांगितले होते. इतकेच नव्हे, तर खरे यांनी हिंदू महासभा विसर्जित करून या नव्या पक्षात सामील व्हावे, अशी सूचनाही केली होती.

ही फार नंतरची म्हणजे १९५२च्या निवडणुकीच्या वेळची गोष्ट आहे. त्याही आधी म्हणजे १९४६च्या निवडणुकांत हिंदू महासभेचा पराभव झाला होता. (तेव्हा जनसंघ नव्हताच) त्याची मीमांसा करताना हिंदू महासभेचे ज्येष्ठ नेते मामाराव दाते यांनी, 'ब्रिटिश सरकारविरुद्ध असलेल्या गांधींच्या अहिंसावादी विचाराने गुरुजी त्या वेळी प्रभावित झालेले होते. त्यांनी हिंदू सभेच्या इच्छुकांना निवडणुकीत विरोध केल्याने हिंदू महासभेला यश आले नाही,' अशी कारणमीमांसा केली होती.

ते काहीही असो, गांधीहत्येचे बालंट असलेल्या हिंदू महासभेपासून संघाचे वेगळेपण दाखवणे इतक्या वरवरच्या व्यावहारिक मुद्द्यापुरता हा मामला मर्यादित करणे चुकीचे ठरेल. त्याचा संबंध भगवंताच्या अधिष्ठानाशी व त्यामुळे येणाऱ्या तदनुषंगिक जबाबदारीशी पोहोचतो, हे विसरता कामा नये. डॉ. हेडगेवार आणि गोळवळकर गुरुजी यांचे हे बंगाली कनेक्शन राजकीय पक्ष स्थापन करताना कामाला आले, हे खरे असले तरी तेव्हा बंगालीबाबू आपल्या चंचल स्वभावधर्मानुसार थेट दुसऱ्या टोकाला म्हणजे कम्युनिझमपर्यंत पोहोचत होते. त्यामुळे ज्या पक्षाचा अध्यक्ष बंगाली त्याचा खुद्द बंगालमध्ये प्रभाव पडू नये, अशी चमत्कारिक परिस्थिती उद्भवली. कम्युनिझमच्या प्रभावामुळे भारतमाता वगैरे गोष्टी जपण्याची जबाबदारी अर्थातच संघावर येऊन पडली, हे उघड आहे!

■

२१

राजवाड्यांमधली परिवर्तने : अज्ञात की दुर्लक्षित?

महाराष्ट्राच्या विचारविश्वात दरारा, दबदबा आणि धाक कोणाचा असेल तर तो इतिहासाचार्य वि. का. राजवाडे यांचा. राजवाडे आपल्या हयातीतच एक आख्यायिका बनून गेले होते, एवढे सांगितले म्हणजे राजवाडे यांचे महत्त्व लक्षात येईल. याचा अर्थ असा नव्हे, की राजवाडे यांच्यावर कोणी टीका केली नाही किंवा त्यांची सर्वच मते सर्वांनी माना डोलावत स्वीकारली. राजवाडे यांच्यावर टीकाही भरपूर झाली. त्यांच्या हयातीतच प्रबोधनकार के. सी. ठाकरे, विठ्ठल रामजी शिंदे, जिवाजी मंगेश तेलंग यांनी त्यांना चांगलेच धारेवर धरले होते. नंतरही इतिहाससंशोधक त्र्यं. शं. शेजवलकर यांनी राजवाडे यांच्या मर्यादा स्पष्ट केल्या. तथापि, या सर्व गोष्टी एकत्र केल्या तरी राजवाडे यांचे वाक्य ब्रह्मवाक्य मानणारा एक वर्ग अस्तित्वात राहिलाच; आणि विशेष म्हणजे मराठी विचारविश्वात याच वर्गाचे वर्चस्व असल्यामुळे राजवाडे यांचे स्थान अबाधित राहिले.

मौजेची गोष्ट ही, की राजवाडे यांच्या नावावर स्वतंत्र असा एकही ग्रंथ नाही! त्यांनी नियतकालिकांमधून किरकोळ स्वरूपाचे लेख लिहिले. *महिकावतीची बखर* आणि *राधामाधवविलास चंपू* या प्राचीन ग्रंथांचे संपादन केले. मुख्य म्हणजे मराठ्यांच्या इतिहासाची साधने गोळा करून ती तब्बल बावीस खंडांमध्ये छापली. त्यांच्यापैकी काही खंडांना प्रस्तावना लिहिल्या. राजवाडे संपादनांपेक्षा अधिक गाजले ते या प्रस्तावनांमुळे. ज्यांना या प्रस्तावना आवडल्या नाहीत, त्यांनाही राजवाडे यांनी अविश्रांत कष्ट घेऊन, प्रचंड भ्रमंती करून जमा केलेल्या इतिहासाच्या साधनसामग्रीसाठी त्यांच्या ऋणात राहण्यावाचून पर्यायच नव्हता.

राजवाडे बुद्धिमान तर होतेच; पण त्यांना प्रतिभाशक्तीचीही देणगी लाभली होती. जबरदस्त आत्मविश्वास हे त्यांचे आणखी एक वैशिष्ट्य. त्यामुळे साधा अंदाज किंवा कयाससुद्धा ते अशा पद्धतीने व अशा आक्रमकपणाने मांडत, की जणू काही महासिद्धान्तच, त्रिकालाबाधित सत्यच!

अभ्यासकांमध्ये राजवाडे यांचा नावलौकिक होता हे स्वाभाविकच म्हणावे लागते; पण विशेषत: हिंदुत्ववादी मंडळींमध्ये राजवाडे यांची अधिक चलती होती. बाबाराव सावरकर यांनी *गरुडझेप* या पुस्तकातून राजवाडे यांनी एका लेखात सुचवलेल्या एका गोष्टीवरून स्वत:च एक मोठी झेप घेतली. शिवाजीमहाराज आग्रा इथे औरंगजेबाला भेटायला गेले ते अफजलखानाचा जसा निकाल लावला तशाच

पद्धतीने औरंगजेबाचा लावण्याची योजना ठरवून. एका उडीत औरंगजेबाचे तख्त गाठून त्याचा तिथल्या तिथे खात्मा करायचा ही ती योजना; पण औरंगजेब पडला महाधूर्त. त्याने शिवाजीमहाराजांना अशा अंतरावर उभे केले, की तेथून अशी झेप घेता येणे शक्यच नव्हते. राजवाडे यांच्या लेखनामुळे विशेषत: ब्राह्मण तरुणांच्या डोक्यात हिंदुपतपातशाही, ब्रह्मबादशाही, भटकुल पातशाही अशा अव्यवहार्य कल्पना शिरल्या व त्यामुळे त्यांचाच तोटा झाला, असे मत शेजवलकरांनी नोंदवले आहे.

राजवाडे कमालीचे राष्ट्रप्रेमी होते आणि आपल्या परतंत्र राष्ट्राला ब्रिटिशांच्या वर्चस्वापासून मुक्त करण्याचे ध्येय त्यांनी समोर ठेवले होते. त्यासाठी इतिहास नावाच्या हत्याराचा उपयोग करता येईल, हे त्यांना विष्णुशास्त्री चिपळूणकरांचे लेखन वाचून लक्षात आले. त्यामुळे इतिहासाचा अन्वयार्थ लावायचा तोच मुळी राष्ट्रीय दृष्टीने असे त्यांनी ठरवले. त्यातून पूर्वजांच्या पराक्रमाचे व वैभवाचे उदात्तीकरण होणे अटळच होते. शेजवलकरांचे असेही म्हणणे आहे, की चपळूणकरांच्या प्रेरणेतून आलेल्या या आत्मतृप्त व पूर्वगौरवी वृत्तीमुळे लोकहितवादींनी सुरू केलेली आत्मपरीक्षणाची परंपरा खुंटली. त्यामुळे आपल्या दोषांकडे दुर्लक्ष करण्याची प्रवृत्ती बळावली.

भूतकाळाचे किंवा गतइतिहासाचे उदात्तीकरण करताना राजवाडे यांनी आपल्या स्वत:च्या जातीच्या पराक्रमाचा व कर्तबगारीचा इतिहास फुगवून सांगितला, असा आरोप ब्राह्मणेतर विचारवंतांनी करावा, यात आश्चर्य नाही. ब्राह्मणांच्याच इतर पोटजातींमधील विचारवंतसुद्धा तसा आरोप करण्यात मागे नव्हते. शेजवलकरांचा उल्लेख आलेला आहेच; पण ह.भ.प. लक्ष्मण रामचंद्र पांगारकरांसारख्या एरवी राजवाडे यांच्या राष्ट्रीय बाण्याचे कौतुक करणाऱ्यालासुद्धा असाच शेरा मारल्याशिवाय राहवले नाही!

स्वज्ञातीगौरव करणे ही गोष्ट एरवी फारशी खटकण्यासारखी नव्हतीच. प्रत्येक जातीत हा प्रकार कमी-अधिक प्रमाणात होत असतोच; पण राजवाडे यांचे वैशिष्ट्य म्हणजे ते इतर जातींना गौणत्व देऊन त्यांचे दोषच दाखवत राहिले आणि त्याहीपेक्षा आक्षेपार्ह गोष्ट म्हणजे हे करताना त्यांनी त्या-त्या जातीचे मूळ किती हीन दर्जाचे आहे, याची चर्चा केली. त्यामुळे महाराष्ट्राचे वातावरण दूषित झाले. इतिहास म्हणजे जणू उकिरडा फुंकण्याचा खेळ झाला. मराठे, कायस्थ प्रभू, सारस्वत, कऱ्हाडे, यजुर्वेदी अशा अनेक जाती राजवाडे यांच्या जात्यात भरडून निघाल्या. प्रतिक्रिया म्हणून स्वत: राजवाडे यांच्या जातीचाही उद्धार झालाच!

राजवाडे यांचे लेखन हे प्रतिक्रियात्मक होत; आणि यात त्यांनी चिपळूणकरांचे अनुसरण केल्याचे शेजवलकरांनी दाखवून दिले आहे. चिपळूणकरपूर्व काळात सामाजिक टीकेच्या भरात लोकहितवादी, फुले, रानडे, ख्रिस्ती मिशनरी अशा मंडळींनी ब्राह्मणांवर सतत हल्ले चढवले. यामुळे हवालदिल आणि हतोत्साह झालेल्या ब्राह्मणवर्गाला धीर द्यायची गरज होती. कारण, शेवटी स्वातंत्र्य मिळवण्याची निकड याच वर्गाला जास्त भासत होती. दुसरे असे की, मिशनरी, रानडे यांचा प्रार्थना समाज व जोतीबांचा सत्यशोधक या सर्वांनीच तुकोबांना आपला नायक बनवले होते. त्यामुळे तुकोबांनाच स्थानभ्रष्ट करण्याची गरज चिपळूण-राजवाडे यांच्या राष्ट्रीय संप्रदायास वाटू लागली; पण स्थानभ्रष्ट करताना आधी तुकोबांची जागा घेऊ शकेल असा पर्याय शोधण्याची गरज होती. चिपळूणकरांनी हा पर्याय पंडित कवी मोरोपंत यांच्यात शोधण्याचा प्रयत्न केला; पण मुळात मोरोपंतांचा प्रभाव किती आणि त्यांची कविता कळते कुणाला?

मौजेची गोष्ट अशी आहे की, खुद्द चिपळूणकरांवरच तुकोबांचा प्रभाव असल्याच्या खुणा

'निबंधमाले'च्या पहिल्या अंकापासूनच लागतील तेवढ्या दाखवता येतील. अर्थात, त्याचे आश्चर्य वाटायचेही काही कारण नाही. हा प्रभाव एकोणिसाव्या शतकातील जवळपास सर्वांवरच होता. त्याला चिपळूणकरांनी अपवाद का असावे?

चिपळूणकरांनी पुढे केलेला पर्याय चालत नाही, हे लक्षात आलेल्या राजवाडे यांना दुसरा पर्याय सापडला, तो म्हणजे समर्थ रामदास. मग काय; तुकाराम विरुद्ध रामदास, वारकरी संप्रदाय विरुद्ध रामदासी संप्रदाय, प्रवृत्ती विरुद्ध निवृत्ती, विठ्ठल विरुद्ध राम अशी नाना प्रकारची द्वंद्वे निर्माण होऊन समाज ढवळून निघाला. या द्वंद्वांचा धुरळा अजूनही पुरता खाली बसला नाही वा कोणाच्या डोळ्यांत त्यातील धूळ केव्हा जाईल, सांगता येत नाही.

राजवाडे यांनी उठवलेल्या मोहोळातल्या माश्या स्वत: राजवाडे यांना व त्यांच्या संप्रदायाला चावल्याशिवाय राहणार नव्हत्याच. त्यांनी कायस्थ प्रभूंबद्दल जे लिहिले त्याचे खंडन करण्यासाठी 'प्रबोधन'कार केशव सीताराम ठाकरे यांनी *कोदंडाचा टणत्कार – भारत इतिहाससंशोधक मंडळास पहिली सलामी* हा ग्रंथ लिहिलाच; शिवाय *महाराष्ट्रातील ग्रामण्यांचा इतिहास, रंगो बापूजींचे चरित्र* असे आनुषंगिक लेखनही त्यांनी केले. *राधामाधवविलास चंपू* या जयराम पिंडेलिखित शहाजी महाराजांच्या संदर्भातले चम्पूकाव्य संपादित करताना राजवाडे यांनी त्याला जी प्रस्तावना लिहिली, तिच्यात त्यांनी मराठा समाजाबद्दल असेच काही लिहिले. त्याचा प्रतिवाद महर्षी विठ्ठल रामजी शिंदे यांनी केला. महाराष्ट्रात आधीच उफाळून वर आलेल्या ब्राह्मण–ब्राह्मणेतर वादाच्या आगीत भरपूर तेल ओतायचे काम राजवाडे यांनी केले.

खरी गंमत तर पुढेच आहे. राजवाडे यांची उतावळ्या उत्साहाने प्रकट केलेली मते शेवटच्या दोनएक वर्षांत पार बदलून गेली. म्हणजे उलट्याची पालटी झाली! वैदिक परंपरेबद्दल एवढ्या अभिमानाने लिहिणाऱ्या राजवाडे यांनी वेदवाङ्मयाच्या आधारे प्राचीन विवाहसंस्थेच्या इतिहासावर *चित्रमय जगत्* मासिकात लेखमाला सुरू केली. त्यातून उघड होणारी वस्तुस्थिती ही परंपरेच्या अभिमान्यांना घाम फोडणारी होती. आपल्या नीतिमत्तेचा टेंभा मिरवणाऱ्यांना त्यांचे पूर्वज (आजच्या नीतिकल्पनांनुसार) कसे अनीतिमान ठरतात, हे राजवाडे यांच्या लेखनातून दिसू लागले, तेव्हा त्यांनी प्रकाशक वासुकाका जोशी यांना चित्रशाळा छापखानाच जाळण्याची धमकी दिली, तेव्हा ही लेखमालाच बंद करावी लागली.

याच काळात राजवाडे यांची मते कळत-नकळत साम्यवादाकडे झुकू लागली होती, असे शेजवलकर लिहितात. ते 'भौतिकवादी' पद्धतीने ते लिहू लागले होते हे निश्चित.

राजवाडे यांच्यातील आणखी एक बदल त्यांच्या चाहत्यांच्या पचनी पडणे शक्यच नव्हते. राजवाडे कट्टर टिळकवादी राष्ट्रीय विचारसरणीचे. टिळकांच्या पश्चात स्वातंत्र्यलढ्याचे नेतृत्व महात्मा गांधीजी यांच्याकडे गेले, तेव्हा टिळकानुयायांमध्ये चलबिचल सुरू झाली. आपले पारंपरिक नेतृत्व व स्थान गांधीजी

> इतिहासाचार्य वि. का. राजवाडे कमालीचे राष्ट्रप्रेमी होते. परतंत्र राष्ट्राला ब्रिटिशांच्या वर्चस्वापासून मुक्त करण्याचे ध्येय त्यांनी समोर ठेवले होते. मात्र, इतिहास सांगताना स्वजातीचा त्यांनी गौरव केला आणि इतर जातींना गौणत्व देऊन त्यांचे दोषच दाखवत राहिले. त्याहीपेक्षा आक्षेपार्ह गोष्ट म्हणजे हे करताना त्यांनी त्या–त्या जातीचे मूळ किती हीन दर्जाचे आहे, याची चर्चा केली. त्यामुळे महाराष्ट्राचे वातावरण दूषित झाले.

हिरावून घेत आहेत, असे त्यांना वाटू लागले. त्यांनी गांधीजींना विरोध करायला सुरुवात केली. इकडे राजवाडे यांनी मात्र गांधीजींना आणि गांधीजींच्या असहकारितेच्या चळवळीला पूर्ण पाठिंबा देऊ केला. लढाईत सेनापतीच्या फक्त आज्ञा पाळायच्या असतात, त्याला 'का' हा प्रश्न विचारायचा नसतो, तसेच त्याच्या निर्णयावर वा हुकमावर आक्षेप घेऊन टीका करायची नसते, असे ते म्हणू लागले.

राजवाडे यांच्यामधले हे महत्त्वाचे बदल अज्ञातच राहिले, की त्यांच्याकडे हेतुपुरस्सर दुर्लक्ष केले गेले? कुणास ठाऊक?

■

२२

गांधीजी आणि सावरकर : बदलत्या भूमिका ?

आजच्या पिढीतल्या अनेकांना ज्ञात असेल किंवा नसेल; पण विष्णुशास्त्री चिपळूणकर यांच्या निबंधमालेमुळे अनेकांना प्रेरणा मिळाली आणि त्यांनी आपापली कार्यक्षेत्रे निवडून त्यात महत्त्वाचे योगदान दिले. अगदी उलट बाजूने पाहायचे झाले, तरी जिला ब्राह्मणेतर पत्रकारिता संबोधण्यात येते तिची सुरुवातसुद्धा ब्राह्मणेतर मंडळींना चिपळूणकर यांनी उचकवल्यामुळे झाली. जोतीराव फुले यांच्या *गुलामगिरी* पुस्तकावर आणि सत्यशोधक समाजाच्या अहवालावर निबंधमालेतून परीक्षण करताना त्यांच्यावर जोरदार टीका केली. स्वतः जोतीरावांनी तिच्याकडे दुर्लक्ष केले, परंतु जोतीरावांचे तरुण सहकारी कृष्णराव भालेकर या टीकेमुळे प्रचंड अस्वस्थ झाले. भालेकर उत्साही आणि उपक्रमशील होते. चिपळूणकर आणि एकूणच ब्राह्मणी पत्रकर्त्यांकडून होणाऱ्या टीकेला प्रत्युत्तर देण्यासाठी आपले स्वतंत्र पत्र पाहिजे, असे त्यांच्या लक्षात आले. यापूर्वी अशा टीकेचा समाचार घ्यायचा झाल्यास ख्रिस्ती मिशनऱ्यांनी चालवलेल्या *ज्ञानोदय*सारख्या पत्रांचा आधार घ्यावा लागे. त्यामुळे सत्यशोधक लोक ख्रिस्ती धर्माचे पक्षपाती आहेत, असा समज पसरवणे विरोधकांना सहज शक्य होई.

सत्यशोधक ब्राह्मणेतरांचे असे पत्र काढण्यास अनुकूल परिस्थिती नव्हतीच. इतकेच काय, स्वतः जोतीरावसुद्धा त्याविषयी उत्सुक वा उत्साही नव्हते. भालेकरांच्या म्हणण्यानुसार प्रतिकूलच होते! त्यामुळे मुंबईच्या सत्यशोधकांनी या संकल्पित पत्रासाठी पाठवलेला छापखाना पुण्यात धूळ खात पडला व शेवटी तो परत पाठवावा लागला.

तरीही, भालेकरांनी उमेद खचू दिली नाही. त्यांनी *दीनबंधू* पत्र सुरू केले. *दीनबंधू* हे ब्राह्मणेतर पत्रकारितेचे पहिले पत्र ठरले. पुढे *दीनबंधू*ची वाटचाल ठेचा खातच झाली; पण तो वेगळा विषय होईल. इथे एवढे सांगणे पुरे, की भालेकरांची परंपरा त्यांच्या पश्चात त्यांचे चिरंजीव मुकुंदराव पाटील यांनी चालू ठेवली. मुकुंदरावांनी *दीनमित्र* नावाचे पत्र काही दशके स्वातंत्र्योत्तर काळातसुद्धा चालवले.

मुद्दा असा आहे, की या ब्राह्मणेतरांना जागे करायचे काम अप्रत्यक्षरीत्या चिपळूणकरांकडून झाले! चिपळूणकरांनी प्रेरित, प्रभावित व प्रवर्तित केलेल्या विचारांचा आणि कार्याचा प्रवाह त्या काळात मुख्य प्रवाह ठरला असल्यास आश्चर्य वाटायचे कारण नाही. हा प्रभाव इतका लक्षणीय होता, की वाङ्मयेतिहासकारांनी

'चिपळूणकर युग' 'विष्णू पंचायतन' अशा कल्पना प्रचलित केल्या.

खुद्द वि. का. राजवाडे यांचे स्वत:चे प्रेरणास्थान चिपळूणकरच होते. राजवाडे चिपळूणकरांना 'महात्मा' म्हणत व टिळकांपेक्षाही श्रेष्ठ मानत.

चिपळूणकरकालीन सुशिक्षित उच्चवर्णीयांवर इंग्लिश भाषेची विलक्षण पकड होती. मराठीचा वापर करण्यात त्यांना कमीपणा वाटत असे. चिपळूणकरांनी त्यांना मराठी भाषेची महती पटवून दिली आणि या पकडीतून सोडवले. खुद्द राजवाडे यांनाही इंग्लिशमध्ये विचार करायची व लिहायची 'दुष्ट खोड' लागली होती. ती केवळ चिपळूणकरांच्या निबंधमालेमुळेच सुटू शकली!

चिपळूणकर आणि राजवाडे यांच्यातला अनुबंध अभ्यासकांच्या लक्षात आल्याशिवाय राहिला नाही. त्यांनी चिपळूणकर युगाचा कालखंड निश्चित करताना १९२५ हे त्यांच्या परिसमाप्तीचे वर्ष ठरवले. कारण १९२५मध्ये राजवाडे यांचे निधन झाले. मुख्य म्हणजे महात्मा गांधीजींच्या प्रभावामुळे चिपळूणकरांची प्रभा आणि प्रभावळ अस्तंगत होऊ लागली. फुले-शाहू यांचे अनुयायी असलेले ब्राह्मणेतरही गांधीजींच्या मागे जाऊ लागले. इतकेच काय; परंतु टिळकांच्या बरोबरीने काम केलेले *काळ*कर्ते शि. म. परांजपे, 'चित्रशाळे'चे वासुकाका जोशी यांनीही तोच मार्ग चोखाळला.

तरीही, चिपळूणकरांचा प्रभाव पूर्णपणाने ओसरला, असे म्हणता येत नाही. कारण तोपर्यंत चिपळूणकरांनी मराठी भाषेचाच एक नवा नमुना घडवला होता. त्यामुळे चिपळूणकर किंवा त्यांच्या अनुयायांच्या विचारांवर टीका करायची झाली, तरी त्यासाठी भाषा वापरायची ती 'चिपळूणकरी नमुन्याची' अशी मौजेची स्थिती निर्माण झाली.

समाजजीवनामध्ये अशा विसंगती ठायीठायी दिसून येतात. त्याचे एक कारण म्हणजे समाजजीवन हे प्रवाही असते. विशिष्ट वेळी केलेला विचार वा कृती विशिष्ट परिस्थितीत दिलेला प्रतिसाद असतो. परिस्थितीपासून विचाराला व कृतीला अलग करून चिरंजीवित्व देणे आणि तोच संबंधित व्यक्तीचा अंतिम विचार वा कृती आहे. त्यापेक्षा काही वेगळे बोलणे / लिहिणे / करणे हा अधिकार त्या व्यक्तीलाही नाही, असा समज चुकीचा आहे. तार्किकदृष्ट्या अशा वेगवेगळ्या विचारांत वा कृतींत विसंगती दिसली, तरी परिस्थितीचे म्हणूनही काही एक तर्कशास्त्र असते, हे लक्षात घेतले म्हणजे ही विसंगती दूर होते. गांधीजी, डॉ. बाबासाहेब आंबेडकर यांच्यासारख्या महापुरुषांवर तर जवळपास प्रत्येक घटनेवर प्रतिक्रिया द्यायचा प्रसंग यायचा आणि विरोधक, जिज्ञासू, इतकेच काय; तर अनुयायीसुद्धा या प्रतिक्रियांमध्ये काहीएक विसंगती दिसली की अस्वस्थ व्हायचे. अशा वेळी नंतरचे मत योग्य मानून अगोदरच्या मताचा त्याग करायचा, हा सरळ मार्ग. पण याचा अर्थ त्यांचे पूर्वीचे मत चूक होते, असा घ्यायचा का? तर नाही. त्या काळात त्या परिस्थितीला दिलेला प्रतिसाद म्हणून ते बरोबरच समजले पाहिजे.

यातून आणखी एक महत्त्वाचा मुद्दा निष्पन्न होतो. इतर मानवांप्रमाणे महापुरुषही मृत होतात; पण त्यांचे विचार मृत होत नाहीत. त्या विचारांचा सारांश आणि त्या महापुरुषांची विचारपद्धती आपणास ठाऊक असते. त्यांच्या अनुरोधाने विचार करून ते आज असते तर त्यांनी आजच्या परिस्थितीला काय प्रतिसाद दिला असता, याचा अंदाज आपण बांधू शकतो. त्यात मतभेद होणे स्वाभाविक आहे; पण त्याने बिघडत नाही.

बऱ्याच वेळी महापुरुषांचे अनुयायी महापुरुषांनी व्यक्त केलेल्या मतांमधील आपणास लाभदायक किंवा फलप्रद ठरेल तेच मत नेमके निवडतात आणि महापुरुषांचा विचार तेवढ्यापुरताच मर्यादित करून त्या

महापुरुषांचा तोच अंतिम विचार असे सांगतात.

या सगळ्याच प्रकारांचे एक उदाहरण द्यायला हरकत नाही. पहिले महायुद्ध सुरू झाले तेव्हा स्वातंत्र्यवीर वि. दा. सावरकर अंदमानात जन्मठेपेची शिक्षा भोगत होते. ते सशस्त्र क्रांतिकारक होते. रक्तपात करून हिंसक मार्गाने इंग्रजांना देशातून हाकलून द्यावे व देशाला स्वतंत्र करावे, अशी त्यांची तेव्हाची धारणा होती. त्या काळात युद्धात इंग्रजांची बाजू घ्यावी किंवा इंग्रजांना मदत करावी, अशा कल्पना त्यांच्या स्वप्नातसुद्धा आली नसती.

याउलट, महात्मा गांधी त्या वेळी इंग्रजांना युद्ध-प्रयत्नात विनाअट सहकार्य करावे, या मताचे होते. इतकेच नव्हे, तर भारतीय तरुणांनी ब्रिटिश सैन्यात भरती होऊन जर्मनांचा सशस्त्र-हिंसक प्रतिकार करावा, असेही त्यांना वाटत होते. त्याच्याही पुढे जाऊन ते अशा सैन्यभरतीसाठी प्रचार करत होते. गावोगावी जाऊन तरुणांना तसे आवाहन करत होते.

दुसऱ्या महायुद्धाच्या वेळी गांधी व सावरकर यांच्या भूमिकांची अदलाबदल झाली! ब्रिटिशांनी भारतीय नेत्यांना विश्वासात न घेता भारताचा ब्रिटनला पाठिंबा असून, भारत ब्रिटनच्या बाजूने युद्धात उतरत आहे, असे परस्परच जाहीर केले. हे कृत्य काँग्रेसला व गांधीजींना पटले नाही. त्याचा निषेध म्हणून भारतात १९३५च्या कायद्यानुसार प्रांतांत सत्तारूढ झालेल्या काँग्रेसच्या मंत्रीमंडळांनी राजीनामे दिले. युद्ध-प्रयत्नांमध्ये भारत कोणत्याही प्रकारचे सहकार्य करणार नाही, असे त्यांनी जाहीर केले. इतकेच नव्हे, तर १९४२च्या ऑगस्ट महिन्यात इंग्रज सरकार संकटात आले, जर्मनीची सरशी होत आहे, सुभाषबाबू जपानमधून भारतावर स्वारी करून येत आहेत, अशा वातावरणात 'चले जाव' चळवळ सुरू केली.

या वेळी सावरकरांनी याच्या नेमकी विरुद्ध भूमिका घेतली. हिंदू महासभेच्या वतीने त्यांनी ब्रिटिश सरकारला पूर्ण पाठिंबा व सहकार्य देऊ केले. हिंदू तरुणांनी सैन्यात भरती व्हावं, असा प्रचार ते करू लागले. साहजिकच काँग्रेससाठी ते टीकेस पात्र ठरले. काँग्रेसवाले त्यांना 'रिक्रूटवीर' म्हणून हिणवू लागले.

गांधीजी-सावरकर यांच्या बदललेल्या भूमिकांची संगती या दोघांचे समर्थक व विरोधक कसे करतात हे पाहिले तर आश्चर्य वाटल्याखेरीज राहणार नाही. सावरकरांसाठी हिंसा-अहिंसा ही समस्या केव्हाच नव्हती. त्यांनी कधीही अहिंसेचा पुरस्कार केला नव्हता, किंबहुना 'रणाविण स्वातंत्र्य कोणा मिळाले?' ही त्यांची मूलभूत भूमिकाच होती. मुद्दा ब्रिटिशांच्या पूर्ण विरोधात असलेले सावरकर ब्रिटिशांना पूर्ण सहकार्य करायच्या भूमिकेत जातात ते का, हा एक प्रश्न आहे आणि त्यातील संगती कशी शोधायची, हा दुसरा.

इकडे गांधीजींच्या संदर्भात पहिल्या महायुद्धाच्या वेळीही गांधीजी हिंसेच्या विरोधातच होते. तथापि, त्यांना जर्मनांपेक्षा ब्रिटिशांची बाजू न्याय्य वाटली. दुसरे असे की, हिंसा करता येत नाही म्हणून नाइलाजाने अहिंसेचा मार्ग पत्करायचा, अशी गांधीजींची भूमिका कधीच नव्हती. ब्रिटिशांनी भारतीय नागरिकांना शस्त्रे बाळगण्यास कायद्याने बंदी केली होती, त्यामुळे त्यांच्यावर आत्मसंरक्षणासाठी ब्रिटिश सरकार व पोलीस यांवर अवलंबून राहण्याची वेळ आली होती. सैन्यात भरती झाल्याने शस्त्रास्त्रे चालवण्याचे ज्ञान भारतीयांना होईल व ते आत्मरक्षण करू शकतील, अशी गांधीजींची भूमिका होती. विशेष म्हणजे गांधीजींच्या अहिंसेच्या तत्त्वाचा अंगीकार करूनही काँग्रेसच्या बहुतेक अधिवेशनांमध्ये ब्रिटिश सरकारने शस्त्रबंदी उठवावी, हा ठराव हमखास मान्य करून घेण्यात येत असे. गांधीजींच्या लष्करभरतीच्या आवाहनाला गुजरातमध्ये प्रतिसाद मिळाला नाही, हे मात्र नमूद करावे लागेल. त्यामुळे गांधीजींना तात्कालिक नैराश्य येऊन त्यांची प्रकृतीही

थोर नेत्यांच्या भूमिका त्या-त्या वेळी उद्भवलेल्या परिस्थितीचा विचार करून स्वीकारलेल्या असतात. मात्र तीच त्यांची अंतिम भूमिका नसते. दोन महायुद्धांच्या वेळी महात्मा गांधी आणि स्वातंत्र्यवीर सावरकर यांच्या भूमिका अशाच परस्परविरोधी होत्या. गांधीजी-सावरकर यांच्या बदललेल्या भूमिकांची संगती व त्यामागचे त्यांचे समर्थन व विरोध पाहिला की आश्चर्य वाटल्याखेरीज राहत नाही.

बिघडली. गुजराती लोक सैन्यात जात नाहीत म्हणून वैष्णव पंथाला जबाबदार धरून तशी टीकाही केली!

१९०९मध्ये तुरुंगात गेलेले सावरकर हिंदुत्ववादी झालेले नव्हते. पहिले महायुद्ध सुरू होऊन संपेपर्यंत ते अंदमानच्या तुरुंगात असल्यामुळे त्यांनी कोणाला पाठिंबा द्यायचा न द्यायचा प्रश्नच नव्हता. दुसरे महायुद्ध सुरू झाले तेव्हा सावरकर अंदमानातून सुटलेले होतेच; शिवाय त्यांच्यावरील निर्बंध दूर होऊन ते राजकीय कृती करण्यास स्वतंत्र होते. अंदमानातल्या काळात ते पूर्णपणे हिंदुत्ववादी बनूनच तुरुंगातून बाहेर पडले होते. दुसऱ्या महायुद्धावेळी हिंदू तरुणांनी लष्करात दाखल होऊन युद्धकौशल्य आत्मसात करावे, हा त्यांच्या भूमिकेचा एक महत्त्वाचा पदर होता.

■

२३

बाळंभटदादा देवधर व त्यांची परंपरा

स्वातंत्र्यपूर्व भारतीय राजकारणातले दोन ध्रुव कोणते, असा प्रश्न कुणी विचारला तर त्याचे नि:संशय आणि नि:संदिग्ध उत्तर आहे महात्मा गांधी आणि स्वातंत्र्यवीर सावरकर. त्यांच्यातले सर्वच्या सर्व मतभेद इथे स्पष्ट करायची आवश्यकता नाही. मुख्य मुद्दा हिंसा-अहिंसा आणि अनुषंगाने प्रत्यक्ष व्यवहारातल्या शारीरिक बळाचा आणि शस्त्रांचा वापर हा आहे. वादविवादात आणि राजकारणात प्रतिपक्षाच्या मतांची आपल्याला अनुकूल अशी अतिशयोक्त मांडणी करून तिचे खंडण करणे हा प्रकार सार्वत्रिकच आहे. गांधीजींच्या बाबतीत हा प्रकार तर नेहमीच घडलेला दिसून येतो आणि त्यात हिंदुत्वनिष्ठ लोक अग्रेसर असायचे. पुण्यातील *भाला* नावाचे पत्र चालवणारे भास्करराव भोपटकर यांचे नाव या संदर्भात अपरिहार्यच ठरते. भोपटकरांच्या भाषणाला लोक तुडुंब गर्दी करत आणि भोपटकर त्यांना कधी निराश करत नसत, एवढे सांगणे पुरेसे व्हावे.

विनोदाचे हत्यार वापरून, शाब्दिक कोट्या करून श्रोत्यांना गुंगवून टाकण्यात 'भाला'कार वस्ताद होते. 'लेंगे स्वराज्य लेंगे, चरखा चला चला के' हे अहिंसक काँग्रेसवाल्यांचे तेव्हाचे घोषवाक्यच होते. त्यावर भोपटकर 'लेंगे स्वराज्य लेंगे खारका चबा चबा के' असे म्हणत. 'खारीक' हा शब्द पौष्टिक खुराकाचे प्रतीक असा सांकेतिक घ्यायचा. खुराक म्हटल्यावर व्यायाम आलाच. इंग्रजांना पराभूत करायचे असेल तर बलोपासना करायला हवी. शरीर कमवायला हवे. ठोशास ठोसा देता यायला हवा. ते गांधीवादी दुर्बलांचे, अहिंसक नेभळटांचे काम नाही, असे भोपटकर म्हणत असत.

सुरुवातीच्या काळात म्हणजे जेव्हा भारतीय लोकांकडे पुरेशी आधुनिक हत्यारे नव्हती (१८५७नंतर तर शस्त्रबंदीचा कायदाच झाला) तेव्हा शरीर कमवून आखाड्यात घुमून, काटक बनून इंग्रजांशी मुकाबला करण्याचे स्वप्न इथल्या युवकांनी बाळगले होते. पुण्यातला लहुजी वस्ताद यांचा आखाडा त्यासाठी प्रसिद्ध होता. स्वत: जोतीराव फुलेही पूर्ववयात याच उद्दिष्टासाठी लहुजींच्या आखाड्यात जात असल्याचे त्यांनी स्वत:च नोंदवले आहे. कुप्रसिद्ध रँडला यमसदनाला पाठवणारे चाफेकर बंधूसुद्धा अशीच बलोपासना करणारे होते. मैलोन् मैल धावणे, टेकड्या चढणे, दंड-बैठका, सूर्यनमस्कार या प्रकाराने शरीर सुदृढ, बळकट आणि काटक करून शेवटी इंग्रजी सत्तेविरोधी बंड करणे हा त्यांचा हेतू होता.

डॉ. बाळकृष्ण शिवराम मुंजे यांचे नावही या संदर्भात घ्यायला हवे. मुंजे यांचा भर शारीरिक बल, पौष्टिक आहार (मांसाहारासह) आणि मुख्य म्हणजे लष्करी प्रशिक्षण यांवर होता. डॉक्टरांचे व सावरकरांचे चांगले जमायचे. भारताचे हिंदूकरण व त्यासाठी हिंदूंचे सैनिकीकरण हा त्यांचा कार्यक्रमच होता, असे म्हटले तरी चालेल. अर्थात सावरकर हे विज्ञाननिष्ठ व तंत्रस्नेही असल्यामुळे केवळ बलवर्धन आणि लष्करभरती यांनी भागणार नाही. लष्कराला अत्याधुनिक शस्त्रास्त्रांनी सज्ज करायला हवे, असा त्यांचा आग्रह होता. गांधीवादी एकीकडे संपूर्ण शस्त्रसंन्यासाची भाषा करत असताना त्यांची अशी प्रतिक्रिया उमटणे साहजिकच होते. डॉ. य. दि. फडके यांनी तर या प्रकाराला 'शस्त्रवेड' असे म्हटले आहे.

अर्थात, आधुनिक शस्त्रे फक्त सैन्यातच उपलब्ध होऊ शकतात. सर्वसामान्य नागरिकांसाठी बलोपासना हाच मार्ग उरतो. त्याचा पुरस्कार सर्वच हिंदुत्वनिष्ठ त्या काळात करत होते. गांधीजींचे सुदृढ शरीराला हरकत असायचे काही कारण नव्हते. पण त्यांच्यासाठी तो मुख्य कार्यक्रम नव्हता. वैश्य समाजाने सासवणे इथे बांधलेल्या हनुमानाच्या मंदिराचे उद्घाटन गांधीजींच्या हस्ते झाले तेव्हा अनेकांनी त्याची टिंगल केली असणार, हे उघड आहे. गांधीजींनी मात्र हनुमानाच्या बळाची प्रशंसा केली; पण त्याचबरोबर हनुमानाने आपले बळ फक्त दुष्ट शक्तींच्या विरोधातच वापरले होते, याचीही आठवण करून दिली. पुण्यातले गुलाम दस्तगीर यांच्यासारखे मल्लविद्येचे उस्ताद गांधीजींच्या मागे होते, याचा अर्थ समजून घ्यायला हवा.

हिंदुत्ववाद्यांना आदर्श असलेल्या लोकमान्य टिळकांना शारीरिक बळाचे महत्त्व पुरेपूर अवगत झाले होते. त्यामुळे त्यांनी महाविद्यालयीन जीवनातले एक वर्ष केवळ शरीर सुदृढ करण्यास वाहून घेतले असल्याचे सर्वज्ञात आहेच. टिळकांच्या काळात पुण्यात अनेक तालमी व आखाडे होते. बंगालचे तरुण ब्रिटिश सत्ता उलथून टाकायचे बेत आखू लागले तेव्हा बंगालमधील ही उणीव तिथल्या देशभक्तांच्या लक्षात आल्याशिवाय राहिली नाही. तेव्हा रवींद्रनाथ टागोर यांची भाची सरलादेवी पुण्यात आल्या आणि त्यांनी पुण्यातल्या बलोपासनेची माहिती घेऊन तो नमुना बंगालमध्ये नेला.

हिंदुत्ववादी संघटनांनी व संस्थानांनी बलोपासनेवर भर देणे अगदीच स्वाभाविक होते. तथापि, ही उपासना केवळ वैयक्तिक पातळीवर न राहता तिला सुव्यवस्थित व शिस्तबद्ध स्वरूप यावे, असा प्रयत्न त्यांनी केला असल्याचे संघाच्या शाखांवरून दिसून येईल.

हा प्रयोग संघासाठी व समविचारी संस्थांसाठी, संघटनांसाठी फार अवघड नव्हताच. त्याचे कारण म्हणजे खरे तर भारतालाच; पण विशेषतः महाराष्ट्राला व्यायामाची, मल्लविद्येची मोठी परंपरा लाभली आहे. बलराम व कृष्ण यांनी कंसाच्या चाणूर आणि मुष्टिक यांच्यासारख्या बलाढ्य मल्लांना कसे लोळवले किंवा भीमाने हिडिंब राक्षसाशी व जरासंधाशी कसा मुकाबला केला, याची वर्णने महाभारतात आढळून येतात. मल्लविद्येच्या वेगवेगळ्या डावपेचांची नावेही उपलब्ध होतात. नंतरच्या काळातही राजामहाराजांनीही पहिलवानांना आश्रय देऊन त्यांच्या कुस्त्या लावायचा छंद जोपासला होता. त्याचे अगदी ठळक उदाहरण म्हणजे करवीर छत्रपती शाहूमहाराज. महाराज स्वतःही उत्तम कुस्तीगीर होते!

लोकमान्य टिळकांच्या काळात पुण्यात अस्तित्वात असलेल्या तालमींचा उल्लेख झाला आहेच. पुण्यात ही परंपरा निर्माण होण्याचे कारण म्हणजे पेशवाईच्या काळात तिला मिळालेले उत्तेजन. राघोबादादा, नानासाहेब तसेच सदाशिवरावभाऊ हे पेशवेकुलोत्पन्न तासन्तास कसरतीत रमायचे. दुसरा बाजीराव स्वतः किती मेहनत करायचा ठाऊक नाही. पण कुस्ती बघणे त्यालाही आवडायचे. त्याच्या काळात झालेल्या

महाराष्ट्राला मल्लविद्येची परंपरा होतीच. अगदी पश्चिम बंगालमधल्या क्रांतिकारकांनी त्याची माहिती इथे येऊन घेतली. यामध्ये भर घातली बाळंभट यांनी. भारतीय मल्लविद्येला वळण देणारे विशेषत: मल्लखांब रुजवणारे म्हणून बाळंभटदादा देवधर यांचे नाव घेतले जाते. दुसऱ्या बाजीराव पेशवे यांच्याबरोबर ब्रह्मावर्त ऊर्फ बिठूर इथे गेलेल्या बाळंभटदादांनी देशभर दौरा करून मल्लखांबाचा प्रसार केला.

आश्रितांच्या भाऊगर्दीत मल्लांनाही स्थान होते.

इंग्रजांनी बाजीरावाचा पराभव करून पेशवाई बुडवली आणि त्याला उत्तरेत ब्रह्मावर्त ऊर्फ बिठूर इथे तहहयात पेन्शनवर पाठवले. त्याच्याबरोबर ब्रह्मावर्तास गेलेल्या मल्लांमध्ये एक होते बाळंभटदादा देवधर.

बाळंभटदादांचे नाव महत्त्वाचे यासाठी, की त्यांनी भारतीय मल्लविद्येला नवे वळण दिले. दादांचे एक अभिनव चरित्र (*एक होता बाळंभट*) नुकतेच श्रीमती मनीषा बाठे यांनी लिहिले आहे. मनीषाताई स्वत: मल्लखांबपटू असून, चांगल्या अभ्यासकही आहेत. त्यांच्या म्हणण्याप्रमाणे बाळंभटदादा हे मल्लखांब व मल्लखांबविद्या यांचे जनक होत. त्यांनी प्रवर्तित केलेली मल्लखांबविद्या व मल्लखांबांच्या अनुषंगाने कुस्ती यांच्या शाखोपशाखा भारतभर पसरल्या. त्या सर्वांचा परामर्षही बाठे यांनी या पुस्तकात घेतला आहे.

कोणत्याही विशिष्ट परंपरेच्या मुळांचा शोध घेत इतिहासकाळात मागे-मागे जात राहिले असता कुठल्यातरी बिंदूवर थांबून त्याला आद्यत्वाचा मान द्यावा लागतो. विशिष्ट व्यायामपद्धतीचे आद्य जनक बाळंभट देवधर आहेत, हे निश्चित झाले, तरी देवधर हे काही फार प्राचीन नव्हते. म्हणून त्यांना हा नवा प्रयोग कसा सुचला, असा प्रश्न उपस्थित होतो आणि त्याचे उत्तर म्हणून एखाद्या व्यक्तीचे नाव घेतले तर त्यांच्या आद्यत्वाच्या दाव्याला बाधा येते. अशा वेळी परंपरेत एखाद्या मिथ्यकथेचा किंवा मिथकाचा आश्रय घेण्यात येतो. दादांच्या बाबतीतही असे मिथक निर्माण झाले. त्यानुसार बाळंभटांना मल्लखांब व त्यावर आधारित कुस्तीतले डावपेच साक्षात हनुमंताने शिकवले. त्यासाठी त्यांनी सप्तशृंगगडावर देवीचे अनुष्ठान केले. देवीच्या वरदानानेच हनुमंताने प्रकट होऊन बाळंभटाला सात फूट उंचीचा सागाचा खांब बनवून दिला व त्याच्यावर डाव करायला शिकवले.

या मिथकाचा बुद्धीला पटणारा नवा अन्वयार्थ लावून मनीषाताईंनी त्याला मानवी कक्षेत आणले आहे. त्यानुसार सप्तशृंगगडावर अजूनही माकडांचे कळप वावरताना दिसतात. झाडाझुडपांवर चढायचे, बागडायचे त्यांचे उद्योग सतत चालूच असतात. त्यांच्या या हालचालींमधूनच बाळंभटांना मल्लखांबाची कल्पना स्फुरली असावी. ही एक नवनिर्मितीच होय.

अशा प्रकारे तयार केलेल्या लाकडी खांबालाच प्रतिस्पर्धी समजून त्याच्यावर पेच-पकडींचा कसून सराव करून बाळंभटांनी मल्लविद्येचे नवे तंत्रच विकसित केले. त्याच्या आधारे बाजीराव पेशव्यांच्या दरबारात येऊन आव्हान देणाऱ्या अनेक मल्लांना अस्मान दाखवले आणि पेशव्यांची अब्रू वाचवली. पण शेवटी १८१८मध्ये पेशव्यांची जाणारी अब्रू बाळंभट वाचवू शकणार नव्हते. ब्रिटिशांनी दुसऱ्या बाजीरावाचा पराभव करून त्याला ब्रह्मावर्तास पाठवले. त्याच्याबरोबर तिथे गेलेल्या लोकांमध्ये बाळंभटदादा होते; पण तिथे राहून पेशव्यांचे मन रिझवण्यात त्यांना स्वारस्य वाटेनासे झाले. या विद्येचा देशभर प्रसार करावा व त्यातून तयार होणाऱ्या बलशाली तरुणांनी परकीय सत्तेचा प्रतिकार करावा, या हेतूने त्यांनी ब्रह्मावर्त सोडून देशभर भ्रमंती केली. बनारस, बडोदा, पुणे इत्यादी ठिकाणी आखाडे स्थापन केले.

वेगळ्या कारणाने बडोद्याचा आखाडा अधिक गाजला. तेथे बाळंभटांची परंपरा हके जमाल - जुम्मादादा - माणिकराव अशी पुढे गेली. सुदैवाने माणिकरावांच्या काळात बडोद्याला सयाजीराव गायकवाडांसारखा सुज्ञ सत्ताधीश लाभला. त्यांच्या आश्रयाने माणिकरावांनी अनेक क्रांतिकारकांना प्रेरणा देऊन तयार केले. वेगवेगळ्या माध्यमांतून बाळंभटांनी प्रवर्तित केलेली व्यायामपद्धती संघ, सेवादल इत्यादी संस्थांपर्यंत झिरपत गेली. या झिरपण्याच्या प्रक्रियेत सहभागी असलेल्या ल. ना. सप्रे, वैद्य, करमरकर, उदय देशपांडे, महेश अटाळे यांच्यासारख्या 'प्रतिबाळंभटां'ना गौरवण्यात मनीषाताई हात आखडता घेत नाहीत. देशात एक प्रकारचे 'फिजिकल कल्चर' निर्माण व्हावे असे सावरकर, मुंजे, ल. ब. भोपटकर आदी अनेकांना वाटत होते. त्यांच्या त्यामागच्या हेतूबद्दल काँग्रेसवाल्यांना संशय असेल. त्याची चर्चा करायची हे स्थळ नाही. पण देशातील तरुणांनी बलशाली व्हावे, याविषयी कुणाचे दुमत असू नये. मग ते काँग्रेसवाले असोत की कम्युनिस्ट.

'शरीरमाद्यं हि खलु धर्मसाधनम्' ही कवीची उक्ती सर्वांनीच शिरोधार्य मानावी.

■

२४

'जोडोनिया धन...'

अलीकडील काळात पुढाऱ्यांबद्दल सामान्य माणसांची मते फारशी चांगली नसतात. अनेक नेते आपापल्या पदाचा वा स्थानाचा दुरुपयोग करून भ्रष्टाचार करतात, कोट्यवधी रुपयांची माया जमवतात, असेच लोकांना वाटते. महात्मा जोतीराव फुले यांच्या काळात मात्र अशी परिस्थिती नव्हती. समाजाचे पुढारपण करणे याचा अर्थ तेव्हा घरचे खाऊन लष्कराच्या भाकरी भाजणे असाच होता. त्यामुळे समाजसेवा करायची व तीही पुन्हा पदरमोड करून, त्यामुळे अशा भानगडीत लोक फारसे पडतच नसत. लोकमान्य टिळक आणि गोपाळ गणेश आगरकर यांच्या वाट्यालासुद्धा पदरमोड येत असे, हे जाणकारांना ठाऊकच आहे. तथापि, टिळकांची आर्थिक परिस्थिती चांगली असल्यामुळे त्यांना पुढारपण परवडत असे. आगरकरांची स्थिती मात्र बेताची असल्याने त्यांच्यावर त्याचा ताण येई. त्यांची ओढाताण होई. पण त्याचे त्यांनी भांडवल केले नाही.

मुद्दा फक्त आपल्या स्वत:च्या चरितार्थासाठीचा पैसा गाठी असल्याचा नव्हता. या पुढारपणात आपले स्वत:चे पैसे इतरांसाठी खर्च करावे लागतात, म्हणूनही पुढाऱ्याकडे पैसे असणे आवश्यक असते. आगरकरांकडे जाऊन आर्थिक मदत मागायची म्हणजे शिवरात्रीने एकादशीच्या घरी जाण्यासारखे. याउलट, टिळकांकडे गेलेला माणूस रिकाम्या हाती परत येत नसे. टिळक स्वत: मदत करायचे किंवा आपले वजन खर्च करून कोणाला तरी मदत करायला सांगायचे. अर्थात, टिळकांचे तसे वजन होते हेही विसरता कामा नये. थोडक्यात काय, तर पुढारपणा करण्यासाठी ऐपत आणि पत या दोन्ही गोष्टी जरुरीच्या आहेत.

टिळकांची कोकणात शेतीवाडी, खोती होती. त्यांनी विदर्भात, अकोला इथल्या जिनिंग फॅक्टरीमध्येही गुंतवणूक केली होती. न्यू इंग्लिश स्कूल व फर्ग्युसन कॉलेजमधली त्यांची नोकरी अर्थार्जनापेक्षा समाजसेवेच्या उद्देशाने प्रेरित झालेली होती. त्यांच्या डेक्कन एज्युकेशन सोसायटीतले शिक्षक किमान म्हणजे उदरनिर्वाहापुरते वेतन घेत असत. सधन टिळकांना ते परवडे. आगरकरांची ओढाताण होई.

प्राचार्य आगरकरांशी वाढत्या मतभेदांमुळे टिळकांनी फर्ग्युसन कॉलेजमधील नोकरीचा राजीनामा दिला. *केसरी* चालवणे हा फार मोठ्या फायद्याचा व्यवहार नव्हताच. *मराठा, केसरी*च्या आश्रयाने तग धरून होता. अशा वेळी टिळकांना अर्थार्जनासाठी काहीएक उद्योग करायची गरज होती. त्यांनी चक्क खासगी क्लास काढला, तोही एलएल.बी.चा. कायदा शिकणाऱ्या विद्यार्थ्यांना शिकवायचा. विशेष म्हणजे टिळकांचा

हा क्लास चांगला तर चाललाच; पण कायदा शिकवताना त्यांचा स्वत:चा कायद्याचा अभ्यास अधिक पक्का झाला. त्याचा त्यांना राजकारण करताना चांगला उपयोगही झाला. त्याशिवाय टिळकांच्या हाताखाली कायदा शिकायला महाराष्ट्रभरातून आलेल्या अनेक विद्यार्थ्यांनी टिळकांच्या राजकारणाचीही दीक्षा घेतली; आणि ते आपापल्या स्थळी परत गेल्यावर वकिली करता-करता टिळकांचे राजकारणही पुढे नेऊ लागले.

गांधीजींच्या बाबतीत आर्थिक प्रश्नाने कधी गंभीर स्वरूप धारण केल्याचे ऐकिवात नाही. कारण त्यांची सर्व जबाबदारी कॉंग्रेसमधील (व प्रसंगी बाहेरीलही) धनिकांनी पत्करली होती. अर्थात, लोकांचा एवढा विश्वास संपादन करणे ही काही सोपी गोष्ट नव्हे, हे लक्षात घ्यायला हवे.

या संदर्भात जोतीरावांचाही विचार करायला हरकत नसावी. समाजात जोतीरावांची पतप्रतिष्ठा पुरेशी होती. त्यांच्या शब्दाखातर रामशेठ उरवणे यांनी टिळक-आगरकर यांना जामीन देण्यासाठी दहा हजार रुपये तयार ठेवले, हे एक उदाहरण यासाठी पुरे. पण तरीही, सामाजिक व लोकोपयोगी कामात जोतीरावांच्या स्वत:च्या खिशातील खूपच पैसे खर्च होत असत. या बाबतीत त्यांना सावित्रीबाईंचा पाठिंबाच असे, किंबहुना प्रसंगी त्यांचे पाऊल जोतीरावांच्याही पुढे असायचे. जोतीरावांच्या कमाईतून आपल्यासाठी चार डाग घडवावेत किंवा शालूपैठण्या खरेदी कराव्यात असे त्या माउलीला कधीच वाटले नाही.

समाजसेवेचा एवढा व्याप सांभाळूनही जोतीरावांनी योजनापूर्वक अर्थार्जन केले, असे त्यांच्या चरित्रावरून दिसून येते. 'जोडोनिया धन उत्तम व्यवहारे । उदास विचारे वेच करी ।।' या तुकोक्तीचे जोतीराव म्हणजे उत्तम उदाहरण होत. त्यांच्या एकूण व्यवहारांवर नजर टाकली तर आजच्या भाषेत त्यांना 'मॅनेजमेंट गुरू' म्हणायला काहीच हरकत नसावी.

जोतीरावांच्या शेतीचे खूप चांगले वर्णन, त्यांनी ज्यांना विद्यार्थिदशेत सांभाळले व नंतर स्वत:कडेच कारकून म्हणून ठेवून घेतले त्या, गोविंद गणपत काळे यांनी केले आहे. स्वत: गोविंदरावांची वडिलोपार्जित शेती जोतीरावांच्या शेतीला लागूनच होती. म्हणजे ते दोघे बांधभाऊच. 'मांजरीच्या शिवारातील सर्व्हे क्रमांक ११४ व त्याच्या आसपासचे क्रमांक जोतीरावांच्या मालकीचे होते. शेतातली जनावरे, माणसे व मालाचे कोठार हे सर्व्हे क्रमांक ११४ मध्ये असे. ही सर्व जमीन साधारण ६० एकर असावी. जमिनीत कामासाठी १५ ते १९ बैल, दोन-तीन गाई, व १०-१२ माणसे कायमची असत आणि लागतील तसे मजूर वेळोवेळी लावत असत.' ही जमीन ७५ एकर असून, तिच्यासाठी साडेसतरा नळीचे पाणी घेतले होते, असे ग्यानोबा ससाणे सांगतात. त्या नळीला लोक फुले नळी म्हणायचे.

एवढ्या साऱ्या पसाऱ्यामुळे गोविंदराव सांगतात त्याप्रमाणे, 'तेथील देखावा म्हणजे एक मोठे लटांबरच भासत असे.'

गोविंदरावांनीच सांगितल्याप्रमाणे शेतीत जोतीरावांना दरमहा शेकडो रुपयांचे उत्पन्न येत असे. जोतीराव कोठे बाहेर गेले नसले म्हणजे या बागांत रोज एक फेरी घालत असत. ते पुण्यावरून कधी-कधी घोड्यावर बसून येत, तर कधी-कधी घोड्याच्या गाडीवर बसून येत असत. घोड्याची गाडी ते स्वत:च हाकत असत. स्वत: गाडी हाकण्याचा त्यांना मोठा शौक होता.

जोतीराव स्वत: शेती करत असतानाच मुळा-मुठेचे धरण बांधून झाले. या धरणाबाबत लोकांचा मोठा गैरसमज होता. सरकारला लोकांची शेती घ्यायची असल्याने त्याने हे धरण बांधले हा एक आणि जोतीराव सरकारला सामील होऊन आपली शेती बुडवणार हा दुसरा!

समाजसेवेचा एवढा व्याप सांभाळूनही जोतीरावांनी योजनापूर्वक अर्थार्जन केले, असे त्यांच्या चरित्रावरून दिसून येते. 'जोडोनिया धन उत्तम व्यवहारे। उदास विचारे वेच करी।।' या तुकोक्तीचे जोतीराव म्हणजे उत्तम उदाहरण होत. त्यांच्या एकूण व्यवहारांवर नजर टाकली तर आजच्या भाषेत त्यांना 'मॅनेजमेंट गुरू' म्हणायला काहीच हरकत नसावी.

धरणाचा उपयोग शेतकऱ्यांनी करून घ्यावा म्हणून जोतीरावांनी गावोगावी फिरून शेतकऱ्यांना उपदेश करून पाहिला. पण त्याचा उपयोग होईना. मग जोतीरावांनी स्वत: पाणी घेतले व सुंदर बाग फुलवली. हे पाहून मग इतर शेतकरी पुढे सरसावले व पाणी घेऊ लागले.

पिके घेण्याच्या बाबतीतही फुले उपक्रमशील राहिले. विदेशी भाज्या, फुले, फळे लावण्याच्या बाबतीतही लोकांमध्ये गैरसमज होते. पण, फुले जेव्हा कोबी, फुलकोबी, टोमॅटो, मोसंबी, अंजीर, डाळिंबे, लिंबू, जांब, केळी, वांगी, ऊस अशी पिके घेऊन चांगला पैसा मिळवू लागले, तशी आजूबाजूच्या शेतकऱ्यांचीही खातरी पटली आणि तेही ही पिके घेऊ लागले.

जोतीरावांनी आपल्या शेतीत २५ एकरवर ऊस लावला होता. एवढ्या उसाची व्यवस्था करण्यासाठी त्यांनी एक गुऱ्हाळ लावले व हजारो रुपयांच्या गुळाचे उत्पादन केले. त्यांचेच पाहून इतर शेतकरीही तो धडा गिरवू लागले. थोडक्यात, हडपसर-मांजरी परिसरातील फुले हे पहिले बडे बागायतदार आदर्श शेतकरी समजायला हरकत नसावी.

कल्पक जोतीरावांनी आपल्या या बागेत एक गवताचा बंगला बांधला होता. भोवती देशी-विदेशी फुलझाडे लावून तो परिसरही रम्य केला होता. सावित्रीबाई व यशवंत कधी रविवारी तिथे येत असत. कधी गोविंदरावही बरोबर असत. मग मोठी बहार येई, धमाल येई. खाण्यापिण्याची चंगळ होई व दिवस मजेत जाई, असेही गोविंदराव सांगतात.

फुले यांचे व्याही ग्यानोबा ससाणे त्यांना एकदा म्हणाले, की "तात्या, तुम्ही मळ्यात एक बंगला बांधला तर फार मजा येईल." त्यावर तात्या एका झोपडीकडे बोट करून म्हणाले, "तो बंगला बांधलेला आहे. गवताची झोपडी हाच शेतकरी बळिराजाचा राजमहाल आहे. यात चांगली हवा खेळते व ऊन, वारा आणि पावसापासूनही निवारा मिळतो. मग बंगल्याची काय जरुरी आहे?" यावर ससाणे गप्प बसले.

मांजरीतल्या या बागेची व्यवस्था करण्यासाठी जोतीरावांनी सहादू वाघोले या आपल्या चुलत जावयाला मुखत्यार म्हणून नोकरीवर ठेवले होते. सहादू वाघोले यांचे चिरंजीव महादू सांगतात, की मुंबईला भाजीपाला पाठवण्यासाठी जोतीरावांनी एक कंपनी काढली होती.

जोतीराव ठेकेदारही होते. येरवड्याच्या पुलाचा त्यांनी ठेका घेतला होता. बांधकाम पूर्ण झाल्यावर त्यांनी तेथील सर्व मजुरांना वाजतगाजत आपल्या मांजरी येथील बागेत आणले व सर्वांना मोठ्या थाटामाटात जेवण दिले. मजुरांशी ते फार प्रेमळपणाने वागत.

ससाणे यांच्या आठवणीप्रमाणे काम पूर्ण झाले म्हणून अशी तीन जेवणे जोतीरावांनी दिली होती. मजुरांची संख्या दोन-तीन हजार असेल. जेवण्यास फोडणीचे तिखट वरण, भात, कांदा व तेल असे. येताना हे अतिथी मिरवणुकीने येत. पुढे डफडे व शिंग वाजवणारी मंडळी असत. त्या वेळी फारच मौज येई, असे

> वेगवेगळी पिके घेऊन महात्मा जोतीराव फुले यांनी उपक्रमशीलतेने शेती केली. त्या काळात मुंबईला भाजीपाला पाठवण्यासाठी एका कंपनीची स्थापना त्यांनी केली होती. त्यांनी पुलाच्या बांधकामाचा ठेका घेतला आणि तो पूर्ण केल्यावर काम करणाऱ्या मजुरांना आपल्या शेतात वाजतगाजत नेऊन जेवण दिले होते. कष्टाने, वेगवेगळे उद्योग करून त्यांनी पैसा मिळवला आणि तो अनेकांच्या शिक्षणांसाठी खर्च केला.

सांगून ससाणे लिहितात, की कृष्णाचा गोपाळकाला कमी मौजेचा असेल असे वाटत नाही. १८८६-८७ मध्ये जोतीरावांनी ही जमीन विकून टाकली. वासुदेवराव नवरंगे यांच्यामार्फत जोतीरावांनी जुनी गंजपेठ घर क्रमांक ५२७ येथे मुशी विकण्याचे दुकान टाकले असल्याचा उल्लेख याआधी आलेला आहेच. त्यांनी घेतलेल्या कंत्राटांसंबंधी –

खडकवासला येथे तलाव बांधला त्याला दगड पुरवण्याचे कंत्राट जोतीरावांनी घेतले होते. या व्यवहारात त्यांच्याबरोबर ससाणे आणि सखाराम यशवंत परांजपे हे भागीदारीने होते. येरवड्याच्या पुलाच्या बांधकामासाठी त्यांनी चुना पुरवण्याचे कंत्राट घेतले. शिवाय इरिगेशनचे पूल बांधायचे कंत्राटही त्यांनी घेतले होते.

बांधकाम व्यवसायाशी संबंध असलेली कंत्राटे घेतल्यामुळे जोतीरावांना या खात्याचा जवळून अनुभव घेता आला. त्यातूनच त्यांना इंजिनिअर खात्यातील कारभारावर पोवाडा लिहायची स्फूर्ती झाली असणार. कंत्राटदार झाल्यामुळेच जोतीरावांचा मुंबईच्या तेलुगू भाषिक कंत्राटदारांशी संबंध आला व त्यातून सत्यशोधक समाजाला चांगल्या कार्यकर्त्यांचा लाभ झाला.

जोतीरावांचे नेहमीचे बसण्या-उठण्याचे कचेरीवजा ठिकाण गंजपेठेतले मुशीचे दुकान असे. दुकान खालच्या मजल्यावर असून, खरेदी-विक्रीचा व्यवहार करायला नोकर ठेवला होता. स्वतः जोतीराव वरच्या मजल्यावर बसत. तिथे मोठमोठ्या लोकांचा राबता कायम चालू असे.

या सर्व खटाटोपातून सचोटीने मिळवलेले पैसे जोतीरावांनी लोकांसाठी, विशेषतः विद्यार्थ्यांसाठी खर्च केले, याची आठवण करून द्यायला हरकत नसावी.

■

२५

दामोदर सावळाराम यंदे

जोतीराव फुलेंच्या कार्याचे केंद्रस्थान पुणे शहर असले तरी त्यांचे प्रभावक्षेत्र मात्र विस्तीर्ण होते. विशेषतः जुन्नर, ओतूर, मंचर, खेड या भागांतील मोठा समाज त्यांच्या मागे आला. त्यातल्या बऱ्याच लोकांना वारकरी संप्रदायाची पार्श्वभूमी लाभली होती, हे या ठिकाणी नमूद करायला हवे. जोतीरावांच्या कार्याचा प्रभाव कऱ्हाडपर्यंत पोहोचला होता. कऱ्हाडामधले सत्यशोधक हा एक वेगळाच बाज होता. त्यांच्यात सर्वांत अधिक नावारूपाला आले ते डॉ. पंजाबराव जाधव.

विशेष म्हणजे जोतीरावांना मुंबई शहरातूनही अनुयायी व सहकारी मिळाले. या अनुयायांमध्ये तेलुगू भाषकांचाही समावेश होता. त्यावर अलीकडील काळात मनोहर कदम यांनी नव्याने प्रकाश टाकला. जोतीरावांच्याच मुंबईमधल्या सहकाऱ्यांपैकी काही महत्त्वाचे सहकारी जुन्नर, ओतूर पट्ट्यातून मुंबईला आलेल्या लोकांमधील होते.

जोतीरावांपासून प्रेरणा घेऊन कामास लागलेल्या कार्यकर्त्यांमधले एक महत्त्वाचे नाव म्हणजे दामोदर सावळाराम यंदे. यंदे अधिकृतपणे सत्यशोधक समाजाचे सभासद नव्हते. ते एक वेगळेच रसायन होते. न्या. रानडे, जोतीराव, सयाजीराव गायकवाड, लोकमान्य टिळक अशा वेगवेगळ्या विचारांच्या मातब्बरांबरोबर यंदे यांनी काम केले. त्यांचे मुख्य कार्यक्षेत्र संपादन, मुद्रण व प्रकाशन हे असले तरी त्यांचा लोकसंग्रह अफाट होता. त्यात वेगवेगळ्या क्षेत्रांतल्या लोकांचा समावेश होता. अगदी बालगंधर्व आणि केशवराव भोसले यांचासुद्धा.

यंदे कारणीभूत झालेल्या दोन घटनांचा उल्लेख केला तरी त्यांचे महत्त्व लक्षात येईल.

यंदे यांचा बडोदा नरेश सयाजीराव गायकवाड यांच्याशी अगदी निकटचा संबंध होता. महाराजांच्या अत्यंत निकटवर्ती विश्वासू गृहस्थांमध्ये त्यांचे स्थान वरच्या दर्जाचे होते. सयाजीराव स्वातंत्र्यलढ्यातल्या सेनानींना व सैनिकांना सर्वतोपरी मदत करत. ही मदत करताना ब्रिटिश सरकारने केलेल्या कायद्याच्या चौकटीत ही मदत बसवायची अशी दक्षता घेत, की त्यांच्याविरुद्ध तक्रार करायला जायचे राहू नये! लोकमान्य टिळक हे तेव्हाचे बिनीचे स्वातंत्र्यसेनानी. त्यांना सयाजीरावांनी वेगवेगळ्या प्रकारे साहाय्य केले. त्यातल्या काही गोष्टी गुप्त होत्या, तर काही प्रकट.

पुण्यात लोकमान्य टिळकांना राहण्यासाठी व *केसरी* हे वृत्तपत्र चालवण्यासाठी स्वतःच्या मालकीची वास्तू नव्हती. ते सदाशिव पेठेतल्या सरदार विंचूरकरांच्याच वाड्यात भाडेकरू म्हणून राहत. त्यांना जागा द्यावी असे सयाजीरावांना वाटले. पुण्यातील नारायण पेठेत गायकवाड सरकारांच्या मालकीचा वाडा होता. तो टिळकांना विनामोबदला देणगीदाखल देणे तर शक्यच नव्हते. विकत दिला तरी सरकारची वक्रदृष्टी होऊन या व्यवहाराकडे 'सयाजीरावांनी टिळकांना केलेली मदत' म्हणून पाहिले गेले असते.

सयाजीराव अशा व्यवहारांमध्ये ब्रिटिशांनी घालून दिलेली आदर्श प्रशासकीय पद्धत वापरत असत. त्यांनी यंदे आणि खासगी खात्याचे इंजिनिअर यांची एक कमिटी नियुक्त केली. या दोघांनी पुण्यात जाऊन वाड्याची पाहणी करून त्याच्याबद्दलचा 'रिपोर्ट' तथा अहवाल महाराजांना सादर करायचा होता. त्याप्रमाणे हे दोघे पुण्याला आले. त्यांनी वाड्याची काळजीपूर्वक पाहणी केली आणि वाडा मोडकळीस आलेला असून, त्याच्या दुरुस्तीसाठी द्रव्य वाया घालवण्याऐवजी तो मिळेल त्या किमतीत विकून टाकावा असा 'रिपोर्ट' हुजुरांस सादर केला. त्यानुसार सयाजीरावांनी तो वाडा टिळकांनी देऊ केलेल्या किमतीला टिळकांना विकण्याची रीतसर पावती करून व्यवहार केला!

यंदे यांना टिळकांविषयी अत्यंत आदर होता. १९०८मध्ये टिळकांवर राजद्रोहाचा खटला होऊन त्यांची रवानगी सहा वर्षांसाठी ब्रह्मदेशातल्या मंडाले इथे झाली. टिळकांवरील हा खटला अनेक कारणांनी गाजला. त्यात टिळकांनी स्वतःचा बचाव स्वतःच करून ब्रिटिश सरकारचे अंतरंग उघडे पाडले.

टिळकांच्या या खटल्याचे समग्र इतिवृत्त यंदे यांनी निकालानंतर अत्यंत अल्प काळात छापून प्रकाशित केले. वस्तुतः टिळकांसारख्या राजद्रोही ठरवल्या गेलेल्या सरकारच्या 'ब्लॅक लिस्ट'मधील व्यक्तीच्या खटल्याचे इतिवृत्त छापणे याचा अर्थ आपणही सरकारच्या काळ्या यादीत समाविष्ट होणे असा होता; पण ही जोखीम यंदे यांनी घेतली.

आता दुसऱ्या घटनेकडे वळू या, तिचा संबंध डॉ. बाबासाहेब आंबेडकर यांच्या चरित्राशी. खरे तर त्यांच्या चरित्राला निर्णायक वळण देणाऱ्या घटनेशी आहे. मुंबईत बाबासाहेबांचे मॅट्रिक्युलेशनपर्यंतचे शिक्षण पूर्ण झाल्यानंतर त्यांना उच्च शिक्षणासाठी अमेरिकेत जायचे होते. त्यांच्यासारख्या आर्थिक स्थिती बेताची असलेल्या अस्पृश्य जातीतल्या तरुणाने उच्च शिक्षणासाठी परदेशी जाणे ही गोष्ट तेव्हा तरी अशक्य कोटीतीलच गणली गेली असती. पण भीमरावांची गुणवत्ता ओळखणारे कृष्णाजी अर्जुन केळुसकर गुरुजींचे यंदे यांच्याशी फार चांगले संबंध होते. शिवाय, यंदे यांची स्वतःची सामाजिक जाणीवही प्रगल्भ होती, लोकसंपर्कही दांडगा होता. केळुसकर आणि यंदे भीमरावांना घेऊन बडोद्याला गेले. सयाजीरावांची व त्यांची भेट घालून सुरुवात करून दिली. भीमरावांची गुणवत्ता, आणि यंदे-केळुसकरांची शिफारस यामुळे प्रभावित झालेल्या त्या गुणग्राहक राजाने आंबेडकरांना अमेरिकेस जाण्यासाठी शिष्यवृत्ती दिली आणि त्यातून बाबासाहेबांनी इतिहास घडवला.

कोण हे यंदे आणि ते इतक्या उंचीवर कसे पोहोचले, याचा उलगडा करायला हवा.

दामोदर यंदे यांचा जन्म नगर जिल्ह्यातल्या पारनेर गावी १८६१मध्ये झाला. आजोबा तुकारामबुवा लष्करात सुभेदार मेजर आणि वडील सावळाराम हे लष्करातच मिलीटरी अकौंट्समध्ये नोकरीस होते. यंदे कुटुंब पूर्णपणे वारकरी आचार-विचाराचे होते. सावळारामबोवा रोज रात्री जेवणे झाल्यावर तंबोरा घेऊन भागवत पुराणाचे सुरेल वाचन करत व तुकारामबोवा अर्थ सांगत. तो ऐकण्यास पलटणीतील बायकामुले

वयाच्या सतराव्या वर्षी समाजकार्यासाठी शाळा सोडून दिलेल्या दामोदर सावळाराम यंदे यांचा मुद्रण व वृत्तपत्र व्यवसायातला प्रवास थक्क करून टाकणारा आहे. त्यांच्यावर प्रभाव होता तो महात्मा जोतीराव फुले यांचा. त्यांनी बडोद्याचे महाराज सयाजीराव गायकवाड यांचा विश्वास संपादन केला आणि सयाजीरावांच्या नावाने ग्रंथमाला सुरू करून त्याद्वारे दीडशे ते दोनशे ग्रंथ प्रकाशित केले. बडोद्याहून पुन्हा मुंबईत आलेल्या यंदे यांनी फिरोझशहा मेहता यांच्या इंग्लिश वृत्तपत्राच्या कल्पनेला पाठिंबा दिला आणि इंदू ऑफ बॉम्बे या इंग्लिशमधल्या दैनिकाचाही प्रयोग केला होता.

मिळून पाचशे लोकांचा समुदाय जमत असे. एकादशीच्या दिवशी पुराणानंतर भजनाचा कार्यक्रम होई. परत सावळारामबोवाच वीणा घेऊन उभे राहत व पाचपन्नास शिपाई टाळ घेऊन साथ करत. सावळारामबोवांची पंढरीची वारी आणि एकादशी हा नियम कधी चुकला नाही.

वडिलांची बदली बेळगावास झाल्यानंतर दामोदर यंदे आठव्या वर्षी मुंबईत आले. १८७८मध्ये म्हणजे वयाच्या सतराव्या वर्षी शाळेला रामराम ठोकून ते सार्वजनिक कार्यात पडले. स्वत: यंदे यांच्या शब्दांत सांगायचे झाल्यास, 'मी शाळेत असताना महात्मा जोतीराव फुले हे मुंबईस येत असत. मुंबईला रावबहादूर नारायण मेघाजी लोखंडे, कै. तात्या कराडी सिंगू, कै. रामय्या व्यंकय्या अय्यावारू वगैरे मोठमोठे लोक होते. ते जोतीरावांना मुंबईस बोलावून त्यांची व्याख्याने करवत असत. महात्मा फुले यांची कामाठीपुऱ्यातील तेलुगू लायब्ररी, भायखळा फुलमाळी हॉल, दीनबंधू छापखान्यातील मैदान, डोंगरीवरील मैदान व मांडवीमधील रघुनाथ महाराजांची समाधी इत्यादी अनेक जागी झालेली व्याख्याने मी केवळ ऐकली नाहीत; मला सार्वजनिक कार्यात भाग घेण्याची आवड व हौस त्यांची व्याख्याने ऐकूनच उत्पन्न झाली, हे मला मोठ्या अभिमानाने नमूद करावयाचे आहे.'

जोतीरावांचे लेख तेव्हा भालेकर-लोखंडे यांच्या *दीनबंधू* पत्रातून छापून येत. यंदे सांगतात की, ''त्यांचे लिखाण खणखणीत व मुद्देसूद असे. त्यांची भाषणशैलीदेखील तशीच होती. भट, ब्राह्मण, सावकार हे तिघेही काबाडकष्ट करणाऱ्या शेतकरी व कारागीरवर्गाला निरनिराळ्या नावांखाली कसे लुबाडून खातात, याचे सुंदर चित्र ते आपल्या व्याख्यानातून रेखाटत असत. ते बोलू लागले म्हणजे श्रोतृवर्ग एखाद्या नागाप्रमाणे डोलू लागत असे. सभेत बसणाऱ्या लोकांवर त्यांच्या भाषणाचा मोठा प्रभाव पडत असे. ते नि:स्पृह, स्पष्टवक्ते व सत्याचे कडवे अभिमानी असून त्यांच्या डोळ्यांत मोठे तेज झळकत असलेले दिसे. त्यांच्याबरोबर बोलायचे काही प्रसंग मला लाभले होते. आपले म्हणणे दुसऱ्याला पटवण्याची शैली त्यांना चांगलीच साधली होती.''

महात्मा फुले (आणि दयानंद सरस्वती) यांच्या व्याख्यानांचा परिणाम यंदे यांच्या मनावर इतका झाला, की 'आपणही एखादे वर्तमानपत्र काढून काहीतरी समाजसेवा करावी, असे त्यांच्या मनाने घेतले. तेव्हा त्यांनी *अरण्यपंडित* नामक पत्राचे चालक रघुनाथ कृष्णाजी यांच्याशी संधान बांधले. या सद्गृहस्थांनी आपला छापखानाच यंदे यांच्या ताब्यात दिला. अट एवढीच, की यंद्यांनी *अरण्यपंडित* पत्र फुकट छापून द्यावे. *सृष्टिदर्पण* नावाचे साप्ताहिक काढून यंदे भारतातील सर्वात तरुण पत्रकार ठरले.

इकडे मुंबईतच मागासलेल्या लोकांमध्ये व गिरणी कामगारांच्या हितार्थ *दीनबंधू* पत्र सुरू झाले होते. कृष्णराव भालेकरांनी मुळात पुण्यात सुरू केलेले हे पत्र नंतर मुंबईत लोखंडे चालवू लागले. *दीनबंधू*च्या व्यवस्थापक मंडळींत मतभेद होऊन काही लोक त्यातून बाहेर पडले. त्यांनी यंदे यांना हाताशी धरून रामजी संतुजी आवटे यांच्यासह *शेतकऱ्यांचा कैवारी* हे पत्र सुरू केले. माधवराव रोकडे त्याचे मुख्य संपादक होते.

आवटे, यंदे यांच्या पत्रकारितेची कीर्ती सयाजीराव गायकवाड यांच्यापर्यंत पोहोचली. बडोद्यात चांगले मराठी पत्र चालवायची त्यांची इच्छा होती. त्यासाठी त्यांनी या दोघांना पाचारण केले, तेव्हा यंदे यांनी मुंबईला राहून *शेतकऱ्यांचा कैवारी* चालवावा व आवट्यांनी बडोद्याला *बडोदावत्सल* पत्र चालवावे असे ठरले. पण, आवटे यांना एकट्याला ते काम जमेना, तेव्हा त्यांनी यंदे यांनाही बडोद्याला बोलावून घेतले. १८८५मध्ये यंदे मुंबई सोडून बडोद्यास गेले. पुढे त्यांचे व आवट्यांचे मतभेद होऊ लागले, तेव्हा महाराजांच्या परवानगीने यंदे यांनी *श्रीसयाजीविजय* हे नवे पत्र सुरू केले.

मात्र, यंदे यांच्या कर्तृत्वाला मर्यादा नव्हती. महाराजांनी बडोद्यात *सहविचारिणी सभा* सुरू करून तिच्या माध्यमातून निबंधवाचन, चर्चा अशा उपक्रमांना प्रोत्साहन दिले. त्यात सहभागी होणाऱ्या विद्वानांकडून ग्रंथनिर्मिती होऊ शकेल, हे यंदे यांच्या लक्षात आले. महाराजांचे प्रोत्साहन व अर्थसाहाय्य त्यांच्या पाठीशी होतेच. मग यंदे प्रकाशनाच्या क्षेत्रात पडले. सयाजीरावांच्या नावाने ग्रंथमाला सुरू करून त्यांनी त्याद्वारे दीडशे ते दोनशे ग्रंथ प्रकाशित केले. हे ग्रंथ वेगवेगळ्या विषयांवरील असून, त्यांच्यामुळे बडोदा संस्थानची बौद्धिक व सांस्कृतिक उंची वाढली. विशेष म्हणजे या ग्रंथांमध्ये बौद्ध धर्मातील अभिजात ग्रंथांचाही समावेश होता. त्यामुळे थोड्याच दिवसांत प्रकाशक म्हणून यंदे यांचे नाव सर्वत्र गाजू लागले.

विशी-पंचविशीतल्या या तरुणाची कर्तबगारी पाहून सयाजीरावांनी त्याला मुंबईहून बडोद्यास पाचारण केले, त्याची बडोद्यातील कामगिरी पाहून मुंबईतली कर्ती मंडळी त्याला परत मुंबईला बोलावू लागली, त्यासाठी सयाजीरावांची संमती मागू लागली, यातच यंद्यांच्या कर्तृत्वाची भरारी दिसून येते. मुंबईतून पुरोगामी नेमस्त मंडळींचे *इंदुप्रकाश* हे ख्यातनाम पत्र प्रसिद्ध होत असे. त्यांचा छापखानाही होता. मालक सखारामपंत पंडित यांच्या मृत्यूनंतर तो त्यांच्या वारसदारांना चालवता येईना. तेव्हा, बापूसाहेब गाडगीळ यांनी न्या. रानडे आणि सर भालचंद्र यांच्या सल्ल्याने *इंदुप्रकाश* सांभाळण्यासाठी यंदे यांना बडोद्यातून निमंत्रित करायचा निर्णय घेतला. त्याप्रमाणे १८९९मध्ये मुंबईत येऊन यंदे यांनी *इंदुप्रकाश*चा ताबा घेतला.

यंदे यांनी *इंदुप्रकाश* नुसता चालवला नाही तर वाढवला. दा. ग. पाध्ये आणि ब. रा. मनेरीकर यांच्या भागीदारीने म्हणा वा साहाय्याने म्हणा इंदुविजय कंपनी स्थापन करण्यात आली व *इंदुप्रकाश* पत्राचे दैनिकात रूपांतर करण्यात आले. मुंबईच्या सरकारधार्जिण्या इंग्रजी टाइम्स पत्राला शह देण्यासाठी फिरोजशहा मेहतांना इंग्लिशमधून वर्तमानपत्र काढावेसे वाटले. त्यासाठीसुद्धा यंदे आणि मंडळी पुढे सरसावली आणि त्यांनी *इंदू ऑफ बॉम्बे* या इंग्लिश दैनिकाचाही प्रयोग केला.

यंदे यांचा 'पारनेर-मुंबई-बडोदा-मुंबई' असा प्रवास खरोखर थक्क करणारा आहे. शिक्षण अर्धवट सोडून, वयाच्या सतराव्या वर्षी शाळा सोडून समाजकार्य करण्यासाठी पत्रकार झालेला तरुण, संपादन-मुद्रण व प्रकाशन व्यवसायात एक साम्राज्य कसे उभे करतो व थोरामोठ्यांच्या प्रशंसेस कसा पात्र होतो, ही एक उद्बोधक कहाणी आहे.

■

२६

मातृऋण आणि मित्र कर्तव्य!

दामोदर सावळाराम यंदे यांची प्रकाशन व्यवसायातली चौफेर कामगिरी समजण्यासाठी त्यांनी प्रकाशित केलेल्या काही पुस्तकांची नावेच पुरेशी ठरतील. श्रीपाद दामोदर सातवळेकरलिखित *स्पर्शास्पर्श विवेक*, प्रा. चिं. ग. भानू यांचा *दशोपनिषदे - उपनिषद प्रकाश*, वेदशास्त्रसंपन्न विष्णुशास्त्री बापटकृत *सार्थ पंचदशी*, *योगवासिष्ठ*, गो. स. सरदेसाई यांचे रियासतीचे सर्व खंड, कृष्णाजी अर्जुन केळुसकरलिखित *छत्रपती शिवाजीमहाराज यांचे चरित्र*, विठ्ठल रामजी शिंदे यांची व्याख्याने, वेगवेगळी पुराणे, नागेश विनायक बापटकृत *पानिपतची मोहीम*, 'धनुर्धारी'लिखित *वाईकर भटजी*, नाथमाधवांची *तरुण राजपूत सरदार*, गोविंदशास्त्री दातारकृत *कालिकामूर्ती* आदी कादंबऱ्या अशी अनेक पुस्तके यंदे यांनी प्रसिद्ध केली. न. र. फाटक आदींनी केलेला महाभारताचा अनुवादसुद्धा यंदे यांचेच प्रकाशन.

यंदे यांचे आणखी एक महत्त्वाचे प्रकाशन म्हणजे १९२९मध्ये प्रसिद्ध झालेले *भागवत पुराणातील सार्थ-सुभाषित संग्रह* आणि *भागवतांतर्गत सूचीसह भारतीय पौराणिक कोश*. यंदे यांच्या 'भागवता'ची 'कहाणी' तितकीच हृद्य आहे. यंदे यांच्या मातोश्रींनी मृत्युसमयी यंदे यांना जवळ बोलावून म्हटले, ''दामू, तू अनेक पुस्तके प्रकाशित केलीस, परंतु तुझ्या वडिलांचा आवडता ग्रंथ भागवत, तो मात्र प्रसिद्ध केला नाहीस.'' यावर यंदे यांनी म्हटले, ''आई, तू काळजी करू नको, भागवत ग्रंथाचे प्रकाशन झाल्यावाचून मी हा देह पतन होऊ देणार नाही.''

आईला दिलेले वचन यंदे यांनी पाळले. त्यांनी ग्रंथ प्रकाशित केला. त्याची अर्पणपत्रिका बोलकी आहे – 'परमपूज्य मातोश्री कै. रंगूबाई सावळाराम यंदे यांचे चरणी मातृप्रेमाचे द्योतक म्हणून हा ग्रंथ कृतज्ञतापूर्वक विनम्रभावे अर्पण करतो.'

मातृभक्तीचे व मातृपितृऋण फेडायचे हे एक आगळेवेगळे उदाहरण म्हणावे लागेल.

यंदे यांनी इरेस पडून *इंदुप्रकाश*चे इंग्लिश भावंड *धी इंदु ऑफ बॉम्बे* सुरू केल्याचा उल्लेख याआधी केला आहेच. तथापि, हा व्यवहार आतबट्ट्याचा ठरून यंदेंवर कर्जाचा बोजा झाला. सर्वच घडी विसकटली. त्यातून बाहेर येण्यासाठी त्यांना बरेच कष्ट करावे लागले. त्याचा त्यांच्या प्रकृतीवर विपरीत परिणाम झाला. प्रकृती स्वास्थ्यासाठी त्यांनी विश्रांतीसाठी नाशिकला जायचा निर्णय घेतला. ही गोष्ट १९२१मध्ये घडली.

> दामोदर सावळाराम यंदे यांनी प्रकाशन व्यवसायात चौफेर कामगिरी केली. मुद्रण व्यवसायाबरोबरच स्वातंत्र्य चळवळीतल्या नेत्यांनाही ते मदत करत. यंदे एकाच वेळी न्या. रानडे आणि लोकमान्य टिळक यांना सहकार्य करत. महात्मा गांधीजींनी टिळकांच्या नावाने काढलेल्या 'स्वराज्य फंडा'साठी बालगंधर्व आणि केशवराव भोसले यांनी 'संगीत मानापमान' नाटकाचा प्रयोग संयुक्तरीत्या करावा यासाठी खटपट करणाऱ्या मंडळींत यंदे अग्रभागी होते.

नाशकास जाताना यंदे यांनी आपला छापखाना व दोन पत्रे यांची मालकी 'नॅशनल डेमोक्रॅट कंपनी'कडे सोपवली. रणछोडदास लोटवाला हे या कंपनीचे मुख्य संचालक होते. लोटवाला हे मार्क्सवादी कम्युनिस्ट विचारांचे होते, त्यांनी कंपनी ताब्यात घेऊन *इंदुप्रकाश*चे प्रागतिक धोरण पार बदलून टाकले. कॉम्रेड श्रीपाद अमृत डांगे व के. नी. जोगळेकर अशा तरुण कार्यकर्त्यांना हाताशी धरून त्यांनी *सोशॅलिस्ट* नावाचे स्वतंत्र वृत्तपत्र सुरू केले; आणि समाजवादी विचारांची पुस्तके प्रकाशित करण्याचा धडाका लावला. *इंदुप्रकाश* पत्र नामशेष करून ते *लोकमान्य* पत्रात सामील केले. इतकेच नव्हे, तर *सयाजीविजय*सुद्धा बंद करून इंदुप्रकाश छापखानाच विकायला काढला. जी संस्था जिवंत ठेवण्यासाठी न्या. महादेव रानडे यांनी आपल्याला आग्रहाने बोलावले व ज्या संस्थेसाठी आपण बडोद्याहून मुंबईस आलो, ती संस्था आपण जिवंत असता आपल्या डोळ्यांसमोर नष्ट होत असल्याची बाब यंदे यांच्या मनास फारच लागली. त्यांनी श्री. लोटवाला यांच्याशी करार करून इंदुप्रकाश छापखाना व *सयाजीविजय*सह *इंदुप्रकाश*ची साप्ताहिक आवृत्ती परत स्वत:कडे घेतली. ती पत्रे छापण्यास सुरुवात होते न होते तोच लोटवाला यांनीच डाव साधला. त्यांच्या संमतीने लोकमान्य पब्लिशिंग कंपनीने 'इंदुप्रकाश' नावास हरकत घेतली आणि हायकोर्टाकडून स्थगिती मिळवून पत्र बंद करवले. त्यामुळे यापुढे आपण वर्तमानपत्राचा व्यवसाय करू नये अशी परमेश्वराचीच इच्छा असल्याचा समज करून घेऊन यंदे यांनी तो नाद सोडून दिला आणि मातोश्रीस दिलेल्या वचनाप्रमाणे भागवताचे प्रकाशन हाती घेतले.

यंदे रानडे यांच्या प्रागतिक विचारांचे असले तरी टिळकांचे राष्ट्रीय विचारही त्यांना अमान्य नव्हते आणि म्हणूनच त्यांनी टिळकांना वेळोवेळी साह्य केल्याचाही उल्लेख झालेला आहे. परंतु यंदे यांची वैचारिक बैठक मुळात जोतीराव फुले यांच्या सहवासातून तयार झालेली होती, हे लक्षात घेतले पाहिजे. शिवाय, त्यानंतर ते सयाजीरावांच्या तालमीत तयार झाले. ही बांधिलकी त्यांनी कधीच सोडली नाही. त्यामुळे यंदे हे जोतीरावांच्या चरित्राचेही महत्त्वाचे साक्षीदार ठरतात. त्यांनी सांगितल्याप्रमाणे 'सयाजीराव गायकवाड हे वयात येऊन राज्यकारभार हाती घेतात न घेतात, त्या सुमारास महाराज व महात्मा फुले यांच्या भेटीचा योग आला. महाराजांनी महात्मा जोतीराव फुले यांची व्याख्याने ऐकली आणि त्यांच्या ठिकाणी असलेले सद्गुण महाराजांना दिसले. अशा वेळी महाराजांना जोतीरावांच्या भेटीने फार फायदा झाला. जोतीरावांचे महाराजांवर चांगलेच प्रेम जडले आणि ते अखेरपर्यंत टिकले.'

यंदे यांचा हा मुद्दा फार महत्त्वाचा आहे. कारण सयाजीरावांनी कसे वागावे, यासंबंधी अनेक लोक अनेक प्रकारचे सल्ले खासगी वा जाहीररीत्या देत असत. त्यांच्यामध्ये रानडे, टिळक आणि आगरकर यांचाही समावेश होता. सयाजीरावांनी बडोद्यात ज्या सामाजिक सुधारणांचा उपक्रम केला त्यावरून त्यांनी जोतीरावांचाच उपदेश मनावर अधिक घेतला, असे म्हणता येते. त्यांनी विशेषत: अस्पृश्यांच्या सुधारणांसाठी

जे उपक्रम हाती घेतले, त्यामुळे इतिहासाचार्य वि. का. राजवाडे भलतेच अस्वस्थ झाले. त्यांनी वृत्तपत्रातून लेख लिहून त्याविषयी नाराजी व्यक्त केली. महाराजांचा हा उलटा उद्योग संस्थानाला भोवल्यावाचून राहणार नाही, असा इशाराही त्यांनी दिला. महाराजांच्या सुधारणांचा क्रम विपरीत असून, त्यांनी अगोदर उच्च वर्णांच्या सुधारणेकडे लक्ष द्यायला हवे, असेही त्यांनी सुचवून पाहिले. बडोद्यातील हा प्रकार 'खाली डोके वर पाय' अशा स्वरूपाचा असल्याची टीका त्यांनी केली.

यंदे सांगतात, 'सयाजीराव गायकवाड यांच्या सहवासात माझा जो काही काळ गेला, त्या काळात किती तरी वेळा महाराजांनी महात्मा जोतीराव फुले यांच्याबद्दलची आठवण काढून त्यांची थोरवी भरल्या मुखाने गायिलेली मी माझ्या कानाने ऐकली आहे. त्यांच्याबद्दल महाराजांना मोठा अभिमान वाटे. महाराजांच्या मनात जोतीरावांबद्दल उच्च दर्जाचा आदर वसत असे. जोतीरावांच्या सत्यनिष्ठेची, त्यांनी केलेल्या कार्याची व त्यांच्या बहुमोल त्यागाची थोरवी आपल्या मंडळींना उपदेश करतेवेळी महाराज हटकून सांगत असत.'

'जोतीरावांचे नाव घेतेवेळी महाराज त्यांच्या नावापूर्वी हटकून 'महात्मा' हा बहुमानदर्शक शब्द वापरत असत,' हे पक्केपणी माहीत असल्याचे यंदे सांगतात. 'बहुजन समाजाला अज्ञानातून दूर काढून त्याला अर्वाचीन काळी जागवणारा या देशातील पहिला पुरुष जोतीबा हेच होते. त्यांचे कार्य विशाल आहे आणि त्यांचा त्याग तर त्याहूनही अधिक थोर आहे. त्यांनी ज्या मार्गाने कार्य केले आहे, त्याच मार्गाने कार्य झाल्यास आपल्या राष्ट्राचे हित व उद्धार होणार आहे. महात्मा बुद्धांप्रमाणे मानवजातीच्या उद्धाराचे कार्य जोतीराव करत असल्यामुळे त्यांना महात्मा म्हटले पाहिजे,' असे महाराज म्हणत असल्याचेही यंदे यांनी नोंदवले आहे.

सर्वांत महत्त्वाचा मुद्दा म्हणजे 'महाराजांनी मुंबईच्या मंडळींना जोतीरावांना 'महात्मा' ही पदवी देण्याबद्दलची सूचना केल्यावरून १९८८च्या उन्हाळ्यात जोतीराव मुंबईला आले असता, त्यांचे रघुनाथ महाराजांच्या समाधीवर एक व्याख्यान झाले. त्या प्रसंगी मुंबईकरांनी त्यांना 'महात्मा' पदवी अर्पण केली,' असेही यंदे सांगतात. स्वत: यंदे या सभेस हजर होते. यासाठी विठ्ठलराव वंडेकर, नारायण मेघाजी लोखंडे इत्यादींनी पुढाकार घेतला होता.

यंदे यांच्या कामगिरीबद्दल त्यांचा गौरव करण्यासाठी १६ फेब्रुवारी १९३० या दिवशी सयाजीरावांनी बडोदा इथे दरबार भरवून यंदे यांना पदक व पोशाख दिला. त्या प्रसंगी यंदे यांनी महाराजांसमोर 'कर्मयोग' या विषयावर व्याख्यान दिले. व्याख्यानात मनुष्याने जन्मास आल्यावर महात्मा जोतीबाप्रमाणे कर्म करत राहावे, असे प्रतिपादन यंदे यांनी केले. त्याच्या दुसऱ्या दिवशी महाराजांनी लक्ष्मीविलास राजवाड्यावर सत्यशोधक समाजाच्या काही कार्यकर्ता लोकांचे व्याख्यान मुद्दाम करवले. यंदेही उपस्थित होतेच. 'व्याख्यान संपल्यावर महाराजांनी बरोबर अर्धा तास स्वत: भाषण करून सत्यशोधक समाजाचे पुढील कार्य कसे चालावे याबद्दल उपदेश केला,' असेही यंदे सांगतात. 'आपल्या भाषणातून महाराजांनी अनेक वार महात्मा जोतीराव फुले यांचे उदाहरण देऊन त्यांनी केलेल्या कार्याची महती गायिली. नंतर त्यातील एक व्याख्याते नारो बाबाजी महाघट यांना मदतीदाखल महाराजांनी रोख रुपये २०० दिले होते.'

यंदे गुणग्राहक होते. व्यावसायिक असल्यामुळे त्यांना स्पर्धक निश्चितच असणार; पण शत्रू नव्हते. लोटवाला व डांगेप्रभृतींनी टाकलेला डाव त्यांच्या विशिष्ट विचारसरणीतून निष्पन्न झाला होता; वैयक्तिक स्पर्धेतून वगैरे नव्हे. या विचारसरणीत सूक्तासूक्त विवेकाला स्थान नव्हते. ज्या मार्गाने विचारसरणी पुढे

जाईल तो नैतिकच मानायचा. यंदे रसिकही होते. तेव्हा बालगंधर्व आणि केशवराव भोसले यांच्यात चुरस असायची. यंदे केशवरावांचे चाहते होते. महात्मा गांधींनी टिळकांच्या नावाने काढलेल्या स्वराज्य फंडासाठी बालगंधर्व आणि केशवराव यांनी 'संगीत मानापमान' नाटकाचा प्रयोग संयुक्त रितीने करावा, यासाठी खटपट करणाऱ्या मंडळींत यंदे अग्रभागी होते.

मित्रमंडळींना सर्व प्रकारची मदत करण्यात यंदे नेहमीच तत्पर असत. उत्तरेतल्या एका संस्थानिकाने मुंबईच्या एका फोटो स्टुडिओच्या शोकेसमध्ये एका सुस्वरूप युवतीचे छायाचित्र पाहिले. तिच्याशी लग्न करावे असे त्याला वाटू लागले. ही युवती सरदार घराण्यातील असून, संस्थानिकाची व तिची जात वेगळी होती. राजेसाहेबांनी यंदे यांना मध्यस्थी करायला सांगितले. यंदे यांनी ती केली व शेवटी विवाह संपन्न झाला. राजेसाहेब यंदे यांचे स्नेही होते म्हणून ही धडपड!

न्या. रानडे, जोतीराव फुले आणि टिळक या सर्व मातब्बरांशी यंदे यांचे चांगले संबंध होते. बडोद्याचे शंकर मोरो रानडे हे महाराजांच्या मर्जीतले आणि टिळकांचेही अनुयायी. टिळकांच्या सल्ल्यावरून त्यांनी लॉर्ड रिपन या व्हाईसरॉयने भारतीय प्रजेला दिलेल्या स्थानिक स्वराज्य संस्थेच्या हक्कांवर *अधिकार दान विवेचन* हे नाटक लिहिले होते, शंकर मोरो रानडे अकाली वारले. मरणसमयी त्यांनी लिहायला घेतलेली *शिलादित्य* ही कादंबरी अपुरी राहिली होती. टिळक तेव्हा मंडालेच्या कारागृहात शिक्षा भोगत होते. त्यांना हा सर्व वृत्तान्त समजल्यावर त्यांनी ही अपूर्ण कादंबरी कृ. प्र. खाडिलकरांनी पूर्ण करावी, ती यंदे यांनी छापावी आणि येणाऱ्या फायद्याचा अर्धा हिस्सा रानडे यांच्या विधवा पत्नीला द्यावा, असे एका पत्रातून सुचवले.

यंदे यांनी या सूचनांची अंमलबजावणी केली, हे वेगळे सांगायची गरज नाही. यंदे यांच्या बडोदा मित्रमंडळात रानडे होतेच. शिवाय, टिळकांची भीड, आणखी काय पाहिजे?

■

२७

नका करू नाश प्रतिभेचा!

मनुष्यसमाज हा नानाविध वृत्ती-प्रवृत्तींच्या आणि कृतींच्या माणसांनी बनलेला असतो. एका अर्थाने पाहिले तर एक व्यक्ती दुसरीसारखी नसते. व्यक्तिमात्रांचे हे एकमेवाद्वितियत्व अधोरेखित करण्यासाठीच 'व्यक्ती तितक्याच प्रकृती' अशी म्हण प्रचलित झाली असावी.

तरीसुद्धा आपण माणसांचे वर्गीकरण करत असतोच. कधी व्यावहारिक सोयीसाठी तर कधी जिज्ञासेपोटी. सांख्यदर्शनाने त्याच्या व्यापक गुणसिद्धान्ताला अनुसरून माणसांचेही सात्त्विक, राजस आणि तामस असे वर्गीकरण केले. वैद्य मंडळीसुद्धा कफ, वात आणि पित्त या त्रिदोषांच्या आधिक्यानुसार रुग्णांचे प्रकार करत असतात.

माणसाची बुद्धी, कर्तृत्व, योगदान आदींच्या अनुषंगानेही अभ्यासक त्यांचे विवेचन करत असतातच. या सर्व गोष्टींची आठवण व्हायचे कारण म्हणजे, दामोदर सावळाराम यंदे यांच्यावरचा लेख लिहिताना पडलेला प्रश्न, त्यांना माणसांच्या कोणत्या कोटीत किंवा 'कॅटेगरी'त बसवायचे हा!

सुदैवाने यंदे यांच्या पूर्वसुरींनी अशा प्रकारच्या प्रश्नांची चर्चा प्रत्यक्षपणे किंवा अप्रत्यक्षपणे केलेली दिसते. या चर्चेत यंदे यांच्या व्यवसायबंधूंची दखल घेतली गेली असली, तरी तोपर्यंत त्यांच्या कर्तृत्वाला तेवढी उभारी प्राप्त झालेली नसल्यामुळे कदाचित त्यांचा समावेश झाला नसेल. पण तरीही, या चर्चेतून यंदे आणि तत्सम इतरही कर्तबगार लोकांचे वर्गीकरण कसे करायचे, याची काही मार्गदर्शक सूत्रे प्राप्त होतात. ही सूत्रे त्या काळापुरती मर्यादित नसून, केव्हाही उपयुक्त ठरणारी आहेत.

मला अभिप्रेत असलेली चर्चा विसाव्या शतकाच्या मागेपुढे राजारामशास्त्री भागवत आणि इतिहासाचार्य वि. का. राजवाडे यांनी केलेली आहे. वैचारिकदृष्ट्या पाहिले तर अधिक तपशिलात न जाता भागवत व राजवाडे हे दोन ध्रुव होते, एवढे सांगणे पुरेसे ठरेल.

अर्थात, राजवाड्यांनी वर्गीकरणाचा प्रश्न समोर ठेवूनच लिखाण केले आहे; तसे भागवतांचे नव्हते. 'मराठ्यांसंबंधी चार उद्गार' लिहिताना भागवत जाता-जाता समकालीन कर्तबगार मराठ्यांचे वर्णन करतात. या व्यक्तींमध्ये न्या. रानडे, टिळक, आगरकर, काशिनाथपंत तेलंग, महादेव मोरेश्वर कुंटे, बापूदेव शास्त्री, भाऊ दाजी, रावसाहेब मंडलिक, रा. गो. भांडारकर, शंकर पांडुरंग पंडित, श्रीपाद बाबाजी ठाकूर, आत्माराम

इतिहासाचार्य वि. का. राजवाडे यांनी प्रतिभावान पुरुषांची यादी केली होती. त्यांना खातरी आहे, की 'जगातील कोणत्याही भावी चरित्रकोशात यांपैकी बहुतेकांचा समावेश बिनतक्रार करता येईल.' आणि हे अर्थातच खरे आहे. आता राजवाड्यांच्या अतिसंक्षिप्त यादीत सात महानुभावांचा समावेश आहे. सयाजीराव गायकवाड, विष्णुशास्त्री चिपळूणकर, महादेव गोविंद रानडे, बाळ गंगाधर टिळक, शंकर बाळकृष्ण दीक्षित, अण्णा किर्लोस्कर, गोपाळराव गोखले ही मंडळी संख्येने सात असल्याने त्यांना राजवाड्यांचे सप्तर्षी असे म्हणायला हरकत नसावी.

बापू दळवी, गणपत कृष्णाजी, दादाजी जावजी, झाशीची राणी, अहल्याबाई होळकर, पंडिता रमाबाई, डॉ. आनंदीबाई जोशी यांचा समावेश होतो.

त्यानंतर राजवाड्यांनी १९१३मध्ये महाराष्ट्रातील बुद्धिमान, प्रतिभावान व कर्त्या लोकांची मोजदाद केली. राजवाड्यांसमोर १८१८ म्हणजे पेशवाई बुडाल्यापासून १९१३पर्यंतचा म्हणजे पारतंत्र्याच्या जवळपास शतकभराचा काळ आहे.

'कोणत्याही देशाची रया त्यातील बुद्धिमान व प्रतिभावान माणसांवर असते,' असा उपोद्घात करून राजवाडे सांगतात, की ' बहुतेक सर्वच माणसे सामान्य बुद्धीचीअसतात. हजारात एखादा प्रकृष्ट बुद्धीचा असतो आणि दोन-चार लाखांत एखादा असामान्य बुद्धीचा ऊर्फ प्रतिभावान माणूस निपजतो. त्यातही एखादाच विचाराने, आचाराने किंवा कर्तृत्वाने समाजाला मार्गदर्शक होतो.'

यादी करताना राजवाडे समाजजीवनातले एकही क्षेत्र सोडत नाहीत. इतिहासकार गो. स. सरदेसाई, अण्णासाहेब किर्लोस्कर, अ. वा. बर्वे हे नाटककार, माधवराव पाटणकर, मोरोबा वाघुलीकर, भाऊराव कोल्हटकर, गणपतराव जोशी, बालगंधर्व हे नट, बाळासाहेब पंत प्रतिनिधी चित्रकार, विष्णुपंत छत्रे सर्कसवाले, म्हात्रे हे मूर्तिकार, नाना शंकरशेट दानशूर कोट्यधीश, धोंडो केशव कर्वे स्त्री-शिक्षणाला वाहून घेतलेले, असे जवळपास दीडेकशे लोक राजवाड्यांच्या यादीत स्थान पटकावतात.

मात्र, राजवाडे भलतेच काटेकोर आहेत. ते येथेच थांबत नाहीत. चाळणी लावून ते या मंडळींची एक संक्षिप्त यादी किंवा 'शॉर्ट लिस्ट' तयार करतात. त्यांच्या या दुसऱ्या फेरीत त्रेचाळीस लोक उरतात. आणि त्यांनाही काही कसोट्यांवर तपासून अंतिम फेरीत किंवा यादीत ते फक्त सात लोकांचा समावेश करतात!

ही यादी तयार करताना राजवाडे बुद्धिमान व प्रतिभावान यांच्यामधील भेद स्पष्ट करतात. तो फार महत्त्वाचा आहे. 'अनंत कामे करण्याची अनंत शक्ती म्हणजे प्रतिभा किंवा नवनवोन्मेषाची प्रतिभा. बुद्धिमान प्राय: संग्राहक असतात आणि शोध करताना बिकट व दुर्भेद्य स्थळे पाहून चाचपडतात किंवा असली स्थळे त्यांच्या ध्यानातच येत नाहीत. दुर्भेद्य व बिकट स्थळांवर हल्ला करण्याची अनंत शक्ती प्रतिभावानाच्या ठायी असते; ती केवळ बुद्धिमानाच्या जवळ असत नाही. बिकट संकटाला जिंकून काबीज करण्याच्या ईर्षेत प्रतिभावान पुरुष प्रसंगी सर्वस्वाचीही आहुती सहज देऊन जातो; परंतु हा योग बुद्धिमानाच्या ठायी संभवालाही नसतो. संकटाला जिंकावे कसे, या विषयाची चर्चा करण्यातच बुद्धिमानाचा सर्व आवेश खर्च होतो.'

राजवाडे हेही सांगतात की, यावरून असे मात्र समजायचे नाही – 'बुद्धिमान लोक कुचकामी आहेत. प्रतिभावानांची मुख्य मदार तर बुद्धिमंतांवर आहे. काबीज केलेल्या वस्तूंची व्यवस्था करणे, परिपोष करणे, ती जनतेला सुलभ करणे वगैरे उपयुक्त कृत्ये समाजात बुद्धिमान व्यक्तीच करत असतात.'

हा खुलासा केल्यानंतर राजवाडे पहिल्या यादीत वगळावगळ करून त्रेचाळीस लोकांची दुसरी संक्षिप्त यादी सादर करतात.

राजवाड्यांच्या यादीचा विचार करताना भागवतांच्या यादीच्या संदर्भात व तुलनेत करणे उद्बोधक ठरेल. राजवाड्यांच्या पहिल्याच यादीत वेदविद्यासंशोधक म्हणून समाविष्ट झालेल्या भागवतांना दुसऱ्या यादीत स्थान नाही. भागवतांनी उल्लेखिलेल्या शंकर पांडुरंग पंडित, भांडारकर, तेलंग, कुंटे, दादाजी जावजी, टी. माधवराव ही नावे राजवाड्यांच्या पहिल्या व दुसऱ्या यादीतही आढळतात. कृष्णशास्त्री व विष्णुशास्त्री या चिपळूणकर पितापुत्रांचा समावेश भागवतांच्या लेखात नाही. हे दोघेही बापलेक राजवाड्यांची दुसरी फेरी (व विष्णुशास्त्री तर तिसरीही) फेरी गाठण्यात यशस्वी ठरले आहेत.

विठ्ठल रामजी शिंदे हे अस्पृश्योद्धारक या नात्याने राजवाड्यांच्या पहिल्या दोन याद्यांमध्ये जागा मिळवतात. राजवाड्यांना खातरी आहे, की 'जगातील कोणत्याही भावी चरित्रकोशात यांपैकी बहुतेकांचा समावेश बिनतक्रार करता येईल.' आणि हे अर्थातच खरे आहे.

आता राजवाड्यांच्या अंतिम, तिसऱ्या अतिसंक्षिप्त यादीसंबंधाने — या यादीत एकूण सात महानुभावांचा समावेश आहे : (१) सयाजीराव गायकवाड (२) विष्णुशास्त्री चिपळूणकर (३) महादेव गोविंद रानडे (४) बाळ गंगाधर टिळक (५) शंकर बाळकृष्ण दीक्षित (६) अण्णा किर्लोस्कर (७) गोपाळराव गोखले हे लोक संख्येने सात असल्याने त्यांना 'राजवाड्यांचे सप्तर्षी' असे म्हणायला हरकत नसावी.

आजच्या पिढीला यातील दीक्षित वगळता इतरांबद्दल थोडीफार माहिती असते. दीक्षित हे तेव्हाचे ख्यातनाम ज्योतिर्गणिती व खगोलवेत्ते होते.

या अंतिम यादीसंबंधी काही निरीक्षणे नोंदवायची झाल्यास असे म्हणता येईल, की दुसऱ्या फेरीत पोहोचलेल्या गोपाळ गणेश आगरकरांचे नाव तिच्यात आढळत नाही. कवी केशवसुत तर पहिल्या यादीतही नव्हते. हरिभाऊ आपटे असले तरी मध्येच गळाले.

राजवाड्यांनी हा लेख लिहिला तेव्हा लोकमान्य टिळक मंडालेच्या तुरुंगात राजद्रोही लेखनाच्या गुन्ह्याखाली शिक्षा भोगत होते. आणि भारतीय काँग्रेसची सर्व सूत्रे गोपाळ कृष्ण गोखलेच हलवत होते. मोर्ले मिंटो सुधारणांच्या जडणघडणीत गोखल्यांचा मोठा वाटा होता.

राजवाड्यांना विष्णुशास्त्री चिपळूणकरांविषयी परम आदर होता, हे जाणकारांना सांगायची गरज नाही. यामागचे मुख्य कारण म्हणजे, त्यांनी जागवलेला स्वदेश, स्वधर्म आणि विशेषत: स्वभाषा यांच्याविषयीचा अभिमान. चिपळूणकरांचा उल्लेख राजवाडे 'महात्मा' असा करत, एवढे सांगितले म्हणजे पुरे. रानड्यांबाबत वाद होऊच नये अशी परिस्थिती होती. किर्लोस्करांना मराठी रंगभूमीचे जनकच मानले जाते.

महत्त्वाचा मुद्दा बडोदानरेश सयाजीराव गायकवाड यांच्या समावेशाचा आणि तेही पहिल्याच क्रमांकाने झाल्याचा आहे. या थोर राजाविषयी पाहिजे तेवढी माहिती भल्याभल्यांना नसते, ही खेदाचीच बाब आहे. मात्र, गेल्या काही वर्षांत ज्येष्ठ लेखक बाबा भांड यांनी सयाजीरावांवर संशोधन करून बरीच माहिती उजेडात आणली आहे.

सयाजीरावांनी समाजसुधारणेची बरीच कामे बडोद्यात केली. त्यात अस्पृश्योद्धाराचाही समावेश होता. तथापि, राजवाड्यांना सयाजीरावांच्या सुधारणेची दिशाच मान्य नव्हती. मागासलेल्या लोकांना पुढे आणण्यात शक्तीचा अपव्यय करण्याऐवजी पुढारलेल्यांना आणखी पुढे आणावे, म्हणजे ते पुरेसे सक्षम

होऊन स्वातंत्र्य मिळवू शकतील, अशी राजवाड्यांची भूमिका होती. या अनुरोधाने त्यांनी सयाजीरावांवर टीकास्त्रही सोडले होते.

सयाजीरावांविषयी राजवाड्यांना आकर्षण आणि आदर होता, तो त्यांनी टिळकांसारख्या स्वातंत्र्यसाधकांची केलेल्या पाठराखणीमुळे. ब्रिटिश सरकारच्या रोषाचा धोका पत्करून सयाजीराव स्वातंत्र्यसैनिकांना मदत करत; तेही ब्रिटिश गुप्तहेरांच्या हातावर तुरी देऊन! वेळप्रसंगी देशी संस्थानिक म्हणून स्वाभिमानाचा मराठी बाणा प्रकट करायलाही सयाजीराव कचरत नसत. ते ब्रिटिश सरकारच्या कायमच्या काळ्या यादीत असत. पण, पुरेशा पुराव्याअभावी ते काही करू शकले नाही.

सयाजीरावांचे विद्येवरील प्रेम, त्यांनी संशोधक, लेखक, मुद्रक, प्रकाशक यांना दिलेले उत्तेजनही राजवाड्यांना ठाऊक होते.

राजवाड्यांच्या यादीतील कोणालाही खटकणारी गोष्ट म्हणजे त्यांच्या यादीत अभावानेच तळपणारे महात्मा फुले यांचे नाव. शिंद्यांचा समावेश पहिल्या दोन याद्यांमध्ये करणारे राजवाडे जोतीरावांचा पहिल्या यादीतसुद्धा समावेश करत नाहीत. ही बाब खचितच अस्वस्थ करणारी आहे.

अर्थात, त्यामागचे कारण शोधणे फारसे अवघड नाही. राष्ट्रीय स्वातंत्र्याचा हिरिरीने पुरस्कार करणाऱ्या चिपळूणकर संप्रदायाच्या लोकांनी तेव्हा फुले यांच्यावर ते ब्रिटिशांना व मिशनऱ्यांना धार्जिणे असल्याचा आरोप केलेला होता. विशेषतः जोतीरावांनी ब्राह्मणांवर केलेल्या टीकेमुळे हे लोक अस्वस्थ होणेही स्वाभाविक होते.

दुसरी गोष्टी अशी की, ह.भ.प. ल. रा. पांगारकर यांनी म्हटल्याप्रमाणे राजवाड्यांच्या ठायी स्वजातीचा अतिरिक्त अभिमान होता. फुले तर त्यांच्या जातीवर तुटूनच पडलेले. मग फुल्यांचे मोठेपण त्यांना कसे उमगणार?

बाकीच्यांचे सोडा, खुद्द ज्ञानेश्वर-तुकारामांसारखे संतही राजवाड्यांच्या तडाख्यातून सुटले नाहीत. या संतांच्या व्यापक, उदार आणि सहिष्णू शिकवणुकीमुळे महाराष्ट्र पारतंत्र्यात गेला, असे त्यांचे म्हणणे होते. अर्थात, त्यांच्या मतांमध्ये शेवटीशेवटी बदल होत होता, असे म्हणायला जागा आहे. राजवाड्यांनी तुकोबांवर टीका केली असली, तरी तुकोबांच्या शब्दांचा प्रभाव ते चांगलेच ओळखून होते; म्हणून तर प्रतिभावंतांच्या चर्चेचा समारोप करताना त्यांनी तुकोबांच्या अभंगात फेरफार करून मराठी जनतेला आवाहन केले. महाराष्ट्रातील लोकांना प्रतिभावंतांची कदर नाही. शतकातून एखादा प्रतिभावंत निर्माण होतो न होतो, तेव्हा त्याची हेळसांड करू नये, असे राजवाडे विनवतात. दोन्ही अभंग खाली देत आहे.

आता तरी पुढे हाचि उपदेश। नका करू नाश आयुष्याचा॥ - तुकोबा
आता तरी पुढे हाचि उपदेश। नका करू नाश प्रतिभेचा॥ - राजवाडे

राजवाडे यांचा उपदेश महाराष्ट्राने कितपत मनावर घेतला हा संशोधनाचा विषय आहे.

■

२८

राजवाडे आणि पाटील : इतिहासातील काव्यन्याय

समाजातल्या प्रतिभावंत व्यक्तींच्या संदर्भात समाजाला इशारा देऊन इतिहासाचार्य राजवाडे यांनी महत्त्वाचे काम केले असेच म्हणावे लागते. राजवाड्यांनी त्यांच्या काळातल्या प्रतिभावंत व कर्तबगार व्यक्तींची यादी केली, जी पुढील पिढ्यांसाठीही मार्गदर्शक आहे. समाजाने आपल्यातच वावरणाऱ्या अशा मातब्बरांची उपेक्षा व हेळसांड करू नये, या व्यक्तींचे अस्तित्व व कार्य समाजाला उपयुक्त व पथदर्शक असते. त्यांच्याकडे दुर्लक्ष केल्याने त्यांचे जेवढे नुकसान होईल, त्यापेक्षा अधिक नुकसान समाजाचे होईल, हा राजवाड्यांच्या इशाऱ्याचा इत्यर्थ.

राजवाड्यांनी केलेल्या यादीला आता एक शतक उलटले आहे. राजवाड्यांच्या निकषांना अनुसरून किंवा त्यात काही फेरफार करून शंभर वर्षांतील मातब्बरांची यादी करून या यादीची संक्षिप्त यादी करून अंतिम यादी करायचा प्रकल्प उद्बोधक ठरेल. त्या शंभर वर्षांच्या कालखंडाचे पन्नास-पन्नास वर्षांचे भाग, म्हणजे महाराष्ट्र राज्याच्या निर्मितीपूर्वीचा पहिला व निर्मितीनंतरचा दुसरा असे करून, म्हणजे त्यांची तुलना करून महाराष्ट्राने नेमकी किती प्रगती केली, याचाही हिशेब करता येईल. शिवाय, तत्कालीन समाजाने आपल्यातल्या प्रतिभावंतांना काय प्रतिसाद दिला, याचाही शोध घेता येईल.

इतक्या तपशिलात जायचे हे स्थळ नव्हे. पण, सहज आठवणाऱ्या काही नावांचा उल्लेख करायला हरकत नसावी.

राजवाड्यांच्या यादीत स्थान मिळवून संयुक्त महाराष्ट्राच्या निर्मितीचाही साक्षीदार ठरलेला एकमेव थोर पुरुष म्हणजे स्त्री-शिक्षणाचे कैवारी धोंडो केशव तथा अण्णासाहेब कर्वे. राजघराण्यांच्याच काळात कोल्हापूरचे शाहू छत्रपती मागासलेल्या वर्गाच्या उन्नतीसाठी काम करत होते. परंतु, त्यांच्या तीव्र ब्राह्मणविरोधामुळे त्यांना राजवाड्यांच्या यादीत स्थान मिळणे शक्य नव्हते. राजवाड्यांनी प्रस्तुत यादी केल्यानंतर; पण त्यांच्याच हयातीत पुढे आलेल्यांमध्ये डॉ. बाबासाहेब आंबेडकर, आचार्य विनोबा भावे, कर्मवीर भाऊराव पाटील, स्वातंत्र्यवीर सावरकर यांचा समावेश करता येईल. गडकरी, अत्रे, वरेरकर, तेंडुलकर असे नाटककार; मर्ढेकर, चित्रे, कोलटकर, ढसाळ हे कवी; अच्युतराव पटवर्धन, नाना पाटील असे स्वातंत्र्यसैनिक; कॉम्रेड श्रीपाद अमृत डांगे, यशवंतराव चव्हाण, शरद पवार, शरद जोशी असे

> इतिहासाचार्य वि. का. राजवाडे आयुष्याच्या उत्तरार्धात बदलले होते. जातिव्यवस्थेबद्दल आणि स्त्रियांबद्दल त्यांनी काढलेले उद्‌गार आणि उत्तरआयुष्यात त्यांनी घेतलेली भूमिका वेगळी होती. भारतीय विवाहसंस्थेच्या इतिहासावरची त्यांची लेखमाला वैदिक पूर्वजांच्या व त्यांच्या नीतिमत्तेच्या कल्पनांना तडे देणारी होती. त्याचबरोबर राजवाडे गांधीजींच्या तत्त्वांचाही पुरस्कार करायला लागले होते. राजवाडे यांच्यातला हा बदल अज्ञातच राहिला आहे.

राजकीय मुत्सद्दी; खाशाबा जाधव, बापू नाडकर्णी, सुनील गावसकर, सचिन तेंडुलकर यांच्यासारखे खेळाडू; मिराशी, दप्तरी, तर्कतीर्थ लक्ष्मणशास्त्री जोशी, कुरुंदकर, बारलिंगे हे विचारवंत; शेजवलकर, शरद पाटील, मिराशी, ब्रह्मानंद देशपांडे, रा. चिं. ढेरे, वि. भि. कोलते, ग. ह. खरे यांच्यासारखे इतिहासमीमांसक; मंगेशकर भावंडं, सी. रामचंद्र, पं. भीमसेन जोशी, कुमार गंधर्व यांच्यासारखे संगीत क्षेत्रातले दिग्गज; फडके, खांडेकर, नेमाडे असे कादंबरीकार; ही नावे सहज आठवली तेवढी. या आणि अशा इतर नावांना चाळणी लावून संक्षिप्त यादी करायची व त्यातून राजवाड्यांप्रमाणे 'सप्तर्षी'ची अंतिम यादी सिद्ध करायची, हे काही सोपे काम नाही.

हे काम जो कोणी आणि जेव्हा केव्हा करील तेव्हा करो. मुख्य मुद्दा असा आहे की, अशा प्रकारचा उपक्रम पहिल्यांदा राजवाडे यांनीच केला असल्यामुळे त्यात त्यांनी स्वत:चा समावेश करणे सभ्यतेला आणि औचित्याला धरून झाले नसते. एरवी राजवाडे हे नको तेवढ्या आत्मविश्वासाने वावरणारे गृहस्थ होते, हे जाणकारांना सांगायला नकोच. कृ. पां. तथा नानासाहेब कुलकर्णी यांनी आत्मचरित्रात लिहिल्याप्रमाणे 'त्यांची मुद्रा बेदरकार, वृत्ती बेगुमानी, चालताना पाऊल टाकले की ते लांब व जोरातच पडायचे, असे की खालची धरित्री जणू काही नमलीच पाहिजे.' जी गत चालण्याची तीच बोलण्याची! तरीही प्रतिभावंतांच्या प्रकरणी राजवाड्यांनी संयम पाळला! पात्रता असूनही स्वत:चे नाव टाळले.

मात्र, याचा अर्थ ते इतरांनी टाळावे असा होत नाही. मराठ्यांच्या इतिहासाची साधने जमवून ती बावीस खंडांमध्ये प्रकाशित करण्यासाठी राजवाड्यांनी जे श्रम केले, त्याला तोड नाही. राजवाड्यांनी एवढा उत्साह दाखवला नसता, परिश्रम घेतले नसते, तर जेवढा इतिहास आपण जाणतो तेवढा जाणू शकलो नसतो.

विशेष म्हणजे राजवाड्यांनी स्वत: स्वतंत्र ग्रंथनिर्मिती केली नाही. बावीस खंडांपैकी काही खंडांना जोडलेल्या प्रस्तावना, काही संपादने आणि विविध नियतकालिकांमधून छापून आलेले लेख हे त्यांचे भांडवल. पण ते अभ्यासकांसाठी आजही पुरून उरले आहे!

राजवाड्यांच्या या विखुरलेल्या लेखनात त्यांच्या प्रतिभेची व पल्ल्याची चुणूक ठायीठायी दिसते. इतिहासाचे तत्त्वज्ञान व इतिहासलेखनाची पद्धती याविषयी त्यांनी अनेक महत्त्वाचे मुद्दे उपस्थित केले आहेत. शिवाय, महाराष्ट्रातल्या इतिहास संशोधनाच्या कार्याला संस्थात्मक रूप देण्यातही मोठा वाटा राजवाड्यांचाच आहे. त्यांनीच सरदार खे. चिं. मेहेंदळे यांच्या मदतीने पुण्यात 'भारत इतिहास-संशोधक मंडळ' स्थापन केले. पुढे मतभेद झाल्यावर त्यानी पुणे सोडून धुळ्याला प्रस्थान ठेवले आणि तिथे नवी संस्था उभारली.

स्वत: राजवाडे यांनी सिद्ध केलेली इतिहासलेखन पद्धती समाजशास्त्रीय होती. त्यांच्यावर फ्रेंच समाजशास्त्र ऑगस्ट कोंत (Auguste Comte) याचा प्रभाव होता. आता भारताच्या आणि महाराष्ट्राच्या

इतिहासाला समाजशास्त्रीय आकलनाची बैठक द्यायची झाली, तर जातिव्यवस्थेचा विचार अपरिहार्य ठरतो. त्यामुळे राजवाड्यांना तो करावा लागला आणि नेमके तिथेच ते फसले.

राजवाड्यांनी जातिसंस्थेच्या उत्पत्तीची पारंपरिक संकरपद्धती खरी मानली आणि ती अस्तित्वात असलेल्या जातींना ते लागू करू लागले. त्याला त्यांनी ब्राह्मणांच्या पोटजातींचाही अपवाद केला नाही. महाराष्ट्रात अशी एकही महत्त्वाची जात शिल्लक राहिली नाही, की तिच्याबद्दल राजवाड्यांनी निंदाव्यंजक, भावना दुखावणारे, अधिक्षेप करणारे लेखन केले नाही. त्यामुळे राजवाडे व त्यांची पोटजात एकीकडे व उर्वरित जाती दुसरीकडे अशीच परिस्थिती निर्माण झाली. त्याचा परिणाम म्हणून महाराष्ट्रातले सामाजिक वातावरण पुरते बिघडून गेले. ब्राह्मणेतर चळवळ टोकदार होण्यात राजवाडे मोठ्या प्रमाणावर जबाबदार आहेत, विशेषतः स्त्रिया आणि शूद्र यांच्याविषयी लिहिताना राजवाड्यांची लेखणी खूपच घसरली. इतकी की, एरवी सत्त्वगुणाचे आधिक्य असलेल्या विठ्ठल रामजी शिंदे यांनाही *राधामाधवविलासचम्पू* या जयराम पिंडेकृत चम्पू काव्याला राजवाड्यांनी लिहिलेल्या प्रस्तावनेवर तुटून पडल्याशिवाय पर्याय उरला नाही. राजवाड्यांनी स्त्रियांवर केलेल्या शाब्दिक प्रहारांमुळे व्यथित झालेल्या शिंद्यांनी 'या गृहस्थाला आई असावी की नाही, याचीच शंका येते,' असे विधान केले!

सर्वात महत्त्वाचा मुद्दा म्हणजे राजवाड्यांच्या अनेक मतांमध्ये त्यांच्या आयुष्याच्या उत्तरकाळात बदल होत गेला; पण त्यांच्या जुन्याच मतांच्या आधारे ज्यांना हितसंबंधांचे राजकारण करायचे होते, त्यांनी हे बदल अज्ञात ठेवण्याचेच धोरण पत्करले. राजवाड्यांचे हे बदललेले रूप त्यांना परवडण्यासारखे नव्हतेच. या बदलांची चर्चा म्हणजेच अज्ञात राजवाडे ज्ञात करून घेणे.

राजवाडे प्राज्ञ आणि प्रतिभावान गृहस्थ होते. ऑगस्ट कोंत कुठली पद्धत वापरतात हे स्वतःच्याच बुद्धिबळावर ताडून मार्क्स एंगल्सच्या जवळ जाणारी भौतिकवादी पद्धत त्यांनी विकसित केली. याच पद्धतीचा अवलंब करून त्यांनी भारतीय विवाहसंस्थेच्या इतिहासावर लेखमाला प्रसिद्ध करायला सुरुवात केली. तोपर्यंत वैदिक धर्माचे, ब्राह्मणांचे आणि ब्राह्मणत्वाचे कट्टर अभिमानी म्हणून ओळखल्या जाणाऱ्या राजवाड्यांच्या या लेखनाने वैदिक पूर्वजांच्या व त्यांच्या नीतिमत्तेच्या कल्पनांना तडे जाऊ लागले. ज्यांची म्हणजे ऋषींच्या कुळांची, चौकशी करायची नसते तीच ते करू लागले आणि त्यातून अनेक गोत्रपुरुषांचा पंचनामा होऊ लागला. अस्वस्थ झालेल्या सनातन्यांनी राजवाड्यांची लेखमाला आपल्या *चित्रमय जगत* या मासिकातून क्रमशः छापणाऱ्या चित्रशाळा छापखान्याचे मालक वासुकाका जोशी यांना छापखाना जाळून टाकण्याची धमकी देऊन लेखमालेचे प्रकाशन बंद पाडले! भारतात मार्क्सवाद आणण्यासाठी ही लेखमाला उपयुक्त वाटल्यानेच कॉम्रेड डांगे यांनी ती आपल्या *सोशॅलिस्ट* मासिकातून छापायची तयारी केली. मात्र, त्यादरम्यान डांगे यांनाच तुरुंगात जावे लागल्यामुळे आणि थोड्याच दिवसांत राजवाडे यांचे निधन झाल्याने सर्वच गोष्टी निकालात निघाल्या.

महाराष्ट्रातल्या ज्ञानेश्वर-तुकारामादी वारकरी संतांनी लोकांना निर्बल करून देश बुडवला, या आपल्या पूर्वीच्या सिद्धान्तात दुरुस्ती करण्याच्या मनोभूमिकेत राजवाडे येत होते. विशेषतः या संतांमुळे स्वधर्म आणि स्वभाषा यांचे रक्षण झाले, हे त्यांना कळून चुकले होते. आजच्या काळातही त्यांचे विचार तारक ठरतील, हे पटल्यानेच त्यांनी ज्ञानेश्वरीतल्या नीतिकथा छापायला सुरुवात केली होती.

राजवाडे यांना मानणारे लोक राजकारणात साधारणपणे लोकमान्य टिळकांचे अनुयायी होते. टिळकांच्या

मृत्यूनंतर या अनुयायांना महात्मा गांधीजींचे नेतृत्व स्वीकारणे जड जाऊ लागले. त्यामागचे एक कारण, गांधीजी आपल्यापेक्षा खालच्या जातीचे आहेत हेसुद्धा होते. राजवाडे 'पूर्वी'चेच राहिले असते, तर त्यांनीही याच लोकांबरोबर जाऊन गांधीजींच्या नेतृत्वाला विरोध केला असता. परंतु, बदललेल्या राजवाड्यांनी गांधीजींची बाजू घेऊन त्यांच्या नेतृत्वाचा जोरदार पुरस्कार व प्रचार करण्यास प्रारंभ केला. राजवाड्यांमधील हा बदल राजवाडे सांप्रदायिकांनी पुढे येऊ दिला नाही. ते गांधींना विरोध करत राहिले.

आणि सर्वात महत्त्वाचा मुद्दा म्हणजे ज्याला विठ्ठलराव शिंद्यांनी लक्ष्य केले ते राजवाड्यांचे स्त्रियांबद्दलचे अनुदार मत. राजवाड्यांचे हे मत बदलल्याचा प्रत्यक्ष पुरावा राजवाड्यांच्या थेट लिखाणातून उपलब्ध होत नाही. तथापि, या शक्यतेचे अनुमान करण्यास जागा आहे. ती जागा ज्ञानकोशकार श्रीधर व्यंकटेश केतकर यांच्या दोन कादंबऱ्यांतून उपलब्ध होते, त्या कादंबऱ्या म्हणजे *गोंडवनातील प्रियंवदा* आणि *ब्राह्मणकन्या.* केतकरांच्या या कादंबऱ्या ज्या नायकावर आधारित आहेत तो वैजनाथशास्त्री धुळेकर हे पात्र राजवाड्यांवरून घेतलेले आहे. स्वतः केतकरांना राजवाड्यांच्या अखेरच्या दिवसांत त्यांची जवळीक लाभली होती आणि त्यांची मतेही जवळून ज्ञात झाली होती.

गोंडवनातील प्रियंवदा या पहिल्याच कादंबरीतील इतिहाससंशोधक धुळेकर कोकणस्थ ब्राह्मणांचे कैवारी आहेत. ही एकमेव जातच देशाला स्वातंत्र्य मिळवून त्याचे भले करू शकेल, असे त्यांचे मत होते.

ब्राह्मणकन्या कादंबरीत मात्र या नायकाचे पूर्णपणाने परिवर्तन होऊन तो जाती आणि लिंगभेद नाकारू लागतो. इतकेच काय; परंतु कुमारी आणि विधवा स्त्रियांना एकत्र करून पुरुषप्रधान व्यवस्थेला आव्हान देऊ लागतो. वेगळी राज्यघटनाच बनवून ठेवतो, की जिच्यात स्त्रियांना बरोबरीचे, कदाचित थोडे वरचे स्थान असेल. आता मुद्दा एवढाच शिल्लक राहतो, की वास्तवातल्या राजवाडे नावाच्या व्यक्तीच्या मतांमध्ये खरोखर तसा बदल झाला होता का? तो झाला असेल तर राजवाडे हे महाराष्ट्रातले दुसरे स्त्रीवादी विचारवंत ठरतील. पहिले अर्थातच महात्मा फुले.

खरोखरीच्या म्हणजे वास्तव सृष्टीतील राजवाड्यांच्या मतांमध्ये एवढे आग्रमूल परिवर्तन झाले नसेल तर कादंबरीच्या अद्भुत सृष्टीत ते कादंबरीकार केतकर यांनी सर्जनशील स्वातंत्र्याच्या अधिकार वापरून घडवून आणले, असे म्हणावे लागेल.

त्यामुळे राजवाडे पूर्णपणे बदलले होते असे म्हणता येणार नाही; परंतु मग दुसरे स्त्रीवादी विचारवंत होण्याचे श्रेय केतकरांकडे जाईल.

तिसऱ्याबद्दल वाद व्हायचे कारण नाही. त्यांचे नाव कॉम्रेड शरद पाटील. योगायोगाची गोष्ट म्हणजे राजवाड्यांच्या संशोधनाचे कठोर टीकाकार असलेल्या शरद पाटलांना राजवाड्यांच्या योगदानाबद्दल अतीव आदर होता. आणि पुणे सोडून राजवाड्यांनी ज्या गावाचा आश्रय घेतला त्या गावचे म्हणजे धुळ्याचेच ते रहिवासी होते.

कॉम्रेड पाटील हे एका अर्थाने धुळेकरशास्त्रीच होते असे म्हणायला हरकत नसावी. केतकरी कादंबरीतील धुळेकरशास्त्री काल्पनिक असेलही, ती राजवाड्यांची प्रतिमा नसलेही; पण हा दुसरा धुळेकरशास्त्री, व्याकरणाचा महापंडित खरोखरच धुळ्याच्याच वास्तव सृष्टीचा भाग होता व स्त्रियांचा खरा कैवारीही होता. डांगे म्हणतात त्याप्रमाणे राजवाडे मार्क्सवादाकडे निघाले होते. पाटील तिथे पोहोचून त्याच्याही पलीकडे जाऊ पाहत होते. याला इतिहासातील काव्यन्याय म्हणायचे का? ■

२९

लोणावळा ते आळंदी

वारकरी संप्रदाय हा महाराष्ट्राच्या धर्मजीवनातला मुख्य प्रवाह आहे, याविषयी कुणाचे दुमत होण्याचा संभव नाही. ज्ञानेश्वर-नामदेवादी तेराव्या शतकातल्या संतांच्याही पूर्वी काही शतके पंढरीचे विठ्ठल दैवत व त्याची वारी नावाची उपासनापद्धती यांच्या रूपात हा संप्रदाय नांदत होता. हे विठ्ठल दैवत म्हणजे द्वारकेहून पंढरीला आलेला कृष्णच अशी श्रद्धाही तितकीच प्राचीन आहे. विठ्ठल व कृष्ण यांच्यातल्या एकत्वाच्या या श्रद्धेमुळेच ज्ञानेश्वरांनी कृष्णाच्या भगवद्गीतेचा केलेला मराठी अन्वयार्थ 'ज्ञानेश्वरी' आपला मुख्य प्रमाणग्रंथ किंवा धर्मग्रंथ म्हणून स्वीकारायला विठ्ठलभक्त वारकऱ्यांना अडचण आली नाही.

ज्ञानेश्वरांचेच जिवलग असलेल्या संत नामदेवांच्या तात्त्विक अधिकाराला धक्का न लावता असे म्हणता येते की, ते उत्तम, कुशल संघटक व प्रभावी प्रचारकही होते. त्यांनी वारकऱ्यांच्या 'फड' नावाच्या यंत्रणेला संस्थात्मक रूप देऊन वारकरी संप्रदाय थेट पंजाबपर्यंत नेला.

नामदेवरायांनंतर जवळपास एकोणिसाव्या शतकाच्या अखेरपर्यंत वारकरी संप्रदाय टिकला व पसरला तो मुख्यत्वे फडाच्याच माध्यमातून. काटेकोर पद्धतीने सांगायचे झाले तर दिंडी हे वारकरी संप्रदायाचे सर्वात लहान 'युनिट' होय. पूर्वीच्या काळातल्या बहुतेक दिंड्या कुठल्या ना कुठल्या फडाशी संलग्न असत, जशी महाविद्यालये विद्यापीठाशी संलग्न असतात. देहूकर, वासकर, आजरेकर, शिवळकर, धोंडोपंतदादा आदी फडांना मोठी परंपरा लाभली आहे. वारकरी संप्रदायाच्या या रचनेची वर्णने लोकहितवादी गोपाळ हरी देशमुख आणि न्यायमूर्ती महादेव गोविंद रानडे यांच्या लेखनातून वाचायला मिळतात. वारकरी संप्रदाय टिकला आणि वाढला तो याच फडांमुळे; हे खरे असले तरी आधुनिक काळात फडांमुळे संप्रदायाच्या वाढीवर मर्यादा पडल्या हेही खरे आहे. आजरेकरांसारखा एखादा लोकशाही पद्धतीने चालणारा फड सोडला तर इतरत्र फडाची मालकी वंशपरंपरेने चालत राहते. संप्रदायात प्रविष्ट होण्यासाठी एखाद्या फडाच्या मालकाच्या हातून तुळशीमाळ गळ्यात घालावी लागायची. अशा प्रकारे एखाद्या फडाशी संलग्न झालेल्या वारकऱ्याने दुसऱ्या फडावरच्या कीर्तनकाराचे कीर्तन ऐकणेही संमत नसे. दुसरे असे की, ब्रिटिश राजवटीमुळे आधुनिक होत असलेल्या बदलांची आणि त्या बदलांमुळे निर्माण झालेल्या आव्हानांची खबरबातही या फडकऱ्यांना नसायची. वारकरी संप्रदायाची ही कोंडी फोडण्याचे काम विसाव्या शतकाच्या पहिल्या पंचविशीत

> वारकरी संप्रदायातील कोंडी फोडण्याचे काम विसाव्या शतकाच्या पहिल्या पंचविशीत विष्णू नरसिंह जोगमहाराज यांनी केले. त्यांची ही वेगळी परंपरा चालवली ती त्यांचे प्रशिष्य जगन्नाथमहाराज यांनी. त्यांच्या मते 'गीता ही वेदोपनिषदांच्या पलीकडील असल्याने तिचा अर्थ वेदोपनिषदांच्या चौकटीत बसत नाही. स्वत: ज्ञानेश्वरांनी लावलेला गीतेचा अर्थही या चौकटीबाहेरीलच आहे. ते असेही सांगतात की, 'गीतेचे हे वेगळे वैशिष्ट्य संस्कृत भाष्यकारांस मानवलेच नाही. वेदांपरते तत्त्वच या जगी असणे शक्य नाही, हेच त्यांचे मनोगत, वेदवाक्याधारेच गीतेचा अर्थ लावण्याचा प्रयास सर्व आचार्यांनी केला.'

विष्णू नरसिंह जोगमहाराज यांनी केले. त्यांनी कुठल्याही फडाचा आश्रय न घेता, आळंदीला जाऊन ज्ञानेश्वरमहाराजांच्या समाधीवर माळ ठेवून तीच आपल्या गळ्यात घातली आणि आपण वारकरी झाल्याचे घोषित केले. जोगमहाराजांची ही क्रांती त्यांच्याच पाच-दहा शिष्यांपुरती (ज्यांच्यात प्रसिद्ध कादंबरीकार ना. सी. फडकेही होते) मर्यादित राहिली असती, किंवा कदाचित त्यांचाच एक स्वतंत्र फड निर्माण झाला असता; पण आपल्या आयुष्याच्या अखेरच्या पर्वात त्यांनी आळंदीमध्ये वारकरी शिक्षण संस्था स्थापन केली आणि वारकरी संप्रदायाच्या वाढीची क्षमता अमर्याद केली.

जोगमहाराजांनी स्थापन केलेल्या वारकरी शिक्षण संस्थेची सध्या शताब्दी आहे. आपण लावलेल्या बीजाचा वृक्ष झालेला पाहण्यास महाराज फार काळ जगले नाहीत. हा वृक्ष साधा वृक्ष नसून फांद्यापारंब्यांनी विस्तारलेला वटवृक्ष आहे, असे रूपक करून, जोगमहाराजांचेच प्रशिष्य म्हणजे मामासाहेब दांडेकर यांचे शिष्य जगन्नाथमहाराज पवार यांनी संस्थेच्या शंभर वर्षांच्या इतिहासावर प्रकाश टाकणारा *वटवृक्ष* नामक ग्रंथच प्रसिद्ध केला आहे. या निमित्ताने संस्थेशी निगडित असलेले इतर अभ्यासकही काही लिखाण करतीलच; परंतु जगन्नाथ महाराजांच्याच पुस्तकात जोगमहाराजांच्या फारशा ज्ञात नसलेल्या पैलूवर प्रकाश टाकला गेला आहे तो महत्त्वाचा. स्वत: जगन्नाथमहाराज यांचाही गुरे वळणारा, खेडेगावातल्या शेतकऱ्याचा मुलगा ते वेदान्तवाचस्पती, काव्यतीर्थ असा प्रवासही थक्क करणारा आहे. उत्तम कीर्तनकार म्हणून महाराष्ट्रभर गाजलेल्या जगन्नाथमहाराजांचे स्वरयंत्र कॅन्सरसारख्या दुर्धर आजाराने निकामी होऊन त्यांची कीर्तनसेवाच खंडित झाली, तेव्हा त्यांनी जिद्द न सोडता लेखणी हातात धरली आणि ग्रंथरचनेस सुरुवात केली. विष्णुसहस्रनामावर दहा खंडांचे मराठी भाष्य प्रसिद्ध करून त्यांनी एक विक्रमच केला आहे. त्यातून ते लोकमान्यांचे सहकारी डॉ. ग. कृ. गद्रे, विनोबा, कुंदर दिवाण यांच्या परंपरेत विराजमान झाले आहेत. *वटवृक्ष* ही त्यांची साठावी कृती आहे, हे लक्षात घेतले म्हणजे त्यांच्या कामाचा उरक व झपाटा लक्षात येतो. मध्यंतरी महाराष्ट्र सरकारने ज्ञानोबा-तुकोबा पुरस्कार देऊन त्यांचा उचित गौरवही केला.

वटवृक्ष ग्रंथात त्यांनी ज्ञानेश्वरमहाराज हे या वटवृक्षाचे बीज असून जोगमहाराज त्याचा बुंधा आहेत. जोगमहाराजांचे शिष्य चतुष्टय-बंकटस्वामी, लक्ष्मणबुवा इगतपुरीकर, मारोतीबुवा गुरव आणि सोनोपंत दांडेकर म्हणजे वटवृक्षाच्या मुख्य शाखा असल्याचे सांगून त्या शाखांना फांद्या, डहाळ्या, पाने, इतकेच नव्हे, तर वृक्षाच्याच पारंब्या व वृक्षावर विहरणारे पक्षी असे सगळे रूपक रचले आहे.

जोगमहाराजांचे फारसे चरित्र-तपशील *वटवृक्ष*मध्ये नाहीत. त्यांची गरजही नाही. मी माझ्या *तुकाराम दर्शन* ग्रंथात आवश्यक ते तपशील दिले आहेत. शिवाय, स्वत: मामासाहेबांनी महाराजांचे स्वतंत्र चरित्रच लिहिले आहे. ते जिज्ञासूंनी जरूर पाहावे.

फडांच्या पलीकडे जाऊन वारकरी संप्रदायाचा विचार करणाऱ्यांची परंपरा स्पष्ट करताना जगन्नाथमहाराज ती ऐतिहासिक दृष्टीने करतात. 'संतवाङ्मय व समाज यांच्या समन्वयप्रक्रियेचा प्रारंभ साखरे घराण्यापासून झाला, याबाबत दुमत होण्याचे कारण नाही. पण तो सनातनी वृत्तीतून वेदान्ताच्या परिभाषेत व त्यांच्याकडे शरणागत अशा अधिकारी श्रोत्यांपर्यंतच असल्याने काहीसा मर्यादितच राहिला.' ही कोंडी जोगमहाराजांनी फोडली, असे जगन्नाथमहाराजांचे निरीक्षण आहे. जोगमहाराज जणू गौतमाच्या स्वरूपात पुढे आले आणि 'त्यांनी ही संतवाङ्मय गंगा समाजसागरापर्यंत आणून तिचे सिंचन केले. वेदान्त ग्रंथातील प्रक्रिया मान्य करून वेदान्ताच्या पुढे पाऊल टाकत या 'वारकरी शिक्षण संस्था' वटवृक्षाचे बीजारोपण केले.'

जगन्नाथमहाराजांचा हा मुद्दा अत्यंत महत्त्वाचा आहे. साखरे यांच्या परंपरेतले नानामहाराज साखरे यांनी ज्ञानेश्वरीवर प्रवचने करून या ग्रंथाचा प्रसार केला. स्वतः जोगमहाराजांनीही नानामहाराजांकडे श्रवण केले होते. तथापि, साखरे परंपरेत ज्ञानेश्वरांपासून तुकोबांपर्यंतचे सर्वच वारकरी संत आद्य शंकराचार्यप्रणीत, मायावादी वेदान्ताचे व तदनुषंगाने वैदिक वर्णाश्रम धर्माचे पुरस्कर्ते होते, असे समजून संतवाङ्मयाचा अर्थ लावला जातो. जगन्नाथमहाराजांच्या मते, 'गीता ही वेदोपनिषदांच्या पलीकडील असल्याने तिचा अर्थ वेदोपनिषदांच्या चौकटीत बसत नाही. स्वतः ज्ञानेश्वरांनी लावलेला गीतेचा अर्थही या चौकटीबाहेरीलच आहे. ते असेही सांगतात की 'गीतेचे हे वेगळे वैशिष्ट्य संस्कृत भाष्यकारांस मानवलेच नाही. वेदांपरते तत्त्वच या जगी असणे शक्य नाही हेच त्यांचे मनोगत, वेदवाक्याधारेच गीतेचा अर्थबोध हीच त्यांची धडपड व धारणा, अपूर्व अशा गीतार्थाचा संकोच करून तो वेदोपनिषदांच्याच अर्थात कोंबण्याचा म्हणण्याऐवजी त्याचाच अर्थ गीतेत कोंबण्याचा केविलवाणा प्रयास सर्व आचार्यांनी केला.'

त्यातील शंकराचार्यांचा अर्थ प्रमाण धरून त्यानुसार ज्ञानेश्वरादी संतांच्या अभंग-ओव्यांचा अन्वयार्थ लावण्याचा परिपाठ नानामहाराजांनी पाडला. त्यासाठी उपनिषदे, ब्रह्मसूत्रे, व गीता या प्रस्थानत्रयीवरील शंकराचार्यांच्या भाष्यग्रंथांबरोबरच उत्तरेतील जाट पंडित निश्चलदास यांचे *विचारसागर* व *वृत्तिप्रभाकर* असे 'गाइड'वजा ग्रंथ साखरेपरंपरेत प्रतिष्ठा पावले. *ज्ञानेश्वरी* हा तर गीतेवरील भाष्य ग्रंथच असल्याने हे एक वेळ समजून घेता येईल. पण ज्ञानेश्वरांच्याच *अमृतानुभव* या चिद्विलासवादाची मांडणी करणाऱ्या स्वतंत्र ग्रंथाचा अर्थही असाच करण्यात येऊ लागला. जगन्नाथमहाराज सांगतात की, 'तत्कालीन प्रचलित परिस्थितीत प्रसंगी नानामहाराज साखरे यांच्याकडे (जोगमहाराजांनी) ग्रंथाध्ययन केले. वक्त्याचे श्रवण व स्वतः मनन करून त्यात समाधान न झाल्याने आपल्या शंका वाराणशीचे विद्वान कृष्णानंद स्वामींच्या समोर मांडल्याने त्यांना प्रतिसाद मिळाल्यावर अनेक वर्षे मन:पूर्वक विचार करून वेदान्तानुसार लावलेला अमृतानुभवाचा अर्थ अपूर्णच नव्हे; तर अयोग्य ठरला. जोग गुरुजींना हे क्रांतिकारक कोडे उलगडले.'

जगन्नाथमहाराजांनी जोगमहाराजांच्या या मतपरिवर्तनाकडे लक्ष वेधून या बदललेल्या मतांचा प्रसार करण्याच्या उद्देशानेच वारकरी शिक्षण संस्थेची स्थापना करण्यात आली असल्याचा दावा केला आहे. संस्था स्थापन झाली आणि 'कठोर क्रूर काळाच्या किमयेने त्याच काळी हा कवीश्वर कोलमडला व तो स्वतंत्र सिद्धान्त तेथेच अडकून पडला.' 'चिद्विलासवादमंडणपूर्वक स्फूर्तिवाद हा विचारपरिपाक व वारकरी शिक्षण संस्था हा कर्तृत्वपरिपाक यांची जोपासना ही जबाबदारीच नव्हे, तर आपले सर्वांचे कर्तव्यच ठरले आहे.

जगन्नाथमहाराजांच्या या मांडणीला समकालीन आधारही सापडतो. जोगमहाराजांच्या मृत्यूनंतर *चित्रमय जगत्* या नियतकालिकात प्रसिद्ध झालेल्या श्रद्धांजलीपर लेखात अशी माहिती मिळते की, 'शिक्षकाच्या

गुणावगुणांचा विचार न करता नानामहाराज साखरे यांच्याकडे जोग यांनी *अनुभवामृत* या ज्ञानदेवांच्या ग्रंथाचे अध्ययन केले. नानामहाराजांची पद्धत अर्थातच पूर्णपणाने मायावादी होती. तिने जोगमहाराजांचे समाधान होईना. त्यांनी २४ वर्षे नीट मन लावून विचार केला. नानामहाराज यास मळमळीत असलेल्या अनुभवामृतातच सर्व उत्तरे निघाली. अनुभवामृताचा पूर्वीचा अर्थ उघडउघड चुकवणारा ठरला. आपणास उलगडलेला नवा अर्थ प्रकाशित करण्यासाठी मग त्यांनी लोणावळा इथे शिबिर घेतले. तिथे बंकटस्वामी, पांडुरंग शास्त्रीप्रभृति शिष्यांना 'मायावादाची सांगडी' सोडून अनुभवामृत लावायला त्यांनी शिकवले.'

या शिष्यांपैकी पांडुरंग शास्त्री म्हणजे पंडित पांडुरंग शर्मा-कुलकर्णी यांनी अखेरपर्यंत किल्ला लढवून ज्ञानेश्वरांच्याच तत्त्वज्ञानाचा स्वतंत्र म्हणजे अशांकरीय, चिद्विलासवादी अर्थ लावणारे लेखन केले.

जगन्नाथमहाराजांना पांडुरंग शर्मांची नीट माहिती नसावी. पण संस्था वाढवण्यात त्यांचाही मोठा हातभार आहे. जगन्नाथमहाराजांनी उल्लेखलेल्या वटवृक्षाच्या फांद्यांपैकी बंकटस्वामी शिबिरास उपस्थित होते. पण स्वत: स्वामी काय किंवा लक्ष्मणबुवा इगतपुरीकर काय, यांचा बहुतेक वेळ महाराष्ट्रभर फिरून कीर्तन-प्रवचने करण्यात गेला. त्यामुळे संस्थेच्या कारभारात ते फारसे नव्हते. या तिघांबद्दल गेल्या पिढीतील व्यासंगी अभ्यासक रा. ना. चव्हाण लिहितात, 'लक्ष्मणबुवा म्हणाले, ज्ञानेश्वरांना शंकराचार्यांच्या परंपरेत का घालतात, हे समजत नाही. मी या बाबतीत दयानंद (म्हणजे बंडखोर) आहे.' रा. ना. पुढे असेही म्हणतात, की 'म्हणजे शंकराचार्यांच्या पठडीत ज्ञानेश्वरांना घालण्याचा सोनोपंत व तत्सम ज्ञानेश्वरी प्रवचनकारांचा प्रयत्न लक्ष्मणबुवांना नापसंत होता आणि सोनोपंतांपेक्षा वेगळ्या व स्वतंत्र पद्धतीने लक्ष्मणबुवांचा अभिप्राय १९४१-४२च्या सुमारास ऐकला. खोरे ज्याप्रमाणे आपल्याकडे माती ओढते, त्याप्रमाणे आद्य शंकराचार्यांचे भक्त व पक्षपाती शंकराचार्यांना ज्ञानेश्वरांपाशी सदैव जोडत.'

या वादात दांडेकरमामा पुरेशी स्पष्ट भूमिका घेत नाहीत, ही पांडुरंग शास्त्र्यांची तक्रार होती. त्यांनी *ज्ञानेशीय वाङ्मयाची करुण कहाणी* या पुस्तिकेत याबाबत मामांनाही धारेवर धरायला मागेपुढे पाहिले नाही.

शर्मा हे प्रभावी व्यक्तिमत्त्व होते. ते आळंदी नगरपालिकेचे अध्यक्ष व मुंबई विधिमंडळाचे सदस्य अशीही त्यांची ओळख होती.

शर्मांच्या पश्चात संस्थेत ज्ञानेश्वरांचे स्वतंत्र तत्त्वज्ञान सांगणारे कुणी उरलेच नाही. मामा पुण्यात राहायचे. मारुतीबोवा गुरवांची तर तात्त्विक बैठकच साखरेमहाराजांकडे तयार झाल्याने त्यांच्याकडून ती अपेक्षाही करणे चुकीचे होईल. परिणामत: जोगमहाराजांमध्ये झालेला बदल तसा अज्ञातच राहिला. वारकरी शिक्षण संस्थेचा अभ्यासक्रम व साखरे यांच्या आश्रमातला अभ्यासक्रम, यात फारसा भेद उरला नाही. त्यामुळे जगन्नाथमहाराजांची अपेक्षा कशी फलद्रूप होणार? आळंदी आणि लोणावळा यांच्यातले अंतर तसे कमीच आहे; पण लोणावळ्यावरून सुटलेली गाडी अद्याप तरी आळंदीला पोहोचली नाही, हे मात्र खरे!

■

३०

जोगमहाराज आणि साखरेमहाराज

विष्णुबुवा जोगमहाराजांच्या अनुयायांनी त्यांच्या तात्त्विक भूमिकेत झालेल्या बदलाकडे दुर्लक्ष केले व पूर्ववत शंकराचार्यांच्या मायावादाची री ओढणारी मांडणी वारकरी संप्रदायावर आरोपित करण्याची परंपरा अबाधित ठेवली, हा मुद्दा जसा महत्त्वाचा आहे; तसाच आणखी एक मुद्दा महत्त्वाचा आहे तो म्हणजे, जोगमहाराज आणि लोकमान्य टिळक यांच्यातील सहकार्याचा. महाराजांच्या चरित्रातला हा पैलू तसा अज्ञातच राहिल्यामुळे वारकरी शिक्षण संस्थेतून तयार होणाऱ्या कीर्तनकारांचा जितका उपयोग स्वातंत्र्यलढ्यात झाला असता तितका होऊ शकला नाही.

पुण्यातल्या चित्पावन ब्राह्मण कुटुंबात जन्माला आलेले विष्णुबुवा जोगमहाराज मल्लविद्येतही निष्णात होते. त्यांचे थोरले भाऊ पांडोबा जोग 'प्रधान मल्ल' म्हणून ओळखले जात. ते पुण्याच्या नगरकर तालमीत वस्तादही होते. विशेष म्हणजे स्वत: जोगमहाराजांनीसुद्धा ही गादी काही काळ सांभाळली होती.

स्वत: जोगमहाराज व त्यांचे बंधू पांडोबा हे नैष्ठिक ब्रह्मचारी होते. अठराव्या व एकोणिसाव्या शतकातल्या संधिकाळातल्या पुण्याला अनेक व्यसनांनी ग्रासले होते. हे लोकमान्य टिळकांचे अभ्यासक अ. ज. करंदीकर आणि पांडोबा जोग यांच्या चरित्रलेखकानेही स्पष्ट केले आहे. पुण्यात शाक्त पंथ बोकाळला व गुप्त अनाचाराला उत्तेजन मिळाले, असेही हे लेखक सांगतात. जोगबंधूंचे ब्रह्मचर्य व्रत आणि विष्णुबुवांची वारकरी संप्रदायाकडे असलेली ओढ ही त्या काळच्या या सार्वत्रिक प्रवाहाविरुद्धची प्रतिक्रिया असण्याची शक्यता आहे. करंदीकरांच्या म्हणण्याप्रमाणे तर 'स्त्री राज्य' संपुष्टात आणण्यात टिळकांचाही हातभार लागला. याही दृष्टिकोणातून टिळक आणि जोगमहाराज यांच्यातल्या सहकार्याचे स्पष्टीकरण करता येते.

ते काहीही असो, जोगमहाराजांमुळे पुण्यातले तालीमबाज तरुण टिळकांच्या मागे उभे राहण्यास मदत झाली. त्याचप्रमाणे वारकरी संप्रदायाची ताकदही टिळकांनाही महाराजांमुळेच मिळाली. स्वराज्याच्या मागणीला सर्व थरांतल्या लोकांचा पाठिंबा आहे, असे चित्र दिसावे म्हणून विठ्ठल रामजी शिंदे यांनी अठरापगड जातींच्या लोकांची व विविध धर्मसंप्रदायांच्या अनुयायांची मोठी सभा शनिवारवाड्यावर भरवली होती. तिला वारकरी सांप्रदायिकांनी मोठ्या प्रमाणावर हजेरी लावली होती, एवढे सांगितले म्हणजे जोगमहाराजांच्या कामगिरीचे महत्त्व लक्षात येईल. टिळकांचे लेखनिक अप्पाजी विष्णू कुलकर्णी यांनी

> लोकमान्य टिळकांची भूमिका विष्णुबुवा जोगमहाराजांना मान्य होती. पण, विनायकमहाराज साखरे यांना टिळकांची विचारसरणी मान्य नव्हती. त्यांनी टिळकांना विरोधच केला. जोग आणि साखरे यांच्यातला हा फरक जगाकडे तुच्छतेने व नैराश्याने पाहणारी वेदान्ती विचारसरणी आणि सन्मानपूर्वक शुभेच्छांतून पाहणारी वारकरी विचारसरणी यांच्यातला आहे.

लोकमान्य टिळकांची गेली आठ वर्षे हे पुस्तक लिहिले. त्यात १९०१ ते १९०८ या कालखंडातल्या टिळकांच्या राजकारणावर प्रकाश टाकण्यात आला आहे. बहुधा हेच पुस्तक समोर ठेवून दा. न. शिखरे यांनी 'आठ साल' हे नाटक लिहिले. या नाटकात टिळक आणि वारकरी संप्रदाय यांची जवळीक दिसून येते. यामागे अर्थातच जोगमहाराजांचे प्रयत्न कारणीभूत होते, हे वेगळे सांगायची गरज नाही.

कीर्तन हे वारकरी संप्रदायाचे लोकजागृतीचे प्रभावी माध्यम आहे. महाराष्ट्रात कीर्तनाच्या अन्य परंपराही आहेत; पण सर्वात लोकप्रिय आणि लोकाश्रय लाभलेली परंपरा वारकरी संप्रदायाचीच आहे, यात शंका नाही. परंतु, या संप्रदायाचे नेतृत्व ग्रामीण भागात पसरलेले; त्यामुळे त्याला शहरात काय चालले आहे, याचा पत्ता लागायचे कारण नाही. याउलट, हरदासी किंवा नारदीय कीर्तन परंपरा सामान्य लोकांपर्यंत पसरली नसली तरी या प्रकारची कीर्तने करणारे हरदास उच्चवर्णीय शिक्षित समाजगटातील असल्यामुळे त्यांच्यातल्या सामाजिक, राजकीय जाणिवांचे प्रमाण लक्षणीय होते.

स्वतः जोगमहाराज सुशिक्षित नव्हते. जेमतेम साक्षर म्हणता येईल अशी त्यांची शैक्षणिक पात्रता होती; परंतु पुणे शहरात व त्यातही चित्पावन कुटुंबात जन्म असल्याने त्यांना भवतालच्या परिस्थितीचे बऱ्यापैकी भान होते. त्यामुळे ते टिळकांकडे आकर्षित झाले नसते तरच नवल. ते स्वतः तर टिळकांचे पाठीराखे बनलेच; शिवाय त्यांनी समवयस्क तालीमबाज तरुणांनाही आपल्याबरोबर घेतले. त्याहीपेक्षा महत्त्वाची गोष्ट म्हणजे, त्यांनी स्वातंत्र्यलढ्याची जाणीव वारकऱ्यांपर्यंत पोहोचवली. स्वतः जोगमहाराज आणि टिळक एकामागे एक कालवश झाल्यानंतर महात्मा गांधींचे राजकारण सुरू झाले. गांधीजींनी पांढऱ्याशुभ्र खादीची गांधी टोपी प्रचारात आणली, तोपर्यंत वारकरी शिक्षण संस्थेतल्या राजकीय जाणिवा जागृत असल्याने संस्थेने आपल्या विद्यार्थ्यांसाठी धोतर-सदऱ्यावर गांधी टोपीचा गणवेश स्वीकारला. त्यानंतर संस्थेतल्या राजकीय जाणिवा संपुष्टात झाल्या तरी गांधी टोपी मात्र आजही उरली आहे! काँग्रेस पक्षाच्या कार्यकर्त्यांनी या टोपीचा त्याग केल्यात जमा असताना वारकरी शिक्षण संस्थेचे विद्यार्थी मात्र तिची जपणूक करताना आढळतात, हे विशेष म्हणावे लागेल.

टिळकांच्याच आग्रहावरून नाटककार नारायण बापूजी कानिटकर यांनी पहिले कीर्तन केले. या कीर्तनात स्वतः टिळकांनी झांजा वाजवल्या होत्या. नाशिक इथे भरलेल्या पहिल्या कीर्तन संमेलनाचे अध्यक्षपदसुद्धा टिळकांनीच भूषवले होते. टिळकांनी कीर्तन करावे, साथीचे काम आमची वारकरी मंडळी करतील, असा प्रस्ताव जोगमहाराजांचा होता, आणि टिळकांनी तो तत्त्वतः मान्यही केला होता.

टिळकांनी राष्ट्रीय कीर्तनाचा पुरस्कार केला. त्यांच्या भाषणाला प्रतिसाद देत दत्तोपंत पटवर्धन हे त्यांचे अनुयायी तशा प्रकारची कीर्तने करू लागले. दत्तोपंत हे पहिले राष्ट्रीय कीर्तनकार होत. दत्तोपंतांच्या कीर्तनाचे वैशिष्ट्य म्हणजे नारदीय पद्धतीच्या आपल्या कीर्तनातला पूर्वरंग ते जोगमहाराजांच्या शैलीत

निरूपण करत आणि उत्तररंगात राष्ट्रीय कामगिरी करणाऱ्या शिवाजीमहाराज, झाशीची राणी, स्वत: टिळक अशा देशभक्तांच्या आयुष्यातल्या प्रसंगांवर आख्याने लावत. वारकरी कीर्तनात पूर्वरंग व उत्तररंग अशी विभागणी नसते. त्यामुळे त्यातून राष्ट्रभक्तीचा विषय कसा हाताळायचा, हा प्रश्नच होता. त्याची सोडवणूक जिथे जोगमहाराजप्रणीत शिक्षण संस्थेतल्या धुरीणांना करता आली नाही, तिथे खेड्यापाड्यांत कीर्तने करणाऱ्या पारंपरिक फडकऱ्यांना ती कशी करता येणार?

स्वराज्याच्या मागणीसंबंधी वाटाघाटी करण्यासाठी टिळक इंग्लंडला निघाले तेव्हा पुणेकरांनी मोठी मिरवणूक काढून टिळकांना निरोप व शुभेच्छा दिल्या. या मिरवणुकीत जोगमहाराजांनी टिळकांना खांद्यावर घेतले होते. टिळकांना संतांचा आशीर्वाद देण्यासाठी महाराजांनी तुकाराम महाराजांच्या *पुण्य उभे राहो आता। संतांच्या या दर्शने ।। पंढरीच्या लागा वाटा। तुम्हा भेटे विठ्ठल ।।* या अभंगात काही फेरफार करून एक अभंग रचला. त्यातली मुख्य ओळ किंवा ध्रुपद *विलायतेच्या लागा वाटे। तुम्हा भेटे स्वराज्य ।।* असे होते.

जोगमहाराजांच्या कामगिरीचा व योगदानाचा गौरवपूर्ण उल्लेख टिळकांनी केला नसता तरच आश्चर्य. महाराजांच्या मृत्यूनंतर *केसरीत* लिहिलेल्या लेखात टिळक लिहितात, 'स्वदेशी चळवळ, मद्यपान निषेध, गोरक्षण, धर्मसंरक्षण वगैरेंसंबंधीच्या संस्थांत बुवा स्वत: प्रामुख्याने काम करत असत. आणि सर्व वारकरी संप्रदायालाही असल्या सार्वजनिक कामात लक्ष घालायला बुवा नेहमी शिकवत असत. कुठलाही धार्मिक संप्रदाय समाजाच्या एकंदर उभारणीपासून अलग राहणे इष्ट नाही. इतकेच नव्हे, तर ते धार्मिक तत्त्वाच्या विरुद्ध आहे, असे बुवांचे मत असल्यामुळे परमार्थ व व्यवहार यांची सांगड प्रत्यक्ष घालून दाखवण्याची संधी ते केव्हाही वाया जाऊ देत नसत. अशा महंताकडे वारकरी संप्रदायाचे नेतृत्व गेली दहा-पंधरा वर्षे असल्यामुळे वारकरी संप्रदायात इष्ट तो बदल झाला असून, समाजावर बुवांनी एक प्रकारे उपकार करून ठेवले आहेत.'

जोगमहाराजांच्या एकूण विचारसरणीची कल्पना येण्यासाठी महाराजांचेच एक प्रमुख शिष्य प्राचार्य शं. वा. तथा सोनोपंत दांडेकर यांच्या लेखनातील काही भाग उद्धृत करण्यास हरकत नसावी. जोगमहाराजांनी तुकाराममहाराजांच्या अभंगांचा अर्थ लावून सार्थ गाथा प्रकाशित केली. त्या गाथेला जोडलेली प्रस्तावना म्हणजे एक प्रबंधच असल्याचा उल्लेख करून दांडेकर लिहितात, 'संतवाङ्मय हे समाजाला तेजोहीन करणारे आहे, असा जो प्रा. शि. म. परांजपे, राजवाडेप्रभृतींचा दृष्टिकोण, त्याला जोग यांनी या प्रस्तावनेत अत्यंत समर्पक उत्तर दिले आहे. किंबहुना पुढील वारकरी सांप्रदायिकांच्या दृष्टीने ही प्रस्तावना म्हणजे एक अभयपत्रच म्हटले पाहिजे इतके तिचे महत्त्व आहे. संतवाङ्मय हे लोकांस दैववाद, क्षणभंगुरवाद शिकवून नाउमेद करणारे नव्हे; शस्त्र टाकून दिलेल्या अर्जुनास पुन्हा युद्धप्रवृत्त करणे, हे ज्या ग्रंथाचे साध्य, त्या गीतेवरच ज्ञानेश्वरांनी ज्ञानेश्वरी निर्माण केली हे बुवांच्या प्रतिपादनाचे तात्पर्य होय.'

ज्या विचारसरणीपासून फारकत घेऊन जोगमहाराजांनी अमृतानुभवाचा अर्थ नव्याने लावला त्या साखरे सांप्रदायिक विचारसरणीचे तत्कालीन प्रवक्ते विनायकमहाराज साखरे यांच्या व टिळकांच्या संबंधांच्या संदर्भात जोगमहाराजांचे संबंध पाहिले तर महाराजांचे महत्त्व अधिक चांगल्या प्रकारे लक्षात येते. विनायक बुवा प्रकरणात टिळकांच्या विरोधकांपैकी एक होते. शंकराचार्यांनी या प्रकरणात टिळकांना दोषमुक्त केले, ही गोष्ट त्यांना मुळीच आवडली नाही. त्या संदर्भात त्यांनी शंकराचार्यांवरच हेत्वारोप करण्यासही मागेपुढे पाहिले नाही. विनायकबुवांनी पुण्यात सुरू केलेल्या वैदिक पाठशाळेतल्या विद्यार्थ्यांसाठी इंग्लिश

वर्तमानपत्रे मोफत पुरवण्याची तरतूद करण्याचा टिळकांचा इरादा होता. तथापि, त्यांना मोडता घालून विनायकबुवांनी तो प्रस्ताव साफ झिडकारला. इंग्लिश शिक्षण हे परंपरेला बाधक असल्याची त्यांची समजूत होती. जोगमहाराजांना असे वाटत नव्हते, म्हणून तर त्यांनी दांडेकरांना नेहमीच प्रोत्साहन दिले.

धार्मिक नेत्यांनी समाजाला लौकिक बाबतीतही मार्गदर्शन करावे, अलिप्तता सोडून द्यावी, असे टिळकांना वाटे. या नेत्यांचा समाजावरचा प्रभाव ते जाणत असत. अशा प्रकारची देशकल्याणपर व्याख्याने द्यायची सूचना टिळकांनी विनायकबुवांना केली. ती त्यांनी साफ फेटाळली. इतकेच नव्हे, तर टिळकांची ही देशकल्याणाची दिशाच आपल्याला मान्य नसल्याचेही त्यांनी स्पष्ट सांगितले. त्याचा टिळकांना सखेद विषाद वाटला. ते म्हणाले, 'तर मग आता तुम्ही खांद्यावर पताका घेऊन पंढरीस जाणार आणि वाळवंटात टाळ कुटत बसणार. हे तुमच्या अध्ययनाचे फळ?'

आपल्या वेदान्ताच्या अध्ययनावरच बोट ठेवले गेलेले साखरे यांना कसे रुचणार? त्यांनी उलट टिळकांनाच वेदान्त ऐकवला : 'तुम्ही देशोद्धार काय करणार हो? येऊन जाऊन सरकारी अधिकाऱ्यांच्या अन्यायी वर्तनावर टीका करून लोकप्रिय होणार. त्यापेक्षा तुमच्या हातात तरी जास्त काय आहे? उलट, अधिकाऱ्यांच्या रोषामुळे दु:खात जास्तच भर पडणार.'

विशेष म्हणजे ही हकिकत स्वत: विनायकमहाराजांनीच स. वि. बापट संपादित *आठवणी*मध्ये सांगितली आहे! तीही, कशी आपण टिळकांची जिरवली, या अविर्भावात! एकाच वारकरी संप्रदायाच्या एकाच काळात वावरणाऱ्या या दोन धुरीणांच्या विचारांत व वर्तनात एवढा फरक का बरे पडावा? या प्रश्नाचे उत्तर देताना तात्त्विक खोलीत प्रवेश करावा लागतो. नेमका तोच जगन्नाथबुवा पवारांनी केला. हा फरक जगाकडे तुच्छतेने व नैराश्याने पाहणारी वेदान्ती विचारसरणी आणि सन्मानपूर्वक शुभेच्छांनी पाहणारी वारकरी विचारसरणी यांच्यातला आहे.

■

३१

जातिभेद नाकारणारे टिळक

आपण एक स्वतंत्र आणि सार्वभौम राष्ट्र आहोत, ही झाली आपली राजकीय (खरे तर राज्यशास्त्रीय) ओळख. पण त्याहीपेक्षा उल्लेखनीय बाब म्हणजे आपण लोकशाही राष्ट्र आहोत, आपली लोकशाही पक्षीय आहे, हा पुढचा मुद्दा. ऐतिहासिकदृष्ट्या पाहिले तर आपला हा प्रवास गेल्या१३० वर्षांमधला आहे. १७५७मध्ये प्लासीच्या लढाईत इंग्रजांनी सिराजउद्दौलाचा पराभव करून बंगाल जिंकला आणि भारताच्या राजकारणात पहिले पाऊल टाकले. त्यानंतर त्यांनी मागे वळून पाहिलेच नाही. १८१८मध्ये त्यांनी पेशव्यांचा पराभव करून मराठेशाहीचा निकाल लावला. १८४८मध्ये शिखांचे राज्य संपले. राजकीय औपचारिकता म्हणून दिल्लीच्या तखतावरच्या बहादूरशाहाला त्यांनी हात लावला नव्हता. परंतु १८५७च्या उठावानंतर बहाद्दूरशाहाला पदच्युत करण्याची त्यांना संधी मिळाली आणि ती त्यांनी साधली. या घटनेचा दुसरा महत्त्वाचा परिणाम म्हणजे, भारतातले कंपनी राज्य संपुष्टात येऊन हा देश ब्रिटिश साम्राज्याची वसाहत बनला. भारतीय लोक महाराणी व्हिक्टोरियाचे प्रजानन बनले.

ब्रिटिश अमलाच्या पहिल्या चरणात सर्वसामान्य लोकांनी त्याचे स्वागत केले. या साम्राज्यामुळे नवे राजकीय राष्ट्र-राज्य घडण्याची प्रक्रिया सुरू झाली. लोकांना शांतता आणि स्थैर्य यांचा लाभ झाला. या पर्वात ब्रिटिश सत्तेने चालवलेले शोषण लोकांच्या सहजासहजी लक्षात येण्यासारखे नव्हते. हे शोषण लक्षात आले तरी त्याच्याकडे दुर्लक्ष करून या राज्यापासून होणाऱ्या लाभाकडे लक्ष द्यावे, असे लोकहितवादींसारखे पंडित सांगत होते.

१८८५मध्ये राष्ट्रीय काँग्रेसची स्थापना झाली आणि देशाची राजकीय कोंडी फुटली. इथून पुढे १८५७ची पुनरावृत्ती करण्याऐवजी म्हणजे लष्करातल्या शिपायांनी किंवा संस्थानिकांनी सशस्त्र बंड करण्याऐवजी सरकारशी सनदशीर लोकशाही मार्गाने चर्चा करून अधिकाधिक राजकीय हक्कांची मागणी करण्याचे नवयुग सुरू झाले. हे ज्याप्रमाणे ब्रिटिश सरकारच्या विरोधात टाकलेले एक सौम्य पाऊल होते, त्याप्रमाणे दुसरीकडे ते देशातल्या अवशिष्ट राजेशाहीला म्हणजेच संस्थानिकांच्या सत्तेलाही आव्हान होते. काँग्रेस ही आधुनिक राजकीय विचारांनुसार घडवण्यात आलेली देशातील पहिली राजकीय संस्था होती.

काँग्रेसचा संभाव्य धोका लक्षात आल्याने मुत्सद्दी ब्रिटिश साम्राज्यवाद्यांनी लगोलग 'डॅमेज कंट्रोल'च्या

अखिल भारताचे नेते आणि लखनौ कराराचे शिल्पकार म्हणून त्या वेळी टिळकांचे नाव देशभर दुमदुमत होते. ब्रिटिश साम्राज्यवाद्यांना तर ते भारतातल्या असंतोषाचे जनक वाटत. महर्षी विठ्ठल रामजी शिंद्यांनी त्यांना शनिवारवाड्यावरच्या सभेत मार्गदर्शन करण्यासाठी पाचारण केले असावे, असे कोणालाही वाटले असते. वस्तुस्थिती मात्र तशी नव्हती. टिळकांनी सभेत भाषण करायचे होते ते ब्राह्मणांचे प्रतिनिधी व प्रवक्ते या नात्यान; आणि ब्राह्मणांच्या वतीने त्यांनी तिथे जमलेल्या अठरापगड ब्राह्मणेतर जातींना विश्वासात घेऊन हमी द्यायची होती की, येणारे स्वराज्य हे फक्त ब्राह्मणांचे वा ब्राह्मणांसाठी नसेल, ती पेशवाईची पुनरावृत्ती नसेल, त्यात सर्व जातिधर्माच्या लोकांना त्यांचा उचित वाटा मिळणार आहे. टिळकांनी ब्राह्मणांचे प्रतिनिधी या भूमिकेतून भाषण केले व उपस्थित समुदायाला आश्वस्त केले!

दिशेने पावले टाकायला सुरुवात केली. त्यातले सर्वात महत्त्वाचे पाऊल म्हणजे ब्रिटिशांकडून स्वतंत्र मुस्लीम लीगच्या स्थापनेला मिळालेले प्रोत्साहन. काँग्रेसमध्ये हिंदूंचे संख्याधिक्य असले तरी सैद्धान्तिक पातळीवर ती सर्वांचे प्रतिनिधित्व करणारी निर्भेळ राजकीय संस्था होती. याउलट, मुस्लीम लीग ही धर्माच्या पायावर उभी असलेली राजकीय संस्था होती. लीगचा काँग्रेसवरील आरोप अर्थातच 'काँग्रेस ही स्पष्टपणे नसली तरी छुपी किंवा प्रच्छन्न हिंदूसंस्था होय.' काँग्रेसच्या धुरीणांकडून ही बाब कबूल करून घेण्यासाठी बॅ. महंमद अली जीना यांनी त्यांना अखेरपर्यंत जंग जंग पछाडले.

'आपण फक्त हिंदूंची संस्था नसून सर्व भारतीयांचे प्रतिनिधित्व करतो, हा दावा खरा वाटावा म्हणून काँग्रेस मुसलमानांचा नको तेवढा अनुनय करते, त्यांना नको तितके झुकते माप देते,' असे वाटणाऱ्या काही हिंदूंनी हिंदुहिताच्या रक्षणासाठी हिंदू महासभा काढली. सुरुवातीला ही संघटना काँग्रेसमध्ये किंवा काँग्रेसला संलग्न राहून काँग्रेसला मर्यादेत ठेवणारा दबावगट म्हणून वावरत असे. नंतर विशेषतः स्वातंत्र्यवीर सावरकरांनी तिचे अध्यक्षपद स्वीकारल्यापासून ती स्वतंत्र व पूर्ण राजकीय संस्था बनली.

काँग्रेसवर ती हिंदूंची व हिंदुवर्चस्ववादी संघटना असल्याचा आरोप पहिल्यांदा सर सय्यद अहमद खान यांनी केला. त्यांनीच अलीगढ मुस्लीम विद्यापीठाची पायाभरणी केली.

तिकडे काँग्रेस ही हिंदूंची व त्यातल्या त्यात बंगाली हिंदूंची संघटना असल्याचा आरोप होत असताना महाराष्ट्रात काँग्रेसवर ती ब्राह्मणांची आणि ब्राह्मण वर्चस्ववादी असल्याचा आक्षेप महात्मा जोतीराव फुले यांनी घेतला. काँग्रेसच्या या स्वरूपामुळे शूद्रातिशूद्रांनी काँग्रेसपासून दूर राहावे, असा सल्लाही त्यांनी दिला. त्यांनी सार्वजनिक सत्य धर्म किंवा सत्यशोधक समाज ही संस्था जरूर स्थापली; पण कुठलीही राजकीय संघटना उभी केली नाही. राजकीय संघटना किंवा संस्था काढायची ती अर्थातच राजकारण करण्यासाठी; आणि त्या काळात 'राजकारण' या शब्दाचा एकच अर्थ होत होता, तो म्हणजे ब्रिटिश सरकारच्या विरोधात काहीतरी करणे. मग तो विरोध सनदशीर असो किंवा जहाल असा बेसनदशीर असो.

अर्थात, फुले-विचार मान्य असणाऱ्यांवर याच कारणास्तव स्वतंत्र राजकीय पक्ष काढावा लागला, याची नोंद घ्यायला हवी; तो म्हणजे ब्राह्मणेतर पक्ष. हे काहीसे हिंदू महासभेसारखेच झाले असे म्हणावे लागते. जोतीरावांच्या मृत्यूनंतर सत्यशोधक समाजाच्या सामाजिक आशयाने त्याच्यातल्या धार्मिक आशयावर मात केली आणि त्याचे रूपांतर ब्राह्मणेतर चळवळीत झाले. काँग्रेस ब्राह्मणी संघटना असल्याने

तिला विरोध व सामाजिक समतेसाठी ब्रिटिशांना पाठिंबा देत त्यांची मदत घेणे हे या चळवळीचे वैशिष्ट्य होते. पुढे काँग्रेस ज्या राजकीय टक्क्यांची मागणी करत होती, त्यातील काही देण्याचा निर्णय खुद्द ब्रिटिश सरकारनेच घेतला त्यामुळे हा राजकीय लाभ पदरात पाडून घेण्यासाठी राजकीय संस्था संघटनेची गरज सामाजिक चळवळ म्हणून वावरणाऱ्या ब्राह्मणेतरांना वाटू लागणे स्वाभाविक आहे. हा काळ १९१७नंतरचा म्हणजेच माँटेग्यू-चेम्सफर्ड सुधारणांचा काळ होय. ही ब्राह्मणेतरांची चळवळ एक राजकीय पक्ष म्हणून आकार घेऊ लागली, या मागची प्रेरणा व शक्ती अर्थातच करवीर शाहू छत्रपती यांची होती.

वेगळ्या शब्दांत सांगायचे म्हणजे, राष्ट्रसभा म्हणजे इंडियन काँग्रेस ही भारतातली पहिली राजकीय संस्था असली तरी भारतात खरे पक्षीय राजकारण १९१७नंतरच सुरू झाले, असे म्हणावे लागते; कारण याच वेळी राजकीय पक्षांना हालचाल करायला पुरेसा राजकीय अवकाश उपलब्ध झाला. माँटेग्यू-चेम्सफर्ड कमिशनच्या सूचनांनुसार तयार झालेल्या कायद्यानुसार १९२१मध्ये पहिल्या निवडणुका झाल्या. त्यावर महात्मा गांधींच्या आदेशानुसार बहिष्कार घालून काँग्रेसने आपले उमेदवार उभे केले, हा असहकारितेच्या आंदोलनाचाच भाग होता. तथापि, एव्हाना मवाळ किंवा नेमस्त मानला जाणारा गट काँग्रेसपासून बाजूला गेला होता आणि त्याने निवडणुकीत भाग घ्यायचे ठरवले होते. साहजिकच ब्राह्मणेतर पक्ष, मवाळ काँग्रेस, लीग यांच्यात या निवडणुका होत होत्या. अर्थात, तरीही या स्पर्धकांनी राजकीय पक्ष म्हणून परिपूर्ण स्वरूप धारण केले होते, असे म्हणता यायचे नाही. निवडणुकांच्याच राजकारणाची ती सुरुवात होती. या प्रकारच्या पहिल्याच निवडणुकीतली पक्षांची धोरणे व स्वरूप पाहिले तर कोणी धर्माधिष्ठित, कोणी जात्यधिष्ठित, तर कोणी सरकारधार्जिणे असे दिसून येते. निवडणुका याच प्रकारे झाल्या असल्या तर आपल्या लोकशाहीप्रक्रियेत 'प्रथम ग्रासे मक्षिकापात' असे झाले असते. ग्रामीण बोलीत सांगायचे झाले तर 'नाट लागला' असता.

आपल्या लोकशाहीचे भाग्य थोर म्हणून एक महापुरुष शुद्ध राजकीय भूमिका घेऊन त्यात उतरला. या महापुरुषाचे नाव विठ्ठल रामजी शिंदे. वस्तुत: विठ्ठल रामजींचा मूळ पिंड, प्रकृती, व कल धार्मिक होता. त्यांच्या विचारांची बैठकही धार्मिक होती. ब्राह्मो समाजाचे प्रचारक म्हणून त्यांनी आपली कारकिर्द सुरू केली. याच काळात त्यांचा महात्मा फुले यांच्या विचारांशी परिचय होत होता. अस्पृश्य बांधवांच्या दुर्दशेने ते व्यथित झाले. न्या. चंदावरकरांसारख्या प्रार्थना समाजाच्या प्रमुख नेत्याच्या आश्रयाने त्यांनी डिप्रेस्ड क्लास मिशनची स्थापना करून अस्पृश्यांच्या शिक्षणाचे व अस्पृश्यतानिवारणाचे कार्य सुरू केले. बघता-बघता या कामाचा विस्तार देशभर होऊ लागला.

याच काळात लोकमान्य टिळकांचे राजकीय कार्यसुद्धा भरात आले होते. टिळकांनी दारूबंदी व्हावी म्हणून चळवळ केली; त्यात शिंदे त्यांच्याबरोबर होते. टिळक मंडालेच्या तुरुंगातून सुटून परत आल्यावर त्यांनी स्वराज्याची चळवळ जोमाने सुरू केली. शिंद्यांना सामाजिक क्षमतेइतकेच राजकीय स्वातंत्र्याचेही आकर्षण असल्यामुळे त्यांनी या वेळीही टिळकांना सहकार्य केले. आपल्या आर्थिक व शैक्षणिक दर्जाच्या बळावर राजकीय हक्कांचा शेलका भाग ब्राह्मणच मटकावतील या भीतीने ब्राह्मणेतर चळवळीचे नेते 'राजकीय सुधारणा नकोच' असे म्हणू लागले होते. अशा वेळी शिंदे पुढे आले आणि त्यांनी ब्राह्मणेतर जातींच्या वतीने टिळकांची पाठराखण केली. अर्थात, इकडे सरकारनेच राजकीय सत्तेचा काही भाग द्यायचे ठरवल्याने तो नाकारणे ब्राह्मणेतरांना शक्य होईना. कारण त्यात त्यांचाच तोटा झाला असता!

टिळक भलेही राष्ट्रीय दर्जाचे व आंतरराष्ट्रीय ख्यातीचे पुढारी असोत, महाराष्ट्रातल्या ब्राह्मणेतरांमध्ये त्यांच्याविषयी व एकूणच ब्राह्मण जातीविषयी संशय होता. तो दूर केल्याशिवाय त्यांचा पाठिंबा टिळकांना मिळाला नसता. तेव्हा शिंद्यांनी पुण्यात शनिवारवाड्यावर अठरापगड ब्राह्मणेतर जातींची व वारकरी, महानुभाव अशा पंथांच्या नेत्यांची जाहीर सभा आयोजित केली. या सभेत त्या-त्या जातीच्या नेत्यांनी आपापल्या जातीच्या वतीने भाषणे करून स्वराज्याच्या राजकीय मागणीला पाठिंबा मिळवायचा होता.

शिंद्यांनी या सभेत टिळकांनाही बोलावले होते. अखिल भारताचे नेते आणि लखनौ कराराचे शिल्पकार म्हणून त्या वेळी टिळकांचे नाव सर्वत्र दुमदुमत होते. ब्रिटिश साम्राज्यवाद्यांना तर ते भारतातल्या असंतोषाचे जनक वाटत. तेव्हा, त्यांना या सभेत शिंद्यांनी मार्गदर्शन करण्यासाठी पाचारण केले असावे, असे कोणालाही वाटेल. वस्तुस्थिती मात्र तशी नव्हती. टिळकांनी सभेत भाषण करायचे होते ते ब्राह्मणांचे प्रतिनिधी व प्रवक्ते या नात्याने. ब्राह्मणांच्या वतीने त्यांनी तिथे जमलेल्या अठरापगड ब्राह्मणेतर जातींना विश्वासात घेऊन हमी द्यायची होती की, येणारे स्वराज्य हे फक्त ब्राह्मणांचे वा ब्राह्मणांसाठी नसेल, ती पेशवाईची पुनरावृत्ती नसेल, त्यात सर्व जातिधर्माच्या लोकांना त्यांचा उचित वाटा मिळणार आहे.

विशेष म्हणजे टिळकांनी शिंद्यांचे हे निमंत्रण स्वीकारले. त्यांनी ब्राह्मणांचे प्रतिनिधी या भूमिकेतून भाषण केले व उपस्थित समुदायाला आश्वस्त केले!

टिळकांना अखिल भारतीय पुढाऱ्यांच्या पायरीवरून खाली उतरायला लावणाऱ्या शिंद्यांची वाहवा करायची, की खाली उतरणाऱ्या टिळकांची तरफदारी करायची, याचे कोडे पडावे असाच हा प्रसंग आहे.

याच शिंदे यांनी लोणावळा इथे अस्पृश्यतानिवारण परिषद भरवून तिथेही टिळकांना भाषणासाठी बोलावले. स्वराज्याच्या कामासाठी जशी ब्राह्मणेतरांची गरज तशीच अस्पृश्यांचीही आवश्यकता होतीच. आणि त्यांनाही ब्राह्मणेतरांप्रमाणेच आश्वस्त करणे भाग होते.

शिंद्यांच्या निमंत्रणाला मान देऊन टिळक आले. त्यांनी अस्पृश्यतेच्या विरोधी जोरदार भाषण दिले. 'अस्पृश्यता मान्य असलेल्या देवालासुद्धा मी देव मानणार नाही,' या त्यांच्या वाक्यामुळे सभागृह टाळ्यांच्या कडकडाटात कोसळते की काय, असा भास झाला.

या परिषदेचे कामकाज संपल्यावर शिंद्यांनी सर्व उपस्थितांना अस्पृश्यतानिवारणाच्या प्रतिज्ञापत्रकावर सह्या कराव्यात, असे आवाहन केले. सही करायला उद्युक्त झालेल्या टिळकांना अनुयायांच्या दबावामुळे माघार घ्यावी लागली. तथापि, इंग्लंडच्या दौऱ्यावरून परतल्यावर मी सही करीन, असे आश्वासन टिळकांनी शिंद्यांना दिले. शिंद्यांनीही टिळकांची अडचण समजून घेतली.

राजकीय स्वातंत्र्याची आवश्यकता पटल्यामुळे की काय, एकदा शिंदे अस्पृश्यतानिवारणाचे सामाजिक कार्य सोडून देऊन पूर्ण वेळ राजकारण करण्याच्या इराद्यात होते. त्यांनी त्यासाठी टिळकांचा सल्ला विचारला. त्यावर अस्पृश्यतानिवारणाचे कामही स्वातंत्र्याइतकेच महत्त्वाचे असून, त्याचा त्याग न करण्याचा सल्ला टिळकांनी शिंदे यांना दिला.

न्या. रानडे यांचा उदारमतवाद, जोतीराव फुले यांचा सत्यशोधनावर आधारित समता विचार, नि लोकमान्यांची स्वातंत्र्यप्रियता आणि महात्मा गांधींचा सत्याग्रही विचार या विविध प्रभावांना आपल्यात रिचवून पचवून सिद्ध झालेले महर्षी विठ्ठल रामजी शिंदे हे एकमेव व्यक्तित्व होय. असा अष्टपैलू परत होणे नाही.

■

३२

वर्गजाणिवांचा पहिला राजकीय आविष्कार!

लोकमान्य टिळक यांच्या स्वराज्याच्या मोहिमेस पाठिंबा देण्यासाठी महर्षी विठ्ठल रामजी शिंदे यांनी पुण्यात शनिवारवाड्यावर जंगी जाहीर सभा भरवली. त्यात टिळकांना ब्राह्मण जातीचे प्रतिनिधी म्हणून भाषण करावे लागले. जातीच्या पाशातून जिथे टिळक सुटू शकत नाहीत, तिथे शिंदे तरी कसे सुटणार? आपण ज्या जातीचे आहोत, त्या जातीचा पाठिंबा मिळवता आला, तर तो खरा पुरुषार्थ मानणाऱ्या समाजाचे शिंदे घटक होते. त्यामुळे त्या जातीची म्हणजेच मराठ्यांची स्वतंत्र परिषद भरवणे विठ्ठलरावांसाठी अपरिहार्य ठरले. मग तशी एक परिषद बेळगाव येथे भरली.

बेळगाव परिषदेमध्ये स्वराज्याला पाठिंबा देण्याच्या बाबतीत मराठ्यांमध्ये असलेले मतभेद चव्हाट्यावर आले. मराठ्यांमधला कट्टर ब्राह्मणेतर वर्ग स्वराज्याविषयी निरुत्साही होता. कारण तेच, स्वराज्याची चळवळ ही ब्राह्मणांची चळवळ असून, तिच्यामुळे स्वराज्य मिळाले तर त्यात आपल्याला काही महत्त्व राहणार नाही; इंग्रजांच्या राजवटीत जे काही शिक्षण, ज्या काही नोकऱ्या, जी काही प्रतिष्ठा प्राप्त होत आहे, तीही मिळणार नाही.

शिंद्यांसारखे लोक वेगळा विचार करत होते. येणारे स्वराज्य राजेशाही नसून, लोकशाहीच असेल, त्यात संख्येला विशेष महत्त्व प्राप्त झाल्यामुळे अल्पसंख्य असणाऱ्या ब्राह्मणांची सद्दी चालणार नाही, हा झाला व्यावहारिक होरा. शिंदे केवळ एवढ्यापुरता विचार करत नव्हते. ज्यांच्या पूर्वजांनी शिवकाळात स्वराज्य संपादन केले, चालवले व वाढवले त्या मराठ्यांनी ब्राह्मणांच्या भीतीने स्वराज्यालाच नकार द्यावा, हे त्यांना उचित वाटत नव्हते. राजकीय स्वातंत्र्याची मागणी करण्यासाठी सामाजिक समतेच्या आग्रहाला तिलांजली द्यायची गरज नाही, जर कोणी स्वातंत्र्येच्छू ब्राह्मण समतेला विरोध करत असतील तर त्यांना अनुकूल करून घेता येईल; आणि ते अनुकूल होत नसतील तर त्यांचा विरोध मोडून काढता येईल, हे शिंद्यांचे राजकारण. समतेला विरोध करणाऱ्या स्वातंत्र्येच्छू ब्राह्मणांचा नेता म्हणजे अर्थातच टिळक, त्यामुळे टिळकांना अनुकूल करून घेतले म्हणजे काम झाले, हे त्यांचे धोरण. स्वत: टिळक त्यांच्या अनुयायांप्रमाणे निदान अनुयायांइतके प्रतिगामी नाहीत, हे त्यांना ठाऊक होते.

शिंद्यांचा विश्वास निरर्थक नव्हता, हे शनिवारवाड्यावरच्या सभेमुळे व लोणावळा इथल्या

> विठ्ठल रामजी शिंदे यांनी टिळकांना शनिवारवाड्यावरच्या सभेत बोलायला लावलेच; पण वर्गावर आधारित राजकीय पक्षाची स्थापना करून त्यांनी राजकारणात नवा पायंडाही पाडला. त्यांचा 'बहुजन पक्ष' आर्थिक म्हणजेच वर्गीय विचारांवर आधारित होता, त्याचा जातींशी काही संबंध नव्हता. कम्युनिस्ट पक्षाचा भारतात प्रवेश होण्याच्या आधी शिंदे यांनी हा प्रयोग इथे केला होता, हे महत्त्वाचे.

अस्पृश्यतानिवारण परिषदेवरून सिद्ध झाले. अस्पृश्यतानिवारणाच्या जाहीरनाम्यावर सही करायला टिळक तयार झाले होते; पण शेवटच्या क्षणी अनुयायी आडवे पडले आणि त्यांनी टिळकांना जवळपास 'ब्लॅकमेल' केले असे म्हटले तरी चालेल. या अनुयायांना दुखावून टिळकांना चालले नसते, कारण त्यांच्याशिवाय टिळकांकडे हुकमी म्हणता येईल असा 'लॉट' नव्हताच. ब्राह्मणेतर काही काठावर, काही अनुत्सुक, तर काही प्रतिकूल. आपली भूमिका व अडचण शिंद्यांना पटवताना टिळक अक्षरश: काकुळतीला आले, त्यांनी शिंद्यांकडून मुदत मागून घेतली.

शिंद्यांच्या स्वराज्यानुकूल भूमिकेमुळे आणि कृतींमुळे ब्राह्मणेतरांमधला एक गट त्यांच्यावर रुष्ट होणे स्वाभाविकच होते. पण शिंद्यांना पाठिंबा देणाऱ्यांवरही हे लोक नाराज झाले. बडोद्यातील भगवंतराव पाळेकर हे शिंद्यांना मानणारे होते. त्यांनी शिंद्यांच्या भूमिकेला पाठिंबा देणारे लेखन आपल्या *जागृति* या पत्रातून केले. त्यामुळे अनेकांनी *जागृति*ची वर्गणी देणेच बंद केले. काहींनी 'जागृति'चे पोस्टाने येणारे अंकही त्यांचा स्वीकार न करता परत केले! अर्थात, शिंदे काय किंवा पाळेकर काय, स्वतंत्र बाण्याची व्यक्तिमत्त्वे असल्याने त्यांनी अशा विरोधकांना धूप घातली नाही, हा भाग वेगळा. ते एकांडे शिलेदारच राहिले. शिंद्यांनी टिळकांवर टीका करण्याचा हक्क राखून ठेवून त्यांना सहकार्य केले, तर पाळेकरांनीही प्रसंगी शिंद्यांच्या मताशी विरोध करण्याचा अधिकार राखून ठेवूनच स्वराज्याच्या कामात त्यांची पाठराखण केली.

टोकाची भूमिका घेणाऱ्या ब्राह्मणेतरांनी नको म्हटले तरी भारतीय लोकांना काही राजकीय अधिकार म्हणजेच (मर्यादित) स्वराज्य देण्याची खुद्द ब्रिटिश सरकारचीच इच्छा होती. त्यामुळे ब्राह्मणेतरांच्या या नकारघंटेचा आवाज सत्ताधाऱ्यांनी न ऐकल्यासारखा केला. 'स्वराज्य नको' असे सांगण्यासाठी थेट इंग्लंडमध्ये दाखल झालेल्या पुढाऱ्यांवर तेथील मुत्सद्यांशी स्वराज्यातल्या आपल्या वाट्यावर चर्चा करायची वेळ आली. राजकीय सुधारणांचा मसुदा मॉंटेग्यू आणि चेम्सफर्ड यांनी बनवला, ब्रिटिश सरकारने तो मंजूर केला आणि त्यानुसार निवडणुकांची अधिसूचनाही जारी झाली.

या निवडणुकांसाठी टिळकांनी आपल्या पक्षाचा जाहीरनामा काढला. हा जाहीरनामा पुरोगामी स्वरूपाचा असून, त्यात ब्राह्मणेतरादी मागासलेल्या समूहांस त्यांचा-त्यांचा वाटा देण्याची घोषणा करण्यात आली होती. अर्थात, या गोष्टी केवळ सांगण्यापुरत्या आहेत. ते दाखवायचे दात आहेत, खायचे वेगळे, अशा प्रकारची टीकाही टिळकांवर झाली, ती होणार होतीच. टिळक निवडणुकांच्या तयारीला लागले, त्यांच्या पक्षाचे उमेदवारही जाहीर झाले; पण नियतीची योजना काही वेगळीच असावी. टिळकच १ ऑगस्ट १९२० या दिवशी परलोकवासी झाले, त्यांच्या अनुयायांवर मोठीच जबाबदारी पडली; पण त्याहीपेक्षा गंभीर गोष्ट म्हणजे कॉंग्रेसचे नेतृत्व ज्या महात्मा गांधींकडे गेले होते, त्यांनी असहकारितेची चळवळ सुरू करून निवडणुकांवर बहिष्कार टाकायची घोषणा केली.

गांधींचा हा निर्णय कोलकाता इथल्या विशेष आणि नागपूरच्या नियमित अधिवेशनांमध्ये काँग्रेस पक्षाने उचलून धरल्यामुळे टिळकांच्या या अनुयायांची सारी तयारी वाया गेल्यात जमा झाली. टिळकांच्या पुण्याईचा आता त्यांना उपयोग करून घेता येणार नव्हता; पण पक्षाच्या आदेशापुढे त्यांचे काही चालेना. ज्यांची उमेदवारी जाहीर करण्यात आली होती, त्यांनी निवडणुकीचे अर्ज भरलेच नाहीत.

काँग्रेसचा हा बहिष्कार मवाळ गटाला मुळीच मान्य नव्हता. ते निवडणुकीत उतरले. तिकडे आधी स्वराज्य नको म्हणणाऱ्या ब्राह्मणेतर पक्षानेही उमेदवार उभे केले.

तर, विठ्ठलराव शिंदे ब्राह्मणेतर असल्याने त्यांना ब्राह्मणेतर पक्षातर्फे उभे राहायला काही हरकत नव्हती, असे कोणाला वाटले तर ते साहजिकच आहे. त्यांची तेव्हाची प्रतिष्ठा आणि कीर्ती विचारात घेता ब्राह्मणेतर पक्षाने त्यांचे स्वागतच केले असते; पण असे काही करणे शिंदे यांच्या विचारात बसले नसतेच. मराठा जातीसाठी राखून ठेवलेल्या जागेवर त्यांनी निवडणूक लढवावी, असे त्यांना त्यांच्या काही हितचिंतकांनी सुचवूनही पाहिले. पण, तसे न करता 'जनरल सीट'वरच लढणे त्यांनी पसंत केले.

महत्त्वाचा भाग वेगळाच आहे. निवडणुकीसाठी शिंदे यांनी चक्क एका वेगळ्या राजकीय पक्षाची स्थापना केली आणि त्याच्या वतीने ते उभे राहिले. शिंदे यांच्या या पक्षाचे नाव 'बहुजन पक्ष'!

तेव्हाच्या पक्षांपैकी ब्राह्मणेतर पक्ष हा सरळ-सरळ ब्राह्मण नसलेल्या जातींचा पक्ष होता. टिळकांची काँग्रेस काय किंवा मवाळांची काँग्रेस काय, तत्त्वतः सर्व जातींसाठी खुली असली, तरी व्यवहारामध्ये तिथे ब्राह्मण जातीच्या लोकांचेच संख्याधिक्य होते; आणि मुख्य म्हणजे ब्राह्मणेतर काय किंवा काँग्रेस काय, गरीब आणि श्रीमंत एकाच मापाने तोलणारे! वेगळ्या शब्दांत सांगायचे म्हणजे, आर्थिक विचारांचा राजकीय पक्षरचनेशी संबंध असल्याचे कोणी लक्षातच घेतले नव्हते, राजकारणाच्या वर्गीय पायाकडे कुणाचेच लक्ष गेले नव्हते. शिंदे यांचे महत्त्व इथेच स्पष्ट होते. त्यांचा 'बहुजन पक्ष' आर्थिक म्हणजेच वर्गीय विचारांवर आधारित होता, त्याचा जातींशी काही संबंध नव्हता. 'बहुजन' या शब्दांमधला जातीय आशय सर्वांच्याच परिचयाचा असतो, तो शब्द 'ब्राह्मणेतर' शब्दाचा निरुपद्रवी पर्याय म्हणून वापरला जातो.

शिंदे यांच्या 'बहुजना'त कमी उत्पन्न असलेला ब्राह्मण जातीचा छोटा दुकानदार बसू शकत होता. इतकेच काय; पण अधिक उत्पन्न असलेल्या मराठा जमीनदारांसाठी हा पक्ष सोयीचा नव्हता. कारण, त्यांचा आर्थिक वर्ग वेगळा पडला.

भारतीय समाजाचे जातसमाजातून वर्गसमाजात रूपांतर होण्याच्या संक्रमणावस्थेतली ही घटना आहे; तर संक्रमण अजूनही झालेले नाही, आणि आता तर ते होण्याची शक्यता आणखी दूर गेली आहे. बहुतेक राजकीय पक्षांचे व्यवहार जातींच्या गणितावर आधारित असतात, हे वेगळे सांगायची गरज नाही.

राजकारणातले वर्गीय विचार म्हटले की आधी कम्युनिस्ट पक्षाची आठवण होते. इंग्लंडमधील मजूर पक्ष, आपल्याकडील (प्रजा / संयुक्त) समाजवादी पक्ष, शेतकरी कामगार पक्ष, लाल निशाण गट असे पक्ष कमी- अधिक फरकाने कार्ल मार्क्सच्या वर्गीय तत्त्वज्ञानावर आधारित कम्युनिस्ट पक्षाच्या कमी-जास्त प्रमाणातील नकलाच म्हणता येतील.

माँटेग्यू-चेम्सफर्ड योजनेनुसार भारतात पहिल्यांदाच निवडणुका होत होत्या, तोपर्यंत भारतात कम्युनिस्ट पक्ष अवतरला नव्हता. मानवेंद्रनाथ रॉय नावाचा नवयुवक भारतीय कम्युनिस्ट पार्टी स्थापन करण्याची वाटाघाट चक्क रशियात करणार होता, तीदेखील साक्षात कॉ. लेनिनबरोबर. त्याच वेळी मुंबईतले श्रीपाद

अमृत डांगे हीच गोष्ट स्वतंत्रपणे करणार होते.

शिंद्यांनी काही कम्युनिस्ट पक्ष स्थापन केला नाही, तसे करणे त्या काळात देशद्रोही म्हणून कठोर शिक्षापात्र गुन्हा मानला गेला असता; पण त्यांनी जो बहुजन पक्ष स्थापन केला तो मार्क्सच्या आर्थिक विचारांवरच आधारित होता. आधुनिक काळातील राजकारण शुद्ध वर्गीय आधारित असले पाहिजे, असा शिंद्यांचा आग्रह होता. बहुजन पक्षाची स्थापना व या पक्षातर्फे त्यांनी निवडणूक लढवणे हा या वर्गाधिष्ठित राजकारणाचा प्रारंभ ठरणार होता. पण म्हणजेच, शिंद्यांच्या या कृतीने पक्षीय राजकारणात प्रथम ग्रासे होऊ घातलेला 'मक्षिकापात' टळणार होता. गंगेचे पाणी गंगोत्रीतच गढूळ होण्याचे संकट टळणार होते. शिंद्यांचा जय अथवा पराजय ही वेगळी बाब.

निवडणुकीचे वारे वाहू लागले आणि शिंद्यांच्या उमेदवारीची चर्चा होऊ लागली, तेव्हा शिंदे यांची एकूण पात्रता व समाजातली प्रतिष्ठा लक्षात घेऊन कोल्हापूर संस्थानचे अधिपती छत्रपती शाहूमहाराज यांनी त्यांना पाठिंबा देऊ केला होता. शिंदे यांच्यासारखा माणूस बहुजन समाजाचे, ब्राह्मणेतरांचे व मराठा जातीचे भूषण आहे, असे इतरांप्रमाणेच महाराजांचेही मत होते. महाराजांना प्रिय असलेल्या अस्पृश्यतानिवारणाच्या कामास तर शिंदे यांनी आपले आयुष्य वाहून घेतलेले. त्यामुळे त्यांना शिंदे यांच्याबद्दल आदर व आस्था असणार हे उघड आहे.

मात्र, शिंदे आपल्या राजकीय गणितात बसत नाहीत हे लक्षात यायला महाराजांना वेळ लागला नाही. ब्राह्मणेतर पक्षाच्या भूमिकेच्या विरोधात जाऊन शिंदे यांनी टिळकांच्या स्वराज्याच्या मोहिमेला पाठिंबा दिला होता. शिवाय, आताही ते ब्राह्मणेतर पक्षाच्या वतीने निवडणूक न लढवता बहुजन पक्षाचा वेगळा सुभा उभा करून त्यांच्यामार्फत निवडणुकीत उतरले होते. मधल्या काळात शिंदे यांनी शाहू छत्रपतींच्या क्षात्र जगद्‌गुरूच्या पीठाच्या निर्मितीच्या बाबतीत अनुकूलता दाखवली नव्हती.

हा माणूस आपल्याला राजकीय दृष्टीने परवडणार नाही, हे महाराजांनी हेरले. त्यांनी आपला मूळ इरादा बदलला. सूत्रे हलवली. परिणामी, शिंद्यांच्या विरोधात असलेला उमेदवार निवडून आला, शिंदे पराभूत.

अर्थात, अखेर शेवटी हे राजकारण आहे. राजकारणात असेच चालते, चालायचे, हे समजण्याइतके विठ्ठल रामजी शिंदे प्रगल्भ व समजूतदार होते. त्यांनी महाराजांची भूमिका समजून घेतली. शेवटी, तेही जोतीरावांना मानणारे होते आणि महाराज जोतीरावांचेच कार्य पुढे नेत आहेत हेही ते जाणून होते. पराभवाचे शल्य त्यांनी कधीच मनातून काढून टाकले. शाहू महाराजांविषयीचा त्यांचा आदर या प्रकाराने यत्किंचितही कमी झाला नाही. आयुष्याच्या अखेरपर्यंत ते महाराजांबद्दल आदराने व गौरवानेच बोलत राहिले.

स्वातंत्र्यप्रेमी; परंतु समतेविषयी बेफिकीर असा टिळकानुयायांचा पक्ष आणि समताप्रेमी; परंतु स्वातंत्र्याबद्दल उदासीन असा ब्राह्मणेतरांचा गट यांच्यात विरोधविकास घडवून आणणारे शिंदे यांचे कर्तृत्व अज्ञात म्हणावे एवढे दुर्लक्षित ठेवण्यात काही राजकारण्यांची सोय असेल; पण आपले सामाजिक नुकसान झाले, हे मात्र खरे!

■

३३

ब्राह्मणेतरांच्या काँग्रेसप्रवेशाचे रहस्य!

लोकहितवादी गोपाळ हरी देशमुख यांनी *प्रभाकर* पत्रातून १८४८मध्ये 'शतपत्रे' प्रकाशित करायला सुरुवात केली. त्यांनी आपल्याच ज्ञातिबांधवांवर सडकून टीका केल्यामुळे तेव्हाचा ब्रह्मवृंद नाराज व रुष्ट झाला असणार, हे उघड आहे. लोकहितवादींचे विचार तेवढे प्रक्षोभक होतेच.

अर्थात, लोकहितवादींच्या अशा प्रकारच्या प्रक्षोभक विचारांना एक सकारात्मक वा रचनात्मक अशी बाजूही होती. मुख्य मुद्दा असा आहे की, लोकहितवादी हे एक द्रष्टे विचारवंत होते. ब्रिटिशांच्या आगमनामुळे येऊ घातलेल्या नव्या युगाची त्यांना अशीच जाणीव झाली होती. पुढल्या पिढ्यांमधील लोक जुनी धर्मशास्त्रे मोडीत काढतील, बुडवतील हे त्यांनी केलेले भाकित नंतर काळाने सत्य करून दाखवले.

लोकहितवादी स्वतः पेशवाईचे ऱ्हासपर्व अनुभवण्याइतके तेव्हा वयाने मोठे नव्हतेच. पण या पर्वाचे अवशेष तेव्हाच्या पुण्यात पाहायला मिळत. मागच्या पिढीतील वडीलधाऱ्यांकडून त्यासंबंधी ऐकायलासुद्धा मिळे. पेशवाईचा काळ म्हणजे राजेशाहीचा काळ. संपूर्ण हिंदुस्थानात तेव्हा लहानमोठ्या सत्ता नांदत होत्या. सत्ताधीशांमध्ये सततचा संघर्ष चालू असे. त्याचा फायदा इंग्रजांनी घेतला व इथल्या सर्व राजांना बुडवून संपूर्ण हिंदुस्थानभर आपले अप्रतिहत राज्य स्थापन केले. काही सत्ता ही संस्थानांच्या रूपात जिवंत ठेवणे त्यांना भाग पडले, हा भाग वेगळा. पण त्यांनाही खालसा करण्याच्या रोखाने इंग्रजांची पावले पडत होती.

भारतात यापुढे अशा प्रकारच्या राजेशाहीचे पुनरुज्जीवन होणे अशक्य असल्याचे लोकहितवादींच्या लक्षात आले होते. परंतु, त्याचबरोबर ब्रिटिशांचे राज्य इथे कायमचे राहणेही देशाला घातक ठरेल, हेही त्यांनी जाणले. पण मग, ब्रिटिश इथून गेल्यावर आपण राज्य कसे चालवायचे, कुठल्या राज्यपद्धतींचा आश्रय करायचा हेही सांगता आले पाहिजे. लोकहितवादींनी असे सुचवले की, इथल्या नागरिकांनी इंग्रजांकडून इंग्लंडमधील राज्यव्यवस्था समजावून घ्यावी, प्राथमिक स्तरावर ती इथे राबवायला सुरुवात करावी आणि पुरेसे शहाणपण अंगी बाणवल्यावर इंग्रजांकडे 'पार्लमेंट' मागावे, आणि सांगावे की, तुमचे काम झाले, आता तुम्ही तुमच्या देशात परत जा.

१९४७पर्यंतचा देशाचा इतिहास लोकहितवादींनी केलेल्या भाकिताप्रमाणेच घडत गेला, हे इथे मुद्दाम सांगायला हवे. देशात जवळपास पाचशेपेक्षा जास्त संस्थाने होती, त्यांचे लहान-मोठे राजे म्हणजे

> विठ्ठल रामजी शिंदे यांनी केवळ 'बहुजन' पक्ष काढला असे नाही; तर ब्राह्मणेतर पक्षांना सत्तेत जाण्यासाठी काँग्रेसमध्ये जाण्यास प्रोत्साहन दिले. राज्याच्या राजकारणात अत्यंत निर्णायक क्षणी ब्राह्मणेतरांचे राजकीय प्रबोधन करून त्यांना काँग्रेसप्रवेशास प्रवृत्त करायचे काम ऐतिहासिकदृष्ट्या महत्त्वाचे होते, हे काम शिंदे यांनी केले. शिंदे यांनी नुसता बहुजन पक्ष काढला, असे नसून, त्यांच्यामुळे बहुजनांना सत्ता मिळाली.

संस्थानिकही होते. त्यांनी अखेरच्या क्षणापर्यंत आपले गेलेले सार्वभौमत्व परत मिळवण्याचे प्रयत्नही केले. पण, इतिहासाच्या घड्याळाचे काटे मागे फिरवणे त्यांना शक्य झाले नाही. या सर्वांचे विलीनीकरण होऊन एक राष्ट्र निर्माण झाले. लोकहितवादींनी सांगितल्याप्रमाणे या राष्ट्रात पार्लमेंट अर्थात संसदही निर्माण झाली आणि देशाचा कारभार त्या संसदेत लोकांनी निवडून दिलेली प्रतिनिधी करू लागले.

भावी पार्लमेंटची कल्पना करताना लोकहितवादींना तिचे तपशील सांगता आले नाहीत, हे खरे. पण मॉंटेग्यू-चेम्सफर्ड योजनेनुसार झालेल्या पहिल्याच निवडणुकांमध्ये या प्रकारच्या संसदेची रचना पक्षीय म्हणजे राजकीय पक्षांवर आधारित असणार, हे पुरेसे स्पष्ट झाले होते. काँग्रेस (नेमस्त गट), मुस्लीम लीग, ब्राह्मणेतर आदी पक्ष निवडणुकीत उतरले होते. गांधीजींच्या नेतृत्वाखालच्या काँग्रेस पक्षाने असहकारितेचा भाग म्हणून या निवडणुकांवर बहिष्कार घातला होता. विठ्ठल रामजी शिंदे यांनी स्थापन केलेल्या 'बहुजन' पक्षाची ती पहिली आणि शेवटचीच निवडणूक ठरली. शिंदे यांनी नंतर निवडणुकांच्या राजकारणाला रामराम ठोकला. त्यामुळे शुद्ध देशी स्वरूपाच्या वर्गाधिष्ठित राजकारण करणाऱ्या पक्षाची शक्यता आपोआपच पुढे ढकलली गेली. कम्युनिस्ट पक्षाच्या रूपात ती फलद्रुप होईपर्यंत बरेच पाणी वाहून गेले होते. दुसरे असे की, या पक्षाला काही देशी प्रेरणेचा पक्ष म्हणता येणार नाही; पण तो वेगळा मुद्दा.

तरीसुद्धा शिंदे यांच्या पक्षाचा राजकीय आशय लक्षात आलेल्या काही पंडितांनी त्यांच्यावर व त्यांचे समर्थन करणाऱ्या बडोद्याच्या 'जागृति'कार भगवंतराव पाळेकरांवर ते 'बोल्शेव्हिक' असल्याची टीका केलीच. अर्थात, शिंदे यांनी ते स्वत: वृत्तीने पूर्णत: धार्मिक असून आणि प्रार्थना समाजासारख्या धर्मपंथाचे कार्य करत असूनही आपली डावी बांधिलकी कधी लपवली नाही. विसाव्या शतकाच्या तिसऱ्या दशकाच्या शेवटी शेवटी म्हणजे महाराष्ट्रातील जनतेला मार्क्सच्या विचारसरणीतल्या काही भागाचा प्राथमिक परिचय झाल्यावर बहुजन समाजातले उदयोन्मुख तरुण कार्यकर्ते भाई माधवराव बागल यांनी *नव्या पिढीचे राजकारण अर्थात सत्यशोधकांस इशारा* ही पुस्तिका लिहिली. ही पुस्तिका सरळ-सरळ डाव्या राजकारणाचा पुरस्कार करणारी होती. प्रस्तुत पुस्तिकेला प्रस्तावना लिहून या नव्या राजकारणाचे स्वागत केले होते, ते शिंदे यांनी.

शिंद्यांनी राजकारण सोडले याचा अर्थ त्यांनी स्वत: निवडणूक लढवली नाही आणि स्थापन केलेल्या पक्षाचे अस्तित्व राखले नाही, एवढाच. परंतु, राजकारणाची व्याप्ती इतकी मर्यादित नसते हे लक्षात घ्यायला हवे. शिंदे यांचे राजकारण व्यापक स्वरूपाचे होते.

शिंदे यांच्या या राजकारणाचे स्वरूप समजून घ्यायचे असेल, तर सुरुवात शिंदे आणि महात्मा गांधी यांच्या संबंधापासून करायला हवी. गांधीजींनी भारतात येऊन राजकारणास सुरुवात करण्यापूर्वी गांधी आणि शिंदे एकमेकांना ओळखत होते. स्वत: गांधीजींना हिंदू धर्मातील अस्पृश्यतेची रूढी योग्य वाटत नव्हती. अस्पृश्यांच्या उद्धारासाठी शिंदे जे काम करत होते त्याची कल्पना गांधीजींना होती. शिंदे तेव्हा

अस्पृश्यांसाठी निराश्रित साहाय्यकाची संस्था (Depressed Classes mission) चालवत होते. या मिशनच्या माध्यमातून त्यांनी अनेक शाळा स्थापन केल्या होत्या. या संस्थेचे केंद्र पुण्याच्या नाना पेठेतल्या भोकरवाडी या नावाने ओळखल्या जाणाऱ्या अस्पृश्यांच्या वस्तीत होते. तिथे सहकुटुंब वस्ती करून शिंदे या समाजाची सेवा करत होते. या स्थळाला त्यांनी 'अहल्याश्रम' असे नाव दिले होते. गांधी स्वतः होऊन अहल्याश्रमाचा पत्ता काढत शिंदे यांना भेटायला आले होते, एवढे सांगितले म्हणजे शिंदे यांच्या कार्याचे महत्त्व समजेल.

अस्पृश्यांसाठी सर्वस्व ओतून काम करणारे शिंदे टिळकांच्या स्वराज्याच्या कामात त्यांना मदत करू लागले. मोगल आणि आदिलशाही या दोन जबरदस्त राजसत्तांना आव्हान देऊन स्वराज्य उभे करणाऱ्या शिवछत्रपतींच्या वारसदारांनी स्वराज्य नको म्हणावे या ब्राह्मणेतर पक्षाच्या धोरणावर शिंदे नाराज होतेच. म्हणून तर त्यांनी वेगळा पक्ष काढण्याचे धाडस केले.

खरे तर गांधीजींशी इतकी जवळीक असलेल्या व गांधीजींचा प्रभाव ओळखून शिंदे यांनी त्याच वेळी गांधीजींबरोबर जाऊन निवडणुकांवर बहिष्कार टाकण्याचे असहकारी राजकारण का केले नाही, हा एक प्रश्नच आहे. त्याची दोन उत्तरे संभवतात. कॉंग्रेस पक्षाचे वर्गीय धोरण नेमके काय आहे, हे तोपर्यंत स्पष्ट झाले नव्हते; आणि शिंदे यांना तर राजकीय पक्षांच्या माध्यमातून वर्गीय राजकारण करायचे होते. दुसरे म्हणजे, या निवडणुका म्हणजे बहुजन समाजाला व विशेषतः ब्राह्मणेतरांना वर्गीय राजकारणाचे शिक्षण द्यावे, त्यांच्यात जातजाणिवांवर मात करून वर्गजाणिवा रुजवाव्यात, असेही त्यांना वाटले असावे. ते बहिष्कारातून साध्य होणार नव्हतेच.

ते काहीही असो, शिंदे यांना ही निवडणूक मानवली नाही, हे खरे. दरम्यान, त्यांचे व डॉ. आंबेडकरांचेही मतभेद झाले. त्यांना आपणच स्थापन केलेल्या मिशनमधून बाहेर पडावे लागले. पण त्यामुळे त्यांचे अस्पृश्यतानिवारणाचे कार्य मात्र थांबले नाही. दक्षिण भारतातल्या वायकॉम (Vaikom) इथल्या मंदिरप्रवेशाच्या चळवळीत ते अग्रभागी होते. शिवाय, अस्पृश्यतेच्या प्रश्नाविषयीचा त्यांचा अभ्यास व शोध चालूच राहिला. या विषयावरचे त्यांचे ग्रंथ आजही प्रमाण मानले जातात.

याचा अर्थ त्यांचे राजकीय घडामोडींकडे दुर्लक्ष झाले असा मात्र नव्हता. भारताच्या राजकारणात एकीकडे महात्मा गांधींचे सामर्थ्य वाढताना दिसत होते. कॉंग्रेसअंतर्गत त्यांचे दोन प्रतिस्पर्धी म्हणजे नामदार गोखल्यांचा वारसा सांगणारा श्रीनिवास शास्त्री व रँग्लर र. पु. परांजपे यांचा गट आणि टिळकांचा वारसा सांगणारा न. चिं. केळकर, दादासाहेब खापर्डे प्रभृतींचा गट. त्यातला नेमस्तांचा गट आधीच स्वतंत्र झाला होता आणि केळकरांच्या गटाची अवस्था दोलायमान असे. मध्येच त्यांनी कॉंग्रेसअंतर्गत स्वराज्य पक्षाच्या माध्यमातून निवडणुका लढवून पाहिल्या. नंतर स्वराज्य पक्षाचे अध्वर्यू मोतीलाल नेहरू यांनी या गटाच्या केळकर व जयकर यांची पक्षातून हकालपट्टी केल्यावर त्यांनी लोकशाही स्वराज्य पक्षाचा प्रयोग करून पाहिला; पण तोही त्यांच्या अंगलट आला.

दरम्यान, मार्क्सच्या कम्युनिस्ट विचारांचे लोणही महाराष्ट्रात पोहोचले होते. त्यातला डावीकडील वर्गीय कल शिंदे यांना पसंद होताच; पण रॉय, डांगे अशा नवतरुणांची ही धडपड ब्रिटिश सरकारला देशद्रोही वाटल्याने या मंडळींवर कानपूर, मिरज अशा कटांचे खटले सुरू झाले. त्याचा अर्थ असा झाला की, कम्युनिस्ट पक्षाचे राजकारण येथे उघडपणे करणे अशक्य होते.

इकडे ब्राह्मणेतरांच्या छावणीतही सारे काही आलबेल होते, असे समजण्याचे कारण नाही. पक्षाच्या वतीने निवडणुका लढवून कायदे कौन्सिलवर निवडून गेलेल्या नेत्यांची कामगिरी चांगली होत आहे, असे म्हणायची सोय नव्हती. दुसरे असे की, महात्मा गांधींचा प्रभाव वाढत चालला असून देशभरच्या सर्वसामान्य लोकांमध्ये काँग्रेसच्या चळवळीविषयी आस्था निर्माण होत होती. काँग्रेसच्या नेत्यांची लोकप्रियता वाढत चालली होती.

सर्वात महत्त्वाचा मुद्दा म्हणजे टिळकांच्या काळातल्या काँग्रेसमध्ये ब्राह्मणांचे जे वर्चस्व होते ते गांधींच्या प्रभावामुळे कमी होत चालले होते. इतकेच नव्हे, तर काँग्रेसमध्येच टिळकांचे अनुयायी व गांधींचे अनुयायी यांच्यात संघर्ष होताना दिसत होता.

अशा परिस्थितीत बहुमत ब्राह्मणेतरांनी ब्राह्मणी वर्चस्वाचा बाऊ करत काँग्रेसपासून व पर्यायाने राष्ट्राच्या स्वातंत्र्य चळवळीपासून स्वत:ला अलिप्त ठेवणे चुकीचे ठरले असते. उलट, काँग्रेसमध्ये जाऊन संख्याबळावर काँग्रेस ताब्यात घेण्यासाठी ही अतिशय योग्य वेळ होती. या प्रकाराला एक व्यावहारिक बाजूही होती. ती म्हणजे, ब्रिटिशांना एक ना एक दिवस या भूमीतून गाशा गुंडाळावा लागणार होताच. त्यानंतर सत्ता कुणाच्या हातात जाणार, हा कळीचा प्रश्न ठरणार होता आणि प्राप्त परिस्थितीत तरी काँग्रेसशिवाय दुसरा पर्याय दृष्टीस येत नव्हता.

या निर्णायक घडीला ब्राह्मणेतरांचे राजकीय प्रबोधन करून त्यांना काँग्रेसप्रवेशास प्रवृत्त करायचे काम ऐतिहासिकदृष्ट्या महत्त्वाचे होते.

हे काम विठ्ठलराव शिंद्यांनी केले. सुदैवाने केशवराव जेध्यांसारख्या महत्त्वाच्या ब्राह्मणेतर नेत्यावर शिंद्यांचा प्रभाव होता. शिंदे हे सर्वच ब्राह्मणेतरांचे आदरस्थान होते. त्यांच्या शब्दाला मान होता. विठ्ठलराव योग्य वेळी काँग्रेसप्रवेशाची आवश्यकता या मंडळींच्या गळी उतरवण्यात यशस्वी झाले. व्यावहारिक गरजेबरोबरच त्यांनी महात्मा गांधींचे विचार ब्राह्मणेतरांचा मानबिंदू असलेल्या छत्रपती शिवरायांच्या विचारांशी सुसंगते कसे आहेत, याची तात्त्विक मांडणीही केली.

शिंदे यांच्या या कामगिरीमुळे कालबाह्य ठरलेला ब्राह्मणेतर पक्ष मोडीत निघून त्या पक्षाचे अनुयायी गांधींचे नेतृत्व पत्करून काँग्रेसमध्ये प्रवेश करायची प्रक्रिया सुरू झाली. शिंदे यांच्या प्रेरणेनंतर प्रत्यक्ष कार्य करण्यास केशवराव जेधे पुरेसे सक्षम होते.

बहुधा सेनापती बापट यांनी म्हटल्याप्रमाणे वासरू गाईमागे जाते, त्याप्रमाणे केशवराव जेधे शिंदे यांच्या मागे गेले. अर्थात, शिंदे केवळ 'परोपदेश पांडित्यम्' नव्हते. त्यांनी स्वत: सत्याग्रहात भाग घेतला व तुरुंगवासही पत्करला. त्यांचा कित्ता केशवरावांनी गिरवला. स्वातंत्र्योत्तर काळात महाराष्ट्रीय बहुजन समाजाला काँग्रेसच्या माध्यमातून जी सत्ता मिळाली त्याचे श्रेय अशा प्रकारे विठ्ठल रामजी शिंदे यांच्याकडे जाते.

खेदाची गोष्ट अशी, ही वस्तुस्थिती ती सत्ता उपभोगणाऱ्या मंडळींपैकी बहुतेकांसाठी अज्ञातच आहे!

शिंदे यांनी नुसता बहुजन पक्ष काढला असे नसून, त्यांच्यामुळे बहुजनांना सत्ता मिळाली. ही सत्ता त्यांनी शिंद्यांना अभिप्रेत असलेल्या वर्गीय तत्त्वांप्रमाणे किती चालवली, याचाही शोध घ्यायला हवा.

■

३४

मुळशी सत्याग्रह का फसला ?

इंग्लंडमधील लोकशाही राज्यव्यवस्थेचे वारे महाराष्ट्रात १८१८ म्हणजे पेशवाई बुडाल्यानंतर वाहू लागले. सुरुवातीला त्याचा वेग मंद होता; पण लॉर्ड रिपन याने स्थानिक स्वराज्य संस्थांचा कायदा आणल्यावर व राष्ट्रीय काँग्रेसची स्थापना झाल्यानंतर त्याचा वेग वाढला. १९२०-२१मध्ये म्हणजे महात्मा गांधी यांनी असहकारितेचे आंदोलन केले, तेव्हा तर त्याचे जणू वादळात रूपांतर झाले.

लोकशाही राज्यव्यवस्था एक प्रकारच्या नागरी समाजाची अपेक्षा करत असते. तसा समाज नसेल तर लोकशाहीचा अर्थ फक्त निवडणुका एवढाच होतो. नागरी समाजाची निर्मिती ही काही सोपी गोष्ट नाही. तो भांडवलशाही नामक अर्थव्यवस्थेची अपेक्षा करतो. म्हणजेच भांडवलनिर्मिती, उद्योगधंद्यांची उभारणी तसेच समाज सुबुद्ध, स्वावलंबी व जबाबदार होण्यासाठी उपयुक्त संस्थांची निर्मिती करावी लागते. त्यासाठी निरपेक्ष भावनेने काम करणारे नि:स्वार्थी कार्यकर्ते लागतात. या प्रक्रियेने महाराष्ट्रात एकोणिसाव्या शतकाच्या शेवटी मूळ धरले. या संदर्भात न्यायमूर्ती महादेव गोविंद रानडे आणि नामदार गोपाळकृष्ण गोखले यांची नावे सहज आठवतात. रानडे यांनी सार्वजनिक सभेच्या व गोखल्यांनी भारतसेवक समाजाच्या माध्यमातून या दृष्टीने खूप प्रयत्न केले.

भांडवशाही अर्थव्यवस्थेची गरज अधोरेखित करायचे आणखी एक कारण म्हणजे आपला समाज आपल्या प्रचलित अर्थव्यवस्थेनुसार जातिबद्ध होता. भांडवलशाही समाजाची रचना वर्गीय असते. तसे वर्ग आपल्याकडे नव्हतेच. त्यामुळे काँग्रेस नावाची राजकीय संस्था अस्तित्वात आल्यानंतर एकीकडे ती हिंदू धर्मीयांची, तर दुसरीकडे ती ब्राह्मण जातीची संस्था असल्याचे आक्षेप येऊ लागले. तिला विरोध करण्यासाठी मुस्लीम लीग व ब्राह्मणेतर पक्ष असे स्पष्टपणे धार्मिक व जातीय भूमिका घेणारे पक्ष पुढे आले. आपले निधर्मी किंवा धर्मातीत आणि जातिनिरपेक्ष स्वरूप सिद्ध करण्यासाठी काँग्रेसला वारंवार परीक्षा द्यावी लागत असे. ते काहीही असो, भारतीय समाजाच्या धर्म आणि जात या मर्यादा ओलांडण्याचा प्रयत्न काँग्रेसने केला, हे मान्य करावेच लागेल; पण तो वेगळा मुद्दा.

काँग्रेसला शह देण्याचा प्रयत्न करणारे धार्मिक व जातीय पक्ष बाजूला ठेवून त्याला खऱ्या अर्थाने राजकीय आव्हान देणारा पहिला पक्ष म्हणजे अर्थातच कम्युनिस्ट पक्ष. पण या पक्षाला ब्रिटिश सरकार

> मुळशी सत्याग्रहाची कल्पना मूळची विनायकराव भुस्कुटे यांची. महाराष्ट्रातील पक्षोपक्षांच्या हा तीस–चाळीस वर्षांचा इतिहास जर कोण्या एका व्यक्तीमध्ये प्रतिबिंबित झाला असेल, तर तो वि. रा. भुस्कुटे यांच्यात. भुस्कुटे यांच्या सत्याग्रहाच्या कल्पनेला पाठिंबा दिला तो शंकरराव देव आणि मुख्य म्हणजे पांडुरंग महादेव बापट यांनी. विविध कारणांमुळे हा सत्याग्रह फसला; मात्र धरणग्रस्तांचा प्रश्न चळवळीच्या कार्यक्रमपत्रिकेवर आला.

मान्यता देणे अशक्यप्राय होते. तो तर ब्रिटिशांचा आंतरराष्ट्रीय स्तरावरील शत्रू होता. मग कम्युनिस्ट कार्यकर्त्यांना वेगवेगळे मुखवटे धारण करून वावरावे लागे.

१९४२च्या 'छोडो भारत' चळवळीत भाग न घेता भारतातल्या कम्युनिस्टांनी ब्रिटिश सरकारला युद्धप्रयत्नात साहाय्य केले. हिटलरने करार मोडून रशियावर आक्रमण केल्यानंतर हे (दुसरे) महायुद्ध लोकयुद्ध असल्याचा साक्षात्कार इथल्या कम्युनिस्टांना झाला आणि ते साम्राज्यवादी ब्रिटिशांना मदत करू लागले. स्वातंत्र्यप्राप्तीनंतरही कॉम्रेड बी. टी. रणदिवे यांच्या जहाल नेतृत्वाने प्रभावित होऊन कम्युनिस्टांनी देशाविरुद्ध सशस्त्र संघर्ष केला. तरीही, केंद्र सरकारने त्या पक्षास निवडणूक लढवण्यास कुठलाही प्रतिबंध केला नाही. उलट, पाकिस्ताननिर्मितीला पाठिंबा दिलेल्या कम्युनिस्ट पक्षावर पाकिस्तानने मात्र बंदी घातली!

या पार्श्वभूमीवर अशा कम्युनिस्ट पक्षाला कोण मते देणार, असे कुणालाही वाटले तर नवल नाही. त्याचाच व्यत्यास म्हणजे ४२च्या लढ्यातील आघाडी सांभाळून लोकप्रिय झालेल्या समाजवाद्यांना निवडणुकांमध्ये मोठी आशा होती. पण १९५२च्या पहिल्या सार्वजनिक निवडणुकीत काँग्रेस पक्षाच्या खालोखाल दुसऱ्या क्रमांकाचे यश समाजवादी पक्षाला न मिळता कम्युनिस्ट पक्षाला मिळाले, हे विशेष.

दरम्यान, मार्क्सच्या विचाराचा आधार घेत पूर्वाश्रमीच्या फुलेवादी ब्राह्मणेतरांनी शेतकरी कामगार पक्षाची स्थापना केली होती. समाजवाद्यांप्रमाणे हे मार्क्स-फुलेवादी ब्राह्मणेतरही काँग्रेसचा त्याग करून बाहेर पडले होते. निवडणुकीत त्यांचीही गत समाजवाद्यांप्रमाणेच झाली! इकडे अधिकृत कम्युनिस्ट पक्षाची धोरणे पसंत न पडलेला एक गट 'लाल निशाण पक्ष' हे नाव घेऊन कम्युनिस्ट पक्षातून बाहेर पडला. या पक्षांमध्ये मार्क्सचे तत्त्वज्ञान कोणास अधिक समजले आहे, या बाबतीत तीव्र स्पर्धा होती. डांगे, रणदिवे, लिमये, खाडिलकर, मोरे अशा अनेक नेत्यांची नावे या संदर्भात घेता येतील. महाराष्ट्रातील पक्षोपक्षांच्या हा तीस-चाळीस वर्षांचा इतिहास जर कोण्या एका व्यक्तीमध्ये प्रतिबिंबित झाला असेल तर तो वि. रा. भुस्कुटे यांच्यात. जिज्ञासू मराठी वाचकांना भुस्कुटे यांचे नाव माहीत असते ते यशवंतराव चव्हाणांच्या *कृष्णाकाठ* या आत्मचरित्रातल्या उल्लेखामुळे. यशवंतराव येरवड्याच्या तुरुंगात असताना त्यांना मार्क्सवादाचे धडे याच विनायकरावांनी दिले होते.

विनायकराव भुस्कुटे यांचे चरित्र आपल्या पक्षाधिष्ठित लोकशाही राजकारणाच्या वाटा-वळणांचे दर्शन घडवणारा एक आरसा आहे, असे म्हटले तरी चालण्यासारखे आहे. मुळात भुस्कुटे यांचे व्यक्तित्व अत्यंत संवेदनशील, प्रामाणिक आणि लोकनिष्ठ कार्यकर्त्यांचे होते. जातिधर्माच्या पलीकडे जाऊन सर्वसामान्य माणसाच्या हिताचे राजकारण करण्यात त्यांना स्वारस्य होते. असे राजकारण करताना वाट्याला आलेले कष्ट, क्लेश, इतकेच नव्हे, तर अपमान आणि अवहेलना गिळून टाकणे हासुद्धा त्यांना आपल्या कर्तव्याचाच भाग वाटत असावा. पक्षासाठी एवढे झिजून कुठलेच महत्त्वाचे पद त्यांच्या हाती आले नाही. 'नाही चिरा

नाही पणती' अशी अवस्था झालेला हा जणू एक शोकात्म नायक म्हणून उत्कृष्ट कादंबरीचा विषय होऊ शकतो, असे डॉ. य. दि. फडके यांनी सुचवले होते. असे शिवधनुष्य पेलू शकणारे कादंबरीकार मराठीत आहेत का, हा खरा प्रश्न आहे.

सुदैवाने भुस्कुटे यांची नातसून प्रा. विंदा भुस्कुटे यांनी त्यांचे एक छोटेखानी चरित्र लिहिले आहे. त्यामुळे या उपेक्षित नायकाची माहिती किमान उपलब्ध होऊ शकते. माझ्या *लोकमान्य ते महात्मा* या ग्रंथातूनही भुस्कुटे यांच्या राजकीय प्रवासाचे वर्णन मी केले आहेच. पुण्यात वास्तव्य असलेल्या विनायकरावांनी राजकारणाची सुरुवात केली, ती साहजिकच लोकमान्य टिळकांचे अनुयायी म्हणून. टिळक मंडालेच्या कारागृहातून सुटून पुण्यात परतल्यावर त्यांच्या अनुयायांच्या उत्साहाला भरते आले. त्यांच्यापैकी काहींनी टिळकांचे राजकारण पुढे नेण्यासाठी *लोकसंग्रह* नावाचे दैनिक सुरू केले. खरे तर त्या वेळी भुस्कुटे *केसरीत* काम करत होते आणि टिळकांच्या लेखनिकाची भूमिकाही बजावत होते. तरीही *केसरी* सोडून ते *लोकसंग्रह*मध्ये दाखल झाले. त्यांचे सहकारी होते वा. कृ. भावे, शंकरराव लवाटे, बाळासाहेब सोमण, ल. ब. भोपटकर आणि शंकरराव देवसुद्धा. त्यांच्यापैकी देव गांधीजींचे अनुयायी झाले; पण देव आणि भुस्कुटे यांना केवळ वर्तमानपत्र चालवणे पुरेसे वाटत नव्हते. प्रत्यक्ष काम करायची त्यांची ऊर्मी होती. ती संधी त्यांना उपलब्ध झाली मुळशी इथल्या टाटांच्या धरणामुळे!

टाटा हे भारतीय उद्योगातले बडे प्रस्थ, हे वेगळे सांगायची गरज नाही. टाटांच्या मुळशी प्रकल्पातल्या धरणामुळे वीजनिर्मिती होणार होती; पण मुख्य मुद्दा म्हणजे धरण क्षेत्रातल्या हजारो शेतकऱ्यांच्या जमिनी पाण्याखाली जाऊन ते विस्थापित व बेरोजगार होणार होते.

या प्रकरणात लक्ष घालून आपण काहीतरी केले पाहिजे, असे भुस्कुटे यांना मनापासून वाटत होते. शंकरराव देव आणि मुख्य म्हणजे पांडुरंग महादेव बापट यांनाही असेच वाटले व तेही भुस्कुटेंबरोबर आले. धरणाविरुद्ध सत्याग्रह करण्यात आला. तिचे नेतृत्व बापट यांनी केले, त्यामुळे लोक त्यांना 'सेनापती' म्हणू लागले. ही उपाधी त्यांच्यामागे कायमची लागली. ते नंतर सेनापती बापट म्हणूनच ओळखले जाऊ लागले.

विनायकरावांना वारकरी भक्तिपंथाची बैठक होती. ज्ञानेश्वरी हा त्यांच्या आयुष्यभरच्या वाचन-मनन-चिंतनाचा विषय राहिला. शिवाय, तळेगावमधल्या विजापूरकरांच्या समर्थ विद्यालयाचे संस्कारही त्यांच्यावर झाले होते. ते *केसरी* सोडून रा. द. पंत पराडकर यांच्या पत्रात वार्ताहर म्हणून रुजू झाले, तेव्हा शंकरराव देव त्या पत्राचे संपादक होते. टाटांच्या धरणाविरुद्ध सत्याग्रह करायचा, ही कल्पना पहिल्यांदा विनायकरावांना स्फुरली. या बाबतीत न. चिं. केळकरांनी मदत करायचे आश्वासन दिले खरे; पण नंतर त्यांनी हात आखडता घेतला, हेही खरे.

सत्याग्रहाची तयारी चालू असताना भुस्कुटे यांनी *मावळ्याची करुण कहाणी* ही कादंबरी लिहायला घेतली. या संदर्भात या प्रकरणातल्या एका अंत:प्रवाहाची नोंद करणे आवश्यक आहे. मावळातील शेतकऱ्यांच्या ज्या जमिनी धरणामुळे पाण्यात जाणार होत्या, त्या बहुतेक सावकारांकडे गहाण होत्या आणि हे सावकार ब्राह्मण होते. साहजिकच, ब्राह्मणेतर पक्षाने या चळवळीकडे ब्राह्मणांच्या हितसंबंधांची चळवळ म्हणून दुर्लक्ष केले. पण त्यांनी निर्देश केलेल्या वस्तुस्थितीकडे भुस्कुटे यांचे दुर्लक्ष होणे शक्य नव्हते. त्यांच्या कादंबरीत त्यांनी सावकारीच्या माध्यमातून शेतकऱ्यांचे शोषण करणाऱ्या ब्राह्मण सावकारांवर कडक टीका केली आहे. इतकेच नव्हे, तर याचे परिणाम चांगले होणार नाहीत, असा इशारा द्यायलाही ते

विसरत नाहीत. त्यांच्या या इशाऱ्याकडे संबंधितांनी दुर्लक्ष केले आणि त्याचे परिणाम त्यांना भोगावे लागले, असे पुढचा इतिहास सांगतो.

मुळशी धरणग्रस्तांच्या प्रश्नात स्वजातीय सावकार, स्वदेशी भांडवलदार, आणि विदेशी सरकार असे तीन घटक अंतर्भूत असल्यामुळे तो कमालीचा गुंतागुंतीचा झाला होता. म्हणजेच त्याला जातीय, वर्गीय व राष्ट्रीय असे पदर होते. सत्याग्रहात भाग घेतलेल्यांपैकी लालजी पेंडसे हे नंतर डाव्या कम्युनिस्ट चळवळीकडे वळले. भुस्कुटे यांचाही प्रवास तसाच झाला.

मुळशीच्या सत्याग्रहाला यश मिळाले नाही. त्याची कारणमीमांसा करणे फार अवघड नाही. अर्थात अशी मीमांसा तत्कालीन कृतिशील समूहांच्या संदर्भातच करायला हवी.

सत्याग्रहाला ब्राह्मणेतरांचा पाठिंबा का नव्हता, याचा खुलासा केलेला आहेच. आता तेव्हाच्या काँग्रेस पक्षाचा विचार करू. काँग्रेसमध्ये तेव्हा महात्मा गांधीजींना मानणारा एक गट होता, तसाच गांधीजींचे नेतृत्व स्वीकारायला राजी नसलेला एक गट होता. या दुसऱ्या गटाचे पुढारी न. चिं. केळकर होते. केळकर तेव्हा *केसरी*चे संपादक असल्याने त्यांच्या भूमिकेला महत्त्व होते. मुळशी सत्याग्रहींनी स्वीकारलेला मार्ग गांधीजींच्या मार्गाशी जुळणारा होता. केळकरप्रभृति टिळकानुयायी मुळात गांधीजींच्या एकूणच राजकारणाविषयी साशंक असल्यामुळे या प्रकरणात सत्याग्रहींना पाठिंबा देणे म्हणजे पर्यायाने गांधीजींच्या पद्धतीला मान्यता दिल्यासारखे झाले असते. त्यामुळे त्यांनी, 'शेतकऱ्यांनी सत्याग्रह करण्याऐवजी तडजोड करून मिळेल ती नुकसानभरपाई घेऊन मोकळे व्हावे,' अशी भूमिका घेतली.

मग या सत्याग्रहाला गांधीजींचा तरी पाठिंबा मिळाला का? तर, तोही नाही. एक तर व्यवहार म्हणून का होईना, या मंडळींनी सत्याग्रह सुरू करण्याआधी गांधीजींशी चर्चा करून त्यांची संमती व आशीर्वाद मिळवायला हवा होता. दुसरे असे की, सत्याग्रहींपैकी सेनापती बापट सत्याग्रहाच्या संकल्पनेचा वेगळा विचार करून तिचा स्वतंत्रपणे वेगळा अन्वयार्थ लावू लागले. या अन्वयार्थात सत्याग्रहाच्या विशिष्ट टप्प्यावर हिंसेला स्थान द्यायला हरकत नव्हती. आता ही गोष्ट गांधीजींच्या पचनी पडणे अवघड होते. सत्याग्रहाच्या शस्त्राचे व शास्त्राचे आपणच निर्माते असून त्या बाबतीत आपला शब्द अंतिम असला पाहिजे, असा त्यांचा आग्रह असे.

परिणामी, सत्याग्रही एकाकी पडले व चळवळ विखुरली. तथापि, त्यामुळे चळवळीचे महत्त्व कमी होत नाही. मुळशी सत्याग्रहावरच्या पुस्तकाचे लेखक डॉ. राजेंद्र व्होरा यांनी म्हटल्याप्रमाणे 'धरणग्रस्तांचा प्रश्न त्यामुळेच पहिल्यांदा चळवळीच्या कार्यक्रमपत्रिकेवर आला.' मेधा पाटकरांच्या जगभर गाजलेल्या नर्मदा आंदोलनाची पायाभरणी मुळशी सत्याग्रहाने केली, असे म्हणण्यास हरकत नाही.

■

३५

राजकारणातला 'भुस्कुटे मार्ग'

देशाच्या पक्षीय राजकारणाच्या इतिहासाचे जणू प्रतिबिंबच विनायकराव भुस्कुटे यांच्या आयुष्यात पडलेले दिसते असे आपण म्हणतो, तेव्हा त्यांची सुरुवात काँग्रेसपासून झाली हे वेगळे सांगायची गरज नसते. तेव्हा ते काँग्रेसमधल्या नेमस्त गटाचे नसून जहाल गटाचे म्हणजे टिळकांचे अनुयायी होते. त्यामुळेच ते *केसरी*मध्ये नोकरी करू शकले.

मुळशीच्या जमीन सत्याग्रहाच्या काळात ते टिळक पक्षापासून दुरावले असून, निदान सत्याग्रह या राजकीय साधनापुरते तरी गांधीमार्गी झाले होते, असे म्हणायला हरकत नाही. गांधीजींचा मार्ग अहिंसेचा होता, तो मार्ग आणि भुस्कुट्यांची भागवत धर्म व ज्ञानेश्वरी यांच्याशी असलेली बांधिलकी यांचा विचार करता, ते नंतर डाव्या साम्यवादी पक्षांकडे कसे झुकले, हा प्रश्न कुणालाही पडेल. पण गांधींचा मार्ग काय किंवा मार्क्सचा काय, भुस्कुटे यांच्यासाठी मार्गच होते, हे लक्षात घ्यायला हवे. आपले सामाजिक-राजकीय उद्दिष्ट कोणते हा मुद्दा त्यांच्या लेखी अधिक महत्त्वाचा होता. ते उद्दिष्ट साध्य करण्यासाठी त्यांना जो मार्ग योग्य वाटला तो त्यांनी निवडला. शोषणमुक्त आणि समतायुक्त समाज हे त्यांचे उद्दिष्ट होते. ते साध्य करण्यासाठी जो मार्ग त्यांनी निवडला, तो साधनमात्र. त्याच्याच प्रेमात पडून ती बांधिलकी पहिली व तिच्यापोटी उद्दिष्टाकडे दुर्लक्ष असा प्रकार त्यांच्या बाबतीत घडणे शक्य नव्हते. या बाबतीत ते टिळकविचारांच्या जवळ जातात.

एकदा अशी भूमिका घेतली म्हणजे निवडलेल्या मार्गातल्या दोषांकडे व उणिवांकडे दुर्लक्ष करायची प्रवृत्ती आपोआपच होते. भुस्कुटे कम्युनिस्ट पक्षाचा त्याग करून शेतकरी कामगार पक्षात जातात, तेव्हा त्यांना शेकापच्या धुरीणांची ब्राह्मणविरोधी परंपरा माहीत नव्हती अशातला मुद्दा नाही, पण त्याकडे ते दुर्लक्ष करतात. आपल्याला हवी असणारी समाजरचना कम्युनिस्ट पक्षापेक्षा शेकापच्या माध्यमातून साकार होण्याची शक्यता त्यांना अधिक वाटली म्हणून ते तिकडे गेले.

यापेक्षा वेगळा प्रकार शंकरराव देवांचा म्हणावा लागतो. देव यांना साध्यापेक्षा साधन अधिक महत्त्वाचे वाटले. म्हणून तर मुळशी सत्याग्रहातल्या सहभागाविषयी त्यांना उत्तरायुष्यात पश्चात्ताप व्यक्त करावासा वाटला. ते म्हणतात, 'मागच्या इतिहासातील २५ घटनांचा मी विचार करतो, तेव्हा त्या वेळची माझी मते

मुळशी सत्याग्रहातले अग्रगण्य नेते विनायकराव भुस्कुटे यांच्या आयुष्यात देशातल्या पक्षीय राजकारणाचे प्रतिबिंब पडले होते. आपल्या उद्दिष्टाकडे लक्ष ठेवून त्यांनी साधनापेक्षा मार्ग महत्त्वाचा मानला. त्यामुळे गांधीवाद ते मार्क्सवाद असा प्रवास ते करू शकले. त्यानंतर शेतकरी कामगार पक्षाचे काम करायला त्यांना जात आडवी आली नाही. भुस्कुटे यांचे आणखी एक वैशिष्ट्य म्हणजे त्यांचे सारे कुटुंबच राष्ट्रीय चळवळीत उतरले आणि त्या सर्वांनी तुरुंगवासही सहन केला.

आज मला बाल्यावस्थेतली मते वाटतात. मुळशी सत्याग्रहामागची त्या वेळची आमची भूमिका बरोबर होती आणि मावळ्यांच्या बाजूला सापेक्ष सत्य होते, असे मला वाटत नाही.'

ते काहीही असो, प्रत्यक्ष सत्याग्रहात देव अग्रभागी राहिले आणि मुख्य मुद्दा म्हणजे त्यांचे नेतृत्व याच सत्याग्रहातून घडले आणि पुढे आले.

खरे तर या काळात महाराष्ट्रात टिळकांचे वारसदार व म्हणून मोठे नेते म्हणून ओळखले जात होते ते न. चिं. केळकर. इतकेच काय; परंतु मुळशीच्या प्रश्नाला राजकीय वाचा फोडली होती ती केळकरांनीच. पण केळकरांना आपल्याच धोरणात संगती राखता आली नाही. दुसरे असे की, चळवळ करण्याचा त्यांचा पिंड नव्हताच. त्यामुळे सत्याग्रहाचा मुहूर्त काढण्यात ते चालढकल करू लागले. साहजिकच, मावळ्यांनी त्यांच्याऐवजी देव आणि भुस्कुटे यांच्या नेतृत्वाला पसंती दिली आणि त्या दोघांनीही त्यांना निराश केले नाही. आघाडीवर राहून सर्व प्रकाराचे क्लेश सहन करायचे, हालअपेष्टा झेलायच्या यात या दोघांची जणू स्पर्धाच होती! तुरुंगात अन्न सत्याग्रह करून देवांनी तर ब्रिटिशांचे फटके खाण्याचा विक्रमच केला. भुस्कुटे यांच्या अंगावर कुत्रे सोडून त्याला त्यांच्या शरीराचे लचके तोडायला लावून ब्रिटिश अधिकाऱ्याने त्यांच्या सहनशीलतेची व क्षमाशीलतेची जणू परीक्षाच पाहिली.

याच दरम्यान टिळक व गांधीजी यांच्या प्रेरणेतून निघालेल्या राष्ट्रीय शिक्षणाच्याच चळवळीलाही भरती आली होती. पुण्यातील बाळूकाका कानिटकरांनी पुढाकार घेऊन चिंचवडमध्ये अशा प्रकारची निवासी शाळाच काढली होती. भुस्कुटे यांनी या उपक्रमातही भाग घेतल्याचे दिसून येते. मुळशी सत्याग्रहाच्या दरम्यान भुस्कुटे यांना परक्यांच्या गुलामगिरीबरोबरच स्वदेशी सावकारशाहीचाही अनुभव आला. ब्राह्मणेतर चळवळीतले त्या काळातले नेते या प्रकाराकडे जातीय दृष्टीने पाहून तसेच विश्लेषण करत होते. भुस्कुटे यांनी या संदर्भात ब्राह्मण सावकारांना योग्य तो इशारा द्यायचे कटू कर्तव्य केले. पण त्याचा संबंध जातीपेक्षा वर्गाशी अधिक असून, हा प्रश्न आर्थिक आहे, अशी त्यांची खातरी झाली. मुळात जिज्ञासू आणि अभ्यासू असलेल्या भुस्कुटे यांनी हे वास्तव समजून घेण्यासाठी व त्याच्यावर मात करण्यासाठी कार्ल मार्क्सच्या तत्त्वज्ञानाचा अभ्यास केला. या अभ्यासाची परिणती त्यांनी मार्क्सवादाचा अंगीकार करण्यात झाली.

मुळशी सत्याग्रहात भाग घेतलेल्या व त्यातून तयार झालेल्या कार्यकर्त्यांचा पुढचा राजकीय प्रवास हा खरे तर स्वतंत्र अभ्यासाचा विषय होऊ शकेल. सत्याग्रह अपयशी ठरला, धरण व्हायचे ते झालेच, अनेक विस्थापितांनी मुंबई गाठून तिथे रोजगार शोधला. सत्याग्रहातून पुढे आलेल्या नेत्यांपैकी देव हे कट्टर गांधीवादी बनले. एके काळी त्यांचे महाराष्ट्र काँग्रेसवर पूर्ण वर्चस्व होते, एवढे सांगितले म्हणजे पुरे. पुढे संयुक्त महाराष्ट्र चळवळीच्याच काळात त्यांच्या धरसोडीच्या धोरणामुळे ते कालबाह्य होऊन आपोआपच राजकारणाच्या मुख्य प्रवाहातून बाहेर फेकले गेले. सेनापती बापटच आयुष्यभर मन:पूत पद्धतीने, नि:स्पृहतेने

महाराष्ट्राच्या सामाजिक जीवनात वावरले. राजकीय महत्त्वाकांक्षा त्यांना कधीच नव्हती.

इकडे लालजी पेंडसे आणि रघुनाथराव निंबकर हे दोघे भुस्कुटे यांच्याप्रमाणेच मार्क्सवादाकडे वळले. त्यांनी मुंबईत आपले बस्तान बसवले. त्यांची पुढची कारकिर्द कॉम्रेड श्रीपाद अमृत डांगे यांच्याबरोबर मुंबईतच गाजली.

भुस्कुटे, पेंडसे आणि निंबकर हे मुळशीचे तीनही बिनीचे शिलेदार मार्क्सवादी झाले. या घटनेकडे योगायोग म्हणून पाहून चालणार नाही किंवा विसाव्या शतकाच्या विसाच्या दशकात भारतात जोरकसरीत्या दाखल झालेल्या व युगधर्म होऊ पाहत असलेल्या मार्क्सवादाबरोबर ते वाहवत गेले, असेही म्हणता येणार नाही. भुस्कुटे यांनी घेतलेला निर्णय हा जाणीवपूर्वक व अभ्यासावर आधारित होता, असेच म्हणावे लागते. शेकापची ब्राह्मणेतरी पार्श्वभूमी व जातीय आशय न कळण्याइतके ते भाबडे नक्कीच नव्हते. पण जातीय अस्मितेच्या माध्यमातून व त्या मार्गाने का होईना, वर्गीय चळवळ पुढे जात असेल, तर तिला हातभार लावण्याची उदारमनस्कता त्यांच्यामध्ये होती.

भुस्कुटे यांचे आणखी एक वैशिष्ट्य म्हणजे त्यांचे सारे कुटुंबच राष्ट्रीय चळवळीत उतरले आणि त्या सर्वांनी तुरुंगवासही सहन केला. 'सहकुटुंब सहपरिवार' हा एरवी लग्नमुंजीपुरता मर्यादित असलेला शब्दप्रयोग भुस्कुटे यांनी एकूण जीवनातच सार्थ ठरवला. या प्रक्रियेत या मंडळींवर प्रसंगी उपासमारीचे प्रसंग आले होते. पण त्याला ते धैर्याने सामोरे गेल्याची नोंद करताना आदर, अभिमान आणि लज्जा असे संमिश्र भावतरंग उमटतात. लज्जा यासाठी की, आपण म्हणजे आपल्या समाजाने या त्यागाची काहीच दखल घेतली नाही! भुस्कुटे यांची दोन्ही मुले राम आणि विठ्ठल वडिलांप्रमाणेच आधी स्वातंत्र्यलढ्यात आली, नंतर डाव्या चळवळीत कार्यकर्ते म्हणूनच वावरली.

कधी असेही वाटते की, भुस्कुटे यांच्यासारख्या काही अल्पसंख्य कार्यकर्त्यांनी राजकारणाकडे आध्यात्मिक साधना म्हणून तर पाहिले नसेल ना? कुणी म्हणेल, ते तर मार्क्सवादी आणि जडवादी. मार्क्सवाद्यांचा अध्यात्माशी संबंध पोहोचतोच कसा? ही विचारपद्धती व प्रश्न विचारण्याचा मुद्दाच चुकीचा आहे. आपण भाई चितळे यांच्याविषयी चर्चा केलेली आहे. नागपूरचे कामगार नेते रामभाऊ रुईकर याच पठडीतले, म्हणजे गीता, ज्ञानेश्वरी वगैरे मानणारे. तेव्हा या प्रकाराची संगती वेगळ्या पद्धतीने लावावी लागेल.

भारतीय आध्यात्मिक परंपरेत वैराग्य नावाच्या गोष्टीला विलक्षण महत्त्व देण्यात आले आहे. वैराग्य म्हणजेच त्याग. जोडीला क्लेशही आलेच. राजकारणात आणि तेही विरोधाचे राजकारण करताना या गुणांना बऱ्यापैकी वाव मिळतो आणि ते राजकारण कम्युनिस्ट पक्षाचे असेल तर विचारायलाच नको. कविवर्य मुक्तिबोध या डाव्या क्रांतिकारकाला आधुनिक काळातले संत म्हणतात, ते उगाच नाही. एक पाय बाहेर आणि एक पाय तुरुंगात अशा अवस्थेत ही मंडळी आयुष्यभर वावरणार. बाहेर असतील तेव्हाही यांचा मुक्काम घरापेक्षा पार्टीच्या किंवा संघटनेच्या ऑफिसमध्येच अधिक!

भुस्कुटे यांचेच उदाहरण घेऊ या, आधी भागवत धर्म आणि ज्ञानेश्वरी यांचे संस्कार. त्यामुळे आत्महिताबरोबर परहिताचाही विचार करण्याची बैठक तयार झालेली. त्यानंतर काही काळ गांधीवादाच्या छायेतला वावर. गांधीजींना गरिबांबद्दल कमी कळवळा होता अशातला भाग नाही. पण त्यांच्या मार्गाने भांडवलशाहांना चाप बसेल, याची खातरी देता येत नव्हती. किंबहुना गांधीजींच्या विचारात भांडवलदारांचे हृदयपरिवर्तन करून त्यांच्यात, आपण संपत्तीचे मालक नसून विश्वस्त आहोत, अशी जाणीव जागृत

करण्यावर भर आहे. आता एखाद्याला हा मार्ग भाबडेपणाचा, अशास्त्रीय आणि म्हणून स्वप्नाळू वाटला, तर ते समजण्यासारखे आहे. शिवाय, गांधीजींच्या गोतावळ्यात सामील झालेल्या सर्वच भांडवलदारांची चित्तशुद्धी होऊन, त्यांचे मन गोरगरिबांसाठी तीळतीळ तुटत होते, असे म्हणायचे धाडस कुणीही करणार नाही. देव आणि बिर्लाशेठ एकत्र नांदताना पाहून गांधीजींबद्दल आदर आणि कौतुक वाटणारच. पण शेवटी हाही एक प्रयोगच ठरणार की काय, अशा संशयाची पालही मनात चुकचुकणार. आपला त्याग व क्लेश अनाठायी तर नाहीत ना, असे वाटणार. भुस्कुटे यांना असेच वाटले असण्याची शक्यता आहे. अशा या दुर्मीळ गुणांचे चीज काँग्रेस पक्षापेक्षा कम्युनिस्ट पक्षात अधिक होईल, तिथे त्यांचा अधिक उपयोग होईल, असेही त्यांना वाटले असेल.

भुस्कुटे यांच्यामधल्या त्यागवृत्तीचे हे आकर्षण ते गांधीजींचे काम करत असताना कसे प्रकट झाले होते हे पाहण्यासारखे आहे. त्यांच्या दैनंदिनीतल्या २० मे १९२२ ची नोंद अशी, 'सायंकाळी चिंचवड - अनाथ विद्यार्थिगृहाच्या वार्षिक समारंभास गेलो होतो. बाळूकाका कानिटकर यांच्या देखरेखीखाली चालू असलेली संस्था किती नमुनेदार असेल, हे सांगणे नकोच. बाळूकाका व त्यांचा साहाय्यक शिक्षकवर्ग पाहिला की महाराष्ट्र हा स्वार्थत्यागी आहे, याची कल्पना आल्याशिवाय राहणार नाही. शिक्षकवर्ग व विद्यार्थिवर्ग सर्व खादीचे सदरे व टोप्या घातलेले पाहून सात्त्विक आनंदाचे भरते येते. त्याग हा हिंदुस्थानचा आत्मा असून, या आत्मिक सामर्थ्यावर हिंदुस्थान स्वतःचे स्वराज्यच काय, सर्व जगावर सत्ता स्थापन केल्याशिवाय राहणार नाही.'

आचार्य रजनीश अर्थात ओशो यांनी कम्युनिझम आणि गांधीवाद यांना एकाच मापात मोजून मानवी प्रगतीचे समान शत्रू का मानले होते, याचे उत्तर फार अवघड नाही. 'एक संपत्तीच्या उत्पादनापेक्षा वाटपावरच अधिक भर देतो, तर दुसरा उत्पादनाकडे तुच्छतेने बघतो' हे ओशोंचे म्हणणे. अमेरिकेत बघा! उत्पादन आणि उपभोग यांची जणू चढाओढच सुरू आहे. मग प्रगतीच प्रगती!

ज्येष्ठ समाजसुधारक विठ्ठल रामजी शिंदे यांनी जातिग्रस्त समाजात कार्य करत असतानाही वर्गजाणिवा लुप्त होऊ दिल्या नाहीत. तोच वारसा भुस्कुटे यांनी वेगळ्याच पद्धतीने जपला, असे म्हणता येते. स्वतंत्र भारतातील पहिल्याच निवडणुकीत त्यांनी शेकापकडे उमेदवारी मागितली. मुळशी सत्याग्रहाची पुण्याई गाठी असल्याने तिथले शेतकरी आपल्याला मते देतील, अशी त्यांना खातरी होती. पण या पक्षाचे धुरीण शंकरराव मोरे यांना ते पटत नव्हते. निवडणूक लढवायला पैसा लागतो, याची आठवण करून देत मोरे यांनी भुस्कुटे यांना तिकीट नाकारले. चिडून जाऊन भुस्कुटे मोरे यांच्याशी भांडू लागले. स्वयंपाकघरातून हा प्रकार पाहणाऱ्या मोरे यांच्या पत्नीच्या लक्षात आले, की भुस्कुटे उपाशी आहेत. बाहेर येऊन भांडणात हस्तक्षेप करत त्यांनी भुस्कुटे यांना आधी जेवून घेण्याची जणू आज्ञाच केली. भुस्कुटे यांनीही ती निमूटपणे पाळली. वर्गनिष्ठ राजकारण त्यांच्या अंगात इतके भिनले होते, की आपल्याला तिकीट न देण्यात 'शेकाप'च्या श्रेष्ठींच्या नेणिवेतील जातजाणिवेचा भाग असेल, हा विचारही त्यांना शिवला नाही.

■

३६

अस्पृश्यतानिवारणाचा 'सत्यनारायण प्रयोग'

एखाद्याच्या अंगात व्यवसाय कौशल्य असूनही त्याने हे सारे कौशल्य व्यवसायाच्या दावणीला न बांधता व्यवसायबाह्य गोष्टींना जुंपले तर काय होईल? याचे उत्तर कुणालाही सांगता येईल. व्यावसायिक म्हणून तो अपयशी ठरेल आणि तरीही संपत्ती, कीर्ती अशा रूपात जी काही प्राप्ती त्याला होईल, ती सर्व त्याने अंगीकृत व्यवसायबाह्य गोष्टींसाठीच पणाला लावल्यामुळे त्या गोष्टींचे 'प्रमोशन' होईल; पण व्यावसायिक म्हणून त्याची गणना 'अपयशी' अशीच केली जाईल. त्याच्या तालमीत तयार झालेले उमेदवार यशस्वी होऊन भरपूर कमाई करतील. त्याचे नाव निघाले की कानाच्या दोन्ही पाळ्यांना हात लावून 'बाप माणूस' म्हणत कदाचित नतमस्तकही होतील.

आता आपण काय करत आहोत, त्याचा परिणाम काय होणार आहे, हे या 'अपयशी' माणसाला कळत नसते, अशातला भाग मुळीच नाही. पण हे कळणे बाजूला ठेवून, तो त्याच्या उच्च उद्दिष्टांसाठी होणाऱ्या नुकसानीकडे दुर्लक्ष करत असतो. परमेश्वरासाठी अशा गोष्टी करणाऱ्याचे वर्णन तुकोबांनी 'जाणोनि नेणता' असे केले आहे. इतकेच नव्हे, तर स्वत:च्या बाबतीतही 'जाणोनि नेणते करी माझे मन' अशी प्रार्थना विठ्ठलाला केली आहे. ही भूमिका ज्ञानी आणि अज्ञानी या दोन्ही प्रकारांत बसत नाही. स्वत: तुकोबांचे दिवाळे निघाले ते त्यांच्यात पुरेशी व्यावसायिकता नव्हती, त्यांना हिशेबच करता येत नव्हता म्हणून नव्हे. दिवाळे निघाल्यानंतरही ते 'बरे झाले देवा निघाले दिवाळे' असे म्हणतात. याचाच अर्थ या प्रकारातून झालेला 'लाभ' दिवाळ्यामुळे झालेल्या नुकसानीपेक्षा त्यांना महत्त्वाचा वाटला असणार, हे उघड आहे.

महाराष्ट्रापुरते बोलायचे झाल्यास महाराष्ट्रात अशा प्रकारच्या 'जाणोनि नेणत्या' झालेल्या व्यक्तींची वानवा कधीच नव्हती. या ध्येयधुंद माणसांनी आपल्या वैयक्तिक स्वार्थाकडे व कौटुंबिक हिताकडे दुर्लक्ष करून आपले व्यावसायिक कौशल्य समाजाच्या कल्याणासाठी वापरायचा निर्णय हेतुपुरस्सर घेतलेला असतो. यात आपले कल्याण आहे, हे कळायची पात्रताही जर त्या समाजात नसेल, तर एकीकडे त्याचा विरोध आहेच आणि दुसरीकडे बायकामुलांची नाराजी, अशा दुहेरी आपत्तीला तोंड देण्याचा प्रसंग त्यांच्यावर आलेला दिसतो.

अशाच काहीशा विस्मृतीत गेलेल्या माणसांच्या स्मृतीला उजाळा देऊन त्यांच्या विषयीचे ऋण व्यक्त

> जाहिरात क्षेत्रातले आपले कौशल्य अनंत हरी गद्रे यांनी समाजकार्यासाठी वापरले. मराठी नाट्यसृष्टी संकटात असताना याच कौशल्याचा वापर करून त्यांनी नाटिका लिहिल्या. नाटकाच्या जाहिरातीत वेगळेपणा आणला. मात्र, या सगळ्यापेक्षा त्यांनी अस्पृश्यतानिवारणासाठी सत्यनारायण पूजेचा उपयोग करून घेतला आणि हरिजन समाजातल्या जोडप्याला प्रतिष्ठा मिळेल, याची दक्षता घेतली.

करणे हे माझ्यासारख्या अभ्यासकांचे कर्तव्यच असल्याचे मी मानतो. समाजाचे यश हे त्यांच्या वैयक्तिक अपयशाच्या पायावर उभे असते, याचा विसर पडू न द्यायची जबाबदारी लेखक-कवींनी घ्यायची असते. आपल्या यशोगाथांमधल्या प्रत्येक दोन ओळींच्या मधला न लिहिला गेलेला मजकूर अशा व्यक्तींच्या अपयशाचा असतो, की ज्यांच्यामुळे आपल्याला हे यश मिळणे शक्य झालेले असते.

समतानंद अनंत हरी गद्रे हे मागच्या पिढीतले असेच एक व्यक्तिमत्त्व. गद्रे यांनी केलेल्या आतबट्ट्याच्या व्यवहारांमधून समाजाचा संसार नीटनेटका व्हायला मदत झाली. देशाच्या राज्यघटनेच्या सरनाम्यात ज्या मूल्यांचा उल्लेख करण्यात आला आहे, त्यात समता हे एक प्रमुख मूल्य आहे. गद्रे यांच्या नावाला जोडल्या गेलेल्या 'समतानंद' या विशेषणाचा जरी विचार केला तरी त्यांच्या कार्याचे महत्त्व लक्षात येईल.

गद्रे यांच्या नावापुढे अशी अनेक विशेषणे जोडली गेली आहेत. त्यातल्या एका विशेषणाचा उल्लेख केला तरी त्यांचे 'जाणोनि नेणते'पण समजून घेता येईल. हे विशेषण आहे 'जाहिरात जनार्दन'. आजच्या नवभांडवलशाहीत आणि व्यवस्थापनात ज्या क्षेत्राला अतोनात महत्त्व आलेले आहे, आणि त्या विषयातल्या कौशल्याच्या जोरावर संबंधित व्यावसायिकांनी कमालीची कमाई केली आहे, ते म्हणजे जाहिरातीचे क्षेत्र. जाहिरात क्षेत्रासाठी लागणारी ग्राहकमानसशास्त्रावरील पकड, शब्दांवरची हुकमत, संवादपटुत्व अशा व्यावसायिक कौशल्यांची मूर्ती म्हणावी असे हे अनंत हरी गद्रे होते. त्यांच्या या गुणांचा उपयोग मराठी आणि हिंदी नाटक-चित्रपट निर्मात्यांनी पुरेपूर करून घेतला, पण स्वतः गद्रे त्यापासून म्हणजे त्यातून येणाऱ्या लाभापासून अलिप्तच राहिले. खरे तर वेगवेगळ्या गोष्टींसाठी सहन केलेल्या क्लेशांचे, खाल्लेल्या खस्तांचे भांडवल करून आपली एक 'प्रतिमा' तयार करणे, मुळात जाहिरातपटू असलेल्या गद्रे यांच्यासाठी मुळीच अवघड नव्हते. पण त्यांची तात्त्विक भूमिकाच अशा गोष्टी न करण्याची होती. नव्याने दाखल झालेल्या चित्रपटांशी स्पर्धा करताना रंगभूमी मागे पडू नये, तिने 'स्मार्ट' रूप धारण करायला हवे म्हणून त्यांनी नाटिकासंप्रदाय सुरू केला. म्हणजे स्वतः नाटिका लिहिल्या, बसवल्या, त्यांचे प्रयोग केले. त्यांनी योग्य वेळी केलेल्या या कृतीचा मराठी रंगभूमीला निश्चितच लाभ झाला. कितीतरी नवे कलाकारही मिळाले. पण त्याबद्दल लिहिण्याचा प्रसंग आला तेव्हा त्यांनी लिहिले – 'या नाटिका मीच लिहिल्या आणि त्यांचा संप्रदाय लोकप्रिय व्हावा म्हणून मीच अनेक संकटे सोसून त्या रंगभूमीवर गाजवल्या. या कामी मला काय-काय संकटे सोसावी लागली, ती मात्र मी इथे सांगत नाही अथवा ते सांगण्यात लाभ तरी कोणता? शिवाय स्वतःच्या सोशिकपणाच्या कहाण्या रंगवून लोकांमध्ये कीव निर्माण करण्याचीही सवय मला नाही.'

गद्रे यांचा जन्म १८९०चा. कोकणातले देवरूख हे गद्रे कुटुंबाचे मूळ गाव. पुण्यात आल्यावर त्यांचे शिक्षण न्यू इंग्लिश स्कूल व फर्ग्युसन महाविद्यालय अशा नामवंत ठिकाणी झाले. राम गणेश गडकरी व श्री. म. माटे हे त्यांचे सहाध्यायी. पुढे अध्यात्माच्या ओढीने त्यांनी हिमालयाची भटकंतीही केली.

विवेकानंदांसारखे सिद्ध पुरुष त्यांना तेव्हा आदर्शस्थानी होते. कीर्तनकलेच्याच माध्यमातून अशा पुरुषांची आख्याने लावून त्यांच्या विचारांचा प्रसार करण्याचा प्रयोगही त्यांनी करून पाहिला.

गद्रे यांच्या कार्याला दिशा मिळाली, ती लोकमान्य टिळक मंडालेचा कारावास संपवून १९१४मध्ये पुण्यात परतले तेव्हापासून. टिळकांच्या राजकारणात त्यांना आपण मदत करावी असे त्यांना वाटू लागले. दरम्यान, चरितार्थासाठी त्यांनी सुगंधी द्रव्याचे एक दुकानही काढले होते.

पत्रकारिता हे टिळकांचे राजकारण चालवण्याचे साधन होऊ शकते, याचा साक्षात्कार त्यांना अच्युतराव बळवंतराव कोल्हटकर यांच्यामुळे झाला. अच्युतराव खंदे टिळकभक्त व हाडाचे पत्रकार. त्यांचे *संदेश* हे पत्र तेव्हा चांगलेच गाजत असे. गद्रे यांनी अच्युतरावांना गुरुस्थानी मानले व *संदेश*मधूनच पत्रकारितेचे धडे गिरवले. होमरूलच्या प्रचारासाठी म्हणजेच स्वराज्याच्या मोहिमेसाठी टिळकांनी देशव्यापी दौरा केला. त्यात *संदेश*चा विशेष बातमीदार म्हणून गद्रे यांनी टिळकांची 'कोलकाता ते कोलंबो' अशी साथ करून त्यांच्या भाषणांची खास वार्तापत्रे *संदेश*मधून प्रसिद्ध केली. वार्तांकन करण्याची स्वतःची शैली त्यांनी विकसित केली, ती त्या काळात चांगलीच लोकप्रिय झाली. भाषणाची बातमी म्हणजे भाषण जसेच्या तसे छापणे, अशी मर्यादित कल्पना त्यांची कधीच नव्हती. भाषण करताना टिळक कसे दिसत, त्यांच्या चेहऱ्यावरचे भाव कसे बदलत जात, आवाजात कसा चढउतार होई आदी गोष्टींचे हुबेहूब वर्णन करून ते वाचकांना जणू सभेच्या ठिकाणी नेत असत.

गद्रे यांना अच्युतराव गुरुस्थानी होते व अच्युतरावांना टिळक गुरुस्थानी होते. पुढे टिळकभक्तांनी उभारलेल्या फंडावरून स्वतः टिळकांचे व अच्युतरावांचे बिनसले. अच्युतरावांनी लिहिलेले 'फंडगुंड पुराण' टिळकभक्तांना खूपच झोंबले, त्यामुळे अच्युतरावांना खूप त्रासही सोसावा लागला. काही विद्वानांच्या मते, हे पुराण खरे तर गद्रे यांनी लिहिले होते!

अच्युतराव स्वतः नाटककारही होते. त्यांच्या याही गुणाचा प्रभाव अनंतरावांवर पडल्याशिवाय राहिला नाही. टिळकांच्या स्वराज्य मोहिमेचा प्रचार करण्यासाठी त्यांनी 'स्वराज्यसुंदरी' नावाचे नाटक लिहिले. स्वराज्याची मागणी करण्यासाठी टिळक इंग्लंडला गेले होते. तेव्हा स्वराज्य ही कोणी सुंदरी असून तिच्या स्वयंवरासाठी टिळक इंग्लंडला जातात, अशी कल्पना करून गद्रे यांनी हे नाटक लिहिले. हिंदवीर हा नाटकाचा नायक. त्यांनी या नाटकाला रेव्हरंड ना. वा. टिळक यांची प्रस्तावना घेतली होती. सर्वात महत्त्वाची गोष्ट म्हणजे या नाटकात दादाभाई नौरोजी यांच्या भुताचे पात्र आणून गद्रे यांनी धमाल केली होती. दादाभाई हिंदवीर याला तलवार देतात, असा एक प्रसंग नाटकात आहे. मात्र, या तलवारीचे नाव 'सनदशीर तलवार' असे असून, तिची मूठ नीती आणि तिची धार सत्यपालन असल्याचे सांगत गद्रे यांनी येऊ घातलेल्या गांधीयुगाची झलकच दाखवली होती.

दरम्यान, गद्रे यांनी पुढे आणलेले शंकरराव तथा नाना चापेकर करार मोडून केशवराव भोसले यांच्या 'ललितकलादर्श'मध्ये दाखल झाले, तेव्हा चिडून गद्रे यांनी *बेमान चापेकर* ही पुस्तिका लिहून ती पुण्यात भरलेल्या नाट्यसंमेलनात वितरीत केली. चापेकर स्त्री-भूमिका अप्रतिम करत. बालगंधर्वांच्या बरोबरीने त्यांचे नाव घेतले जाई, त्यांची स्वरूपसुंदर अशी जाहिरात करून रसिकांचे लक्ष त्यांच्याकडे वेधण्याचे श्रेय गद्रे यांचेच.

आपले गुरू अच्युतराव यांच्या पावलांवर पाऊल टाकून स्वतःचे स्वतंत्र असे पत्र न काढतील तर गद्रे

त्यांचे शिष्य शोभलेच नसते. त्यांनी *मौज* आणि *निर्भीड* ही दोन पत्रे चालवली. विशेष म्हणजे राजकारणापेक्षा साहित्य, कला आणि संस्कृती यावर भर देण्यात या पत्रांचे वेगळेपण होते. विशेषत: *निर्भीड*च्या बाबतीत तर हिंदुत्ववादी गद्रे आणि काँग्रेस विचारसरणीचे नाना अभ्यंकर 'या पत्रात राजकीय मजकूर छापायचा नाही' या अटीवर एकत्र आले होते. शेवटी ही भागीदारी फुटली हा भाग वेगळा. आपल्या पत्रातून नाटक, चित्रपटांच्या जाहिराती, परीक्षणे प्रसिद्ध करताना त्यांनी 'अफाट', 'बेफाट', 'दणदणीत', 'घणघणीत', 'तडाखेबंद', 'हाऊसफुल्ल' हे शब्द दाखल करून पत्रकारिता समृद्ध केली.

गद्रे कमालीचे उपक्रमशील होते, तसेच ते संवेदनशीलही होते. अस्पृश्यतेच्या चुकीच्या व दुष्ट रूढीमुळे हिंदू धर्माचे अतोनात नुकसान झाले आहे. ही रूढी माणुसकीच्या विरुद्ध असून, ती दूर करायला हवी, असे त्यांचे पहिल्यापासूनच मत होते. गांधीजी, सावरकर आणि गाडगेमहाराज यांच्यामुळे त्यांना या बाबतीत प्रत्यक्ष कृती करण्याची प्रेरणा मिळाली आणि त्यांनी त्यासाठी जे केले, त्यामुळेच त्यांना 'समतानंद' ही पदवी क्षात्र जगद्गुरूंनी बहाल केली.

अस्पृश्यतेची रूढी स्पृश्य सवर्णांनीच पाडली. त्यामुळे प्रायश्चित्त घेऊन ती दूर करायची जबाबदारीही त्यांचीच आहे असे समजून गद्रे यांनी स्वत:ला या कामासाठी जणू वाहूनच घेतले. झुणका-भाकर सहभोजन आणि स्पृश्यास्पृश्य सत्यनारायण ही दोन तंत्रे त्यांनी त्यासाठी वापरली. हे दोन्ही उपक्रम एकत्रच आले. १९४१मध्ये सुरू झालेल्या या उपक्रमात पंडित पानसेशास्त्री यांनी पोथी सांगितली. विशेष म्हणजे प्रसिद्ध समाजसुधारक र. धों. कर्वे त्या वेळी उपस्थित होते. या कामात त्यांना आचार्य अत्रे, स्वातंत्र्यवीर सावरकर, सेनापती बापट, शंकराचार्य डॉ. कुर्तकोटी अशा मान्यवरांचा पाठिंबा व सहकार्य होते. सामाजिक क्षेत्रांत सहासन, सहभोजन, सहपूजन, सहवसन आणि सहबंधन (आंतरजातीय विवाह) या पंचशीलांचा पुरस्कार समतानंदांनी केला. ते जिथे नोकरी करत, त्या मोदी बंधूंच्या चित्रपट कंपनीच्या मालकांनी त्यांना आर्थिक साहाय्य केले हे खरे; पण तेवढे पुरेसे नसे. तेव्हा गद्रे यांना पदरमोड करावी लागे. पदरात काही नसल्यामुळे त्यांना त्यासाठी कर्ज काढावे लागे!

एरवी सत्यनारायणाच्या पूजेसाठी सिद्ध करण्यात येणाऱ्या तूपसाखरेच्या शिऱ्याचा प्रसाद (सव्वाच्या प्रमाणात) गोरगरिबांना परवडणार नाही याची कल्पना असलेल्या गद्रे यांनी झुणका-भाकरीचा प्रसाद हरिजनांच्या हातून वाटायची प्रथा पाडली. सत्यनारायणाच्या पूजेसाठी यजमान म्हणून जोडपे बसवले जाते. गद्र्यांच्या सत्यनारायणात अस्पृश्य समाजातल्या पती-पत्नींना यजमानपदी प्रतिष्ठित केले जाई. सर्वात महत्त्वाची गोष्ट म्हणजे या जोडप्याला लक्ष्मीनारायण मानून त्यांच्या पायांचे तीर्थ *'समाजमृत्युहरणे जातिद्वेषनिवारणं। हरिजनपादोदकतीर्थम् जठरे धारयाम्यहम्'* असा संकल्प करून गद्रे स्वत: प्राशन करत.

'ब्राह्मणादिकांची सामाजिक, धार्मिक व सांस्कृतिक अशी सर्वांगीण प्रतिष्ठा भंग्याला प्राप्त करून देणे' अशी अस्पृश्यतानिवारणाची व्याख्या समतानंद करत. 'ही समस्या माझ्यासारख्या अनेक सद्भावनाशील समाजसेवकांचा बळी घेईल,' असा 'जाहीर अंदाज'ही त्यांनी व्यक्त केला होता. ब्राह्मण सर्वात श्रेष्ठ, पवित्र व शुद्ध मानून त्याच्या पायाचे तीर्थ घेण्याचा धार्मिक विधी तेव्हा प्रचलित होता. त्याविरुद्ध आवाज उठवण्याचे काम बुद्धिवादी दृष्टीच्या ब्राह्मणेतर चळवळीने केले होते. पण या रूढीचा व्यत्यास करून ब्राह्मणाने अस्पृश्याचे पादोदकतीर्थ प्राशन केले तरच ती खरी समता ठरेल, असे सांगून ते प्रत्यक्ष कृतीत उतरवणारे एकच व्यक्तिमत्त्व म्हणजे 'समतानंद अनंत हरी गद्रे.' ■

३७

वासुकाका : टिळकांचे निकटचे सहकारी

भारतीय स्वातंत्र्यलढ्याच्या इतिहासात अखिल भारतीय पातळीवर देशाचे पहिले नेते म्हणून लोकमान्य टिळकांचे नाव घ्यावे लागते. टिळकांपूर्वी होऊन गेलेल्या नेत्यांची कामगिरी कमी महत्त्वाची होती असा याचा अर्थ नाही; परंतु देशाच्या सर्व प्रदेशांमधल्या सर्वसामान्य लोकांपर्यंत ज्याचे नाव पोहोचले आणि सर्वच भागांत ज्यांना अनुयायी लाभले, असे पहिले नेते म्हणजे टिळक, याबाबत दुमत व्हायचे कारण नाही.

टिळकांमुळे महाराष्ट्राचे नावही सर्वतोमुखी झाले. शिवाजीमहाराजांपासूनच्या महाराष्ट्राचा इतिहास विचारात घेता महाराष्ट्रातले मराठेच देशाचे नेतृत्व करू शकतात, असा समज देशभर प्रचलित झाला. नेतृत्वाच्या बाबतीत टिळकांबरोबर ज्यांची स्पर्धा होती ते गोपाळ कृष्ण गोखलेसुद्धा महाराष्ट्राचेच, त्यामुळे मराठी नेतृत्वाचा खुंटा जणू हलवून बळकट झाला. पहिल्या महायुद्धाच्या वेळी ब्रिटिशांचे राज्य संकटात असून, ही संधी आपण साधली पाहिजे, हे टिळकांनी बरोबर ओळखले; आणि ब्रिटिशांना मदत करण्याची भाषा करत स्वराज्याची म्हणजेच होमरुलच्या चळवळीची सोंगटी बेमालूमपणाने पुढे सरकवली. स्वराज्याच्या कार्यात मुसलमानांना सहभागी करून घेण्यासाठी १९१६मध्ये मुस्लीम लीगशी 'लखनौ करार' करून स्वातंत्र्यलढा अधिक व्यापक केला.

१९२०मध्ये टिळकांचे निधन झाल्यामुळे देशाच्या राजकारणात नेतृत्वाची मोठी पोकळी निर्माण झाली, ती महात्मा गांधी यांनी भरून काढली. योगायोगाची गोष्ट म्हणजे ज्या दिवशी टिळकांचे निधन झाले त्याच दिवशी गांधीजींनी नव्या आंदोलनाला म्हणजे 'असहकार चळवळी'ला सुरुवात केल्याने ही पोकळी कुणाला जाणवलीसुद्धा नाही. टिळक गेल्यावर पुढे कोण आणि काय? या प्रश्नाचे उत्तर गांधीजींनी त्याच दिवशी व विशेष म्हणजे कृतीनेच देऊन टाकले.

हे सर्व खरे असले तरी महाराष्ट्रातील टिळकांच्या अनुयायांना मात्र हा बदल पचवणे जड जाऊ लागले. स्वातंत्र्यलढ्याचे नेतृत्व महाराष्ट्राचा जन्मसिद्ध हक्क आहे, असेच जणू त्यांनी गृहीत धरले असावे. गांधीजी या हक्काच्या आड येत होते. दुसरे असे की, निदान वरकरणी तरी टिळक आणि गांधी यांच्या व्यक्तिमत्त्वात, विचारांत आणि कार्यशैलीत फरक किंबहुना विरोधच दिसून येत होता.

साहजिकच, गांधीजींचे नेतृत्व मान्य करून त्यांच्या मागे कसे जायचे, असा पेच टिळकांच्या अनुयायांना

पडला. त्यावरून त्यांच्या-त्यांच्यात तीव्र मतभेद झाले आणि मतभेदांचे पर्यवसान फुटीत झाले. टिळकांचे काही अनुयायी गांधीजींना कडवा विरोध करत राहिले. काहींनी कुंपणावर राहून प्रसंगानुसार भूमिका घेत राजकारण केले. काहींनी मात्र मनापासून गांधीजींच्या नेतृत्वाचा स्वीकार केला. लोकांनी, त्यांच्या पूर्वीच्या गुरुबंधूंची व सहकाऱ्यांची यथेच्छ निंदानालस्ती व टिंगलटवाळी केली. त्यांच्यावर गुरुद्रोहाचा आरोप केला. पण, त्याला ही मंडळी बधली नाहीत. महाराष्ट्रात गांधीजींचे नेतृत्व प्रस्थापित करण्यात त्यांचा मोठा वाटा आहे. या सर्व प्रक्रियेचे सविस्तर व तपशीलवार विवेचन मी माझ्या *लोकमान्य ते महात्मा* या ग्रंथात केलेले आहे.

टिळकांच्या पुण्यापुरता जर विचार केला तर असे दिसते की, टिळकांच्या पश्चात *केसरी* व *मराठा* या पत्रांचे संपादकत्व ज्यांच्याकडे आले, आणि त्यामुळे ज्यांना टिळकांचे अधिकृत वारसदार मानले जाऊ लागले, त्या नरसिंह चिंतामण केळकर यांनी गांधीविरोधकांचे नेतृत्व केले. केळकरांचे *केसरी-मराठा*तील समवयस्क सहकारी कृष्णाजी प्रभाकर खाडिलकर यांनी गांधींचे बोट धरले. पण केळकर किंवा खाडिलकर हे टिळकांच्याच प्रभावळीत त्या मानाने उशिरा दाखल झालेले होते. टिळकांचे जुने जाणते व समवयस्क म्हणता येतील अशा सहकाऱ्यांकडे व अनुयायांकडे लोकांचे लक्ष होते. ते काय करतील याची त्यांना उत्सुकता होती. शिवरामपंत परांजपे आणि वासुकाका जोशी ही त्यांच्यातली मुख्य नावे.

परांजपे आणि जोशी यांच्या वयाचा, ज्येष्ठतेचा, त्यांना मिळालेल्या टिळकांच्या सहवासाचा विचार करता ते टिळकपक्षाचा स्वतंत्र झेंडा फडकावतील, असेच तेव्हाच्या लोकांना वाटत असणार. पण झाले भलतेच. टिळकांचे तरुण अनुयायी गांधीजींना विरोध करतात व बुजुर्ग सहकारी गांधीजींच्या बरोबर जातात, असे विपरीत चित्र पाहायला मिळाले.

शिवरामपंत परांजपे हे जरी टिळकांच्या प्रभावळीतले नेते म्हणून ओळखले जात असले तरी त्यांना त्यांचे स्वतःचे असे वेगळे व्यक्तित्व होते. खरे तर त्यांना टिळकांचे अनुयायी म्हणण्यापेक्षा सहकारी संबोधणे अधिक उचित होईल. त्यांची स्वतःची, टिळकांपेक्षाही जहाल अशी भूमिका होती. ते चांगले विद्वान, उच्चशिक्षित होते. त्यांनी अभिव्यक्तीची एक वेगळी शैली विकसित केली होती. वक्रोक्ती व व्यजोक्ती ही भाषेची हत्यारे त्यांनी मराठी पत्रकारितेत दाखल केली. मुख्य म्हणजे ते पट्टीचे वक्तेही होते. ब्रिटिश साम्राज्याबद्दलचे त्यांचे जहाल विचार वाचून वा ऐकून तरुणांची मने भडकून उठत व ते भडक कृती करण्यासाठी प्रवृत्त होत.

स्वातंत्र्यवीर विनायक दामोदर सावरकर यांचे ते प्रेरणास्थान होते, एवढे सांगितले तरी परांजपे यांचे महत्त्व समजू शकेल. 'जहाल' हा शब्दप्रयोग टिळकांच्या बाबतीत करण्यात येतो. त्या पार्श्वभूमीवर शिवरामपंतांचे वर्णन करायचे झाल्यास त्यांच्यासाठी 'अतिजहाल' हा शब्द वापरावा लागेल. त्यांनी चालवलेले *काळ* हे पत्र *केसरी*शी स्पर्धा करत असे.

मुद्दा असा आहे की, टिळकांना पर्याय वाटावा इतकी क्षमता शि. म. परांजपे यांच्या ठायी होती. वासुकाकांच्या बाबतीत असे काही म्हणण्याची सोय नाही. वासुदेवरावांचे चरित्रकार त्र्यं. र. देवगिरीकर यांनी वासुकाका काय नव्हते, याची यादीच केली आहे. वासुकाका उच्चशिक्षित नव्हते, थोर विद्वान नव्हते, पट्टीचे वक्ते नव्हते, सिद्धहस्त लेखक नव्हते, इत्यादी. ते कोण होते? ते एक कार्यकर्ते होते. आता असे किती तरी कार्यकर्ते आपण आपल्या आवतीभोवती पाहत असतो. त्यांच्याबद्दल आपल्याला आदरही असतो. पण चरित्रे लिहिली जातात ती नेत्यांची, कार्यकर्त्यांची नव्हे. देवगिरीकरांनीच स्पष्ट केल्याप्रमाणे वासुकाका हे

> वासुकाका जोशी हे टिळकांच्या आतल्या गोटातले निकटचे सहकारी होते. टिळकांच्या खलबतखान्यात वासुकाका विशेषत्वाने असत. टिळकांपेक्षा ते वयाने दोन–सव्वादोन वर्षांनी मोठे होते. वासुकाकांच्या जीवनाला कलाटणी मिळाली ती विष्णुशास्त्री चिपळूणकर यांच्या सहवासामुळे. चिपळूणकर यांची बदली रत्नागिरीला झाली, तेव्हा निबंधमालेचा व्यवसाय पाहण्यासाठी त्यांना एका होतकरू तरुणाची आवश्यकता होती. त्र्यंबकराव जोशी यांच्या शिफारशीवरून चिपळूणकरांनी काकांना निबंधमालेचे व्यवस्थापक म्हणून नेमले. काकांनी निबंधमालेला आर्थिक शिस्त लावून आपले व्यवहारज्ञान आणि व्यवस्थापन कौशल्य सिद्ध केले.

थोर कार्यकर्ते होते. कार्यकर्त्यांचे मेरुमणी होते. म्हणून ते चरित्रनायक होऊ शकतात.

केळकर हे 'केसरी - मराठा'मुळे टिळकांचे वारसदार ठरले, ही गोष्ट खरी असली व टिळकांच्या हयातीतही त्यांना टिळकांचा उजवा हात मानले जात असले, तरी टिळकांच्या अंतर्वर्तुळात त्यांना स्थान नव्हते आणि ही बाब खुद्द केळकरांना नुसती ठाऊकच होती असे नसून, त्यांनी तिचा स्वीकारही केला होता. वासुकाका हे टिळकांच्या आतल्या गोटातले निकटचे सहकारी होते. 'केसरी-मराठा'मधील लिखाण आणि सार्वजनिक भाषणे या टिळकांच्या जाहीर व उघड कृत्यांशी केळकरांचा संबंध असायचा; परंतु यापलीकडे जाऊन टिळकांच्या काही भूमिगत सल्लामसलती कटकारस्थाने चालू असायची. त्यांचे सशस्त्र क्रांतिकारकांशी निकटचे संबंध होते. ते त्यांना सर्व प्रकारची मदतही करत. हा प्रकार केळकरांच्या प्रकृती-स्वभावाला मानवण्यासारख्या नव्हता. त्यांना त्यात स्वारस्यही नव्हते. त्यामुळे टिळकही त्यांना त्यात सहभागी करून घेत नसत. केळकर केसरीच्या कचेरीत असताना टिळकांच्या खलबतखान्यात मात्र वासुकाका विशेषत्वाने असत. इतकेच काय; परंतु केळकरांचे सहकारी व प्रतिस्पर्धी खाडिलकर अशा गुप्त कारवायांमध्ये सामील असत. त्यामुळे अर्थातच वासुकाका आणि खाडिलकर यांचे चांगले जमत असे.

वासुकाका ओळखले जात ते त्यांच्या 'चित्रशाळा' नावाच्या प्रकाशनगृहामुळे या प्रकाशनगृहाची मोठी इमारत पुण्यात एका बाजूला लक्ष्मी रस्ता आणि दुसऱ्या बाजूला कुमठेकर रस्ता अशा विस्तीर्ण क्षेत्रात पसरली होती. सातारा जिल्ह्यातील वाई या इतिहासप्रसिद्ध गावापासून पाच-सहा मैलांवरील धोम या कृष्णा तीरावरील गावात वासुकाकांचा जन्म १८५४मध्ये एप्रिल महिन्यात झाला. याचा अर्थ असा होतो, की ते लोकमान्य टिळकांपेक्षा वयाने दोन-सव्वादोन वर्षांनी मोठे होते. १८६८मध्ये ते पुण्यात दिलेल्या आपल्या बहिणीच्या घरी शिक्षणासाठी दाखल झाले. मॅट्रिकच्या परीक्षेला बसण्याऐवजी ते शेतकी शाळेत गेले. पण ते शिक्षणही त्यांनी पूर्ण केले नाही.

वासुकाकांच्या जीवनाला कलाटणी मिळाली ती विष्णुशास्त्री चिपळूणकर यांच्या सहवासामुळे, वस्तुतः चिपळूणकर हे सरकारी हायस्कुलात नोकरी करत. त्यांची बदली रत्नागिरीला झाली, तेव्हा निबंधमालेचा व्यवसाय पाहण्यासाठी त्यांना एका होतकरू तरुणाची आवश्यकता होती. त्र्यंबकराव जोशी यांच्या शिफारशीवरून चिपळूणकरांनी काकांना निबंधमालेचे व्यवस्थापक म्हणून नेमले. काकांनी मालेला आर्थिक शिस्त लावून आपले व्यवहारज्ञान आणि व्यवस्थापन कौशल्य सिद्ध केले.

दरम्यान, चिपळूणकरांनी नोकरीचा राजीनामा दिला. टिळक, आगरकर, नामजोशी आदी तरुणांच्या

मदतीने त्यांनी आधी 'न्यू इंग्लिश स्कूल' ही शाळा स्थापन करून नंतर *केसरी* व *मराठा* ही पत्रेही सुरू केली. करवीर छत्रपती चौथे शिवाजीमहाराज छळ प्रकरणात *केसरी* व *मराठा* या पत्रांमधून केलेल्या कडक लिखाणाबद्दल आगरकर आणि टिळक यांच्यावर बदनामीचा खटला दाखल झाला तेव्हा त्यांना जामीन देण्यासाठी जोतीराव फुल्यांचे निकट स्नेही रामशेठ उरवणे यांनी दहा हजार रुपयांची तजवीज केली; परंतु प्रत्यक्ष खटला चालवण्यासाठी चार हजार रुपयांची गरज होती. शास्त्रीबुवांकडे एवढे पैसे नव्हते. वासुकाकांना हे कळले तेव्हा त्यांनी आपल्या जवळील सोन्याचे दागिने तारण ठेवून ती रक्कम उभी करून चिपळूणकरांच्या स्वाधीन केली. कुठल्याही प्रकारचा गाजावाजा न करता इतरांना मदत करण्याच्या त्यांच्या प्रवृत्तीची ती पहिली अभिव्यक्ती होती. त्यानंतर आयुष्यभर ते हेच करत राहिले असे म्हटले तरी चालेल.

दरम्यान, शास्त्रीबुवांनी बाळकृष्ण जोशी आणि शंकर तुकाराम शाळिग्राम यांच्या भागीदारीत चित्रशाळा आणि किताबखाना या व्यावसायिक संस्था काढल्या होत्या. यापैकी किताबखाना दामले नावाच्या गृहस्थांकडे गेला व चित्रशाळेचे व्यवस्थापन काकांकडे आले. विष्णुशास्त्री यांच्या अकाली मृत्यूनंतर निबंधमाला बंद पडली. मात्र *केसरी, मराठा* ही पत्रे, त्याचप्रमाणे चित्रशाळा या संस्था चालू राहिल्या व भरभराटीस आल्या. चित्रशाळेच्या भरभराटीचे कारण वासुकाका हेच होते. अर्थात, ही गोष्ट तेवढी सोपी नव्हती हेही तितकेच खरे आहे. शाळिग्राम, दामले तसेच शास्त्रीकाकांचे बंधू यांची भागीदारी संपुष्टात येऊन चित्रशाळा पूर्णपणे काकांच्या हाती येईपर्यंत मध्ये काही काळ गेलाच. तेव्हाही चित्रशाळेवर कर्जाचा बोजा होताच. काकांनी आपल्या हिमतीवर व हिकमतीने कर्ज निवारण करून चित्रशाळेला ऊर्जितावस्था आणली.

वासुकाकांना पहिल्यापासूनच यंत्रे आणि यंत्रांवर आधारित उद्योग यांच्यात रस होता. या क्षेत्रात कुठे काय चालले आहे याची अद्ययावत खबरबात त्यांच्याकडे असे. पण त्यांना बाह्य देखाव्यात किंवा भपकेबाजीत स्वारस्य नसून त्यांचा दृष्टिकोण पूर्णपणे व्यावहारिक किंवा उपयुक्ततावादी म्हणता येईल असा होता. चित्रशाळेत छापखाना, (विशेषतः मोडी लिपीचा टंक) चित्रांचे ब्लॉक करून छापणे, त्याचप्रमाणे फोटोंची छपाई हे यंत्राधारित उद्योग चालत. त्यात चित्रशाळेचा मोठाच नावलौकिक झाला.

चिपळूणकरांच्या मृत्यूनंतर काका टिळकांकडे आकर्षित होऊन टिळकांच्या राजकारणाकडे आपोआप खेचले गेले. टिळकांच्या दृश्य राजकारणामागे काकांचे पडद्यामागील अदृश्य राजकारण असे. त्यांचा टिळकांच्या नेतृत्वावर दृढ विश्वास होता. विशेष म्हणजे ते दोघे समवयस्क असल्याने प्रसंगी टिळकांची कुठे चूक होत असेल तर ती सांगण्याचा अधिकारी परखडपणा त्यांच्यात होता. ते टिळकांच्या राजकीय इच्छा-आकांक्षांशी तद्रूप झाले होते, असे म्हणण्यास हरकत नाही. देवगिरीकर यांच्या शब्दांत सांगायचे म्हणजे – 'काकांचे व टिळकांचे राजकीय जीवनप्रवाह हे टिळकांच्या मृत्यूपर्यंत एकत्र वाहत होते. निदान टिळकांना सहा वर्षांची शिक्षा होईपर्यंत काकांनी कुठलाही गोष्ट टिळकांशिवाय केली नाही. काँग्रेसच्या निमित्ताने ब्रह्मदेशाची सफर करणे असो, किंवा बाहेरच्या प्रांती जेवणाची सोय होत नाही, तेव्हा एकत्र स्वयंपाक करणे असो, दोघांचे सर्व व्यवहार एकरूप होते. टिळकांच्या भव्य चरित्राखाली वासुकाकांचे चरित्र झाकून गेले आहे. इतिहासकार किंवा चरित्रकार या 'पुणेरी गृहस्थांची' नोंदही करणार नाहीत. ते स्वाभाविकही असते. पायातले दगड हे नेहमी अदृश्यच असतात. गाजावाजा जो होतो, मानमरातब जे मिळतात आणि सरकारी पाहुणचारही घ्यावा लागतो, तो पुढाऱ्यालाच. पण वासुकाकांनी त्याबद्दल कधी हेवा तर राहोच, पण तक्रारही केली नाही. ते मनातल्या मनात मोठे संतुष्ट असत.'

वेगळ्या पद्धतीने सांगायचे झाल्यास वासुकाकांचे चरित्र टिळकांच्या चरित्रात समाविष्ट आहे. टिळकांच्या घडत्या काळात पुण्यात न्या. महादेव गोविंद रानडे यांचे वर्चस्व होते. ते संपुष्टात आल्याशिवाय देशपातळीवरची नेतृत्वाची गोष्टच काढता आली नसती. शिवाय, हा मुद्दा केवळ वैयक्तिक महत्त्वाकांक्षेचा नव्हता. टिळक व रानडे यांच्या भूमिकांमध्येच मूलभूत भेद होते. टिळकांना ज्या प्रकारचे राजकारण करावयाचे होते, ते रानड्यांचे वर्चस्व मोडून काढल्याशिवाय शक्य झाले नसते. शिवाय रानड्यांना आता ऐन उमेदीत असलेल्या तरुण गोपाळराव गोखल्यांची जोड मिळाली होती. पुण्यातील प्रतिष्ठित संस्था सार्वजनिक सभा रानडे, गोखले यांच्या ताब्यात होती. ती त्यांच्याकडून काढून घेऊन तिच्यात आपल्या विचारांच्या लोकांचे मताधिक्य करण्यात टिळकांना यश मिळाले, याचे बरेच श्रेय वासुकाकांना द्यावे लागते.

पंडिता रमाबाई हे त्या काळात गाजलेले आणखी एक व्यक्तित्व. बाईंनी ख्रिस्ती धर्माचा स्वीकार केला होता. त्यांनी पुण्यात 'शारदा सदन' ही मुलींना शिक्षण देणारी संस्था काढली. रानडेप्रभृति सुधारक मंडळी बाईंची पाठराखण करत. बाई स्वतः ख्रिस्ती असल्या, तरी आश्रमातील हिंदू मुलींवर त्या धर्मांतराची सक्ती वगैरे करत नाहीत, असा समज होता. ही गोष्ट टिळकांना व त्यांच्या सहकाऱ्यांना पटत नव्हती. पण, रानडे यांच्यासारखे खंदे पुढारी बाईंच्या पाठीशी असल्यामुळे त्यांच्या संशयाला फारसे महत्त्व मिळत नव्हते.

अशा परिस्थितीत वासुकाकांनी खुद्द बाईंच्या हातच्या पत्राची फोटो कॉपी काढून ती प्रकाशित करवली. त्यावरून बाईंच्या धर्मनिरपेक्षपणाच्या दाव्यातील फोलपणा उघडकीस आला व रानडेप्रभृतींना सदनाच्या कारभारी मंडळाचा राजीनामा देऊन बाहेर पडणे भाग पडले. यथावकाश पंडिता रमाबाईंनीही आपला मुक्काम हलवून केडगावला प्रस्थान ठेवले.

प्रचलित टिळकचरित्रात वासुकाका एवढ्या प्रकर्षाने आढळत नाहीत याचे कारण कुणीही विचारतील. ते सांगणे फारसे अवघड नाही. एक तर पुढे येऊन मिरवत श्रेयाचा दावा करणे स्वतः काकांच्या स्वभावाशी विसंगत होते; आणि दुसरे म्हणजे टिळकांच्या पश्चात काका गांधींकडे गेल्यामुळे त्यांच्यावर रुष्ट झालेले टिळकभक्त त्यांना न्याय देणे शक्य नव्हते.

■

३८

टिळकांचे परराष्ट्रमंत्री

लोकमान्य टिळकांनी देशाच्या स्वातंत्र्यप्राप्तीसाठी भारतातच नव्हे, तर आंतरराष्ट्रीय पातळीवरही राजकारणाचा घाट घातला होता. एवढे व्यापक राजकारण करायचे असेल तर त्यासाठी अत्यंत विश्वासू सहकाऱ्यांची गरज असते. वासुकाका हे असे टिळकांचे विश्वासू सहकारी होते. जी कामे टिळकांना त्यांच्या विशिष्ट प्रतिमेमुळे किंवा अन्य काही व्यावहारिक कारणांमुळे करणे अडचणीचे ठरले असते, अशी कामे ते वासुकाकांकडे सोपवून निर्धास्त राहत असत. वासुकाकांनीही टिळकांच्या या विश्वासाला व भरवशाला कधी तडा जाऊ दिला नाही.

स्वतः वासुकाकांचा कल संस्थानिकांच्या वगैरे साहाय्याने सशस्त्र बंड घडवून आणून स्वातंत्र्य मिळवण्याकडे होता. टिळकांनाही हा मार्ग वर्ज्य नव्हता. म्हणून वासुकाका त्यांच्याकडे ओढले गेले. टिळक जिवंत असेपर्यंत वासुकाकांनी हा मार्ग आजमावून पाहिला. मात्र, टिळक गेल्यानंतर त्यांची जागा घेऊ शकेल, असा नेता टिळकांच्या प्रभावळीत त्यांना सापडेना. स्वतः काकांकडे नेतृत्वाची क्षमता नव्हती. दुसरे असे की, टिळकांच्या हयातीत अफगाणिस्तानच्या अमिराबरोबर केलेले कारस्थान हे त्यांचे शेवटचे कारस्थान. गुप्तपणाने केलेल्या अशा अनेक योजना असफल ठरण्याचा अनुभव त्यांनी स्वतः घेतला होता.

अशा परिस्थितीत महात्मा गांधीजींचा उदय झाला आणि त्यांनी स्वातंत्र्यप्राप्तीचा पर्यायी व प्रभावी असा नवा मार्ग दाखवला. गांधीजींचा हा अहिंसेचा नवा मार्ग वरकरणी टिळकांच्या मार्गाशी विसंगत असल्याचा दावा टिळकांच्या इतर अनेक अनुयायांनी म्हणजे वासुकाकांच्या गुरुबंधूंनी केला. मात्र, वासुकाकांना अशा सैद्धान्तिक चर्चेत रस नव्हता. गांधीजींचा मार्ग टिळकांच्या विचारांशी विसंगत असला तर असू देत. आपल्याला स्वातंत्र्याशी कर्तव्य आहे, आणि ते टिळकमार्गापेक्षा वेगळ्या मार्गाने मिळणार असेल तर त्याचा अवलंब करायला काय हरकत आहे, अशी वासुकाकांची व्यावहारिक भूमिका होती. ते 'प्रॅक्टिकल' होते आणि मुळात स्वतः टिळकांनाच 'साधनानाम् अनेकता', हे सूत्र मान्य असल्यामुळे गांधीजींनी पुढे आणलेले नवे साधन जर प्रभावी ठरणार असेल, तर टिळकांच्या तत्त्वज्ञानानुसारच त्याचा स्वीकार करता येतो, एवढे समजण्याइतकी सैद्धान्तिक परिपक्वता वासुकाकांच्या अंगी नक्कीच होती. शिवाय, या बाबतीत त्यांना कृ. प्र. खाडिलकर, शि. म. परांजपे, गंगाधरराव देशपांडे, वीर वामनराव जोशी अशा सहकाऱ्यांचे पाठबळही मिळत होते.

दरम्यानच्या काळात म्हणजे टिळकांच्या आयुष्याच्या पूर्वार्धात वासुकाका सावलीसारखे टिळकांच्या बरोबर असत, असे म्हणण्यात काहीही अतिशयोक्ती नाही. सार्वजनिक सभा ताब्यात घेण्याचा प्रसंग असो किंवा पुण्यात भरलेल्या काँग्रेसच्या अधिवेशनाचा ताबा घेण्याचा मुद्दा असो, प्लेगच्या साथीच्या वेळी रँडसाहेबांच्या सैनिकांना विरोध करत स्वतंत्र हॉस्पिटल चालवण्याचा उपक्रम असो, रँडचा व फितूर द्रविडांचा वध करणाऱ्या चापेकर बंधूंना भूमिगत ठेवण्याची हिकमत असो, वासुकाका अग्रभागीच असत. सदाशिव पेठेत आज जिथे टिळक महाराष्ट्र विद्यापीठ आहे, तो पूर्वी भुतांचा वाडा म्हणून ओळखला जायचा. तिथे काकांच्या चित्रशाळेचे कागद वगैरे ठेवले जायचे. ते क्रांतिकारकांच्या भेटण्याचे स्थान होते, असे देवगिरीकरांच्या राजकीय आठवणींतून लक्षात येते, असाही एक प्रवाह आहे की, तो भुतांचा वाडा असल्याचा समज स्वत: काकांनीच पसरवला होता. तिथे कुणी फिरकू नये व त्यातल्या देशभक्तांचे काम बिनबोभाट चालावे म्हणून.

काकांना प्रवासाची आवड होती. त्यांचे प्रवासाचे व्यवस्थापन वाखाणण्यासारखे होते. त्यांच्या या गुणाची टिळकांना चांगलीच कल्पना होती. त्यामुळे टिळक प्रवासात त्यांचीच संगत पसंत करत. ब्रह्मदेश, सिलोन इतकेच नव्हे, तर इंग्लंडच्या प्रवासातसुद्धा काका आणि टिळक बरोबर होते. टिळकांच्या कामास तिथल्या मजूर पक्षाची मदत मिळवून देण्यात व आयरिश क्रांतिकारकांशी संपर्क करण्यात काकांची मोठी मदत झाली. काका व मजूर नेते सकलातवाला यांनी तर आयर्लंडमधून भारतीय उमेदवाराला ब्रिटिश संसदेत निवडून आणण्याची योजनाही केली होती. ब्रह्मदेशाचा दौरा तर त्यांनी विष्णुपंत छत्रे यांच्या सर्कशीच्या माध्यमातून केला. चीन, जपान आणि अमेरिका या देशांचा दौरा काकांनी टिळकांविरहित केला. त्या काळात काकांएवढे परदेशगमन करणारी व्यक्ती महाराष्ट्रातच काय, परंतु भारतातसुद्धा सापडली असती की नाही, याची शंकाच आहे.

या दौऱ्यात छत्रे यांच्या सर्कशीचे मॅनेजर हा त्यांचा देखावा होता. खरा उद्देश त्या देशांमधल्या उद्योगधंद्यांना अनुसरून तसे काही आपल्याकडे करता येईल का, हे आजमावणे व स्वातंत्र्यलढ्यास मदत मिळते का, याची चाचपणी करणे हा होता. तळेगावच्या पैसाफंड काच कारखान्याकरिता जपानी तंत्रज्ञान मिळवून देण्यासाठी काकांचा उपयोग झाला.

काकांनी कृष्णाजीपंत खाडिलकरांच्या सहकार्याने केलेल्या नेपाळमधल्या कारस्थानाला, म्हटले तर टिळक चरित्रातले उपाख्यान म्हणता येईल; पण त्याचे सूत्रधार काकाच होते. नेपाळ हे भारताचे शेजारी राष्ट्र असून, तिथे हिंदूधर्मीय राजाची सत्ता होती. या राजाची मदत स्वातंत्र्यसंग्रामासाठी घ्यावी, असे तत्कालीन हिकमती मंडळींना वाटणे अगदीच स्वाभाविक होते. स्वातंत्र्यवीर सावरकरांच्या साहित्यात तर या कल्पनेचा वारंवार उच्चार आढळतो; पण या बाबतीत प्रत्यक्ष कृती करायची संधी सावरकरांना मिळाली असल्याचे दिसत नाही. काकांनी मात्र थेट नेपाळ-नरेशांशी संपर्क करून नेपाळमध्ये शस्त्रनिर्मितीचा कारखाना काढण्याची योजना तयार केली होती. त्यानुसार खाडिलकर नेपाळला गेलेसुद्धा. अर्थात, त्यांनी निमित्त केले होते, ते तिथे मंगरुळी कौलांचा कारखाना काढण्याचे! हा बेत यशस्वी झाला नाही, हा भाग अलाहिदा; पण त्यातून काकांची कल्पनाशक्ती व कार्यक्षमता यांचे दर्शन होते, हे मात्र निश्चित.

अफगाणिस्तान आणि इंग्लंड यांच्यात कित्येक दिवसांचे वैर होते. अफगाणिस्तानच्या अमिराने हिंदुस्थानावर स्वारी करून इथल्या लोकांच्या मदतीने इंग्रजांचे राज्य बुडवावे, हा पर्याय टिळकांना गुरुस्थानी

असलेले ब्रह्मर्षी अण्णासाहेब पटवर्धन व स्वत: टिळक यांनी आजमावून पाहिला होता. अमीर हिंदुस्थानच्या दौऱ्यावर आला असता, त्याला पुण्यात बोलावून मानपत्र द्यायची योजनाही त्यांनी तयार केली; पण धूर्त ब्रिटिशांनी त्याला पुण्यात उतरू न देता परस्पर मुंबईला रवाना केले. तरी तयार केलेले मानपत्र काकांनी खडकी स्टेशनला जाऊन त्याला सुपूर्त करण्याची व्यवस्था केलीच.

काकांचे आंतरराष्ट्रीय पातळीवर अखेरचे कारस्थान असे ज्याला म्हणता येईल, ते अफगाणिस्तानशीच निगडित होते. एकोणिसाव्या शतकाच्या सुरुवातीला महाराष्ट्रात महानुभाव पंथाची उत्पत्ती व स्वरूप हा वाद बराच गाजला. त्याचा एक परिणाम म्हणून महानुभाव पंथीयांनाही आपण हिंदू धर्माच्या मुख्य प्रवाहाशी जोडून घ्यावे, असे वाटू लागले. टिळक हे त्या काळात केवळ राष्ट्रीय नेतेच नव्हे, तर हिंदू धर्माचे पुढारी आणि विद्वान म्हणून गणले जात. महानुभाव पंडितांनी त्यांच्याशी संपर्क साधून त्यांच्यासमोर आपली बाजू मांडली. टिळकांनीही ती आस्थेने समजून घेऊन महानुभाव पंथास अनुकूल असे लिखाण केले. या प्रकारात काकांचाही महानुभाव पंडितांशी संबंध आला. स्वत: टिळकच वासुकाका आमचे परराष्ट्रमंत्री असल्याचे सांगत, ते का, हे यावरून लक्षात येईल.

'तेराव्या शतकातला ईश्वरी अवतार श्री चक्रधर यांनी महाराष्ट्र सोडून उत्तरापंथे गमन केले व ते म्लेंच्छांमध्ये राहिले,' अशी महानुभावांची समजूत होती. उत्तरकालीन महानुभाव, स्वामींचा शोध घेत-घेत थेट अफगाणिस्तानपर्यंत पोहोचले. त्यांनी तिथे आपले मठही स्थापन केले. काकांना ही गोष्ट समजल्यावर त्यांनी महानुभावांमार्फत अफगाणिस्तानच्या अमिराशी संधान बांधण्याचे ठरवले. त्यांनी अफगाणिस्तानात एका माणसाला पाठवले. तो पेशावरला पोहोचला. त्याने तिथली भाषाही शिकून घेतली. त्यानंतर त्याने महानुभावांच्या मठात कसे जायचे, पुढे काय करायचे, या सर्व योजना काकांनी आखून दिल्या होत्या; पण हा माणूस कच्चा निघाला. अफगाणिस्तानात पोहोचल्यावर राजकारण करण्याऐवजी त्याने तिथे शाळा काढून शैक्षणिक कार्य सुरू केले. काकांचा बेत फसला.

टिळकांच्या मृत्यूनंतर गांधीजींच्या आगमनामुळे भारतीय राजकारणाची समीकरणेच बदलून गेली. परांजपे आणि खाडिलकर यांच्याबरोबर काकाही गांधींना मिळाले. त्यांचे हे मतांतर प्रामाणिक असून, हिंसात्मक मार्गाचा पुरेसा अवलंब करून आलेल्या अनुभवांतून झाले असल्याची ग्वाही देवगिरीकरांनी दिली आहे. टिळकांच्या मृत्यूनंतर कोलकाता इथे भरलेल्या काँग्रेसच्या विशेष अधिवेशनात टिळकांच्या इतर महाराष्ट्रीय अनुयायांप्रमाणे काकांनीही गांधीजींच्या असहकारितेच्या ठरावाला विरोधच केला होता; परंतु, १९२१मध्ये झालेल्या नागपूर अधिवेशनात काकांनी गांधीजींच्या नेतृत्वाचा पूर्णत: स्वीकार केला होता. काका आणि बेळगावचे टिळकानुयायी गंगाधरराव देशपांडे नागपूरमध्ये गांधीजींना भेटले आणि त्यांनी गांधींना पूर्ण पाठिंबा देऊ केला. त्यानंतरचे काकांचे आयुष्य गांधीवादी म्हणूनच व्यतीत झाले. गांधीजींच्या असहकारितेचा भाग असलेल्या शाळा-महाविद्यालये, न्यायालये आणि विधिमंडळे यांच्यावरच्या बहिष्काराच्या कार्यक्रमात काका अग्रेसर होते. गांधीजींनी टिळकांच्या नावाने काढलेल्या 'स्वराज्य फंडा'चे उद्दिष्ट पूर्ण करण्यासाठीही काकांनी सर्वतोपरी प्रयत्न केले.

केळकर आणि खाडिलकर यांच्यातल्या मतभेदांचे पर्यवसान खाडिलकरांनी *केसरी* सोडण्यात झाले. तथापि, गांधीजींच्या विचारांचे समर्थन व प्रचार करण्यासाठी खाडिलकरांनी मुंबईतून *नवा काळ* पत्र काढायचे ठरवले. त्यासाठी काकांनी खाडिलकरांना सर्वतोपरी मदत केली. छापखान्यासाठीची यंत्रसामग्री

टिळकांच्या निधनानंतर वासुकाकांनी गांधीजींच्या मार्गाने जाणे पसंत केले. मात्र, टिळक हयात असेपर्यंत टिळकांच्या आंतरराष्ट्रीय संबंधामध्ये काकांनी त्यांचा 'विश्वासू सहायक' ही भूमिका पार पाडली. तळेगावच्या पैसाफंड काच कारखान्यासाठी जपानी तंत्रज्ञान मिळवून देण्यासाठीही काकांचा उपयोग झाला. गांधीजींचा मार्ग टिळकांच्या विचारांशी विसंगत असला तर असू देत. आपल्याला स्वातंत्र्याशी कर्तव्य आहे आणि ते टिळकमार्गापेक्षा वेगळ्या मार्गाने मिळणार असेल तर त्याचा अवलंब करायला काय हरकत आहे, अशी वासुकाकांची भूमिका होती.

तर चित्रशाळेतून दिलीच, शिवाय १८ हजार रुपयांची मदतही केली.

टिळकांच्या राजकारणात काकांची भूमिका पडद्याआडून सूत्रे हलवण्याची असल्यामुळे त्यांच्यावर शिक्षा भोगण्याची वेळ आली नव्हती; पण गांधीजींच्या कालखंडात काकांना तोही प्रसाद मिळाल्याशिवाय राहिला नाही. त्यातला पिकेटिंगच्या चळवळीतला दंड ही बाब तशी किरकोळ म्हणावी लागेल; पण टाटांच्या धरणाविरुद्ध झालेल्या मुळशी पट्ट्यातल्या सत्याग्रहात भाग घेतल्यामुळे त्यांना पंधरा दिवसांची शिक्षा झाली. या लढ्याचे अग्रणी विनायकराव भुस्कुटे यांना त्यांची खूपच मदत झाली.

गांधीजीप्रणीत स्वदेशीच्या कार्यक्रमात चरखा चालवून कातलेल्या सुताचे कापड विणून त्याचे तागे घरोघरी जाऊन विकणे अभिप्रेत होते. स्वतः काका, शिवरामपंत परांजपे, शंकरराव देव, बाळूकाका कानिटकर, हरिभाऊ फाटक अशी गांधीवादी मंडळी खांद्यावर खादीचे तागे टाकून शहरातून फेरी काढत, तेव्हा टिळकपक्षाचे लोक त्यांचा उपहास करत. 'गांधाळ,' 'सुताळ' अशा शेलक्या विशेषणांनी त्यांचा उद्धार केला जाई. गांधीजींचा मार्ग अहिंसेचा असल्यामुळे या शिवराळांचा प्रतिकार करणे त्यात बसत नव्हते. पण शेवटी राजकारणात डावपेच हे करावे लागतात. अशा प्रसंगी काकांच्या कौशल्याला वाव मिळत असे. वसई आणि विरार येथील परिषदांमध्ये काकांनी आपल्या कौशल्याची चुणूक दाखवली. त्यात सभा उधळणे, भल्याबुऱ्या मार्गाचा अवलंब करून निवडणुका जिंकणे, अशा सर्व गोष्टींचा समावेश होता. काका आणि सहकाऱ्यांनी नेट लावल्यामुळेच १९३०पर्यंत महाराष्ट्र काँग्रेसमधील गांधीविरोधकांच्या वर्चस्वाला ओहोटी लागून शेवटी ते संपुष्टात आले.

गांधीजींनी केलेल्या मिठाच्या सत्याग्रहात म्हणजेच दांडी यात्रेत भाग घेण्याची काकांची इच्छा होती. त्यासाठी गांधीजींनी त्यांना मान्यताही दिली होती. तथापि, ऐन वेळी अलीगढ इथे एका खटल्याचे काम उभे राहिल्याने काकांना सत्याग्रहात सामील होता आले नाही. १९३२च्या कायदेभंग चळवळीत मात्र त्यांना सहा महिन्यांची शिक्षा झाली. काकांचे वय तेव्हा ७८ वर्षे होते, एवढे सांगितले म्हणजे पुरे. १९४०च्या वैयक्तिक सत्याग्रहासाठीही गांधींनी काकांना परवानगी दिली होती. पण, त्यांच्या तब्बेतीला ते झेपणार नाही हे लक्षात आल्यावर गंगाधरराव देशपांडे यांनी गांधीजींना तसे कळवून काकांचे नाव वगळायला लावले. त्यामुळे काका गंगाधररावांवर रुष्ट झाले होते. देशासाठी तुरुंगात मरण आले तर अधिक चांगले, ही त्यांची धारणा होती!

१९२० ते १९३० या दरम्यान पुणे शहरातल्या काँग्रेस पक्षावर गांधीजी विरोधी गटाचे वर्चस्व होते. काँग्रेसचे दफ्तर गायकवाड वाड्यात म्हणजे केळकरांकडे असे. अशा वेळी गांधीवादी काँग्रेसच्या नेत्यांचे व कार्यकर्त्यांचे भेटण्याचे व चर्चेचे स्थान म्हणजे काकांची चित्रशाळा. नेहरू पितापुत्र, वल्लभभाई पटेल, राजाजी असे मोठमोठे नेते चित्रशाळेत येत असत.

टिळकांपेक्षा वयाने थोडे मोठे असलेल्या काकांनी अगोदर विष्णुशास्त्री चिपळूणकरांकडे उमेदवारी केली. त्यानंतर ते टिळकांचे सहकारी म्हणून वावरले आणि टिळकांच्या पश्चात त्यांनी गांधीजींचे राजकारण स्वीकारले. तीन पिढ्या पाहिलेल्या या कार्यकर्त्याची तुलना शिवकाळातल्या रामचंद्रपंत अमात्य यांच्याशीच करता येईल. पंतांनी शिवरायांपासून ताराबाईंपर्यंतच्या मराठी सत्ताधाऱ्यांची सेवा बजावली होती. १२ जानेवारी १९४४ रोजी पुणे मुक्कामी काकांची प्राणज्योत मालवली. अलंकारिक भाषा वापरून सांगायचे झाल्यास ही ज्योत अजूनही प्रकाश देऊन आपल्याला वाट दाखवू शकते.

■

३९

'प्रबोधन'कार आणि बाळासाहेब

केशव सीताराम ठाकरे या व्यक्तिनामापुढे 'प्रबोधन'कार ही उपाधी लावल्याशिवाय ओळख पूर्ण होऊच नये इतके साहचर्य *प्रबोधन* नावाचे वृत्तपत्र आणि केशव सीताराम ठाकरे यांच्यामध्ये आहे. महाराष्ट्रातल्या युवकांच्या नव्या पिढीला 'हे ठाकरे म्हणजे शिवसेनाप्रमुख बाळासाहेब ठाकरे यांचे वडील' एवढी माहिती असते.

मुंबईत लोकांनी 'प्रबोधन'कार ठाकरे उद्यान, अन्य काही संस्था व पुतळे यांच्या रूपात 'प्रबोधन'कारांच्या स्मृतिखुणा काही प्रमाणात जपल्या आहेत. तथापि, एके काळी 'प्रबोधन'कारांनी महाराष्ट्रावर आपल्या वाणीने व लेखणीने जबरदस्त प्रभाव पाडला होता; तेसुद्धा कोणतीही हुकमी संस्था वा संघटना पाठीशी नसताना. नेतृत्व करण्याची क्षमता असलेले 'प्रबोधन'कार शेवटपर्यंत 'एकांडा शिलेदार' या भूमिकेतच वावरले. ही उणीव पुढे त्यांचे सुपुत्र बाळासाहेब ठाकरे यांनी भरून काढली... पण तो वेगळा मुद्दा.

लेखक आणि वक्ता म्हणून 'प्रबोधन'कारांचा उल्लेख केलेला आहेच; पण 'प्रबोधन'कार हरहुन्नरी होते; विशेष म्हणजे अत्यंत कल्पक आणि उपक्रमप्रवण होते. संयुक्त महाराष्ट्राच्या चळवळीत आचार्य अत्रे वक्ते आणि पत्रकार म्हणून अग्रभागी राहिले, एस. एम. जोशी यांनी चळवळीला चेहरा दिला, कॉम्रेड श्रीपाद अमृत डांगे व्यूहरचनेत व्यग्र राहिले. तथापि, या सगळ्यांनाच मसलत 'प्रबोधन'कारांची होती, हे विसरता कामा नये. समितीच्या पुढाऱ्यांच्या चिंतनसभा अनेक वेळा 'प्रबोधन'कारांच्या घरी भरत असत. समितीचे सर्व नेते व त्या नेत्यांची कार्यशैली बघत-बघतच बाळासाहेबांनी स्वत:चे नेतृत्व घडवले.

स्वत: 'प्रबोधन'कारांच्या व्यक्तिमत्त्वात स्वजातीचा (चांद्रसेनीय कायस्थ प्रभू) रास्त अभिमान, ब्राह्मणेतरी बाणा, महाराष्ट्राचा अभिमान, आणि बुद्धिवादी हिंदुत्ववाद यांचा समुच्चय झाला होता. यातल्या पहिल्या दोन गोष्टींची बाळासाहेबांना गरज भासली नाही, ती बदललेल्या काळामुळे. तथापि, दुसऱ्या दोन गोष्टी त्यांच्यात उतरल्या. 'शिवसेना' ही खुद्द 'प्रबोधन'कारांच्या हयातीत व त्यांच्याच प्रेरणेतून स्थापन झालेली संघटना ही, महाराष्ट्र आणि मराठी माणूस यांच्याविषयीच्या आस्थेचा परिणाम होय. हिंदुत्वाचे म्हणाल तर ते बाळासाहेबांनी नंतर घेतले. अर्थात, त्यासाठी त्यांना कुठल्या बाह्यप्रेरणेची गरज भासली नाही. 'प्रबोधन'कारांच्या विचारांमध्ये ते अनुस्यूत होतेच; पण ते त्याच स्वरूपात पुढे नेले गेले असते, तर त्याचा

विस्तार झाला नसता, म्हणून त्याच्यात बदल करणे भागच होते. 'प्रबोधन'कारांचे हिंदुत्व हे बुद्धिवादी, ब्राह्मणेतरी हिंदुत्व होते. बुद्धिवादापुरते त्याचे सावरकरी हिंदुत्वाशी नाते जोडता येईल. (सावरकरांचे हिंदुत्व वैचारिक मांडणीच्या पातळीवर ब्राह्मणी नसले तरी प्रत्यक्ष व्यवहारात त्या विषयीचे आवाहन ब्राह्मणवर्गापलीकडे फारसे पोहोचू शकले नाही, ही वस्तुस्थिती मान्य करून, तसे का झाले, याचा शोध घ्यायला हवा). हिंदुत्वाचा विस्तार करायचा असेल तर बुद्धिवादावरचा भर कमी करायला हवा; त्याचप्रमाणे ब्राह्मणेतरांबरोबर ब्राह्मणांना व त्यांच्या संस्था-संघटनांना घेऊन जायला हवे, हे बाळासाहेबांच्या लक्षात आले, त्याप्रमाणे त्यांनी आवश्यक ते बदल करून घेतले. त्यातून त्यांना आलेले यश महाराष्ट्राने स्वतःच अनुभवले आहे.

राहिला मुद्दा शिवसेनेचा. त्याची चर्चा करताना शिवसेनेच्या उदयाच्या वेळच्या म्हणजे १९७०च्या दशकाच्या मध्यावरच्या परिस्थितीचा विचार अपरिहार्य ठरतो.

संयुक्त महाराष्ट्राच्या निर्मितीसाठी महाराष्ट्रातले काँग्रेसेतर सगळे पक्ष एकत्र आले व त्यांनी चळवळ केली. जनतेने त्यांना मनापासून साथ दिली, ती या अपेक्षेने की, संयुक्त महाराष्ट्रात मराठी माणसांचे भले होईल. मुंबई प्रांत किंवा द्वैभाषिक असताना राज्यकारभारावर गुजराती लोकांचे वर्चस्व होते, त्यामुळे मराठी माणसाला योग्य तो न्याय व वाटा मिळत नव्हता, ही वस्तुस्थिती होती. १९६०मध्ये महाराष्ट्र राज्याची निर्मिती झाली. गुजरातचे जोखड गळून पडले; पण सत्ता काँग्रेसची आली. ती ताब्यात घेऊन वचनपूर्ती करायची असेल तर समितीमधल्या सर्व घटकपक्षांनी राजकीय मतभेद विसरून एकत्र नांदायची आवश्यकता होती. पण तसे झाले नाही. विशेषतः कम्युनिस्ट व सोशालिस्ट यांच्यातले मतभेद विकोपाला जाऊन सोशालिस्टांनी समितीला सुरुंग लावला आणि काँग्रेसची सत्ता बळकट केली.

मात्र, मुद्दा तोही नाही. विरोधी पक्षात राहूनही मराठी माणसांच्या प्रश्नांची सोडवणूक करता येते, ती या पक्षांकडून होईनाशी झाली. का? तर, हे दोन्ही पक्ष पडले आंतरराष्ट्रीय विचारसरणीचे व बांधिलकीचे. स्थानिक प्रश्नात कुणाची बाजू घेणे, मराठी माणसाच्या हितसंबंधाचा पुरस्कार करणे म्हणजे आपली आंतरराष्ट्रीय उंची कमी करणे, असे त्यांना वाटू लागले. 'जगातला कामगार एक' असे म्हणणारी कम्युनिस्ट मंडळी मराठी कामगार आणि अन्य राज्यांतले कामगार यांच्यात भेद कसा करणार? ते तर तत्त्वापासून ढळल्यासारखे झाले असते!

सत्तारूढ काँग्रेस पक्षाची अशी वैश्विक बांधिलकी नसली तरी केंद्रातही काँग्रेसचेच सरकार असल्यामुळे महाराष्ट्रातल्या काँग्रेसवाल्यांवर त्यांच्या दिल्लीच्या हायकमांडचा वचक होता. केंद्रातल्या श्रेष्ठींना संपूर्ण देशाची काळजी करायची असल्यामुळे (म्हणजे सर्वच प्रांतांमधली सत्ता टिकवायची असल्यानं) ते महाराष्ट्रातल्या काँग्रेसजनांना मराठी माणसाची वेगळी काळजी करू देतील, ही शक्यता नव्हती.

थोडक्यात, सोशालिस्ट-कम्युनिस्टांच्या आंतरराष्ट्रीय आणि काँग्रेसच्या राष्ट्रीय भूमिकांमुळे मराठी माणसाच्या, विशेषतः मुंबईमधल्या मराठी माणसाच्या हितसंबंधांचे रक्षण करण्यासाठी सक्षम अशी राजकीय संस्था वा संघटना यांची तीव्र निकड होती. ती एक प्रकारची राजकीय पोकळीच होती, असे म्हटले तरी चालेल. ती शिवसेनेने भरून काढली.

द्वैभाषिकातल्या वा आधीच्या मुंबई राज्यातल्या गुजरातींच्या वर्चस्वाची धास्ती सर्वसामान्य मराठी माणसाला प्रत्यक्षपणे जाणवण्याचे कारण नव्हते. गुजराती लोक ज्या क्षेत्रात म्हणजे उद्योगात आणि व्यापारात

'प्रबोधन'कार केशव सीताराम ठाकरे हे हरहुन्नरी होते; विशेष म्हणजे अत्यंत कल्पक आणि उपक्रमप्रवण होते. संयुक्त महाराष्ट्राच्या चळवळीत आचार्य अत्रे वक्ते आणि पत्रकार म्हणून अग्रभागी राहिले, एस. एम. जोशी यांनी चळवळीला चेहरा दिला, कॉम्रेड श्रीपाद अमृत डांगे व्यूहरचनेत व्यग्र राहिले. तथापि, या सगळ्यांनाच मसलत 'प्रबोधन'कारांची होती, हे विसरता कामा नये.

वावरत असत, त्या क्षेत्रात मराठी माणसाचा पायरव क्वचितच होत असे. त्याला भीती होती ती आपल्या तुटपुंज्या पगाराच्या नोकऱ्यांची! आणि या बाबतीत सत्तारूढ काँग्रेस पक्षही काही करू शकत नव्हता नि विरोधी पक्षही काही करू शकत नव्हता. हीच ती पोकळी.

नोकरी-चाकरीच्या क्षेत्रात होत असलेल्या दाक्षिणात्यांच्या शिरकावाच्या संकटाकडे लक्ष वेधण्याचे काम पहिल्यांदा केले होते ते 'प्रबोधन'कारांनी; पण तेव्हा ती सुरुवात होती. १९६०पर्यंत ही समस्या गंभीर झाली होती. ती 'प्रबोधन'कारांसारख्या सामाजिक-राजकीय निरीक्षकाच्या नजरेतून सुटेल, हे शक्यच नव्हते.

गोष्ट १९२९ची आहे. 'प्रबोधन'कार ज्या ब्राह्मणेतर चळवळीचा भाग होते, तिच्यात एव्हाना फूट पडली होती. एकीकडे कार्ल मार्क्सच्या वर्गीय विचारसरणीचे रोपण महाराष्ट्रात झाल्यामुळे आणि दुसरीकडे महात्मा गांधींच्या राष्ट्रीय पातळीवरच्या स्वातंत्र्यलढ्याच्या आकर्षणामुळे लोक वेगळा विचार करू लागले होते. याच दरम्यान, 'प्रबोधन'कारांचे जवळचे मित्र असलेले ब्राह्मणेतर जहाल नेते दिनकरराव जवळकर इंग्लंडमधून कम्युनिझमची दीक्षा घेऊन आले होते आणि आपल्या पूर्वीच्या जातीय मांडणीचा त्याग करून वर्गीय भाषा बोलू लागले होते. भारताच्या संदर्भात वर्गाधारित विश्लेषण करायचे झाले, तर कामगारांमध्ये शेतकरीवर्गाला अधिक महत्त्व द्यायला हवे, असे शेतकरी कुटुंबाची पार्श्वभूमी असलेल्या जवळकरांना त्यांचा ब्राह्मणेतर चळवळीतला अनुभव सांगत होता. 'प्रबोधन'कारांना मार्क्सच्या विचारांचे वा कम्युनिझमचे आकर्षण अजिबात नव्हते. तथापि, ब्राह्मणेतर चळवळीचे प्रारूप मोडून पडत आहे, हे त्यांच्याही लक्षात आल्यामुळे त्यांनीही जवळकरांप्रमाणेच 'शेतकऱ्यांच्या स्वराज्या'ची वर्गीय भाषा करत जवळकरांच्या सुरात सूर मिसळला. हेच त्यांचे *शेतकऱ्यांचे स्वराज्य*नामक १९२९मध्ये प्रसिद्ध झालेले पुस्तक. हे पुस्तक 'प्रबोधन'कारांनी करवीर छत्रपती शाहूमहाराजांना अर्पण केले. छत्रपती आणि 'प्रबोधन'कार यांच्यातले संबंध हा खरे तर स्वतंत्र लेखाचा विषय होईल.

'प्रबोधन'कारांच्या विवेचनाची चौकट ही ब्राह्मणेतर चळवळीची असल्यामुळे ते महाराष्ट्रातील ब्राह्मणेतर चळवळ आणि मद्रास इलाख्यातील ब्राह्मणेतर चळवळ यांची तुलना करतात. महाराष्ट्रातल्या ब्राह्मणेतर चळवळीत शाहू छत्रपतींच्या निधनानंतर फूट पडून मराठे विरुद्ध मराठेतर असा संघर्ष झाला. एव्हाना तर, मराठा नेतृत्व काँग्रेसप्रवेशाच्या वाटेवर होते. त्यामुळे इथली ब्राह्मणेतर चळवळ क्षीण झाली. तिचा जोर ओसरला. याउलट, मद्रास इलाख्यातल्या ब्राह्मणेतर चळवळीचे आणि तिच्या परिणामांचे वर्णन 'प्रबोधन'कारांनी अतिशय प्रखर शब्दांत केले आहे. 'प्रबोधन'कार म्हणतात : 'तिकडे मद्रास इलाख्यात डॉ. नायर, त्यागराज चेट्टीप्रभृति वीरांनी इतक्या जोराने आणि शिस्तीने आपली ब्राह्मणेतर चळवळ चालवली,

की तिकडील मद्रासी ब्राह्मणांच्या जीवनाला धोका निर्माण झाला. त्याचा परिणाम असा झाला, की त्यांच्या पोरांना इलाखा सोडून लुंग्या लावून मद्रासबाहेर पडावे लागले.'

त्या वेळी बरीच दाक्षिणात्य मंडळी तेव्हाच्या मद्रासहून नोकरीसाठी मुंबईत आली. अर्थात याविषयीचे असे प्रखर वर्णन करताना 'प्रबोधन'कारांचे मुख्य उद्दिष्ट महाराष्ट्रात नोकरीसाठी येणाऱ्या दाक्षिणात्यांविरुद्ध स्थानिकांना चिथावणे, हे नव्हतेच. महाराष्ट्रातले पांढरपेशे लोक भ्याड आणि दुटप्पी असल्याचे त्यांना दाखवून द्यायचे होते. 'प्रबोधन'कारांनी १९२९मध्ये मध्यमवर्गावर टीका करण्यासाठी म्हणून वापरलेल्या उदाहरणाने तीस वर्षांनंतर गंभीर स्वरूप धारण केले होते. मुंबईतल्या तरुणांच्या रोजगारावर त्याचा विपरीत परिणाम झाला होता. आता त्याच्याकडे दुर्लक्ष करून चालले नसते. सत्तारूढ काँग्रेसची व सत्तेबाहेरच्या राजकीय पक्षांची हा प्रश्न हातात घ्यायची तयारी नव्हती. 'मुंबईसह संयुक्त महाराष्ट्र मिळालाच पाहिजे,' यासाठी ज्या मराठी माणसांनी प्राणांचे बलिदान दिले, त्यांची मुले नोकरी-धंदा नसल्यामुळे वासुगिरी (हा शब्द भाऊ पाध्ये यांचा. त्याच काळात प्रसिद्ध झालेल्या *वासुनाका* या त्यांच्या पुस्तकावरून घेतला आहे) करत होती. त्यांच्या रोजच्या जगण्याचीच 'भंकस' (हा शब्दही भाऊंचाच) चालली होती. या प्रकाराचे मूळ कारण 'प्रबोधन'कारांना ठाऊक होते. त्याचा इतिहासही ते जाणून होते.

वडील आणि मुलगा ('प्रबोधन'कार आणि बाळासाहेब) यांच्यात तेव्हा काय चर्चा झाली, हे कळायला मार्ग नाही; पण त्या वेळी शिवसेनेचा उदय झाला, एवढे तरी आपण जाणतोच.

काँग्रेस आणि शिवसेना यांच्यातल्या संबंधाबद्दल बरेच बोलले जाते. तो विषय बाजूला ठेवू या. शिवसेनेने मराठी तरुणांना नोकऱ्या मिळवून देण्यासाठी व त्यांच्यावरचा अन्याय दूर करण्यासाठी ज्या मार्गाचा अवलंब केला, त्यासाठी बहुधा भाऊ पाध्ये यांनीच 'राडा' हा शब्द वापरला. भाऊ समाजवादी पक्षाचे. सेवादलात वगैरे जाणारे. विचारसरणी एकदम आंतरराष्ट्रीय. साधनमार्गाचा विषय आला की सानेगुरुजींना आठवणारे. त्यांना असला 'राडा' मनापासून आवडणे शक्यच नव्हते.

'राडा' हा 'भंकस' करणाऱ्या तरुणांसाठी नसता रिकामटेकडा पर्याय नव्हता, तर तो रोजगार मिळवण्याचा खातरीशीर व सोपा पर्यायही होता, हे समाजवादी भाऊंच्या लक्षात आले नाही. ते कम्युनिस्टांच्याही लक्षात आले नाही. परिणामतः त्यांच्या हातून मुंबई सुटली ती सुटलीच. समाजवाद्यांचे एक बरे आहे, त्यांच्यातल्या बऱ्याच जणांनी थेट शिवसेनेतच प्रवेश करून प्रश्न मिटवून टाकला. कम्युनिस्ट निम्मे गारद झाले. जे उरले होते त्यांचा बंदोबस्त (कै.) दत्ता सामंत यांच्या काळात परस्परच झाला.

मूळ मराठ्यांचा म्हणून हाती घेतलेला भगवा झेंडा पुढे हिंदुत्वाचा म्हणून जाहीर करणे हे शिवसेनेसाठी अवघड नव्हतेच. त्याचीही मांडणी 'प्रबोधन'कारांमध्ये सापडणे शक्य होते... आणि झालेही तसेच.

■

४०

महाराष्ट्राचा एकांडा शिलेदार

ऐन तारुण्यात लोकमान्य टिळकांशी वेगवेगळ्या कारणांनी संबंध येऊन पुढे ब्राह्मणेतर चळवळीत अग्रणी ठरलेली दोन व्यक्तिमत्त्वे म्हणजे वा. रा. कोठारी आणि के. सी. ठाकरे अर्थात वालचंद रामचंद कोठारी आणि केशवराव ठाकरे. या दोघांमधले एक महत्त्वाचे साम्य म्हणजे दोघेही पत्रकार होते. वा. रा. कोठारी म्हटले की *दैनिक प्रभात* या वृत्तपत्राची आठवण होणे अपरिहार्य ठरते; पण *प्रभात*च्या आधीही कोठारींनी एक वृत्तपत्र काढले होते. त्याचे नाव *जागरूक*. हे *जागरूक* पत्र पुण्यातून प्रसिद्ध होऊ लागले, तेव्हा पुण्यात लोकमान्य टिळक आणि त्यांच्या अनुयायांचे जबरदस्त वर्चस्व होते. ब्राह्मणेतर चळवळीचे बस्तान अजून नीट बसायचे होते. कोठारींनी ही उणीव वेगळ्या पद्धतीने भरून काढली. त्यांनी टिळकांचा प्रतिस्पर्धी असलेल्या दुसऱ्या एका गोटाचे साहाय्य मिळवले. तो गोट म्हणजे पुण्यातल्या नेमस्त टिळकविरोधकांचा. फर्ग्युसन कॉलेजमधल्या अर्थशास्त्राचे प्राध्यापक वा. गो. काळे हे नेमस्तांमधले एक महत्त्वाचे नेते मानले जात. त्यांचे आणि कोठारींचे चांगले जमले. इतकेच नव्हे, तर त्यातून पुण्यात काही काळ नेमस्त आणि ब्राह्मणेतर या टिळकविरोधी गटांची आघाडीसुद्धा कार्यान्वित झाली. अर्थात हा प्रयोग फार काळ टिकला नाही, तो भाग वेगळा.

ठाकरे यांनी *जागरूक*नंतर आपले *प्रबोधन* नावाचे पत्र सुरू केले.

कोठारी यांचा जीवनप्रवास फारच सुरस आहे. कट्टर ब्राह्मणेतर असलेले कोठारी यांनी पुढे टिळकांचे उत्तराधिकारी गणल्या गेलेल्या न. चिं. केळकर यांच्याशी जवळीक साधली. त्यानंतर बहुधा केळकरांच्याच प्रभावाने त्यांनी सावरकरी हिंदुत्वाची दीक्षा घेतली आणि शेवटी ते एस. एम. गोरे व ना. ग. गोरे यांच्या समाजवादी वर्तुळात स्थिरावले. या टप्प्यावर त्यांनी संयुक्त महाराष्ट्राच्या चळवळीचा जोरदार पुरस्कार केला. संयुक्त महाराष्ट्र म्हटला की आचार्य अत्रे यांच्या 'दैनिक मराठा' नावाच्या तोफखान्याची आठवण होते, हे खरे असले तरी कोठारी आणि त्यांचा 'दैनिक प्रभात' यांचाही विसर पडू देता कामा नये.

संयुक्त महाराष्ट्राची निर्मिती झाल्यानंतर समितीमध्ये फूट पडली. समितीतले कॉम्रेड श्रीपाद अमृत डांगे आदींशी झालेल्या मतभेदांनंतर समाजवादी मंडळी बाहेर पडली. कोठारी त्यांच्याबरोबर होतेच. अत्रे यांचे *मराठा* हे पत्र अखेरपर्यंत समितीचेच मुखपत्र राहिले. विशेष म्हणजे या काळात समाजवाद्यांच्या बाजूने *प्रभात*

आणि कम्युनिस्टांच्या बाजूने *मराठा* एकमेकांवर आग ओकत असत.

विरोधी पक्षातल्या एखाद्या माणसाने काँग्रेस पक्षात प्रवेश केला, की त्याच्याविषयी बातमी देताना 'ते काँग्रेसवासी झाले' अशी बातमी कोठारी देत असत. 'काँग्रेसवासी' हा शब्द कोठारी यांचे मराठी भाषेला योगदान होय. कोठारी यांचा आणि माझा थोडाफार संबंध आला तो त्यांच्या अखेरच्या काळात; पण तेव्हाही त्यांचा ब्राह्मणेतरी पीळ पूर्णपणे गेला नसल्याचे माझ्या लक्षात आले.

ब्राह्मणेतर चळवळीची पार्श्वभूमी असूनही हिंदुत्ववादी झालेले कोठारी हे काही एकमेव नव्हते. रावबहादूर सी. के. बोले हे एके काळचे कट्टर ब्राह्मणेतर, मुंबईतल्या कामगार चळवळीशी निगडित असलेले नेते. डॉ. बाबासाहेब आंबेडकरांबरोबरही त्यांनी काम केले होते. उत्तरकाळात बोले एकदम सावरकरांच्या हिंदू महासभेत गेले.

कोठारी किंवा बोले हे सावरकरी हिंदुत्वाशी जवळीक साधू शकले याचे कारण म्हणजे, सावरकरी हिंदुत्व ब्राह्मणकेंद्रित नव्हते. त्याला कुठेतरी बुद्धिप्रामाण्यवादाची जोड होती.

या पार्श्वभूमीवर केशवराव ठाकरे यांचा विचार करायचा झाला, तर तो त्यांच्या आणि कोठारी यांच्या टिळकांशी आलेल्या संबंधांपासून करावा लागतो. ठाकरे यांचा टिळकांशी संबंध थोडा आधी आला.

मंडाले इथल्या कारागृहात शिक्षा भोगत असताना लोकमान्य टिळकांनी *गीतारहस्य* या ग्रंथाचे लेखन केले. *गीतारहस्य* हा भगवद्गीतेवरचा भाष्यग्रंथ असून, त्यात गीतेचा कर्मयोगपर अन्वयार्थ लावण्यात आलेला आहे. टिळकांच्या मते, श्रीकृष्णाने अर्जुनाला हाच कर्मयोग सांगितला. मात्र, गीतेचा अर्थ लावणाऱ्या सर्वच भाष्यकार आचार्यांनी 'गीता कर्मयोगाऐवजी कर्मसंन्यास सांगते, कर्माचा त्याग करायला सांगते' अशी भूमिका घेऊन गीतार्थाची मोडतोड केली.

लोकमान्य कारावासातून सुटले तेव्हा त्यांनी लिहिलेल्या या ग्रंथात काही राजद्रोही मजकूर तर नाही ना, याची खातरजमा करून घेण्यासाठी ब्रिटिश सरकारने तो विद्वानांच्या अभिप्रायासाठी पाठवला होता. अभिप्राय ग्रंथाला अनुकूल आला तेव्हाच सरकारने तो टिळकांच्या स्वाधीन केला. त्याची मुद्रणप्रत तयार करून टिळकांनी तो पुण्यातल्या चित्रशाळा छापखान्यात मुद्रणासाठी पाठवला.

*केसरी*चे संपादक असलेल्या टिळकांना मुद्रणकला आणि मुद्रितशोधन यामध्ये चांगलीच गती होती. हा ग्रंथ निर्दोष आणि उत्तम व्हावा, अशी त्यांची इच्छा असल्यामुळे ते ग्रंथछपाईच्या कामात मनापासून लक्ष घालत आणि त्यावर बारीक नजर ठेवूनही असत. रोज सकाळी लवकर छापखान्यात जाऊन ते प्रुफं वगैरे तपासून योग्य त्या सूचना देत असत. या बाबतीतला त्यांचा उत्साह एवढा दांडगा होता, की कधी-कधी कामगारांनी छापखाना उघडण्यापूर्वीच ते तिथे येऊन बसलेले असत!

याच दरम्यान ठाकरे यांनी वक्तृत्वकलेवर एक ग्रंथ लिहिला होता. त्याची छपाई 'चित्रशाळे'मध्येच सुरू होती. त्यामुळे ठाकरेसुद्धा पुस्तकाचे काम पाहायला, प्रुफं तपासायला छापखान्यात येत असत. एके दिवशी या दोन लेखकांची गाठ तेथे पडली. स्वत: टिळकांनीच ठाकरे यांना त्यांचा परिचय विचारला. ठाकरे यांनी आपले नाव सांगितल्यावर टिळकांनी 'आपण देशस्थ की कोकणस्थ?' अशी पृच्छा केली. त्यावर आपण कायस्थ (प्रभू) असल्याचा खुलासा ठाकरे यांनी केला. टिळकांनीही 'कायस्थ जात तलवारीप्रमाणेच लेखणी चालवण्यातही निष्णात असते,' असे प्रशस्तिपत्रक देऊन केशवरावांना प्रोत्साहन दिले.

टिळक ज्येष्ठ असले तरी गीतारहस्य हा त्यांचा मराठीतला पहिलाच ग्रंथ होता. ठाकरे यांचाही

इतिहाससंशोधनाच्या क्षेत्रात निष्णात असलेले केशव सीताराम ठाकरे अर्थात 'प्रबोधन'कार ठाकरे यांनी नाटके लिहिली, त्यांत भूमिकाही केल्या. 'खरा ब्राह्मण' हे त्यांचे नाटक त्या काळी फारच गाजले. ठाकरे यांचे आणि काँग्रेसचे कधीच जमले नाही. तरीही, एकदा महात्मा गांधी यांच्या जिवावर बेतले असता त्या प्रसंगातून त्यांची सुखरूप सुटका करण्याचे श्रेय ठाकरे यांच्या गाठी जमा आहे. शाहूमहाराजांच्या पश्चात ब्राह्मणेतर चळवळीच्या मराठा नेतृत्वाशीही ठाकरे यांचे जुळले नाही. तीच गोष्ट पुढे समितीच्याही बाबतीत घडली.

थोडक्यात, महाराष्ट्राचा हा एकांडा शिलेदार होता. तडजोड करणे, झुकणे या गोष्टी त्यांच्या स्वभावातच नव्हत्या.

वक्तृत्वावरचा मराठी भाषेतला तो पहिलाच ग्रंथ होता. त्यानंतर ठाकरे आणि टिळक यांचा परत संबंध आल्याची नोंद नाही. दामोदर विश्वनाथ नेवाळकर यांनी लिहिलेल्या 'दंडधारी' नाटकाचा जो प्रयोग ठाकरे यांनी पाहिला, त्याला टिळकही उपस्थित होते. हे नाटकच मुळी टिळक आणि गोखले यांच्यातल्या संघर्षावर आधारित असून टिळकांचे समर्थन करणारे होते. त्यात गोखले यांची निंदा असल्याने त्यांनी तक्रार केली, त्यामुळे नाटकावर बंदीही आली होती.

'दंडधारी' या नाटकाचे दुसरे वैशिष्ट्य म्हणजे, त्याचा प्रयोग करणारी नाटककंपनी पूर्णपणे स्त्रियांनी चालवलेली होती. 'बेळगाव स्त्रीसंगीत नाटक मंडळी' हेच तिचे नाव. रंगम्मा व व्यंकम्मा (किंवा रंगासामी व व्यंकासामी) या दोघी कंपनीच्या मालकिणी होत्या. नाटकात रंगम्मा टिळकांची भूमिका करत. त्यांचा पेहराव टिळकांसारखाच म्हणजे उपरणे, पगडी, हातात काठी (अर्थातच दंड व म्हणूनच नाटकाचे नाव 'दंडधारी') अशा थाटात बाई लोकमान्यांचा भूमिकेत वावरत. अडकित्त्याने सुपारी कातरणे, खाणे इत्यादी टिळक यांच्या लकबीही बाईंनी आत्मसात केल्या होत्या.

नाटकाचा प्रयोग चांगलाच रंगला. मध्यंतरात टिळकांना रंगमंचावर येऊन सत्कार (तेव्हाच्या भाषेत 'पानसुपारी') स्वीकारण्याची व चार शब्द बोलण्याची विनंती करण्यात आली. त्यानुसार टिळक आले. त्यांनी सत्कार म्हणजे हार-तुरे स्वीकारले व थोडे भाषणही केले.

हा सर्व वृत्तान्त ठाकरे यांनी आपल्या आठवणीत सांगितला आहे. 'दंडधारी'च्या 'या' प्रयोगाला उपस्थित असलेले प्रेक्षक भाग्यवानच म्हणायला हवेत. त्यांना एका रंगमंचावर खरेखुरे टिळक आणि टिळकांच्या भूमिकेत असलेली व त्यामुळे टिळकांसारखी हुबेहूब दिसणारी अभिनेत्री पाहायला मिळाली. या प्रेक्षकांत अर्थात ठाकरेसुद्धा होतेच.

भाषणात सत्काराला उत्तर देताना टिळक काय म्हणाले, याचीही नोंद ठाकरे यांनी केली आहे. टिळकांनी चक्क रंगम्माबाईंचे आभार मानले होते. 'राजकारणाच्या धबडग्यात आरशात पाहायला वेळच मिळाला नसल्याने आम्हांला आम्ही कसे दिसतो, हे अद्याप ठाऊकच नव्हते. ते आज या बाईंमुळे ठाऊक झाले,' असा मिश्कील शेरा टिळक यांनी मारला!

'दंडधारी'चा हा प्रयोग अर्थातच ठाकरे व टिळक यांची प्रत्यक्ष भेट होण्यापूर्वी घडलेला आहे, हे उघड आहे. कोठारी व टिळक यांची भेट मात्र संघर्षपूर्ण रीतीने झाली. त्या भेटीचे नाते गीतारहस्यशीच आहे.

१९१५मध्ये गीतारहस्य प्रकाशित झाले, तेव्हा कोठारी नुकतेच पदवीधर झालेले उत्साही तरुण

होते. गीतारहस्य वाचून त्यांनी गीतारहस्यवर टीका करणारा दीर्घ परीक्षणात्मक लेख लिहिला आणि तो प्रसिद्धीसाठी टिळकांच्या *केसरी*कडेच पाठवला. न. चिं. केळकर तेव्हा *केसरी*चे संपादक होते. ते बऱ्यापैकी उदारमतवादी असल्यामुळे त्यांनी चक्क तो काही भागांत छापलासुद्धा!

कोठारी यांचे हे लेख अर्थातच टिळकांच्या वाचनात आले. त्यांनी कोठारी यांना निरोप पाठवून चर्चेसाठी निमंत्रण दिले. त्यानुसार कोठारी हे टिळकांना भेटायला गायकवाड वाड्यात गेले. त्या दोघांची झडझडून चर्चा झाली. टिळकांच्या ज्येष्ठतेचे व विद्वत्तेच्या वलयाचे अजिबात दडपण न घेता कोठारी यांनी टिळक यांना आडवे लावले. प्रश्नांच्या फैरी झाडल्या.

अतिशयोक्ती नव्हे; पण टिळक यांचे एके काळचे प्रतिस्पर्धी, बुद्धिप्रामाण्यवादी विचारवंत गोपाळ गणेश आगरकर हयात असते, तर त्यांनी ज्या प्रकारचे युक्तिवाद केले असते, तसेच युक्तिवाद कोठारी यांनी लेखांतून केले होते, तसेच आक्षेप घेतले होते. टिळकांनासुद्धा आगरकरांची आठवण झाली असणार, असे आपण म्हणू शकतो. पण प्रकरण इथेच संपत नाही. आगरकरी बुद्धिप्रामाण्यवादाव्यतिरिक्त कोठारी यांच्या भात्यात आणखीही एक बाण होता, तो जोतीराव फुलेप्रणीत सत्यशोधकी ब्राह्मणेतरी विचारांचा. त्याचाही उपयोग करायला ते चुकले नाहीत. तपशिलात जायला नको. एकमेकांचे समाधान करण्यात दोघेही अपयशी ठरले व मुलाखत संपली.

१९१५मधल्या ब्राह्मणेतर चळवळीने प्रभावित झालेले वातावरण आणि कोठारी यांचे तरुण वय यांचा विचार केला तर या भेटीत जे काही घडले ते योग्यच होते, असे म्हणावे लागेल. तथापि, प्रौढ व परिपक्व वयात कोठारी यांना टिळकांचे व *गीतारहस्य* या ग्रंथाचे महत्त्व समजले. 'टिळक हेच खरे 'मॉडरेट' व खरे लोकशाहीवादी,' असे ते म्हणू लागले; पण त्यापेक्षा महत्त्वाची गोष्ट म्हणजे, ज्या 'गीतारहस्या'वर त्यांनी टीका केली होती, तो ग्रंथ सर्वसामान्य लोकांना नीट समजावा म्हणून त्यांनी 'गीतारहस्यसार' नावाचे पुस्तकच लिहून प्रकाशित केले. आता यावर वेगळे भाष्य करायची गरज नाही.

राहिला मुद्दा हिंदुत्वाचा. खरे तर कोठारी हे जैनधर्मीय; पण सावरकरांच्या व्याख्येनुसार (टिळकांच्या नव्हे) जैन हे हिंदूच ठरतात (ब्रिटिश कायद्याप्रमाणेसुद्धा). त्यामुळे त्यांना सावरकरांचा विचार मान्य करण्यात अडचण वाटली नसावी. कोठारीच नव्हे, तर वालचंदशेठ यांच्यासारखे आणखी काही जैनही सावरकरांच्या विचारांनी प्रभावित झाले होते.

'प्रबोधन'कार ठाकरे यांच्याविषयी सांगायचे झाले तर ते कट्टर ब्राह्मणेतर होते. त्या काळातही त्यांनी हिंदुत्वाला सोडचिठ्ठी दिली नव्हतीच. या बाबीपुरते त्यांचे विचार शाहू छत्रपतींच्या विचारांशी जुळत होते, याबद्दल शंका नाही. त्यांचे हिंदुत्व हे बुद्धिवादी, अंधश्रद्धाविरोधी, सोवळेओवळे, कर्मकांड यांना थारा न देणारे आणि अब्राह्मणी स्वरूपाचे होते. हिंदूंना कुणी बाटवावे व त्यांचे धर्मांतर करावे ही गोष्ट त्यांना पटत नव्हती; त्यामुळे गजानन व सुंदरराव या वैद्य बंधूंनी 'पतितपरावर्तना'ची म्हणजे परधर्मात गेलेल्या हिंदूंना शुद्ध करून स्वधर्मात परत घ्यायची मोहीम सुरू केली, तेव्हा ते त्यांच्या मागे उभे राहिले. कर्मकांडाला फाटा देऊन विवाहादी संस्कार सुटसुटीत करण्याचे कामही वैद्य यांनी केले, तेव्हाही ठाकरे त्यांच्यामागे होतेच. अशा प्रसंगी त्यांनी पौरोहित्यही केलेले आहे. समतानंद अनंतराव गद्रे यांच्या 'अस्पृश्यांच्या सत्यनारायणा'चे यजमानपदही त्यांनी स्वीकारले.

पुण्यातल्या गणेशोत्सवात सोवळेओवळे शिरून तो ब्राह्मणी बनत आहे, हे लक्षात आल्यावर ठाकरे

यांनी मुंबईत गणेशोत्सवाला पर्याय ठरेल असा दुर्गा-उत्सव सुरू केला, याची बऱ्याच जणांना कल्पनाही नसेल.

ठाकरे यांची लेखणी खरी तळपली ती इतिहासाचार्य राजवाडे यांनी कायस्थ प्रभू जातीच्या उत्पत्तीविषयी केलेल्या खोडसाळ संशोधनाचे सप्रमाण खंडन करताना. या खंडनातूनच त्यांचे *कोदंडाचा टणत्कार अर्थात भारत इतिहास-संशोधक मंडळास पहिली सलामी* हे पुस्तक सिद्ध झाले. राजवाडे यांना असे जबरदस्त आव्हान देणारा दुसरा संशोधक महाराष्ट्रात तेव्हा नव्हताच. या खंडनासाठी अभ्यास करताना त्यांना साताऱ्याच्या छत्रपती प्रतापसिंहमहाराजांनी आपला वेदोक्ताचा अधिकार प्राप्त करून घेण्यासाठी पुरोहितशाहीशी कसा संघर्ष केला, हे समजून आले. प्रतापसिंहांचा हा संघर्ष त्यांनी शाहूमहाराजांच्या कानी घातला, तेव्हा शाहूमहाराजांचे डोळे भरून आले आणि त्यांनी ठाकरे यांच्याकडून प्रतापसिंहांचे चरित्रच लिहायचे वचन घेतले. ते ठाकरे यांनी यथावकाश पूर्णही केले.

इतिहाससंशोधनाच्या क्षेत्रात निष्णात असलेले ठाकरे यांनी नाटके लिहिली, त्यांत भूमिकाही केल्या. 'खरा ब्राह्मण' हे त्यांचे नाटक त्या काळी फारच गाजले. संत एकनाथांच्या चरित्रावर आधारित या नाटकात त्यांनी ब्राह्मण्याची खरी संकल्पना विशद केली आहे.

ठाकरे यांचे आणि काँग्रेसचे कधीच जमले नाही. तरीही एकदा महात्मा गांधी यांच्या जिवावर बेतले असता त्या प्रसंगातून त्यांची सुखरूप सुटका करण्याचे श्रेय त्यांच्या गाठी जमा आहे. प्रसंग अकोला येथील आहे. तेथे गांधीजींची सभा होणार होती. गांधी तेव्हा अस्पृश्यतानिवारणाचा प्रचार करत असल्यामुळे चिडलेल्या सनातन्यांनी गांधी उतरले होते त्या घराला घेराव घालून त्यांना जणू कोंडूनच ठेवले होते. गांधी दारातून सरळ बाहेर पडून सभास्थानी जाते तर त्यांच्या जीवाला धोका होता. अशा वेळी प्रबोधनकारांनी प्रसंगावधान राखून गांधीजींना मागच्या दारातून सभास्थानी पोहोचते केले.

शाहूमहाराजांच्या पश्चात ब्राह्मणेतर चळवळीच्या मराठा नेतृत्वाशीही ठाकरे यांचे जुळले नाही. तीच गोष्ट पुढे समितीच्याही बाबतीत घडली.

थोडक्यात, महाराष्ट्राचा हा एकांडा शिलेदार होता. तडजोड करणे, झुकणे या गोष्टी त्यांच्या स्वभावातच नव्हत्या.

■

४१

ब्राह्मणेतर पत्रकारिता

सीताराम रघुनाथ तारकुंडे हे ब्राह्मणेतर चळवळीमधले एक कर्तृत्ववान गृहस्थ होते. त्यांनी प्रत्यक्ष चळवळीत भाग तर घेतलाच; पण *ब्राह्मणेतर चळवळ व मराठे यांच्या चळवळीचा पूर्वेतिहास आणि मराठ्यांची पूर्वपीठिका* हे पुस्तक लिहून (१९२२) चळवळीचा इतिहास शब्दबद्ध करण्यात मोठा वाटाही उचलला.

ब्राह्मणेतर चळवळीला 'ब्राह्मणेतर' हे नाव नंतरच्या काळात राजारामशास्त्री भागवत यांनी दिले. चळवळीचे आद्यप्रवर्तक महात्मा जोतीराव फुले होत. सुरुवातीच्या काळात त्यांनी समाजातल्या शूद्रातिशूद्र म्हणून ओळखल्या जाणाऱ्या शोषित घटकांची बाजू मांडली. पुढे याच लोकांसाठी त्यांनी *सार्वजनिक सत्यधर्म* काढला. प्रचलित धर्माच्या माध्यमातूनच त्यांचे शोषण व उपेक्षा चालत असल्याने अशा प्रकारच्या वेगळ्या धर्माची आवश्यकता होती. यातूनच सत्यशोधक समाज उत्क्रांत झाला. त्यानंतर वर उल्लेखल्याप्रमाणे भागवतांनी या चळवळीचे 'ब्राह्मणेतर' असे नामकरण केले. स्वतः फुले यांची 'शूद्र' या शब्दाबद्दल काही तक्रार नसली किंवा त्यांनी तो शब्द गौरवानेच वापरला असला तर एकूण व्यवस्थेत व भाषाव्यवहारात 'शूद्र' शब्दाला निंदाव्यंजक अर्थ चिकटला होता, हे विसरता कामा नये.

अर्थात, सत्यशोधक आणि ब्राह्मणेतर या दोन चळवळींमध्ये शाब्दिक भेदापेक्षाही अधिक काहीतरी आहे, हे नजरेआड करता कामा नये. सत्यशोधकी चळवळ मुख्यत्वे धार्मिक व सामाजिक होती. स्वतःला राजकारणापासून अलग ठेवायचा तिचा प्रयत्न होता. ब्राह्मणेतर चळवळीत धार्मिक भाग कमी होता, ती सामाजिक आणि राजकीय चळवळ जास्त होती. तथापि, सत्यशोधकी विचारसरणी हाच तिचा मूलाधार असल्यामुळे या दोन चळवळींचा विचार एकत्रितपणे करण्याची प्रथा आहे.

करवीर छत्रपती शाहूमहाराज हा या दोन चळवळींना जोडणारा दुवा होय.

सीतारामपंत तारकुंडे यांनी आपल्या पुस्तकाचे दोन भाग कल्पिले आहेत. ते सांगतात : 'या पुस्तकाच्या पहिल्या भागाचे मुख्य चरित्रनायक तीन : रा. रा. जोतीराव फुले, रा. रा. कृष्णराव पांडुरंग भालेकर व रा. रा. नारायण मेघाजी लोखंडे. या तिघांनी स्वार्थत्याग करून स्वदेशाची सेवा केली; परंतु या तिघांमध्ये बरीच लठ्ठालठ्ठी होत असे. त्यांची ही लठ्ठालठ्ठी इतकी विकोपास जात असे, की कधी-कधी त्यांनी अंगीकारलेल्या कार्याची हानीसुद्धा होत असे.'

१९११च्या दरम्यान 'दीनमित्र'कार मुकुंदराव पाटील यांनी मराठ्यांमधल्या विद्वत्तेच्या व व्यासंगाच्या अभावावर टीका केली. त्यांच्याकडे एकही वृत्तपत्र नसल्याचे त्यांनी त्या वेळी निदर्शनास आणले. मात्र, ही कोंडी फोडून पत्रकारितेत मोलाचे योगदान देणाऱ्या पत्रकाराचे नाव आहे भगवंतराव पाळेकर. त्यांनी ३०-३५ वर्षे सातत्याने चालवलेल्या पत्राचे नाव (साप्ताहिक) *जागृती*. विशेष म्हणजे, हे पत्र त्यांनी बडोद्यामधून चालवले. थोडक्यात, मुकुंदराव पाटील यांनी मराठ्यांवर घेतलेल्या आक्षेपांचे निराकरण भगवंतराव पाळेकर यांनी कृतीच्या माध्यमातून करून दाखवले!

तारकुंडे यांनी सांगितलेला वृत्तान्त अगदी अचूक आहे. अर्थात, सत्यशोधकांच्या या आद्य चरित्रनायकांमधल्या लठ्ठालठ्ठीशी अथवा अंतर्गत मतभेदांशी वा संघर्षाशी आपल्याला या ठिकाणी कर्तव्य नाही. सत्यशोधक ब्राह्मणेतर चळवळीची सुरुवात करणारे पहिल्या-दुसऱ्या पिढीतले नेते माळी समाजातले होते. एकोणिसाव्या शतकातल्या महाराष्ट्राच्या बहुजनांच्या प्रबोधनात व चळवळीत माळी समाजाचे योगदान अतुलनीय आहे. नंतरही हा वारसा मुकुंदराव पाटील, मोतीरामजी वानखेडे यांनी जपला व जोपासला. तथापि, तोपर्यंत चळवळीची व्याप्ती वाढली होती. तिच्यात इतर जाती-जमातींमधली मंडळी सहभागी झाली होती आणि मुख्य म्हणजे तिचे स्वरूप पालटून ती आता ब्राह्मणेतर चळवळ झाली होती.

कोणत्याही चळवळीसाठी वर्तमानपत्र हे एक महत्त्वाचे व अत्यावश्यक हत्यार असते. ब्राह्मणेतर समाजात मुळात शिक्षणाचे प्रमाण अत्यल्प. मग वर्तमानपत्र काढणार कोण व वाचणार कोण? 'वर्तमानपत्र म्हणजे कोल्हा की कोंबडा, हेसुद्धा माहीत नसलेल्या लोकांसाठी वर्तमानपत्र कशाला काढायचे?' अशा प्रकारचा काहीसा उपहासात्मक शेरा मारत जोतीरावांनी तरुण व उत्साही कृष्णराव भालेकरांना नाउमेद केले होते! वस्तुत: भालेकरांना वर्तमानपत्र काढायचे होते ते विष्णुशास्त्री चिपळूणकर हे जोतीरावांवर करत असलेले हल्ले परतवण्यासाठी. त्याचे महत्त्व पटून मुंबईतल्या सत्यशोधकांनी एक अख्खा छापखानाच खरेदी करून तो पुण्याला दिला. आता खुद्द जोतीरावच नको म्हणत असतील तर त्याचा काय उपयोग होणार होता? हा छापखाना काही दिवस तसाच पडून राहिला आणि यथावकाश मुंबईकरांनी तो मुंबईला परत नेला.

या प्रकारामुळे भालेकर जोतीरावांवर रुष्ट झाले नसते तरच नवल; पण ते स्वस्थ बसणाऱ्यांपैकी नव्हतेच. त्यांनी जिद्द न सोडता स्वबळावर व स्वप्रयत्नावर वर्तमानपत्र काढलेच. त्याचे नाव *दीनबंधू*.

जोतीरावांनी वर्तमानपत्र काढायला केलेला विरोध विसरून भालेकरांनी 'दीनबंधू'च्या माध्यमातून त्यांचे समर्थन करत चिपळूणकरांचा हल्ला परतवून लावला. त्यातून 'व्यक्तीपेक्षा विचारसरणी व चळवळ अधिक महत्त्वाची' असा संदेश त्यांनी दिला. भालेकरांचा उदारमतवादही सिद्ध झाला.

भालेकरांना गणपत सखाराम पाटील हे त्यांचे भाचे मदत करत असत. गणपतरावांच्या अकाली निधनानंतर ही परंपरा कुणी चालवायची, हा प्रश्न निर्माण झाला होता. कृष्णरावांनी आपले चिरंजीव मुकुंदराव यांना आपल्या बहिणीच्या मांडीवर दत्तक दिल्यामुळे तो सुटला. मुकुंदरावांनी *दीनमित्र* हे नवे पत्र सुरू करून नंतर कित्येक वर्षे यशस्वीपणे चालवले. तेसुद्धा नगर जिल्ह्याच्या नेवासा तालुक्यातल्या तरवडी या आडगावी. मराठी पत्रकारितेच्या इतिहासात मुकुंदरावांचे नाव खरे तर सुवर्णाक्षरांनी लिहून ठेवायला हवे होते.

मुकुंदरावांना *दीनमित्र* नावाच्या पत्राचा स्वतंत्र प्रपंच उभा करावा लागला. याचे कारण, मधल्या काळातल्या आर्थिक अडचणींमुळे *दीनबंधू* भालेकरांच्या हातून निसटले होते. त्याचा सांभाळ नारायणराव

लोखंडे यांनी मुंबईत (*मराठा दीनबंधू* या नावाने), शाहूमहाराजांनी ज. र. आजगावकर यांच्या मदतीने कोल्हापुरात केला आणि अखेर ते पत्र डॉ. नवले यांच्या हातात पडले. दरम्यान, भालेकरांनी *तुकाराम, अंबालहरी* असे प्रयोग करून पाहिले; पण ते आतबट्ट्याचेच ठरले.

या काळात ब्राह्मणेतर चळवळीचे केंद्र शाहूमहाराजांमुळे कोल्हापुरात हलले होते; पण मराठा समाजात वृत्तपत्र चालवण्यासाठी सक्षम व्यक्ती मिळत नव्हती. जातीने सारस्वत ब्राह्मण असलेले महाराष्ट्रभाषाभूषण आजगावकर यांना महाराजांनी त्यासाठी मुद्दाम बोलावून घेतले. आजगावकरांनी आपल्या परीने ब्राह्मणांवर टीका केली; पण त्याने कोल्हापूरकरांचे समाधान होईना. त्यांच्या वाढत्या मागणीनुसार वाढता पुरवठा करणे आजगावकरांना जमेना. परिणामी, त्यांनी 'मराठा दीनबंधू' पत्राला रामराम ठोकला. मुंबईला परतल्यावर त्यांनी संतसाहित्यावर व संतांची चरित्रं लिहिण्यावर भर दिला आणि 'महाराष्ट्रभाषाभूषण' अशा पदवीने ते गौरवले गेले.

याचा अर्थ असा होतो, की या काळातली ब्राह्मणेतर पत्रकारिता ही मुख्यत्वे माळी मंडळींनी व्यापली होती व गाजवली होती. गोपाळबुवा वलंगकर, किसन फागोजी बंदसोडे अशी बहिष्कृत समाजातली नेतेमंडळीसुद्धा वृत्तपत्रे चालवत.

या परिस्थितीला अनुलक्षूनच १९११च्या दरम्यान 'दीनमित्र'कार मुकुंदराव पाटलांनी मराठ्यांमधल्या विद्वत्तेच्या व व्यासंगाच्या अभावावर टीका केली. त्यांच्याकडे एकही वृत्तपत्र नसल्याचे निदर्शनास आणले. मधल्या काळात वासुदेवराव बिर्जे यांनी चालवायला घेतलेले *दीनबंधू* बंद पडले होते.

मुकुंदरावांनी सांगितलेले वास्तव कटू असले तरी सत्य होते. त्याची मीमांसा करणेही गरजेचे आहे.

देवगिरीच्या यादवांचे राज्य तेराव्या शतकात खिलजीने जिंकून घेतल्यापासून तेव्हाचा राज्यकर्ता सैरभैर झाला. सत्ता व अधिकारपदे गमावून तो खालच्या स्तरावर आला. तरीही खिलजीनंतर आलेल्या तुघलक घराण्याच्या शेवटानंतरच्या बहामनी राजवटीत तो थोडाफार सावरला. नंतर बहामनी राज्याचे पाच तुकडे पडले. त्यातली अहमदनगरची निजामशाही आणि विजापूरची अदिलशाही या सत्तांना असलेली लष्करी सामर्थ्याची गरज भागवायला मुळातच लढवय्ये असलेली मराठ्यांची घराणी पुढे आली. शिवछत्रपतींचे भोसले घराणे हे त्यांपैकीच एक.

शिवछत्रपतींनी दिल्ली आणि विजापूर इथल्या सत्तांना टक्कर देत (अहमदनगरची निजामशाही यापूर्वीच मोगल आणि अदिलशाहा यांनी एकत्र येऊन बुडवली होती व वाटून घेतली होती) स्वराज्याची स्थापना केली. या प्रक्रियेत त्यांना महाराष्ट्रातल्या स्वातंत्र्यप्रेमी अशा सर्वच जाती-जमातींचे साहाय्य झाले. तथापि, देशस्थ ब्राह्मण आणि कायस्थ प्रभू त्यात अग्रेसर होते. शिवरायांच्या पराक्रमामुळे सतराव्या शतकात मराठे राज्यकर्ते झाले.

मराठ्यांच्या यशाची ही कमान १८१८पर्यंत म्हणजे ब्रिटिशांनी पेशवाई खालसा करेपर्यंत चढतीच राहिली. त्यांच्या राज्याचा विस्तार हिंदुस्थानभर झाला. ते आंतरराष्ट्रीय राजकारणाचा भाग बनले. युद्ध, तह यांच्या माध्यमातून येणारी खंडणी, लूट यामुळे त्यांची आर्थिक परिस्थिती वधारली. दरबाराची कामे करण्यासाठी त्यांना इनामे, जहागिऱ्या, वतने प्राप्त झाली. मधल्या काळात साताऱ्याच्या छत्रपतींची गादी पेशव्यांकडे गेली तरी त्याचा एकूण समाजाच्या परिस्थितीवर विशेष परिणाम होण्याची शक्यता नव्हती. शिंदे, गायकवाड, पवार, (नागपूरकर) भोसले यांची संस्थाने जवळपास स्वतंत्र असल्यासारखीच होती.

शिवाय, दक्षिणेतही तंजावरचे राज्य व इतर लहान-मोठ्या जहागिऱ्या होत्याच.

१८१८नंतर ही चढती कमान एकदम खाली उतरली. ब्रिटिश सत्ता आल्यामुळे लढाया, खंडण्या, लूट, चौथाई, सरदेशमुखी या गोष्टी एका क्षणात भूतकाळात जमा झाल्या. स्थानिक वतने असायची; परंतु ब्रिटिशांनी सर्वच प्रकारच्या इनामांची, वतनांची शहानिशा करून त्यांचा अस्सलपणा ठरवून बनावट वतने रद्दबातल करण्यासाठी 'इनाम कमिशन' नेमले. इनाम कमिशनद्वारे साधारणत: तीस हजार वतनांची पडताळणी होऊन त्यातली वीस हजार वतने खालसा झाली. या वीस हजारांमधील बहुतेक वतने मराठ्यांची असणार, हे उघड आहे. मराठ्यांकडे शिक्षणाचा अभाव असल्यामुळे लिखित पुरावे जतन करून ठेवण्याची सवय त्यांना नव्हतीच.

या सर्व प्रकारामुळे मराठ्यांना आपल्या परंपरागत पेशाकडे म्हणजे शेतीकडे वळण्याशिवाय पर्याय राहिला नाही; पण त्यामुळे त्यांच्यावर मोठा आर्थिक ताण पडला. शिवाय, मराठ्यांची शेती ही जिराईत किंवा कोरडवाहू. बागायती शेती करणे ही महात्मा फुले यांनीच दाखवून दिल्याप्रमाणे माळी मंडळींची परंपरा. शिवाय, मधल्या काळात मराठे जिरायतीकडेही दुर्लक्ष करून राजकारणाच्या नादाला लागल्यामुळे त्यांना तीसुद्धा धडपणे करता येईना. याव्यतिरिक्त आणखी एक मुद्दा पुढे येतो, तो म्हणजे ब्रिटिश सरकारची सारा-आकारणीची पद्धत. ती जुलमीच होती. त्यात भर पडली, ती लोकल फंडासारख्या शैक्षणिक कराची, ज्याचा फायदा यांना शून्याएवढा.

या सर्व प्रकारच्या सुलतानी संकटांव्यतिरिक्त अस्मानी म्हणजे पावसाच्या अनिश्चिततेचे संकट तर जणू पाचवीला पूजलेले.

या सर्व घटकांचा परिपाक म्हणून हा मराठा शेतकरी कमालीचा दरिद्री बनला; पण तरीही गेल्या दोन-अडीचशे वर्षांची लढाईची परंपरा त्याला स्वस्थही बसू देत नव्हती. मात्र, आता लढाया करायच्या त्या कुणाशी? आणि कोणत्या हत्यारांनी? हत्यारे तर ब्रिटिशांनी कायदा करून काढून घेतलेली. मग ही मंडळी जमिनीच्या तुकड्यांसाठी आपापसांत वाटणीवरून व दसरा-पोळा-होळी अशा सणावारी मानपानावरून एकमेकांतच लाठ्याकाठ्यांनी लढू लागली, एकमेकांची डोकी फोडू लागली. त्याचा अपरिहार्य परिणाम म्हणजे कोर्टकचेऱ्या. तालुक्याच्या गावांना तारीख पडल्यावर फेऱ्या आणि त्यातून वकिलांची धन.

या परिस्थितीचे वर्णन महात्मा फुले, तारकुंडे, श्री. रा. टिकेकर ऊर्फ धनुर्धारी अशा लेखकांनी करून ठेवले आहे. अशा परिस्थितीत या लोकांचा शैक्षणिक मागासलेपणा वाढला नसता तरच आश्चर्य करायचे. आणि मग वर्तमानपत्र कोण काढणार? मुकुंदराव पाटलांनी वर्मावरच बोट ठेवले की!

मात्र, ही कोंडी फोडून पत्रकारितेत मोलाचे योगदान देणाऱ्या पत्रकाराचे नाव आहे भगवंतराव पाळेकर. त्यांनी ३०-३५ वर्षे सातत्याने चालवलेल्या पत्राचे नाव (साप्ताहिक) *जागृती*. विशेष म्हणजे, हे पत्र त्यांनी बडोद्यामधून चालवले.

पाळेकरांना उच्च शिक्षण घेता आले नव्हते. त्यांचे पूर्वज नाशिक जिल्ह्यातल्या पाळे या गावचे पाटील. नाशिकमधली मराठा कुटुंबे बडोद्याच्या गायकवाडीत नशीब काढायला गेली. त्यातलेच एक पाळेकरांचेही होते. आर्थिक अनुकूलता नसल्यामुळे पाळेकर सहाव्या इयत्तेपर्यंतच मजल मारू शकले. तथापि, तोपर्यंत त्यांना जोतीराव फुले यांची पुस्तके वाचायला मिळाली होती. त्यांचा वैचारिक पिंड याच पुस्तकांवर पोसला गेला. याच काळात त्यांना मराठीमधली वेगवेगळी नियतकालिके वाचायचा छंद जडला. १८९९मध्ये

वयाच्या सतराव्या वर्षी ते बडोद्यातल्या 'पूर्ण चंद्रोदय' छापखान्यात नोकरीला लागले. यंदे *सयाजीविजय* नावाचे पत्र चालवत असत. पुढे यंदे न्या. रानडे यांच्या निमंत्रणावरून *इंदुप्रकाश* हे पत्र चालवण्यासाठी मुंबईला गेले, तेव्हा त्यांनी पाळेकरांना कम्पोझिटर—अक्षरजुळारी—म्हणून नोकरी देऊ केली. पाळेकर मुंबईत गेले. त्यांचा 'इंदुप्रकाश'च्या लेखकवर्तुळाशी परिचय झाला. ते या मंडळींशी नियमित चर्चा करू लागले. वाचनाची भूक भागवण्यासाठी ते मुंबई मराठी ग्रंथसंग्रहालयाचे सभासदही झाले.

मुंबईच्या वास्तव्यात पाळेकरांचा परिचय विठ्ठल रामजी शिंदे यांच्याशी झाला. शिंदे तेव्हा प्रार्थना समाजाचे प्रचारक म्हणून काम करत असत. गिरगावातल्या 'राजा राममोहन आश्रमा'त त्यांचे वास्तव्य असे. शिंदे यांच्या व्यक्तिमत्त्वाचा व विचारांचा पाळेकरांवर सखोल परिणाम झाला. शिंदे यांच्या व्यक्तित्वात जोतीरावांच्या सत्यशोधकी आणि रानडे यांच्या उदारमतवादी प्रार्थना समाजाच्या तत्त्वांचा मिलाफ झाला होता. शिंदे यांचे विचार पाळेकरांनी इतके आत्मसात केले, की 'पाळेकरांचा खुलासा तो माझा खुलासा समजावा,' अशी ग्वाही नंतरच्या काळात स्वत: शिंदे यांनीच दिली.

१९०५मध्ये शिंदे हे वासुदेवराव बिर्जे यांना *दीनबंधू* पत्र चालवण्यासाठी मदत करू लागले. वृत्तपत्रीय लेखनाचा ओनामा त्यांनी *दीनबंधू*तच केला. *इंदुप्रकाश, मुंबईवैभव* या पत्रांतूनही ते लिहू लागले. बिर्जे यांच्या पश्चात अल्पकाळ *दीनबंधू*ची जबाबदारी सांभाळताना त्यांचे ठोसर वगैरे संचालकांशी मतभेद झाले व ते पुन्हा *इंदुप्रकाश*मध्ये गेले. दरम्यान, गोपाळराव दळवी यांच्या *मराठामित्र* मासिकात त्यांनी लिहिलेल्या शिक्षणविषयक लेखांचा संग्रह प्रकाशित होऊन ते प्रसिद्धीच्या झोतात आले. *केसरी*सारख्या पत्रानेही त्यांची प्रशंसा केली.

१९१७मध्ये ब्रिटिश सरकारने भारतीयांना राजकीय अधिकार देण्यासाठी मॉंटेग्यू व चेम्सफर्ड यांची समिती नेमली. बदललेले वारे लक्षात घेऊन ब्राह्मणेतरांची व मराठ्यांची बाजू मांडणारे नवे पत्र काढावे, असे पाळेकरांना वाटले. त्यानुसार १९१७च्या दसऱ्याच्या मुहूर्तावर साप्ताहिक *जागृती*चा पहिला अंक बाहेर पडला. याच वेळी पुण्यातून वा. रा. कोठारी हे *जागरूक* पत्र काढू लागले होते. केशव सीताराम ठाकरे यांचे *प्रबोधन* आणि श्रीपतराव शिंदे याचे *विजयी मराठा* ही पत्रे अद्याप लांब होती. थोडक्यात, मुकुंदराव पाटील यांनी मराठ्यांवर घेतलेल्या आक्षेपांचे निराकरण भगवंतराव पाळेकर यांनी कृतीच्या माध्यमातून करून दाखवले!

■

४२

प्रगल्भ पत्रकारितेचा आदर्श

जागृती साप्ताहिकाचे पहिले दोन अंक भगवंतराव पाळेकर यांनी बडोद्यातल्या आर्यसुधारक छापखान्यातून घेतले; पण लवकरच अशा प्रकारचे 'आउटसोर्सिंग' आतबट्ट्याचे ठरेल, हे त्यांच्या लक्षात आले. पत्र आर्थिक दृष्टीने चांगले चालायचे असेल, निदान तोटा होऊ द्यायचा नसेल, तर स्वतःच्या मालकीचा छापखाना हवा, असेही त्यांना वाटू लागले. पण अवघे सहाशे रुपयांचे भांडवल जवळ असलेले पाळेकर नवा छापखाना कसा उभारू शकणार होते?

अशा वेळी पाळेकरांना यंदेशेठ यांची आठवण झाली आणि त्यांनी तडक मुंबईला जाणारी गाडी पकडली. यंदे यांना एकशे पंचवीस रुपये देऊन त्यांनी त्यांच्याकडून जुन्या पायका टाइपच्या पाच-सहा केसी खरेदी केल्या. आपल्या छापखान्यात खिळे जुळवायचे काम करणारा तरुण स्वतःचे वृत्तपत्र काढतो आहे, ही दामोदरराव यंदे यांच्यासाठीही कौतुकाचीच गोष्ट होती.

त्यानंतर पाळेकर यांनी कधी मागे वळून पाहिलेच नाही.

*जागृती*चे मुख्य धोरण बहुजन समाजात; विशेषतः मराठ्यांमध्ये शिक्षणाविषयक जागृती निर्माण करण्याचे होते आणि तोच त्यांचा हेतू होता. तथापि, तेव्हा देशात अशी एक निर्णायक घटना घडली, की त्यामुळे पाळेकरांना आपल्या लेखनाची व्याप्ती वाढवून सामाजिक आणि राजकीय विषयांना स्पर्श करणे भाग पडले. ती घटना म्हणजे माँटेग्यू आणि चेम्सफर्ड किंवा माँट-फर्ड समितीची स्थापना.

भारतीय प्रजेला कमी-अधिक प्रमाणात राजकीय हक्क घ्यायची प्रक्रिया १९०९च्या दरम्यान मोर्ले-मिंटो समितीपासून सुरू झाली आणि त्या समितीच्या शिफारशींनुसार कारवाईसुद्धा झाली. दरम्यान, पहिल्या महायुद्धात भारतीय प्रजेने इंग्लंडची ज्या प्रकारे पाठराखण केली, ती पाहता तिच्या मागण्यांचा अधिक सहानुभूतीने विचार करून तिला अधिक राजकीय अधिकार द्यावेत, असे ब्रिटिश सरकारलाही वाटू लागले. नव्या राजकीय सुधारणांचा आराखडा करण्यासाठी व्हाईसरॉय चेम्सफर्ड आणि भारतमंत्री माँटेग्यू यांची समिती नियुक्त करण्यात आली.

ही समिती भारतीयांना अधिक राजकीय सुधारणा देण्यास उत्सुक आहे, हे लक्षात आल्यावर विशेषतः ब्राह्मणेतरांच्या गोटात अस्वस्थता पसरली. काँग्रेसच्या मागण्यांनुसार भारतीय नागरिकांनी मतदान करून

आपले प्रतिनिधी कौन्सिल म्हणजे विधिमंडळात पाठवायचे असतील तर मतदानाचा हक्क हाच मुळी शिक्षण आणि करभरणी या कसोट्यांवर ठरणार होता. त्यामुळे शिक्षण आणि आर्थिक प्राप्ती यामध्ये मागास असलेल्या ब्राह्मणेतरांना कौन्सिलमध्ये स्थान मिळणार नाही, हे उघड होते. आता कौन्सिलमध्ये निवडून जाणाऱ्या ब्राह्मण प्रतिनिधींच्या हाती सत्ता जाऊन ब्रिटिशांऐवजी तेच कारभार करणार असतील, तर बहुजनांचे काही खरे नाही, या भीतीनंही त्यांना पछाडले होते. अशा वेळी 'या राजकीय सुधारणांची अथवा हक्कांची आम्हांला गरज नाही. ब्रिटिशांच्या संरक्षक छत्राखालीच पूर्ववत नांदणे आम्ही पसंत करतो,' असा विचार ब्राह्मणेतरांमध्ये पसरू लागला.

'ब्राह्मणेतरांची ही पराभूत मनोवृत्ती बरोबर नाही. स्वराज्य सर्वांनाच हवे. ब्राह्मणांच्या भीतीने स्वराज्य नाकारणे हे आत्मघातकी आहे. निदान ज्यांच्या पूर्वजांनी स्वराज्याची स्थापना केली, स्वराज्याचे साम्राज्य करून अटकेपार घोडे दौडवले, त्या मराठ्यांना तरी हे मुळीच शोभत नाही,' अशी स्पष्ट भूमिका विठ्ठल रामजी शिंदे यांनी घेतली. उद्या खरोखर स्वराज्य मिळाले आणि त्यात उच्चवर्णीयांची दडपशाही सुरू झाली तर त्यांचा बंदोबस्त कसा करायचा ते तेव्हाचे तेव्हा पाहू, असा आत्मविश्वास शिंदे यांच्याकडे होता.

ही भूमिका घेतल्यामुळे शिंदे एकटे पडले असल्यास नवल नाही. अशा वेळी पाळेकर शिंदेंच्या मदतीला धावले. त्यांनी शिंदेंच्या भूमिकेचे स्वागत आणि समर्थन करणारा 'मराठ्यांच्या राजकीय आकांक्षा' हा अग्रलेख *जागृती*मधील २४ नोव्हेंबर १९१७ या दिवशी लिहिला. पुण्यातल्या जातवार राजकीय प्रतिनिधित्व मागणाऱ्यांना पाळेकरांची भूमिका पसंत पडली नाही. त्यांच्यातल्या अनेकांनी त्यांच्याकडे पोस्टाने पाठवलेले *जागृती*चे अंक बडोद्याला परत पाठवले.

सामाजिक सुधारणा आणि राजकीय स्वातंत्र्य या दोन गोष्टींमध्ये परस्परविरोध न मानता त्या दोन्हींसाठी एकाच वेळी चळवळ करायला हवी, ही भूमिका त्या काळात घेणारे विठ्ठल रामजी शिंदे हे एकमेव नेते होते. पाळेकरांना त्यांचा हा विचार मान्य असल्यामुळे ते आपल्या पत्राच्या माध्यमातून त्याचा प्रसार व पाठराखण करत राहिले. त्यांच्या मते, समाजसुधारणेला विरोध करून केवळ राजकीय सुधारणांचे घोडे पुढे दामटणारे टिळकपक्षीय जहाल ब्राह्मण आणि राजकीय सुधारणांना विरोध करणारे ब्राह्मणेतर एकाच नाण्याच्या दोन बाजू होत. 'दुटप्पीपणाचे दोन मासले' या अग्रलेखातून पाळेकरांनी या दोन्ही पक्षांच्या उणिवा आणि मर्यादा दाखवून दिल्या. (१ डिसेंबर १९१७) 'ब्राह्मणांविषयी द्वेष व अविश्वास यांनी अंध झाल्यामुळेच आणि ब्राह्मणांविषयी निष्कारण भीती बाळगल्यामुळेच वरील प्रकारचा विसंगतपणा सदरील बंधू दाखवत आहेत,' अशी संबंधित ब्राह्मणेतरांची संभावना करून *जागृती*च्या धोरणाचा उच्चार करताना पाळेकर म्हणतात – 'सामाजिक, राजकीय, धार्मिक, औद्योगिक सर्व बाबतींत प्रगती पाहिजे. आणि त्यातील कोणत्याही एका शाखेतील प्रगतीच्या आड जे कोणी येतील, ते देशाचे शत्रू समजले जातील. अशा प्रकारच्या लोकांच्या कुटील धोरणांचे, मग ते कोणत्याही पक्षाचे असोत, आविष्करण करणे हे 'जागृती'ला आपले कर्तव्य वाटते.'

इकडे शिंदे यांनीही लोकमान्य टिळकांनी केलेल्या स्वराज्याच्या चळवळीला पाठिंबा देण्यासाठी पुण्यात शनिवारवाड्यावर बहुजनांची सभा भरवली आणि तिच्यात खुद्द टिळकांना ब्राह्मणांचा प्रतिनिधी आणि प्रवक्ता म्हणून भाषण करायला लावले. 'मराठ्यांच्या राजकीय आकांक्षा' या लेखातून पाळेकरांनी शिंदे यांना पाठिंबा दिला. इतकेच नव्हे, तर बेळगाव येथे बॅ. रामराव देशमुख यांच्या अध्यक्षतेखाली भरलेल्या अखिल भारतीय मराठा राजकीय परिषदेस शिंदे यांनी लखनौ काँग्रेसमध्ये संमत झालेल्या ठरावाला पाठिंबा व्यक्त करणारा

> इतर ब्राह्मणेतर पत्रे आणि *जागृती* यांच्यामधला फरक दाखवायचा असेल, तर भगवंतराव पाळेकर यांनी डॉ. बाबासाहेब आंबेडकर व त्यांच्या चळवळी यांच्या सतत केलेल्या पाठराखणीचा उल्लेख करणे पुरेसे ठरेल! १९३०च्या ऑगस्ट महिन्यात नागपूर इथे अखिल भारतीय अस्पृश्य वर्गाची काँग्रेस डॉ. आंबेडकर यांच्या अध्यक्षतेखाली भरली होती. बाबासाहेबांच्या या भाषणात (भावी) स्वराज्याच्या राज्यघटनेची बीजे असल्याचे ओळखणारा आणि तसे सूचितही करणारा पाळेकर हा पहिला पत्रकार होय. कोणत्याही पत्रकाराने आदर्श म्हणून पुढे ठेवावा, असा हा नि:पक्ष आणि प्रगल्भ पत्रकार होता.

ठराव मांडला, तेव्हा त्याला अनुमोदन देण्याचे काम केले. त्यामुळे अस्वस्थ झालेल्या शिंदेविरोधकांनी पुण्यात 'मुंबई इलाखा मराठा परिषद' भरवून आपला विरोध व्यक्त केला. त्यावर 'बेळगावच्या परिषदेला सवत कशाला?' असा सणसणीत अग्रलेख पाळेकरांनी लिहिला. चिडलेल्या विरोधकांनी पुण्यात *जागृती*च्या अंकाची होळी केली. आपल्या विचारांवर ठाम असलेल्या पाळेकरांनी या प्रकारामुळे अस्वस्थ न होता 'कागद जळाला म्हणून विचारांची राखरांगोळी थोडीच होते?' असा सूचक आणि खोचक सवाल केला.

आपली भूमिका ही महाराष्ट्रातल्या टिळकपक्षीय आणि ब्राह्मणेतर या दोघांच्या भूमिकांहून वेगळी आहे, असा पाळेकरांचा दावा होता. 'एका बाबतीत प्रगती– प्रयत्न, तर दुसऱ्या बाजूला प्रतिगामित्व दाखवायचे हे महाराष्ट्रातील पक्षभेदाचे विशिष्ट लक्षण. त्यापासून आम्ही शक्य तितक्या दूर,' असे ते स्पष्ट करतात. अर्थात त्यामुळे आपण दोन्ही प्रकारच्या जहालांना अप्रिय ठरले आहोत हे ते जाणून होते, आणि ही किंमत चुकवायचीही त्यांची तयारी होती. 'जागरूक'कार वा. रा. कोठारी यांनी त्यांना तसा इशाराही दिला होता. तरीही, 'ज्या कोणा ब्राह्मणांस आमची राजकीय व धार्मिक मते आवडत नसतील, त्यांनी आमच्यावर खुशाल रागवावे! फार काय, पण दुर्वासाप्रमाणे प्रक्षुब्ध होऊन आम्हांला भयंकर शापही द्यावा. आम्हांला त्याची मुळीच पर्वा नाही. तथापि, अनुदार ब्राह्मणेतरांची खुशामत करण्याचीही आमची इच्छा नाही... मग कित्येक माथेफिरू एकांगी लोकांचा आमच्यावर रोष झाला तरी आम्हांला विषाद वाटणार नाही. आम्ही यातील कोणतीही एक बाजू धरून एकाच पक्षास सर्व बाजूंनी पाठिंबा दिला असता तर आमच्या पत्राच्या ग्राहकांची संख्या वाढली असती, हे खोटे नाही. परंतु, आमची मनोदेवता तसे करू देत नाही. याला आमचा नाइलाज आहे,' असे पाळेकरांनी स्पष्ट शब्दांत बजावले.

विठ्ठल रामजी शिंदे यांना आणि पर्यायाने आणि अनुषंगाने भगवंतराव पाळेकर यांना त्यांच्या प्रामाणिक भूमिकेमुळे एकाच वेळी अनेक विरोधकांना तोंड द्यावे लागत होते. टिळकांच्या स्वराज्याच्या मागणीला पाठिंबा देणे हा एक अपराध त्यांनी केला होताच; पण स्वराज्याच्या रोखाने कायदेमंडळात काही जागा भारतीयांना द्यायच्या असे ठरले, तेव्हा जातवार प्रतिनिधित्वाचा प्रश्न उपस्थित झाला. शिंदे यांनी त्याला विरोध केला. मुळात मतदार होण्यासाठी घातलेल्या शैक्षणिक व आर्थिक पातळीच्या मर्यादा इतक्या खाली आणाव्यात, की ज्यामुळे मतदारांची संख्या वाढून सर्व जाती-जमातींना त्यांच्या संख्येच्या प्रमाणात कायदेमंडळात पुरेसे प्रतिनिधित्व मिळणे शक्य होईल, असा त्यांचा विचार होता.

अर्थात, हे झाले शिंदे यांचे सर्वसाधारण धोरण. मात्र, या धोरणाला ते अपवाद करायला तयार होते. तो म्हणजे अस्पृश्यांचा. अस्पृश्यांसाठी त्यांनी जातवार राखीव प्रतिनिधित्वाची मागणी केली होती. हा त्यांचा

दुसरा अपराध म्हणावा लागतो. त्यामुळे चिडून जाऊन, शिंदे ज्या प्रार्थना समाजाचे कार्य करायचे त्याच्याच *सुबोध पत्रिका* मुखपत्राने शिंदे यांच्यावर टीका केली. 'सुबोध पत्रिका'कारांना उत्तर देताना पाळेकरांनी *जागृती*च्या १५ फेब्रुवारी १९१९च्या अंकातल्या स्फुटात शिंदे यांच्या भाषणातला मजकूर उद्‌धृत केला. शिंदे म्हणाले होते, 'मी राष्ट्रैक्याचा भक्त आहे व म्हणूनच जातवार प्रतिनिधींच्या तत्त्वाच्या विरुद्ध आहे. परंतु, सामाजिक अन्यायाने सर्वथैव जिरवल्या गेलेल्या अस्पृश्य वर्गासंबंधाने मात्र नाइलाजास्तव मला अशी मागणी करणे भाग आहे, की एक तर समाजाने या वर्गाच्या अस्पृश्यतेस फाटा द्यावा, नाही तर या वर्गास जातवार प्रतिनिधींचे हक्क तरी मिळतील.'

पाळेकर विचारतात, 'आता या म्हणण्यात वावगे ते काय? 'आई जेवू घालिना आणि बाप भीक मागू देईना' अशा स्थितीत सापडलेल्या हिंदमातेच्या अस्पृश्य लेकरांसंबंधी धर्म अथवा समाजसेवा यांस ज्यांनी वाहून घेतले आहे, अशा संस्थांनी व व्यक्तींनी तरी रा. शिंद्यांच्या अस्पृश्यकारुण्यास हसण्याची निष्ठूरता तरी धारण करू नये एवढीच आमची विनंती आहे.'

मॉंटेग्यूच्या नव्या सुधारणांप्रमाणे १९२०मध्ये पहिली निवडणूक पार पडली. निवडणुकीत शिंदे यांनी उमेदवारी जाहीर केली. त्यांनी बहुजन नामक पक्षाची स्थापनाही केली. हा पक्ष जातीय आधारावर चालणारा नसून, आर्थिक हितसंबंधांवर आधारित होता. पाळेकरांनी शिंदे यांच्या पक्षाला आणि उमेदवारीला पाठिंबा दिला. त्यांचा प्रचार केला. निवडणुकीत शिंदे यांचा पराभव झाला. तो व्हायचाच होता. काळाच्या एवढा पुढे पाहू शकणारा माणूस कोणालाच परवडण्यासारखा नव्हता.

दरम्यान, साऊथबरो कमिशनपुढे शिंदे यांनी दिलेल्या साक्षीमुळे डॉ. आंबेडकर आणि विठ्ठलराव शिंदे यांच्यात दुरावा निर्माण झाला होता. इतकेच नव्हे, तर शिंदे यांनी अस्पृश्यांसाठी 'निराश्रित साहायकारी मंडळी'च्या माध्यमातून केलेले कार्य नजरेआड केले जाऊन त्यांनीच ती संस्था सोडावी, अशी परिस्थिती निर्माण करण्यात आली. तथापि, ना शिंदे यांनी आपले अस्पृश्योद्धाराचे कार्य सोडले– ना पाळेकरांनी शिंदे यांची पाठराखण करणे!

इतर ब्राह्मणेतर पत्रे आणि *जागृती* यांच्यामधला फरक दाखवायचा असेल, तर पाळेकरांनी डॉ. बाबासाहेब आंबेडकर व त्यांच्या चळवळी यांच्या सतत केलेल्या पाठराखणीचा उल्लेख करणे पुरेसे ठरेल! बाबासाहेबांनी कौन्सिलमध्ये केलेल्या भाषणांच्या बातम्या छापण्यात *जागृती* आघाडीवर होते. बाबासाहेबांनी कौन्सिलमध्ये मांडलेल्या ठरावांचा पाळेकरांनी *जागृती*मधून सतत पुरस्कार केलेला आढळून येतो. बाबासाहेबांच्या नेतृत्वाची, वक्तृत्वाची आणि त्यांच्या गुणांची प्रशंसा करताना पाळेकरांनी काहीही हातचे राखून ठेवले नाही. कौन्सिलमधल्या ब्राह्मणेतर सभासदांच्या कामगिरीचे मूल्यमापन बाबासाहेबांच्या कामगिरीच्या तुलनेत करून ब्राह्मणेतर सभासद आंबेडकरांची बरोबरी करू शकत नाहीत. म्हणून त्यांनी बाबासाहेबांची अनुकरण करण्याची आवश्यकता असल्याचे सुनावण्यास पाळेकर कधीच कचरले नाहीत. काही काळ त्यांनी *जागृती*मधून अस्पृश्यांसाठी पुरवणीवजा खास विभाग चालवला होता.

बाबासाहेबांनी महाड येथे केलेल्या जलसत्याग्रहाच्या वेळीही पाळेकरांनी त्यांची बाजू घेतली होती. या प्रसंगी ब्राह्मणेतरांनी सनातनी ब्राह्मणांना व गुजरांना बळी पडू नये, असा इशाराही त्यांनी दिला. १९३०च्या ऑगस्ट महिन्यात नागपूर येथे अखिल भारतीय अस्पृश्य वर्गाची कॉंग्रेस डॉ. आंबेडकर यांच्या अध्यक्षतेखाली भरली होती. या परिषदेत बाबासाहेबांनी केलेल्या अध्यक्षीय भाषणाची पाळेकरांनी

*जागृती*मधून (१६/८/१९३०) केलेली समीक्षा फार महत्त्वाची आहे. बाबासाहेबांच्या या भाषणात (भावी) स्वराज्याच्या राज्यघटनेची बीजे असल्याचे ओळखणारा आणि तसे सूचितही करणारा पाळेकर हा पहिला पत्रकार होय. 'डॉ. आंबेडकरांनी धारवाडी काटा हातात घेऊन स्वराज्य-घटनेचा विचार केला आहे,' हे त्यांचे वाक्य या संदर्भात महत्त्वाचे आहे.

१९२९-३०च्या दरम्यान पुण्यात पर्वतीवरचे मंदिर आणि नाशिकमध्ये काळाराम मंदिर यांमध्ये अस्पृश्यांना प्रवेश मिळावा, म्हणून मोठे सत्याग्रह झाले. दोन्ही वेळी पाळेकरांनी सत्याग्रहींना पाठिंबा देऊन सत्याग्रहविरोधक सनातन्यांवर कडक टीका केली. नाशिक सत्याग्रहाला विरोध करणाऱ्यांची संभावना त्यांनी 'नाशिकचे ब्रह्मसमंध' अशी केली (८ मार्च १९३०). या प्रसंगी नाशिकच्या ब्राह्मणेतर पक्षाच्या वंडेकर, थोरात यांच्यासारख्या पुढाऱ्यांनी सत्याग्रहाला पाठिंबा देण्यासाठी पुढे सरसावले पाहिजे, असा सल्लाही त्यांनी दिला. 'सत्यशोधक समाजाचे नावाजलेले वक्ते या वेळी नाशिकला गेले पाहिजेत आणि त्यांनी स्थानिक ब्राह्मणेतरांची मने अस्पृश्यांच्या सत्याग्रहाला पाठिंबा देण्यासाठी वळवली पाहिजेत,' अशी इच्छा त्यांनी व्यक्त केली (१२ एप्रिल १९३०).

ब्राह्मणेतर चळवळीकडे पाहण्याचा अभ्यासकांचा दृष्टिकोण बऱ्यापैकी पूर्वग्रहदूषित असतो. चळवळीत जसे दिनकरराव जवळकर यांच्यासारखे अतिजहाल लोक होऊन गेले, तसे भगवंतराव पाळेकरांसारखे समंजस समन्वयाची कास धरणारेही होते. 'ब्राह्मण ब्राह्मणेतर भेद चिरकाल राहावा अशी आमची इच्छा नाही,' असे त्यांनीच स्पष्ट केले होते.

चळवळीचा मुद्दा बाजूला ठेवू. कोणत्याही पत्रकाराने आदर्श म्हणून पुढे ठेवावा, असा हा निःपक्ष आणि प्रगल्भ पत्रकार होता, हे निश्चित.

■

४३

अच्युतराव : सच्चा विचारवंत- पत्रकार

माझ्या लहानपणी मी आचार्य अत्रे यांचा परमभक्त होतो. अत्रे स्वत: कसे घडले, याचे मला अपार कुतूहल असे. अत्र्यांचे *मी कसा झालो* हे आत्मचरित्र तर मी वाचले होतेच; परंतु *दैनिक मराठा*च्या रविवार आवृत्तीमधून प्रसिद्ध होणारे आत्मवृत्त 'कऱ्हेचे पाणी' हे सदर मी नियमितपणे वाचू लागलो. त्यातून लक्षात आले, की राम गणेश गडकरी हे अत्र्यांचे नाट्यगुरू होते. अत्रे यांच्या वक्तृत्वावर खरे तर त्यांच्या विरोधकांचीच छाप होती. ते म्हणजे 'भाला'कार भास्करराव भोपटकर आणि वऱ्हाडातले दादासाहेब खापर्डे. 'पत्रकार अत्रे' यांच्यावर मात्र जर कुणाचा प्रभाव पडला असेल तर तो 'संदेश'कार म्हणून ओळखले जाणारे अच्युत बळवंत कोल्हटकर यांचा.

मात्र, केवळ अत्रे यांच्यावरच नव्हे, तर अनेकांवर अच्युतरावांचा प्रभाव होता. प्रसिद्ध रहस्यकथालेखक बाबूराव अर्नाळकर हे रहस्यकथालेखनाकडे वळले ते अच्युतरावांमुळेच. मुळात ब्राह्मणेतर चळवळीशी निगडित असलेले आणि *मराठा* नावाचे नियतकालिक चालवणारे बाबूराव नंतर स्वातंत्र्यलढ्यात उतरून गांधीजींना अनुसरत सत्याग्रह करू लागले. एका तुरुंगवासात त्यांची व अच्युतरावांची भेट झाली (अच्युतरावही 'तुरुंगसंप्रदाया'चेच अनुयायी). बहुजन समाजाला कळेल व रुचेल असे लेखन करण्याचा सल्ला अच्युतरावांनी त्यांना दिला. तो त्यांनी शिरोधार्य मानला. त्यातूनच मराठीला उत्तम रहस्य कादंबऱ्या मिळाल्या. 'धनंजय', 'काळापहाड', 'झुंजार' अशी पात्रे मिळाली.

यापूर्वी ज्यांची चर्चा केली, ते समतानंद अनंत हरी गद्रे यांची पत्रकारिता अच्युतरावांच्याच तालमीत घडली होती. समतानंदांनी ज्या जाहिरातकलेचा विकास केला, तिचा पाया अच्युतरावांनी घातला होता, एवढे सांगितले म्हणजे पुरे. फार काय, कॉम्रेड श्रीपाद अमृत डांगे यांनीसुद्धा अच्युतरावांकडे उमेदवारी केली होती.

'संदेश'कार म्हणून ख्यातनाम झालेल्या अच्युतरावांनी *संदेश* हे एकमेव पत्र चालवले असे मात्र नाही. *देशसेवक* हे त्यांनी चालवलेले पहिले पत्र. *मेसेज* नावाचे इंग्लिश वृत्तपत्रही त्यांनी चालवून पाहिले. खरे म्हणजे, जेव्हा अच्युतरावांवरच्या कर्जाच्या बोजामुळे *संदेश*वर जप्ती वगैरे येत असे, तेव्हा *संदेश* बंद ठेवावे लागे; पण कर्जाची पूर्ण फेड करून *संदेश* परत सुरू होईपर्यंत अच्युतरावांना थोडाच दम निघणार? मग मधल्या काळात ते दुसरे एखादे पत्र सुरू करत असत!

'संदेश'कार अच्युतराव कोल्हटकर हे लोकप्रियतेच्या मागे लागलेले व वर्तमानपत्राचा खप वाढवण्यासाठी नाना प्रकारच्या क्लृप्त्या लढवणारे सवंग पत्रकार नव्हते, तर ते विचारवंत होते. टिळक–गांधीजी यांच्या नेतृत्वासंदर्भात कोल्हटकर यांनी जे विश्लेषण केले, त्यावरून हा मुद्दा लक्षात यावा. कोल्हटकरांच्या आकर्षक, चित्तवेधक व खुमासदार शैलीमुळे त्यांच्या वैचारिकतेकडे दुर्लक्ष होणे स्वाभाविक असले, तरी तसे ते व्हायला नको.

अच्युतरावांनी नाटकेही लिहिली. इतकेच नव्हे, तर 'नारंगी निशाण' नावाची एक नाटक कंपनीसुद्धा त्यांनी काढली होती. अच्युतरावांच्या जीवनाचा स्थायी भाव ठरलेले सार एकाच शब्दात सांगायचे झाले तर ते सार म्हणजे 'टिळकभक्ती'. अच्युतराव लोकमान्य टिळकांचे परमभक्त होते. टिळकभक्ती हीच त्यांच्या सर्व कृतींची प्रेरणा होती.

मात्र तरीही, अच्युतराव हे टिळकांचे अंधभक्त नव्हते. त्यामुळे टिळकांच्या म्हणून मानल्या जाणाऱ्या खास वर्तुळात त्यांना प्रवेश नव्हता. प्रसंग येईल त्याप्रमाणे अच्युतरावांनी टिळकांवर टीका करायलाही मागेपुढे पाहिले नाही. त्यामुळे त्यांना खुद्द टिळकांच्या रोषालासुद्धा बळी पडावे लागले. मात्र, त्याची त्यांनी पर्वा केली नाही. टिळक-अच्युतराव वाद हा पुराणकाळातल्या कृष्णार्जुन युद्धाप्रमाणे गाजला.

स्वत: टिळकांशीही वाद घालणारे अच्युतराव टिळकांच्या अनुयायांची फिकीर बाळगतील वा त्यांना दबतील, हे तर शक्यच नव्हते. टिळकपक्षाचे कट्टर शत्रू मानले गेलेले शाहू छत्रपती, केशवराव जेधे, दिनकरराव जवळकर यांच्याशी अच्युतरावांचे चांगले संबंध राहिले. जेधे आणि जवळकर यांच्यावर तर त्यांनी एक स्वतंत्र पुस्तिकाच लिहिली! 'स्वतंत्र' व 'सर्वतंत्र' असलेल्या या बाणेदार माणसावर टिळकांच्या अनुयायांनी अनेक प्रहार केले; पण ते कधी कुणाला शरण गेले नाहीत.

सगळ्यात मुख्य गोष्ट म्हणजे, टिळकांनंतर महात्मा गांधींचे युग येत असताना काही कर्मठ टिळकभक्तांनी जणू या कालप्रवाहालाच बांध घालून अडवण्याचा विफल प्रयत्न केला. अच्युतरावांनी मात्र गांधीजींना पाठिंबा दिला. टिळकांनी दाखवलेल्या मार्गापेक्षा पुढे जायची वेळ आली आहे आणि हे कार्य गांधीजी करू शकतात, हे टिळकांच्या हयातीतच ओळखू शकलेला व तसे स्पष्टपणे सांगायची हिंमत असलेला एकमेव टिळकानुयायी म्हणजे अच्युतराव कोल्हटकरच!

२३ सप्टेंबर १९१९ या दिवशी गांधीजींच्या एक्कावन्नाव्या वाढदिवसाच्या निमित्ताने त्यांचे अभीष्टचिंतन करण्यासाठी अच्युतरावांनी 'गांधींना दीर्घायुष्य असो' या शीर्षकाचा लेख लिहिला. त्यात त्यांनी टिळक आणि गांधीजी यांची तुलना केली. ते लिहितात : 'चळवळ म्हणजे सभा, भाषणे, वर्तमानपत्रे, ठराव, फंड, सेशन्स म्हणजे बैठकी, अर्ज आणि सगळ्यांत शेवटची गोष्टी म्हणजे डेप्युटेशने… लोकमान्यांजवळ पुढचा मार्ग नाही. ते असेच म्हणणार, की हेच पुन:पुन्हा करा. कर्मफळाची इच्छा सोडून पुन्हा तेच कर्म करा. टिळक-गांधी यांच्या जोडीत जेथे टिळकांचा मार्ग संपतो, तेथे गांधींचा मार्ग सुरू होतो, हे उघड आहे. गांधी हे टिळकांच्या यत्नरेषेचे दीर्घीकरण आहे. टिळकांची यत्नरेषा डेप्युटेशन्सपाशी खलास झाली. जेथे राजकारणाचे गाडे खास अडणार, तेथे गांधींचा मार्ग सुरू होतो. गांधींना लोकमान्यता नको. तीही एक शृंखलाच आहे. त्यांना स्वत:च्या विचारांचे स्वातंत्र्य पाहिजे. ते लोकमान्य गांधी नाहीत, ते आत्ममान्य आहेत. ते महा-आत्मे, महात्मे आहेत.'

अच्युतरावांनी एवढेच लिहिले असते, तरी त्यांना गुरुद्रोही ठरवणे अवघड गेले नसते; पण मुद्दा बाजू घेणे वा विरोध करणे एवढ्यापुरता मर्यादित नाही. गांधीजींचे नेतृत्व प्रस्थापित होण्याअगोदरचा, त्यांचे नेतृत्वगुण लोकांच्या पुढे येण्याअगोदरचा हा लेख आहे, हे लक्षात घ्यायला हवे. टिळक अद्याप हयात होते. त्यांच्या लोकप्रियतेच्या वलयाचा प्रकाश सर्वदूर पसरला होता. गांधीजींना अद्याप काँग्रेस पक्षातही महत्त्वाचे स्थान प्राप्त झालेले नव्हते. असहकारितेची चळवळ अद्याप दूर होती. अशा स्थितीत अच्युतरावांचा हा दावा धाडसी तर होताच; पण ज्याला प्रेषितभाषित (prophetic) म्हणतात तसा होता, असे म्हणण्यात काहीही अतिशयोक्ती नाही. या दाव्याकडे टिळकविरोध म्हणून पाहणे हे संकुचितपणाचे लक्षण ठरेल.

गांधीजींचा मार्ग टिळकांच्या मार्गाशी विरोधी असल्याची तेव्हाच्या बहुसंख्य टिळकानुयायांची धारणा होती. अशा वेळी 'गांधीमार्ग हा टिळकमार्गाच्या विरोधी नसून, त्याला पूरक आहे,' अशी भूमिका अच्युतराव मांडत होते. 'स्वराज्याची चळवळ टिळकांच्या मार्गाने येथपर्यंत पोहोचली. आता तिची पुढील वाटचाल गांधींच्या मार्गाने होणार,' असे अच्युतराव सांगतात. यात विरोधाचा व विसंगतीचा प्रश्नच उद्‌भवत नाही. एखादी व्यक्ती बसमध्ये बसून रेल्वे स्टेशनवर गेली, तिथे तिने रेल्वेत बसून रेल्वेने विमानतळापर्यंतचा प्रवास केला आणि तिथे विमानात बसून आपल्या अंतिम मुक्कामापर्यंत पोहोचली, तर यात बस-रेल्वे-विमान यांच्यात विसंगती किंवा विरोध आहे, असे कसे म्हणता येईल?

टिळक आणि गांधी यांच्या राजकारणपद्धतींमधला फरक अच्युतराव सहजपणे सांगून टाकतात. लोकसंग्रह हा टिळकांच्या राजकीय नेतृत्वाचा महत्त्वाचा भाग होता. राजकीय बळ वाढवण्यासाठी त्यांनी गुण-दोषांचा विचार न करता येईल त्याला जवळ केले. त्यात सनातनी कर्मठांचाही समावेश होता. या अनुयायांच्या दबावामुळे टिळकांना काही वेळा स्वत:च्या मनाविरुद्ध भूमिका घ्यावी लागत असे. विठ्ठल रामजी शिंदे यांनी भरवलेल्या 'अस्पृश्यतानिवारण परिषदे'ला टिळक उपस्थित राहिले. त्यांनी अस्पृश्यतेच्या रूढीविरुद्ध जोरदार भाषणही केले. तथापि, अस्पृश्यताविरोधी जाहीरनाम्यावर सही करण्याची वेळ आली, तेव्हा सही करायची इच्छा व तयारी असलेल्या टिळकांना अनुयायांच्या दडपणामुळे माघार घेणे भाग पडले. हा प्रकार स्वत: विठ्ठल रामजी शिंदे यांनी समजून घेतला, तरी त्यामुळे टिळकांच्या विरोधकांना टिळकांच्या विरोधात वापरण्यासाठी हे एक कायमचे हत्यार उपलब्ध झाले, हे विसरता कामा नये. 'पुढाऱ्याने अनुयायांच्या फार पुढे चालता कामा नये', अशी टिळकांची भूमिका असे.

गांधीजींची भूमिका मात्र याच्या उलट असे. या बाबतीत ते टिळकांप्रमाणे 'परत:प्रामाण्यवादी' नसून, 'स्वत:प्रामाण्यवादी', 'आत्मप्रामाण्यवादी' होते. *सत्य-असत्यासी मन केले ग्वाही। मानियेले नाही बहुमता।* या तुकोक्तीशी नाते सांगणारी ही भूमिका आहे. 'ज्यांना माझे म्हणणे पटले आहे, त्यांनी माझ्या मागे यावे, पटले नाही ते मला सोडून जायला मोकळे आहेत, हा गांधीजींचा बाणा होता. अच्युतराव या भेदावर नेमकेपणाने बोट ठेवतात. नंतरसुद्धा गांधीजींनी राजकारणातले अनेक निर्णय अनुयायांच्या मताची पर्वा न करता आपले आपण घेतले, हे आपण पाहिले. असहकारितेची चळवळ ऐन भरात असताना, चौरीचुरा इथल्या हिंसाचारामुळे त्यांनी ती थांबवली. गांधीजींचे अनेक अनुयायी त्यामुळे रुष्ट झाले; पण गांधीजी कुणाला बधले नाहीत!

गमतीचा भाग म्हणजे काँग्रेस कार्यकारिणीचे सदस्य आपल्याशी सहमत नाहीत व आपले ऐकत नाहीत, हे लक्षात आल्यावर गांधीजींनी काँग्रेस पक्षापासून दूर राहण्याचा निर्णय घ्यायलासुद्धा मागेपुढे पाहिले नाही!

मुद्दा टिळक-गांधीजींचा नसून, अच्युतरावांचा आहे. अच्युतराव लोकप्रियतेच्या मागे लागलेले व वर्तमानपत्राचा खप वाढवण्यासाठी नाना प्रकारच्या क्लृप्त्या लढवणारे सवंग पत्रकार नव्हते, तर विचारवंत होते, हे त्यांनी केलेल्या टिळक-गांधीजींच्या नेतृत्वाच्या विश्लेषणावरून लक्षात यावे. त्यांच्या आकर्षक, चित्तवेधक व खुमासदार शैलीमुळे त्यांच्या वैचारिकतेकडे दुर्लक्ष होणे स्वाभाविक आहे; ते होऊ नये म्हणून हा मुद्दा मांडला.

टिळकविचारांचे बाळकडू अच्युतरावांना बालपणीच मिळाले. अच्युतराव ज्या प्रदेशातून आले होते, तो विदर्भाचा प्रदेश जहाल व मवाळ अशा दोन्ही प्रकारच्या पुढाऱ्यांचे कार्यक्षेत्र होता. नंतर त्यात गांधीवाद्यांची भर पडली. दादासाहेब खापर्डे, वीर वामनराव जोशी असे टिळकांचे खंदे अनुयायी वऱ्हाडात-विदर्भात होते. त्यांचा संघर्ष पाहत-पाहतच अच्युतराव लहानाचे मोठे झाले. 'टिळकांचा मार्ग' ही अच्युतरावांनी विचारपूर्वक केलेली निवड होती.

'अच्युतरावांनी नाटके लिहिली' हा उल्लेख याआधी झालेला आहेच. वंगभंग चळवळीच्या वेळी टिळकांचे राजकारण ऐन भरात असताना, त्यांच्या राजकारणाचा प्रचार करणारी अनेक नाटके रंगभूमीवर सादर होत असत. ब्रिटिश सरकार त्यांच्यावर करडी नजर ठेवून होते. सातारा शहरातील गणपतराव फणसळकर यांची 'स्वजनहितैषी मंडळी' अच्युतरावांचे 'स्वर्गसोपान' हे नाटक करत असे. हे नाटक सरकारच्या कायद्याच्या कचाट्यात सापडेना, तेव्हा एका डिस्ट्रिक्ट मॅजिस्ट्रेटने नाटकाचा पडदाच जप्त केला! पडद्याच्या एका बाजूला ब्रिटिशांचा वकील हा सवाई माधवराव पेशव्यांच्या दरबारात भारतीय रीतीरिवाजाप्रमाणे जोडे काढून खुरमांडी घालून बसलेला आहे असा देखावा रंगवला होता, तर दुसऱ्या बाजूला ब्रिटिश अधिकाऱ्याची रिक्षा ओढणारा भारतीय हमाल दाखवण्यात आलेला होता. ही विसंगती प्रेक्षकांना योग्य तो संदेश देत असे.

राष्ट्रद्रोही लेखन केल्याबद्दल १९०८मध्ये टिळकांवर खटला भरण्यात आला होता. त्याच दरम्यान कोल्हटकरांच्या *देशसेवक* पत्रावर असाच खटला भरून सरकारने त्यांना तुरुंगाचा रस्ता दाखवला होता.

तुरुंगातून सुटका झाल्यावर अच्युतराव पुण्याला आले, तेव्हा त्यांची श्री. म. माटे यांच्याशी भेट झाली. अच्युतरावांनी माटे यांना आपल्या अनेक भावी योजना सांगितल्या.

माटे लिहितात : 'अच्युतराव मोडून गेले नव्हते!'

■

४४

टिळक विरुद्ध टिळकतत्त्व

महाराष्ट्रातल्या नि:पक्ष आणि निर्भीड पत्रकारिता करणाऱ्यांच्यात अच्युतराव कोल्हटकरांचे नाव ठळकपणे झळकते याबद्दल कुणाचेही दुमत व्हायचे कारण नाही. अच्युतरावांनी लोकमान्य टिळकांचे अनुयायित्व पत्करले असले, तरी टिळकसंप्रदाय म्हणून ओळखल्या जाणाऱ्या वर्तुळापासून ते फटकूनच राहिले. त्यामुळे टिळकांवर टीका करण्याचे त्यांचे स्वातंत्र्य अबाधित राहिले. या वर्तुळातल्या लोकांचे जाऊ द्या; पण वेळ आली तर खुद्द टिळकांशीही दोन हात करण्याचे स्वातंत्र्य अच्युतरावांनी घेतले, ही खरी पत्रकारिता.

ब्रिटिश न्यायालयाने टिळकांना राजद्रोहाच्या आरोपावरून सहा वर्षांची शिक्षा भोगण्यासाठी ब्रह्मदेशातल्या मंडाले इथल्या तुरुंगात पाठवले. त्याच वेळी सरकारने महाराष्ट्रातली वृत्तपत्रे व नाटके यांच्यावर कडक बंधने घातली. सशस्त्र क्रांतिकारकांच्या, त्यांच्या आप्तेष्टांच्या व सहकाऱ्यांच्या मुसक्या बांधल्या. त्यामुळे या सहा वर्षांच्या काळात विशेष असे काहीच घडले नाही. १९१४मध्ये टिळकांची सुटका झाली, ते पुण्यात परतले व थोड्याच दिवसांत पहिले महायुद्ध सुरू झाले. या बदललेल्या परिस्थितीचा फायदा टिळकांनी अत्यंत चातुर्याने घेतला आणि जुळवाजुळव करून पुन्हा एकदा डाव मांडला. या डावात पत्रकार या नात्याने अच्युतरावांचा लक्षणीय सहभाग होता. १९१५मध्ये टिळकांचा 'गीतारहस्य' हा ग्रंथ प्रकाशित झाला तेव्हा अच्युतरावांनी *संदेश* पत्राचा विशेषांक काढून टिळकांचा गौरव केला. याच अंकात त्यांनी टिळक व त्यांचे कुटुंबीय यांचे एकत्रित छायाचित्रही छापले.

दरम्यान, टिळकांनी ॲनी बेझंट बाईंशी हातमिळवणी करून होमरूल लीग तथा स्वराज्य संघाची चळवळ सुरू केली. स्वराज्याचा प्रचार करण्यासाठी त्यांनी महाराष्ट्रभर दौरे केले. त्यांच्या वऱ्हाड प्रांतातला दौरा खूपच गाजला, या दौऱ्यातल्या कार्यक्रमांचे व भाषणांचे वृत्त वेळेवर व तपशिलाने देता यावे म्हणून खास फिरत्या छापखान्याची व्यवस्था करण्यात आली होती. या दौऱ्यात अनंत हरी गद्रे पत्रकार म्हणून नावारूपाला आले, ते अर्थातच अच्युतरावांच्या तालमीत तयार झाल्यामुळे.

महायुद्धाचा फायदा घेऊन स्वराज्याची मागणी पुढे रेटता येत होती. हे खरे असले तरी त्यासाठी दुसरीकडे आपण युद्धकार्यात व प्रयत्नात सहभागी आहोत, असे दाखवणे भाग होते, तेव्हा टिळकांनी लष्करभरतीचा कार्यक्रम हाती घेतला. मात्र, त्यामुळे सरकारची टिळकांच्या हेतूविषयीची शंका दूर झाली

> 'टिळक आणि टिळकतत्त्व' हा अच्युतरावांनी केलेला भेद फार महत्त्वाचा आहे. हा भेद असा होता: टिळकतत्त्वाची मांडणी स्वत: टिळकांनीच केली असली, तरी टिळक ही व्यक्ती वेगळी आणि त्या व्यक्तींने सांगितलेले तत्त्व वेगळे. व्यक्ती आणि तत्त्व यांच्यात विसंगती दिसली तर व्यक्तीला गौण समजून तत्त्वाला प्राधान्य द्यावे. त्यासाठी व्यक्तीशी संघर्ष करायची वेळ आली तरी तो करावा. त्यामुळे त्या व्यक्तीविषयीच्या आदरात काही कमतरता यायचे कारण नाही. टिळक आणि अच्युतराव यांच्यातला संघर्ष हा 'टिळक विरुद्ध टिळकतत्त्व' यांच्यातला संघर्ष होता.

नाही. अगदी युद्धपरिषदेत भाषण करतानासुद्धा टिळक स्वराज्याचा मुद्दा आणायचे. एकदा तर गव्हर्नर विलिंग्डन याने युद्धपरिषदेतले भाषण अर्ध्यावरच बंद पाडले होते. परिषदेतल्या टिळकांबद्दलच्या बातम्या टिळकपक्षाची पत्रे आपल्या पद्धतीने छापतील, हे पाहून राज्य सरकारचे चीफ सेक्रेटरी रॉबर्टसन यांनी त्या वर्तमानपत्रांना युद्धपरिषदांच्या बातम्या छापायला मनाई करण्याची शिफारस केली होती. अच्युतरावांच्या द *मेसेज* या पत्राचाही त्यात समावेश होता.

हा काळ लोकमान्य टिळक आणि गांधीजी यांनी एकत्र येऊन सहकार्य करण्याचा होता. टिळकांचे इतर अनेक अनुयायी गांधीजींबद्दल साशंक असले, तरी अच्युतराव मात्र नि:शंक होते. त्यांनी 'विजयाचा टिळा अथवा संगीत मोहनमाळ' हे नाटक लिहून या सहकार्याला पाठिंबा व्यक्त केला. या नाटकात त्यांनी टिळकांच्या तोंडी घातलेले एक वाक्य फार महत्त्वाचे आहे. टिळक म्हणतात : 'मुळा-मुठा नदीच्या किनाऱ्यांप्रमाणे ही तापी-नर्मदाही मला प्रिय झाली आहे. आता माझी राष्ट्रदेवतेजवळ एवढीच प्रार्थना आहे, की हे राष्ट्रदेवते, जर यापुढे तुझ्या कार्याच्या प्रीत्यर्थ मला पुन्हा तुरुंगात जाण्याची पाळी आली, तर तुझ्या कुडीला याच पवित्र गुर्जरभूमीचा स्पर्श होऊ दे आणि मुळा-मुठेकाठच्या येरवड्याप्रमाणे नर्मदाकाठच्या साबरमती जेलमध्ये माझी रवानगी होऊ दे.'

अच्युतरावांची भूमिका आणि दृष्टी व्यापक असल्यामुळे की काय, ते अशा प्रकारच्या समन्वयाची स्वप्ने पाहू शकत असावेत. टिळक व गांधीजी हे दोघे निदान स्वराज्याच्या एकाच ध्येयाने प्रेरित होऊन कार्य करत होते. भेद त्यांच्या साधनांमध्ये होता. शाहू छत्रपतींच्या ब्राह्मणेतर चळवळीच्या संदर्भात मात्र असे काही म्हणायची सोय नाही. पण तरीही, अच्युतरावांना टिळक व शाहूमहाराज यांच्यात सहकार्य व्हावे असे वाटत असे. त्यासाठी त्यांनी 'विस्कटलेली वेणी' या नावाची कथा लिहिली. कथानक अर्थातच पुण्यात घडते. पुण्यात ब्राह्मणेतर चळवळीचे एक कार्यकर्ते *मजूर* नावाचे पत्र काढत असत. या पत्राचे अंक विकणारा पोऱ्या सकाळी 'भटाच्या पाठीत सोडगा' असे ओरडत पत्राची विक्री करत चाललेला असतो. त्याचे पर्यवसान ब्राह्मण आणि ब्राह्मणेतर यांच्यातल्या मारामारीत होते. पोलीसपार्टी येते. या पोलिसांचा प्रमुख असलेला ब्रिटिश अधिकारी त्यामुळे खूश होऊन म्हणतो : 'वा! ब्राह्मण-ब्राह्मणेतरांत असेच तंटे लागले तर फार चांगले होईल. मग पुण्याची आपल्याला कधीच भीती वाटायला नको. या पुण्यातल्या लोकांची डोकी मोठी विलक्षण. इंग्रज सरकारला त्यांचे फारच भय! हे लोक डोक्यातून अशी शक्कल काढतील, की क्षणात इंग्रजांचे राज्य उलथेपालथे होऊन जाईल; पण आता ही भीती नको. आता यांची डोकी आपापसांतच फुटणार आणि इंग्रज सरकारचे राज्य इथे कायमचे टिकणार!'

हाच म्हणजे 'स्वराज्याच्या साधनेसाठी पुणे आणि कोल्हापूर यांच्यात सामंजस्य व सहकार्य हवे' हा

सिद्धान्त अच्युतरावांनी *कोल्हापूरच्या अक्कासाहेब* या कादंबरीत मांडला आहे. कादंबरीत कोल्हापूरच्या अक्कासाहेब आणि पुण्याच्या ताईसाहेब यांच्यातला हा संवाद :

अक्कासाहेब म्हणाल्या, ''लोकांस गुलामगिरीचा अजूनही कंटाळा आलेला दिसत नाही. कारण, तसे असते तर माझ्या कोल्हापूरच्या संतानांनी...''

पुण्याच्या ताईसाहेब मध्येच बोलल्या, ''माझ्या पुण्याच्या पुत्रांनी...''

''भांडणात वेळ कधीच घालवला नसता.'' अक्कासाहेब पुन्हा बोलू लागल्या, ''ही वेळ भांडणाची नाही. ही वेळ एक होण्याची आहे. माझ्या कोल्हापूरच्या लाडक्यांनी समाजस्वातंत्र्य, धर्मस्वातंत्र्य, व्यक्तिस्वातंत्र्य यांचा झेंडा उभारला आहे.''

''आणि माझ्या पुण्यातल्या लाडक्यांनी लोकस्वातंत्र्य, राजकीय स्वातंत्र्य, राष्ट्रस्वातंत्र्य यांचा झेंडा उभारला आहे.''

''हे दोन झेंडे एक होऊ द्या,'' कोल्हापूरच्या अक्कासाहेब पुढे म्हणाल्या, ''कोल्हापूरचा जरीपटका आणि पुण्याचा भगवा झेंडा एक होऊ द्या, म्हणजे त्यांना जगात कुणीही अटकाव करणार नाही! पण तेच एकमेकांशी भांडले, तर एखादी अल्प शक्तीही दोघांच्या डोक्यावर नाचू लागेल.''

अच्युतरावांनी अशा प्रकारे शाहूमहाराज, कोल्हापूर यांची केलेली भलामण पाहून, अच्युतरावांना विरोध करणाऱ्या टिळकानुयायांच्या हातात चांगलेच कोलीत मिळाले असणार, हे सांगायची गरज नाही. भरीसभर म्हणून शाहूमहाराजांनी अच्युतरावांना चार हजार रुपयांची मदत केली, असा बोभाटा झाला. मग काय, 'अच्युतराव शाहूमहाराजांना विकले गेले,' असे म्हणणे फारच सोपे होते; पण इकडे टिळकांचे अनुयायी ३५०० रुपयांसाठी अच्युतरावांची अब्रू चव्हाट्यावर आणण्याच्या प्रयत्नात असताना शाहूमहाराज मात्र त्यांच्या मदतीला धावून येतात, हा मुद्दा नजरेआड करता कामा नये.

टिळकांना निद्रिस्त लोकांना जागे करून स्वातंत्र्याची चळवळ करायची होती; त्यामुळे अनुयायांच्या गुण-दोषांचा विचार न करता, त्यांनी येईल त्याला जवळ केले व त्यांच्या मगदुराप्रमाणे त्यांच्याकडून कामही करून घेतले. टिळकांच्या 'लोकसंग्राहक' वृत्तीचा हा लाभ खराच; पण त्याचे तोटेही टिळकांना सहन करावे लागले. या अनुयायांचे दोष टिळकांना संसर्गजन्य आजाराप्रमाणे चिकटल्याशिवाय राहिले नाहीत. दुसरे असे की, या अनुयायांची मर्जी राखण्यासाठी त्यांच्या चुकीच्या हट्टांनाही मान तुकवणे टिळकांना कधी-कधी भाग पडायचे. अच्युतरावांच्या बाबतीतही असेच काहीसे घडले असणार. आपल्या अनुयायांपैकी बहुसंख्य लोक अच्युतरावांच्या विरुद्ध आहेत, हे लक्षात आल्यावर टिळकांनी अच्युतरावांची निष्ठा वगैरे बाजूला ठेवून अनुयायांची बाजू घेतली. अच्युतरावही कच्च्या गुरूचे चेले नव्हते. ते पक्क्या गुरूचे म्हणजे टिळकांचेच अनुयायी; तसेच करारी व हट्टी. बरे, तत्त्वाच्या संदर्भात पेच निर्माण झाला की डॉ. भांडारकर, न्या. रानडे अशा वंदनीयांनासुद्धा परखड बोल सुनावता येतात, याचा अनुभव अच्युतरावांनाही आला होताच. हेच तत्त्व त्यांनी आपल्या गुरूला, म्हणजे स्वतः टिळकांनाच लागू केले, तर ते सुसंगतच म्हणावे लागेल. अनुयायांच्या भीडेला बळी पडून, आपला थोरपणा बाजूला ठेवून अच्युतरावांशी वाकडे घेण्याचे खरे तर टिळकांना काही कारण नव्हते. रानडे, आगरकर, भांडारकर, गोखले यांच्या संदर्भातली गोष्ट वेगळी; ते तुल्यबळांचे सामने होते. तसे अच्युतरावांच्या संदर्भात म्हणता यायचे नाही.

अच्युतरावांच्या ३५०० रुपयांचे प्रकरण उद्भवण्याचे कारण म्हणजे, टिळकांना अर्पण करण्यासाठी

पर्स फंड जमा करण्याची मोहीम आणि अच्युतरावांनी त्यांच्या 'मेसेज' पत्रासाठी निधी जमा करण्याचे प्रयत्न एकाच वेळी सुरू झाले. इतकेच नव्हे, तर एका विशिष्ट बिंदूवर त्यांचा एकमेकांना स्पर्शही झाला. 'मेसेज'साठी मिळालेल्या पैशातून ३५०० रुपये पर्स फंडासाठी द्यावेत, असे सांगण्यात आल्याने अच्युतरावांनी तसे केले आणि काही दिवसांनी ते पैसे ते परत मागू लागले. त्यावरून ते आणि टिळकांचे केळकर, नेने असे अनुयायी यांच्यात वादाची ठिणगी पडली. अच्युतराव एकीकडे व विरुद्ध बाकीचे सगळे दुसरीकडे असा हा सामना रंगला. फक्त दत्तो अप्पाजी तुळजापूरकर यांनी अच्युतरावांची पाठराखण केली.

मात्र, हे प्रकरण तिथेच थांबणारे नव्हते. टिळकांना निधी अर्पण करण्याच्या प्रत्यक्ष समारंभाची पटकथा अशी लिहिली गेली, की जिच्या उत्कर्षबिंदूत शेवटच्या उत्तरादाखलच्या भाषणात खुद्द टिळकांनाही अगोदरच्या वक्त्यांनी केलेल्या अच्युतरावांच्या निंदेच्या सुरात सूर मिळवणे भाग पडेल! तसेच झाले.

या सगळ्या प्रसंगाचे वर्णन आपल्या कैफियतीसह करणारी *फंडगुंडपुराण* या नावाची ओवीबद्ध रचनाच अच्युतरावांनी सिद्ध केली. टिळकांच्या भोळेपणाचा गैरफायदा घेऊन त्यांच्या अनुयायांनी त्यांना साकडे घालण्याचे कटकारस्थान केले, असे अच्युतरावांचे म्हणणे होते. या पुराणातल्या संबंधित ओव्या पुढीलप्रमाणे–

करोनि गुप्त कट एकांती। टिळक गेले शरण अंती।
म्हणती सांभाळा गा प्राणान्ती। दुःख झाले आमुते।।
बाळ टिळक शंभूसमान। भोळा पाहून भक्तगण।
म्हणा उठा अभयवचन। दिले प्रसन्न मनाने।।
मग हितगुज कथिले कानात। पाहिजेच ऐसे झाले, म्हणत।
टिळक शंभू मान डुलवीत। म्हणे योजीन युक्ती युक्ती।।

खरे तर टिळकांसारखी गुरुस्थानी असलेली एवढी जबरदस्त व्यक्ती विरोधात गेल्यावर एखाद्याने हबकून हाय खाल्ली असती; पण 'टिळकांचा सच्चा चेला' असल्याचे अभिमानाने मिरवणारे अच्युतराव न डगमगता उभे ठाकले. त्यांनी टिळकांशीच दोन हात करायचा निर्णय घेतला. 'टिळक विरुद्ध अच्युतराव' ही विषम लढाई महाभारतकाळातल्या कृष्ण व अर्जुन यांच्यातल्या युद्धाची आठवण करून देणारी होती, यात शंका नाही. या लढाईचे वर्णनही अच्युतरावांच्या *फंडगुंडपुराणा*त वाचायला मिळते.

तसाचि त्या गुंडांनी। चढविले टिळकांलागोनी।
म्हणती खोट्या हरभऱ्यावर चढोनी। करा मात संदेशावर।।
टिळक जरी ते निग्रही। संदेश त्यांचाच भक्त पाही।
गुरूशी सामना देताही। हटेल ना कदापि।।
टिळक सदगुरू म्हणोनि। पहिले दोन बाण टाकिले वंदनी।
पुढे ठेला रणांगणी। झुंज खेळाया भयंकर।।

या सर्व प्रकारात अच्युतराव कुठे फसले असतील, तर त्यांनी टिळक हे लंडनमध्ये असताना त्यांना पाठवलेल्या एका न वटणाऱ्या चेकमुळे. या चेकचे छायाचित्रच टिळकांनी *केसरीत* छापले. त्यामुळे अच्युतरावच दोषी आहेत असा अनेकांचा समज झाला. पण त्यामुळेसुद्धा विचलित न होता उलट अच्युतरावांनी औपरोधिक लेख लिहून टिळकांवरच टीका केली. त्यामुळे टिळकभक्तांची नाराजी अधिकच वाढली. मात्र, तरीही अच्युतरावांनी आपली विजयध्वजा फडकवायची ती फडकवलीच. ती अशी :

संदेशाचा झाला जय। टिळकतत्त्वाचा तो विजय।
संदेश धरी टिळकपाय। हृदयी याच कारणे॥
जरी आज वाद निघाला। तरी संदेश टिळकांला।
सोडील, ही बात गाळा। संदेश सदा टिळकभक्त॥
टिळकतत्त्व संदेशा मान्य। म्हणोनि तो झाला धन्य।
जय। जय। जय। जय। लोकमान्य। टिळकतत्वांचा विजय हो॥

'टिळक आणि टिळकतत्त्व' हा अच्युतरावांनी केलेला भेद फार महत्त्वाचा आहे. टिळकतत्त्वाची मांडणी स्वत: टिळकांनीच केली असली, तरी टिळक ही व्यक्ती वेगळी आणि त्या व्यक्तीने सांगितलेले तत्त्व वेगळे, व्यक्ती आणि तत्त्व यांच्यात विसंगती दिसली तर व्यक्तीला गौण समजून तत्त्वाला प्राधान्य द्यायचे, त्यासाठी व्यक्तीशी संघर्ष करायची वेळ आली तरी तो करायचा; त्यामुळे त्या व्यक्तीविषयीच्या आदरात काही कमतरता यायचे कारण नाही. टिळक आणि अच्युतराव यांच्यातला संघर्ष हा 'टिळक विरुद्ध टिळकतत्त्व' यांच्यातला संघर्ष होता.

याचा प्रत्यय थोड्याच दिवसांत यायचा होता. आपल्या अखेरच्या दुखण्यात टिळक मुंबईतल्या सरदारगृहात उपचार घेत होते. त्या वेळी अच्युतरावांनी *संदेश*चे खास अंक काढून टिळकांच्या प्रकृतीमधले चढ-उतार लोकांना त्वरित कळावेत अशी व्यवस्था केली होती. ही गोष्टही विरोधी गटाला रुचली नाही, हा भाग वेगळा.

१ ऑगस्ट १९२० या दिवशी टिळकांचा देहान्त झाल्यानंतर अच्युतरावांनी लिहिलेल्या मृत्युलेखाविषयी आचार्य अत्रे म्हणतात : 'अच्युतराव कोल्हटकरांनी 'संदेश'पत्रात जो बत्तीसस्तंभी अग्रलेख त्यांच्या तेराव्या दिवशी लिहिला, तसा मृत्युलेख अद्याप मराठी भाषेत तरी कोणी लिहिलेला नाही. '१३ ऑगस्टच्या अंकासाठी अच्युतराव हे लोकमान्यांवर अग्रलेख लिहिण्यासाठी बसले आहेत,' ही बातमी मला त्याच दिवशी दुपारी समजली. *संदेश* कचेरीत उपसंपादकाचे काम करणारे माझे एक मित्र होते, त्यांनी मला ही बातमी सांगितली. ते म्हणाले, 'लोकमान्यांवर अच्युतराव सकाळपासून अग्रलेख लिहावयास बसले आहेत. तुम्ही येत असाल तर या माझ्याबरोबर.''

अत्रे मित्राबरोबर तिथे गेले आणि त्यांनी एका कोपऱ्यात बसून अग्रलेख लिहिण्यात व्यग्र असलेल्या अच्युतरावांना डोळे भरून लांबून पाहून घेतले. अत्रे वर्णन करतात : 'त्यांनी मखमली टोपी घातली होती. तळहाताच्या आकाराच्या लहान-लहान कागदाच्या कपट्यांवर मोठमोठ्या अक्षरांनी अग्रलेख लिहिण्याच्या त्यांचा शिरस्ता असे. अच्युतरावांसमोर कागदाच्या कोऱ्या कपट्यांचा मोठा ढीग पडला होता. त्यातील

एकेक कपटा भराभर लिहून ते उजव्या बाजूला टाकत होते. एक गडी येऊन ते कागद कंपोझिंग खात्याला पोहोचत होता. कसल्यातरी एखाद्या शक्तीचा संचार अंगात व्हावा, तसा अच्युतरावांचा त्या वेळचा अवतार होता. रात्री ११ वाजता त्यांचा तो अग्रलेख अखेर संपला.'

हा अग्रलेख म्हणजे संपादकीय लेखनचमत्काराचा उच्चांक होय, असा अभिप्रायही अत्रे यांनी व्यक्त केला आहे.

अत्रे यांच्याप्रमाणेच अच्युतरावांचे हे लेखन पाहण्याचे भाग्य नटवर्य चिंतामणराव कोल्हटकरांनाही लाभले. त्यांनीही याविषयी अत्रे यांच्याप्रमाणेच लिहून ठेवले आहे.

अर्थात, या मृत्युलेखामुळे टिळकभक्त अच्युतरावांना क्षमा करणे शक्यच नव्हते. टिळकांच्या मृत्यूच्या दहाव्या दिवशी म्हणजे ९ ऑगस्टला शांतारामाच्या चाळीत शोकसभा होती. अच्युतराव बोलणार होते; पण अच्युतरावांना व्यासपीठावर पाहताच श्रोत्यांनी आरडाओरडा सुरू केला. त्यावर 'मी लोकमान्यांचा शिष्य आहे आणि म्हणून त्यांच्या मृत्यूबद्दल शोक व्यक्त करण्यासाठी मी येथे आलो आहे; तेव्हा या वेळी माझा कपाळमोक्ष झाला तरी बेहत्तर; पण मी येथून एक इंचसुद्धा हलणार नाही,' असे अच्युतरावांनी निक्षून सांगितले. त्यावर श्रोत्यांमधली काही उत्साही मंडळी व्यासपीठावर चढली आणि अच्युतरावांवर तुटून पडली. या सभेला प्रा. ना. सी. फडके उपस्थित होते. त्यांनी सांगितलेल्या हकिकतीनुसार, त्या निर्वाणीच्या प्रसंगी प्रसिद्ध मुस्लीम नेते मौलाना शौकत अली यांनी अच्युतरावांना एखाद्या कोकराप्रमाणे काखेस मारले आणि बाहेर रस्त्यावर आणून सोडले. शौकत अली बलदंड शरीरयष्टीचे होते.

मारहाण करणाऱ्यांनी अच्युतरावांची पाठ रस्त्यावरही सोडली नाही. सुदैवाने शांतारामाच्या चाळीतच प्रा. ना. के. बेहरे यांच्या सासूबाई मालतीबाई पटवर्धन राहत असत. त्यांनी मोठ्या शिताफीने अच्युतरावांना आपल्या घरी आणले. परिस्थिती शांत झाल्यावर तुळजापूरकरांनी त्यांना त्यांच्या घरी सोडले.

त्यानंतर माधवबागेतल्या सभेत पुन्हा एकदा असाच प्रकार घडला. त्या वेळी पोलिसांना बोलावून आणण्याची तत्परता कॉम्रेड श्रीपाद अमृत डांगे यांनी दाखवल्यामुळे अच्युतरावांची सुटका होऊ शकली. १८ ऑगस्टच्या भायखळा इथल्या सभेत मात्र अच्युतरावांचे डोके फुटून ते रक्तबंबाळ झाले होते.

विशेष म्हणजे डॉ. बाबासाहेब आंबेडकरांच्या *मूकनायक* या पत्राने अच्युतरावांची बाजू घेऊन, त्यांना मारहाण करणाऱ्यांवर कडक टीका केली होती. *मूकनायक*ने म्हटले होते : 'हा काय न्याय आहे? ही काय गुरुभक्ती आहे? नाही, हा केवळ द्वेष होय.'

■

४५

राजवाडे : अगोदरचे आणि नंतरचे

मराठी विचारविश्वात विशेषत: इतिहासाच्या क्षेत्रात सगळ्यात जास्त दबदबा कुणाचा असेल, तर तो इतिहासाचार्य विश्वनाथ काशीनाथ राजवाडे यांचा!

विष्णुशास्त्री चिपळूणकर यांच्या 'निबंधमाले'तल्या लेखनातून प्रेरणा घेऊन जे इतिहाससंशोधक घडले, त्यात राजवाड्यांचे नाव अग्रगण्य मानावे लागते. ज्या लोकांचा वर्तमानकाळ क्लेशकारक असतो, त्यांना इतिहासातून प्रेरणा घेण्याशिवाय पर्याय नसतो. सुदैवाने मराठ्यांचा इतिहास उज्ज्वल आणि प्रेरक असल्यामुळे ब्रिटिशांच्या गुलामगिरीत खितपत पडलेल्या लोकांना त्याचा चांगलाच उपयोग झाला. अर्थात, या इतिहासाकडे लक्ष वेधण्याचे श्रेय चिपळूणकरांकडे जाते.

राजवाड्यांनी स्वत: इतिहासावर स्वतंत्र ग्रंथ लिहिला नाही. मात्र, त्यांनी 'मराठ्यांच्या इतिहासाची साधने' जमा करून ती २२ खंडांमध्ये प्रकाशित केली. त्यातल्या काही खंडांना प्रस्तावना लिहिल्या. त्यातले बरेच सिद्धान्त नंतर त्याज्य ठरले असले, तरी राजवाडे यांच्यामुळे संशोधकांना प्रेरणा मिळाली, हे विसरता कामा नये.

चिपळूणकरांच्या प्रेरणेतून सिद्ध झालेल्या विचारसरणीला राष्ट्रवाद असे संबोधण्यात येते. साहजिकच, राजवाड्यांचे इतिहासलेखन व संशोधनही त्याच प्रकारचे झाले आहे. या प्रकारच्या विचारसरणीत राष्ट्र ही गोष्ट केंद्रस्थानी ठेवून इतर गोष्टींना दुय्यम किंवा गौण लेखले जाते. इतकेच नव्हे, तर त्यांचे अस्तित्व अंतिमत: राष्ट्रासाठीच असते, असेही मानले जाते. इतिहासाची मांडणीसुद्धा राष्ट्राला अनुकूल अशीच केली जाते.

सुरुवातीच्या काळात राजवाडे यांची मांडणीही अशीच दिसून येते. मात्र, वाढत्या वयाबरोबर त्यांच्या विचारांमध्ये बदल होत गेले. विचारवंतांच्या आयुष्यात असे बदल होत जाणे ही एक स्वाभाविक प्रक्रिया आहे. तीत गैर काहीच नाही. जगातल्या थोर-थोर विचारवंतांच्या बाबतीत असे घडले आहे. दोन उदाहरणे पुरेशी ठरतील.

पहिले उदाहरण कार्ल मार्क्सचे. मार्क्स याच्यावर पूर्ववयात प्रसिद्ध व प्रभावी जर्मन चिद्वादी तत्त्ववेत्ता हेगेल याचा प्रभाव होता. या काळातले त्याचे विचार व नंतरच्या काळातले विचार वेगळ्या प्रकारचे वाटतात. 'पूर्वकालीन मार्क्स' (early) आणि 'उत्तरकालीन किंवा नंतरचा मार्क्स' (later) असा फरक अभ्यासक

> इतिहासाचार्य वि. का. राजवाडे यांचा हा भौतिकवाद म्हणा किंवा भौतिक अर्थवाद म्हणा, कार्ल मार्क्सच्या द्वंद्वात्मक भौतिकवादाच्या मागेच होता. मुख्य मुद्दा म्हणजे, राजवाडे यांच्या विचारसरणीत बदल होत गेला होता. त्यामुळे 'अगोदरचे राजवाडे' आणि 'नंतरचे राजवाडे' असा भेद अभ्यासकांनी केलाच पाहिजे.

करतात. उत्तरकालीन मार्क्सने वैज्ञानिक पद्धतीने विचार केला. याचा अर्थ असा होतो की, मार्क्सचा वैचारिक इतिहास ही एक सलग वा अखंड प्रक्रिया नसून, तिच्यात स्पष्ट दरी दिसून येते. तिच्यात तफावत पडल्याचे आढळून येते. इतकेच नव्हे, तर मार्क्सच्या या दोन वैचारिक टप्प्यांमध्ये त्यांना जोडणारा कोणताही दुवा नाही.

दुसरे उदाहरण विसाव्या शतकातल्या सर्वश्रेष्ठ समजल्या गेलेल्या विटगिन्स्टाईन या जर्मन तत्त्वज्ञाचे आहे. त्याच्याही विचारात 'पूर्व-विटगिन्स्टाईन' आणि 'उत्तर-विटगिन्स्टाईन' असा भेद करण्यात येतो. अगोदरचा विटगिन्स्टाईन हा एक पूर्णत: कृत्रिम व आदर्श भाषाव्यवस्थेचा पुरस्कार करणारा होता. याच काळात त्याने *Tractatus* हा ग्रंथ लिहिला. नंतर त्याचा भाषेकडे पाहण्याचा दृष्टिकोण बदलला आणि तो दैनंदिन साधारण भाषेचा पुरस्कर्ता बनला. या काळातला त्याचा *Philosophical Investigations* हा ग्रंथ प्रातिनिधिक मानला जातो. विटगिन्स्टाईनच्या या दोन वैचारिक टप्प्यांमधला अंत:संबंध शोधणे हे अभ्यासकांपुढचे आव्हान आहे.

या पद्धतीने राजवाड्यांचा विचार केला तर काय दिसेल, याची थोडी चर्चा इतिहासकार त्र्यं. शं. शेजवलकर यांच्या लेखनात सापडते; पण ती पुरेशी नसून सूचक आहे.

अगोदरचे राजवाडे चिपळूणकरांच्या राष्ट्रीय विचारसरणीने प्रभावित असल्यामुळे काही प्रमाणात सामाजिकदृष्ट्या प्रतिगामी, काही प्रमाणात स्थितिवादी होते. वर्णजातिव्यवस्थेचे, ब्राह्मणी वर्चस्ववादाचे समर्थक होते. उत्तरकालीन राजवाडे भौतिकवादी विचारसरणीने प्रभावित झाले. इतकेच नव्हे, तर कार्ल मार्क्सच्या विचारपद्धतीच्या जवळ आले. खरे तर शेजवलकरांच्याही अगोदर ही गोष्ट कॉम्रेड श्रीपाद अमृत डांगे यांच्या लक्षात आली होती, असे म्हणता येते. पण त्यांनीही राजवाड्यांमधल्या या परिवर्तनाचे पुरेसे स्पष्टीकरण केल्याचे आढळून येत नाही.

दुसरे असे की, या परिवर्तनात राजवाड्यांनी स्वत: मार्क्सचे लेखन वाचले होते. त्याचा त्यांच्यावर परिणाम झाला होता, असे नाही. भौतिकवादी फ्रेंच तत्त्ववेत्ता ऑगस्त कोंत त्यांच्या वाचनात आला होता आणि त्याच्याच प्रभावातून ते बदलले होते, असे म्हणता येईल. अर्थात मार्क्सचा भौतिकवाद कोंतच्या भौतिकवादापेक्षा वेगळा आहे, त्यामुळे मार्क्स कोंतवर टीका करतो, हेही लक्षात घ्यायला हवे. मार्क्सपर्यंत पोहोचायला राजवाड्यांनी आणखी एक पाऊल टाकायचे बाकी होते. ते त्यांनी टाकले असते तर कदाचित ते मार्क्सवादीही झाले असते. मार्क्सच्या भाषेतच सांगायचे झाल्यास, त्याचा स्वत:चा भौतिकवाद हा द्वंद्वात्मक होता, तर कोंतचा (व इतरही फ्रेंच तत्त्वज्ञांचा) भौतिकवाद यांत्रिक होता.

भौतिकवादाचे 'द्वंद्वात्मक' (Dialectical) आणि द्वंद्वात्मक भौतिकवादाचे 'पूर्वीचे अद्वंद्वात्मक यांत्रिक भौतिकवाद' असे प्रकार मानणे हा मुद्दा पद्धतिशास्त्रीय आहे. मार्क्स आणि इतर भौतिकवाद्यांच्या भौतिकवादात एक महत्त्वाचा फरक आशयात्मकही आहे. अन्य भौतिकवादी विचारवंत हवा, पाणी, अन्न

अशा भौतिक घटकांना महत्त्व देऊन तेच इतिहासाचे निर्णायक घटक असल्याचे मानतात. हा एक प्रकारचा बाळबोध किंवा प्राथमिक स्तरावरचा भौतिकवाद होय. मार्क्सच्या भौतिकवादात आर्थिक घटकाला अधिक महत्त्व आहे. आर्थिक घटक म्हणजे समाजात प्रचलित असलेली उत्पादनव्यवस्था आणि त्या व्यवस्थेच्या घटकांमधले (उत्पादन) संबंध, प्राथमिक साम्यवाद, मध्ययुगीन सरंजामशाही, भांडवलशाही आणि साम्यवाद हे ऐतिहासिक कालखंड वस्तुत: आर्थिक कालखंड आहेत.

या पार्श्वभूमीवर राजवाड्यांचा भौतिकवादाची चर्चा करायला हरकत नाही. त्यासाठी त्यांनी आयुष्याच्या अखेरच्या पर्वात संपादित केलेल्या *महिकावतीची बखर* या पुस्तकाची प्रस्तावना अत्यंत महत्त्वाची आहे. महिकावती म्हणजे आजचे माहीम. भगवान दत्त आणि केशवाचार्य यांनी सिद्ध केलेल्या महिकावतीच्या इतिहासाची प्रत राजवाड्यांना उपलब्ध झाली आणि ती त्यांनी प्रसिद्ध केली. तिच्या प्रस्तावनेच्या अखेरीस राजवाड्यांनी केलेल्या सैद्धान्तिक मांडणीतून त्यांचे मतांतर स्पष्टपणे दिसून येते. ते लिहितात – 'येणेप्रमाणे उत्तर कोकणातील हिंदी लोक ऊर्फ कायमची वस्ती करून राहिलेले नाना वंशांचे, नाना वर्णांचे, नाना देवधर्मांचे, नाना आचारांचे व नाना भाषांचे सर्व लोक जे इतके राजकारणपराङ्मुख, समाजपराङ्मुख, राष्ट्रपराङ्मुख, मुक्तद्वारी, तुटक, संन्यस्त व व्यक्तितंत्र दिसतात, त्याचे एकच एक आदिमूळ आर्थिक आहे.'

राजवाड्यांच्या या आशयसंपृक्त विधानातला 'आर्थिक' हा शब्द फार महत्त्वाचा आहे. इथे राजवाडे मार्क्सच्या एकदम जवळ पोहोचतात. अर्थात, तरीही भेद उरतोच. आर्थिकतेची राजवाड्यांची कल्पना प्राथमिक व बाळबोध आहे, ती द्वंद्वात्मक नाही, हा एक मुद्दा. दुसरा मुद्दा म्हणजे ती मर्यादित आहे. तिचा उत्पादनाशी संबंध नाहीच, असे नाही; परंतु उत्पादनप्रक्रियेच्या जटिलतेत ते प्रवेश करत नाहीत. आणि उत्पादन म्हणजे अन्नाचे उत्पादन इथे थांबतात.

मार्क्सच्या भौतिकवादाची सुरुवातही अन्नाच्या उत्पादनापासून होते (फार काय, आपल्याकडच्या उपनिषदांमध्येसुद्धा 'अन्नब्रह्मवाद' आढळून येतो). खरे तर माणसाला क्षणोक्षणी आपल्या जगण्याचेच उत्पादन करावे लागते. या उत्पादनात त्याला हवा, पाणी व अन्न यांचा उपयोग होतो. पैकी हवा व पाणी यांचे त्याला उत्पादन करावे लागत नाही. ते त्याला निसर्गातून उपलब्ध होते. अन्नसुद्धा निसर्गातून उपलब्ध होते; परंतु निसर्गातून उपलब्ध होणारे अन्न पुरेसे नसल्याने त्याला अन्नधान्याचे उत्पादन करावे लागते, म्हणजेच शेती करावी लागते. शेती हे माणसाचे पहिले उत्पादक कर्म होय. उत्पादन ही बाब आली की तो विषय आर्थिक होतो, हे राजवाड्यांच्या लक्षात आले आणि त्यांनी 'आर्थिक' हा शब्द उपयोजिला. इथे ते मार्क्सच्या जवळ आले. आता पुढे – 'अन्नाचे वैपुल्य व सौलभ्य हे एक समाजाविन्मुखतेचे कारण आहे. अशा परिस्थितीत मानवाचा कोणताही वंश अशाच स्वभावाचा बनला असता. पश्चिम युरोपातील ख्रिस्ती लोक बद्धद्वार, एकजूट, समाजनिष्ठ व राष्ट्रनिष्ठ जे दिसतात, त्याचेही मूल मुख्य कारण आर्थिकच आहे. अन्नाचे दौर्भिक्ष्य व दौर्लभ्य हे या एक समाजसन्मुखतेचे कारण आहे. संघटित लोकांवर घाला घालून अन्न मिळवण्याकरिता एकसंध व एकसमाज केल्याशिवाय त्यांना तरुणोपाय नव्हता.'

उत्तर कोकणातील परिस्थिती व इतिहास यांना राजवाडे एकूणच हिंदुस्थानाच्या परिस्थितीचे व इतिहासाचे प्रातिनिधिक प्रतीक मानतात. उत्तर कोकणाचे विवेचन संपूर्ण हिंदुस्थानला लागू होते, असे ते सांगतात. परकीय देशांनी हिंदुस्थानवर आक्रमणे केली, याचे कारणच मुळी त्या परक्या देशांमधल्या अन्नाची दुर्मीळता व हिंदुस्थानातल्या अन्नाची विपुलता हे होय.

हेच विवेचन हिंदुस्थानच्या अंतर्गत इतिहासालाही लागू होते. हिंदुस्थानातल्या राजकीय व सामाजिक परिस्थितीत हाच अन्न नावाचा भौतिक घटक कारणीभूत आहे. राजवाडे म्हणतात : 'जातिसंस्था व वर्णसंस्था या देशात मूळ उत्पन्न होण्याची जी अनेक कारणे आहेत, त्यात अन्नवैपुल्याचे व अन्नसौलभ्याचे कारण बरेच प्रमुख आहे. प्रत्येक जातीने आपापले अन्न आपापला धंदा करून तुटकपणे सुखाने खावे. प्रत्येक माणसाने आपापला पृथक् देव करून खुशाल तदेवभक्त व्हावे. प्रत्येक माणसाने समाजापासून विलग होऊन संन्यस्त होण्यात परमपुरुषार्थ मानावा.'

जी गोष्ट सामाजिक व्यवहाराच्या बाबतीत सत्य आहे, तीच राजवाडे राजकीय व्यवहाराच्या संदर्भातही सत्य मानतात. तिचे सार त्यांच्याच शब्दांत : 'एकाच वाक्यात सांगावयाचे म्हणजे हिंदुस्थानात इतके मुबलक अन्न असे, की येथे तल्लब्ध्यर्थ राज्ययंत्र, राष्ट्र, मारामाऱ्या व मुत्सद्देगिरी पैदा करण्याची जरुरी नसे.''

हिंदुस्थानच्या इतिहासात अशा प्रकारची राज्ये, त्यासाठीच्या मारामाऱ्या वा त्यामागची मुत्सद्देगिरी अशा गोष्टी सापडत नाहीत, असे राजवाड्यांचे म्हणणे नाही. त्यांचे म्हणणे असे आहे की, या गोष्टींचा सामान्य माणसाशी काहीएक संबंध नसून, तो अल्पसंख्य सत्तालोलुपांचा खेळ होता. सर्वसामान्य भारतीय माणसाला कुणाचे राज्य गेले व कुणाचे आले याचे सोयरसुतक नसे. त्याचा त्याला पत्ताही नसे, इतका तो उदासीन व अलिप्त होता. या संदर्भातले त्यांचे धाडसी विधान असे : 'गेल्या तीन हजार वर्षांत हिंदुस्थानात जी देशी व परदेशी सरकारे होऊन गेली, ती सर्व एक प्रकारच्या पोटबाबू चोरांची झाली व सरकार म्हणजे एक उपटसुंभ चोरांची टोळी आहे, अशी हिंदू गावकऱ्यांची अंतःस्थ प्रामाणिक समजूत असे... या भावनेचा परिणाम असा झाला, की सातवाहन, जुने मराठे, मुसलमान व पोर्तुगीज इत्यादी सरकारांचे जन्म व मृत्यू हिंदू गावकऱ्यांनी होतील तसे होऊन दिले.'

अशा प्रकारच्या अन्नमेववादी इतिहासमीमांसेपुढे उत्पन्न होणारा प्रश्न राजवाडे टाळत नाहीत. ते म्हणतात : 'सरकार नावाच्या कृत्रिम, उपटसुंभ, चोरट्या व जुलमी संस्थेसंबंधी गावकरी जर इतक्या पराकाष्ठेचा उदासीन असेल, तर असा प्रश्न उत्पन्न होतो, की येणारे नवे सरकार व जाणारे जुने सरकार यांच्यामधील युद्धे, तंटे, माऱ्यामाऱ्या व झटापटी कोण खेळे? हिंदुस्थानातील राजकीय इतिहास ऊर्फ सरकारांचा इतिहास तर अथपासून इतिपर्यंत मारामाऱ्यांनी तुडुंब भरलेला आहे. या मारामाऱ्या कोण करी? मृत सरकारबद्दल कोण रडे? आणि नव्या सरकारची जयंती कोण करी?'

राजवाड्यांचे उत्तर असे आहे : 'ज्या मूठभर उपटसुंभांनी सरकार स्थापिले ते मूठभर लोक जुन्या सरकारच्या वतीने नव्या सरकारशी झुंजत, तंडत. पराभूत झाले असता रडत आणि विजयी झाले असता खिदळत. हिंदुस्थानात सरकार ही संस्था काही अल्पसंख्याकांची असे; सार्वलौकिक कधीही नसे.'

देव आणि धर्म या कल्पनांची व्यवस्था राजवाडे अशीच लावतात. ते म्हणतात : 'देव एक आहे हे जितके खरे, तितकेच ते कोट्यवधी आहेत, हेही खरे असल्यामुळे म्हणजे दोन्ही कल्पना केवळ बागुलबोवाप्रमाणे असत्य असल्यामुळे कातकरी, यहुदी, मुसलमान, पारशी, ख्रिस्ती व हिंदू सारेच अनेक निराधार व अवास्तव कल्पनांच्या पाठीमागे धावत होते आणि आपापल्या कल्पनांचा अनिवार उपभोग घेण्यात सौख्य मानत होते. अशा या नाना प्रकारच्या देवकल्पनांनी पछाडलेल्या गटांचा एक भरीव समरस समाज बनवावयाला एकच तोडगा होता. तो हा की, सर्वांच्या डोक्यातील निराधार व अशास्त्र अशी जी देवकल्पना तीच मुदलात उपटून काढली पाहिजे होती. निदान एक समाजत्वाप्रीत्यर्थ या देवकल्पनेला व

देवधर्माला गबाळात गणून इतर राजकीय, वैय्यापारिक व शास्त्रीय व्यवहारात तिला नितांत गौणत्व दिले पाहिजे होते.'

राजवाड्यांचा अंतिम निष्कर्ष असा आहे : 'हिंदू-मुसलमानांच्या राष्ट्रपराङ्मुखतेचे मुख्य व एकच एक कारण सुलभ व विपुल अन्नसंपत्ती आहे. ही संपत्ती अपुरी भासण्यास हिंदुस्थानात आहे तीहून लोकसंख्या तिप्पट-चौपट वाढली तरी पाहिजे किंवा आहे त्या लोकसंख्येच्या राहणीची इयत्ता दसपटीने तरी पाहिजे किंवा बहि:स्थ राज्यकर्त्यांनी अन्नशोषण करून ते अत्यंत दुर्मीळ तरी करून टाकले पाहिजे.'

राजवाड्यांचा हा भौतिकवाद म्हणा किंवा भौतिक अर्थवाद म्हणा, मार्क्सच्या द्वंद्वात्मक भौतिकवादाच्या मागेच होता; पण मुख्य मुद्दा म्हणजे, राजवाड्यांमध्ये बदल झाला होता. त्यामुळे आपणही 'अगोदरचे राजवाडे' आणि 'नंतरचे राजवाडे' असा भेद करू शकतो आणि केलाही पाहिजे!

■

४६

जोतीरावांचा 'पॅरेडाइम शिफ्ट'

भारताच्या इतिहासात महात्मा जोतीराव फुले यांचे स्थान 'एकमेवाद्वितीय' म्हणावे असेच आहे. त्याचे कारण एकाच वाक्यात सांगायचे झाले, तर जोतीरावांनी या देशातला विचार आणि कृती यांचा 'पॅरेडाइम'च बदलला. हा पॅरेडाइम बदलण्याचे प्रयत्न पूर्वी झालेच नव्हते, असे नाही; पण त्यातले काही प्रयत्न सपशेल अयशस्वी झाले, तर काहींना काही काळ यश आले. त्यांच्या काही काळच्या यशानंतर परत एकदा जुनाच पॅरेडाइम स्वत:ची डागडुजी करून पुढे आला आणि त्याने नव्या पॅरेडाइमची जागा घेतली.

मला कोणते पॅरेडाइम्स अभिप्रेत आहेत, हे सांगण्यापूर्वी पॅरेडाइम या संकल्पनेचे थोडे स्पष्टीकरण करायला हवे. 'पॅरेडाइम' या शब्दाचे मराठी भाषांतर करायचे झाल्यास 'आदर्श नमुना' असे करता येईल. हा शब्द ग्रीक भाषेतला असून, तो मुळात व्याकरणातून आला. व्याकरणात, उदाहरणार्थ, अकारान्त पुल्लिंगी शब्द विभक्ती प्रत्यय समजून घेण्यासाठी किंवा वापरण्यासाठी शिकायचा असेल, तर तशा प्रकारच्या शब्दांचा एक नमुना पुढे ठेवला जातो. 'देव' हा शब्द तो 'आदर्श नमुना' म्हणून मानला आणि त्याचे विभक्ती प्रत्यय पाठ केले, तर त्याच पद्धतीने दुसरा कोणताही अकारान्त पुल्लिंगी शब्द त्या नमुन्याबरहुकूम चालवता, वापरता येतो. त्यापेक्षा वेगळे काही केले तर ते ती भाषा (म्हणजे संस्कृत) बोलणाऱ्यांच्या समूहात स्वीकारली जात नाही.

व्याकरणातली ही संकल्पना आयसॉक्रिटसनामक ग्रीक वक्तृत्वविशारदाने वक्तृत्वाच्या क्षेत्रात उपयोजिली. ग्रीक देशात अनेक नगरराज्ये होती. त्यांचा राज्यकारभार लोकशाही पद्धतीने चालत असे. नगरातले नागरिक एकत्र येऊन चर्चा करत व बहुमताने निर्णय घेतले जात. आता अशा चर्चेत भाग घेऊन, आपल्या मताचा प्रभाव इतरांवर पाडून ते त्यांना पटवून द्यायचे असेल, तर प्रभावी वक्तृत्व पाहिजे. आयसॉक्रिटस याने ही गरज ओळखली. त्याने वक्तृत्वकलेच्या शिकवण्या सुरू केल्या. वक्तृत्व शिकवण्यासाठी त्याने आदर्श भाषणांचे काही नमुने अथवा महाप्रमाणके तयार केली, तेच पॅरेडाइम्स! असे नमुने पाठ केले की त्या-त्या प्रसंगानुसार त्यांचे अनुसरण- अनुकरण करण्याची, भाषणे करायची पद्धत ग्रीकांमध्ये रूढ झाली.

गेल्या शतकात थॉमस कून्ह नावाच्या तत्त्वज्ञाने विज्ञानाचा व्यवहार कसा चालतो, हे स्पष्ट करताना

पॅरेडाइमची संकल्पना वापरली. लोक समजतात त्याप्रमाणे प्रत्येक वैज्ञानिक हा बुद्धिप्रामाण्याने स्वतंत्र विचार करत संशोधन करतो, असे नसून, वैज्ञानिकांचाही समूह (Community) असतो. त्या समूहात संशोधनाचा एक आदर्श नमुना स्वीकारला गेलेला असतो. त्याला अनुसरून संशोधन करावे व मांडावे असा संकेत असतो. या नमुन्याने विहित केलेल्या प्रामाण्यचौकटीच्या बाहेर जाऊन केलेला वा मांडलेला विचार स्वीकारला जात नाही, समजूनही घेतला जात नाही. समस्येची मांडणी कशी करायची, तिचे उत्तर कसे द्यायचे, हे सगळे त्या प्रामाण्यचौकटीने किंवा आदर्श नमुन्याने नियंत्रित होत असते. तसे करण्यात आपल्या विचारस्वातंत्र्याचा संकोच होत आहे, असे वैज्ञानिकांना वाटूच नये, अशा पद्धतीनेच विज्ञानाचे शिक्षण दिले जाते. तो नमुना वैज्ञानिकांच्या जणू व्यक्तित्वाचाच भाग बनून जातो.

कून्ह यांच्या मते, 'विज्ञानव्यवहार ही एक सामूहिक कृती असल्यामुळे ती अशा प्रकारच्या पॅरेडाइममध्येच चालते व त्यामुळेच शक्य होते. अशी नियंत्रक चौकट नसेल तर बौद्धिक अराजक माजून विज्ञानाची प्रगतीच खुंटेल.'

कून्ह एवढ्यावरच थांबत नाहीत. आपण ज्याला सर्वसाधारण वैज्ञानिक संशोधनाचा व्यवहार मानतो, तो या पद्धतीने होतो. त्यामुळे वैज्ञानिक प्रगती होते, हे खरे असले, तरी एका क्षणी या पॅरेडाइमची मार्गदर्शन क्षमता संपुष्टात येते. त्याच्यातल्या सगळ्या क्षमतांचा पुरेपूर उपयोग करून घेतल्यानंतर तो जणू पुढच्या प्रगतीला अडसर ठरतो. विज्ञान अवरुद्ध होते. अशा वेळी एखादा महान वैज्ञानिक उदय पावतो व संशोधनाचा नवा नियंत्रण-नमुना दाखल करतो. या प्रकारच्या 'पॅरेडाइम शिफ्ट'ला अर्थातच 'नमुना-परिवर्तनाला'च कून्ह वैज्ञानिक क्रांती समजतात.

खरे तर केवळ विज्ञानच नव्हे, तर मानवाचे बहुतेक वैचारिक, सामाजिक, राजकीय व्यवहार असेच चालतात. 'मवाळांच्या अर्ज-विनंत्या, शिष्टमंडळ' ही राजकीय चळवळीची चौकट लोकमान्य टिळकांनी रस्त्यावरच्या बहुजनांमध्ये राजकारण आणून बदलली. टिळकांची चौकट गांधीजींनी सत्याग्रहाच्या शस्त्राने बदलली. टिळक-गांधी यांच्या राजकारणातल्या फरकाचे अच्युतराव कोल्हटकर यांनी केलेले विश्लेषण हे कून्हची आठवण करून देणारे आहे.

आता मूळ मुद्द्याकडे वळू या...

भारतीय समाजजीवनाच्या विविध क्षेत्रांचे नियमन, नियंत्रण, मार्गदर्शन करणारी चौकट ही खूप प्राचीन काळापासून वैदिक राहिलेली आहे. या चौकटीला पर्यायी अशी समांतर चौकट अस्तित्वात होती ती श्रमणांची.

श्रमणांच्या चौकटीची प्रभावी मांडणी करून वैदिक चौकटीपुढे खरे आव्हान उभे केले ते गौतम बुद्धांनी. गौतम बुद्धांनी केवळ नवा धर्मच स्थापन केला, असे नसून, वैदिक समाजरचनेलाच त्यांनी हादरे दिले. बौद्ध धर्माचा अंगीकार केलेल्या राजांनी साम्राज्ये उभारली. कालांतराने बौद्ध धर्म मागे पडला. इतका, की शेवटी त्याच्या जन्मदेशातच त्याला अनुयायी उरले नाहीत. मुळात वैदिक आणि बौद्धांसह इतरही (अवैदिक) परंपरा एकूणच भारतीय महापरंपरेच्याच घटक असल्यामुळे त्यांच्यात देवाणघेवाण शक्य होती. वैदिक परंपरेने श्रमण परंपरेतले, तसेच बौद्धांचेही काही मुद्दे अंगीकृत करून वेगळा असा पौराणिक हिंदू धर्म सिद्ध केला.

त्यानंतरचा भारताचा इतिहास हा वैदिक आणि बौद्ध-जैनांसारख्या श्रमण परंपरांमधल्या समन्वयाचा इतिहास आहे. महाराष्ट्रातला महानुभाव आणि वारकरी संप्रदाय ही त्या प्रक्रियेची उत्तम उदाहरणे होत. पूर्ण विरोधाचा एक प्रयत्न आचार्य बसवेश्वरांनी करून पाहिला, याची नोंद घ्यायला हवी.

> महात्मा जोतीराव फुले (११ एप्रिल १८२७ ते २८ नोव्हेंबर १८९०) यांनी पारंपरिक वैदिक पॅरेडाइमला नवा पर्याय देत गौतम बुद्धांनंतर एक 'पॅरेडाइम शिफ्ट' (नमुना–परिवर्तन) घडवून आणला यात वाद नाही; पण या परिवर्तनात त्यांनी परंपरेचा धागा पार तोडून टाकला, असे मात्र नव्हते. नव्या पॅरेडाइममध्ये तुकोबांना यथोचित स्थान देऊन त्यांनी, आपण अलग पडणार नाही, याची खबरदारी घेतली.

अशा प्रकारे जवळपास एक हजार वर्षे निघून गेल्यानंतर वेगळा पॅरेडाइम निर्माण करण्याचे श्रेय महात्मा जोतीराव फुले यांना द्यावे लागते, हे लक्षात घेतले म्हणजे जोतीरावांचे महत्त्व वेगळ्या पद्धतीने सांगायची गरज उरत नाही.

जोतीरावांना अनुकूल म्हणता येईल असा परिस्थितीचा घटक म्हणजे अर्थातच ब्रिटिशांची सत्ता. या सत्तेमुळे भारतातल्या वैदिक परंपरेत रूढ असलेल्या धर्मशास्त्राचे कायदे बदलायला सुरुवात झाली, सामाजिक स्तरांमध्ये गतिशीलता निर्माण झाली; आणि मुख्य म्हणजे शिक्षणापासून वंचित राहिलेल्या समाजघटकांना शिक्षण मिळू लागले. दुसरे असे की, या नव्या प्रकारच्या शिक्षणात इंग्लिश भाषेचाही समावेश असल्यामुळे त्या भाषेच्या माध्यमातून पाश्चात्त्य विश्वातले वैचारिक प्रवाह आणि घडामोडी यांचा परिचय झाला. भरीसभर म्हणून युरोप-अमेरिकेतले ख्रिस्ती मिशनरी इथे येऊन ख्रिस्ती धर्माचा प्रसार करू लागले.

या बदलत्या परिस्थितीच्या आव्हानांना सामोरे जाऊन त्यातून निर्माण होणाऱ्या समस्यांचे निराकरण करण्याचे, त्यांच्यावरची उत्तरे शोधण्याचे सामर्थ्य पारंपरिक वैदिक पॅरेडाइममध्ये नव्हते किंवा असले तरी त्यासाठी त्या पॅरेडाइममध्ये आवश्यक ते बदल करण्याची प्रतिभा निदान महाराष्ट्रात तरी कुणाकडे नव्हती. (विष्णुबुवा ब्रह्मचारी यांनी थोडी धडपड केली; पण त्यांना कुणी अनुयायी लाभले नाहीत. नंतर दयानंद सरस्वती यांनी मात्र काही यशस्वी पावले टाकली).

पारंपरिक वैदिक पॅरेडाइम खिळखिळा करण्यात जोतीरावांचे समकालीन विचारवंत लोकहितवादी गोपाळ हरी देशमुख यांच्या टीकेचा मोठा वाटा होता, त्यामुळे या पॅरेडाइममधले दोष व उणिवा दृग्गोचर व्हायला मदत झाली.

या पार्श्वभूमीवर जोतीरावांनी केलेल्या 'पॅरेडाइम शिफ्ट'ची संगती लावता येते.

या संदर्भात आणखी एका बाबीचा उल्लेख करायला हवा. कून्ह यांचे विवेचन मुख्यत्वे नैसर्गिक विज्ञानांमधले संशोधन पुढे ठेवून केले गेलेले होते. एरवीही नैसर्गिक विज्ञानात अधिक काटेकोरपणा व अधिक निश्चितता यांची अपेक्षा केली जाते. सामाजिक विज्ञानाची व पर्यायाने अर्थातच सामाजिक व्यवहारांची परिस्थितीच वेगळी आहे. तिथे तितका काटेकोरपणा, तितकी निश्चितता नसते. मुख्य म्हणजे, नैसर्गिक विज्ञानांपेक्षा तिथे अधिक पर्याय उपलब्ध असतात.

जोतीरावांपुढे उपलब्ध असणारे पर्याय म्हणजे इस्लाम, ख्रिस्ती धर्म, परमहंस सभा, प्रार्थना समाज आणि महाराष्ट्रातल्या बहुजन समाजात मान्यता पावलेला वारकरी संप्रदाय. त्या काळात बौद्ध धर्मविषयक माहिती पुरेशी उपलब्ध नव्हती. ती पुढे डॉ. बाबासाहेब आंबेडकर यांच्या काळापर्यंत पुरेशा प्रमाणात मिळू लागली होती.

या सगळ्यांपेक्षा एक वेगळा पर्याय म्हणजे पूर्ण नास्तिक बनण्याचा. स्वतः फुले ईश्वरवादी असल्यामुळे

त्यांनी तो फेटाळून लावला. डॉ. आंबेडकर ईश्वरवादी नसले तरी त्यांना धर्म हवा होता; त्यामुळे त्यांनी बौद्ध धर्माचा पर्याय पसंत केला; पण तो वेगळा मुद्दा.

सामाजिक व्यवहार अधिक गुंतागुंतीचे असल्यामुळे जोतीरावांवर असे बंधन नव्हते, की त्यांनी यापैकी एका आणि एकाच पर्यायाचा जसाच्या तसा स्वीकार करावा (जसा तो नंतर पंडिता रमाबाईंनी केला). उपलब्ध पर्यायांमधल्या योग्य वाटणाऱ्या गोष्टींचा स्वीकार करून ते स्वत:चा असा वेगळा पर्याय रचू शकत होते आणि त्यांनी नेमके तेच केले.

पारंपरिक वैदिक प्रेरणेतल्या समाजरचनेत विषमता आहे आणि त्यामुळे समाजातले शूद्र-अतिशूद्र आणि स्त्रिया या घटकांना शिक्षण आणि संधी यांच्यापासून वंचित राहावे लागते, हे जोतीरावांनी अनुभवले होते. एकोणिसाव्या शतकाच्या सहाव्या दशकाच्या प्रारंभीच त्यांनी 'तृतीय रत्न' हे नाटक लिहून या प्रश्नाला वाचा फोडली होती. या काळात ते ख्रिस्ती मिशनऱ्यांच्या निकट वावरत होते. त्यांच्या सेवाकार्याची त्यांना जवळून माहिती झाली होती. त्यांना जवळून परिचित असलेले बाबा पद्मनजी यांनी ख्रिस्ती धर्माचा स्वीकार केला होता. तो जोतीरावांनाही करता आला असता. पद्मनजींनी काय, किंवा नंतर रेव्हरंड ना. वा. टिळकांनी काय, ख्रिस्ती धर्माचा स्वीकार केला तो मुख्यत्वे आत्मोद्धारासाठी. येशू ख्रिस्त त्यांना मुक्तिदाता वाटला. मात्र, जोतीरावांना आत्मोद्धारापेक्षा लोकोद्धारात अधिक रस होता. समाजातले बहुतेक लोक हे परधर्माचा स्वीकार करणार नाहीत, हे व्यावहारिक सत्यही त्यांना चांगलेच उमगले होते. म्हणून ते त्या वाटेला गेले नाहीत. त्यामुळे त्यांची मुक्तीची संधी हुकली, याबद्दल त्यांच्या ख्रिस्ती स्नेह्यांनी त्यांच्या निधनानंतर खेद व्यक्त केला, हे इथे नमूद करायला हवे.

'तृतीय रत्न' या नाटकातला कुणबी शेवटी ख्रिस्ती होण्याची किंवा ईश्वराकडे नवा धर्म मागून घेण्याची भाषा करतो. वस्तुत: ही स्वत: जोतीरावांचीच वैचारिक उलघाल होती. या उलघालीवर मात करण्याचे सामर्थ्य जोतीरावांना दादोबा पांडुरंग यांच्या परमहंस सभेने दिले, याविषयी संदेहाला वाव मिळू नये. दादोबा हे महाराष्ट्रातले पहिले धर्मसमीक्षक व धर्मसंस्थापक होत. त्यांनाही प्रेरणा मिळाली होती ती ख्रिस्ती धर्मातून; परंतु ख्रिस्ती धर्मातल्या चांगल्या गोष्टी ग्रहण करून, त्यांचा आपल्या एकूणच परंपरेशी मेळ घालून नवा पर्यायी उच्चतर धर्मपंथ निर्माण करायचा प्रयत्न त्यांनी केला, त्याचे नाव परमहंस सभा. परमहंस हे नाव त्यांनी औपनिषदिक विचारांमधून घेतले. मात्र, त्यांना तिथपर्यंत पोहोचता आले ते महाराष्ट्राच्या भागवतधर्मीय संतांच्या माध्यमातून. *'परमहंस तरी जाणे सहज वर्म। तेथे यातिधर्म कुळ नाही ।।'* ही तुकोबांची उक्ती त्यांना प्रेरक असणार, हे त्यांच्यावरच्या तुकोबांच्या प्रभावामुळे म्हणता येते. धर्मांतर करून आपल्या मोठ्या समाजापासून अलगविलग होण्यापेक्षा परंपरेतच राहून, परंपरा न सोडता, परंपरेच्या अंतर्गत वेगळा धर्मपंथ स्थापन करण्याचा उपक्रम त्यांनी केला. त्यांच्या या परमहंस सभेचे अनेक सभासद जोतीरावांचे परममित्र व सहकारी होते. परमहंस सभा बरखास्त झाल्यानंतर त्यांनी नंतर रानडे-भांडारकरांच्या प्रार्थना समाजात प्रवेश केला. वासुदेव बाबाजी नवरंगे, तुकाराम तात्या पडवळ, मोरो विठ्ठल वाळवेकर, राम बाळकृष्ण जयकर (राणे) हे त्यांच्यापैकी काही. दादोबांनी आपल्या विश्वासातले परमहंस केशव शिवराम भवाळकर यांची पुणे इथे विद्याखात्यात नियुक्ती करवली होती. भवाळकर हे जोतीरावांचेही स्नेही होते व सावित्रीबाईंना शिकवण्यातही त्यांचा वाटा होता.

वाळवेकर आदी परमहंसांबरोबर जोतीरावांनी केलेला एक उपक्रम म्हणजे प्रसिद्ध अमेरिकी बुद्धिवादी

'डेईस्ट' विचारवंत थॉमस पेन यांच्या ग्रंथांचे केलेले वाचन. या वाचनामुळे जोतीरावांना धर्मचिकित्सेचे प्रारंभीचे धडे तर मिळालेच; शिवाय ख्रिस्ती धर्माच्या मर्यादाही त्यांना समजल्या. 'निर्मिक' ही संकल्पना जोतीरावांनी डेईस्ट विचारांतून; विशेषत: थॉमस पेन यांच्याकडून घेतलेली आहे. पेन यांचा डेईझम ही न्यूटनप्रणीत विज्ञानाच्या चौकटीत केलेली ख्रिस्ती धर्माची फेरमांडणी होय.

स्वत: जोतीरावांनी परमहंस सभेची अधिकृत दीक्षा घेतल्याची नोंद नाही. तथापि, तरीही त्यांना 'अ-दीक्षित परमहंस' म्हणावे इतका त्यांचा व सभेचा संबंध घनिष्ठ होता; आणि तशीही परमहंस सभा ही सामाजिक रोषाच्या भयापोटी तिच्या संस्थापकांकडूनच मोडली गेली, त्यामुळे जोतीरावांची परमहंस होण्याची शक्यता परस्परच मावळून गेली. सभा मोडल्यामुळे जोतीरावांच्या धार्मिक व सामाजिक जीवनात एक पोकळी निर्माण झाली.

खरे तर त्यामुळे तशी पोकळी महाराष्ट्रातच निर्माण झाली होती. ती भरून काढण्यासाठी काहीतरी करावे, असे माजी परमहंसांना वाटत असणारच. योगायोगाने त्यांच्याच पद्धतीने विचार करणाऱ्या नवशिक्षित पदवीधर तरुणांशी त्यांची गाठ पडली. या तरुणांनाही असाच धर्मपंथ काढायचा होता. न्या. रानडे, डॉ. भांडारकर आदी तरुणांच्या व माजी परमहंसांच्या संघटनातून जो नवा पंथ निघाला, त्याचेच नाव प्रार्थना समाज. मात्र, परमहंस सभेचा अनुभव जमेस धरून–दुधाने तोंड भाजले की ताकही फुंकून पिण्याच्या मानवी प्रवृत्तीस अनुसरून–या वेळी या मंडळींनी जातिभेदावरचा कटाक्ष कमी केला आणि प्रार्थनेसारख्या, निरूपणासारख्या आध्यात्मिक बाबींवर अधिक भर दिला. मात्र, याचा अर्थ त्यांनी जातिभेदाला मान्यता दिली होती, असा नव्हे; त्याचप्रमाणे त्यांनी जातिभेदाच्या प्रश्नाविषयी मौन बाळगले, असाही नव्हे. त्यांनीही या रूढीवर टीका केलीच; पण ती परमहंसांएवढी कडक नव्हती. तिला त्यांनी आपल्या प्राधान्यक्रमाचा भाग बनवले नाही. या कारणांमुळे जोतीरावांना प्रार्थना समाजाच्या हेतूविषयीच संशय यायला लागला. यामागे ब्राह्मणांचे काही कारस्थान तर नसेल ना, शिकून शहाणे होऊ लागलेल्या शूद्र-अतिशूद्रांचे लक्ष विचलित करत त्यांना परत पारंपरिक धर्माच्याच चौकटीत बंदिस्त करायचा तर त्यांचा कारस्थानी इरादा नसेल ना, अशा शंका त्यांना येऊ लागल्या. अशाच प्रकारच्या शंका त्यांनी ब्राह्मणांच्या पुढाकाराने चालणारी सार्वजनिक सभा, भरणारे ग्रंथकारांचे संमेलन ऊर्फ साहित्य संमेलन; इतकेच नव्हे, तर ब्राह्मणांचे आधिक्य असलेली राष्ट्रसभा ऊर्फ काँग्रेस यांच्या बाबतीतही व्यक्त केलेल्या दिसून येतात. या संदर्भात पुढे विठ्ठल रामजी शिंदे यांनी सखेद आश्चर्य दर्शवले. 'जोतीरावांनी निदान न्या. रानड्यांसारख्या सोज्वळ व सात्त्विक ब्राह्मणांच्या हेतूंचा तरी विपर्यास करायला नको होता,' असा शेरा मारायलाही शिंदे विसरले नाहीत!

जोतीरावांना विचारांचा आणि कृतीचा जो पारंपरिक व प्रचलित पॅरॅडाइम टाकून द्यायचा होता, त्याला 'ब्राह्मणी पॅरॅडाइम' असे म्हणायला हरकत नाही. जोतीराव ही चौकट पूर्णपणे मोडू इच्छितात; त्यामुळे ते कुणालाही सवलत द्यायला तयार नाहीत; ज्ञानेश्वरांनाही नव्हे आणि रानड्यांनाही नव्हे. ते रचत असलेल्या चौकटीच्या अंतर्गत सुसंगतीसाठी हा त्यांच्यावरचा तार्किक दबाव होता; त्यामुळेच या पॅरॅडाइमला त्यांनी जो पर्याय दिला, त्याला 'अब्राह्मणी पॅरॅडाइम' म्हणायलाही हरकत नाही. त्यांच्या या नव्या पॅरॅडाइमचा परिपोष त्यांच्या शेवटच्या कृतीत म्हणजे *सार्वजनिक सत्यधर्म पुस्तक* यात आढळून येतो.

आपण काय करत आहोत व कुणासाठी काय करत आहोत, याचे पूर्ण भान जोतीरावांना होते. त्यांच्यासमोर असलेला त्यांचा 'लक्ष्यवर्ग' हा महाराष्ट्रातल्या शूद्र व अतिशूद्र यांचा समाज होता. तो ग्रामीण

भागातला व ग्रामीण बोली बोलणारा होता. जोतीरावांनी या लोकांना समजावे यासाठी तशाच भाषेत लेखन केले. त्यासाठी प्रयत्नपूर्वक सोप्या, अर्थसुलभ शब्दांची निवड केली. या लोकांवर संतांच्या वारकरी संप्रदायाचा प्रभाव होता. तुकोबांच्या अभंगांनी त्यांची भाषा सिद्ध झाली होती. जोतीरावांनी वारकऱ्यांचे दैवत व आचारधर्माचा अवलंब केला नसला, तरी भाषा आणि प्रतीके मात्र वारकऱ्यांचीच वापरली. त्यामुळे त्यांचा संदेश पहिल्यांदा खेड, जुन्नर, ओतूर या वारकरी प्रभावक्षेत्रातल्या लोकांपर्यंत पोहोचला. त्यांच्याशी संवाद साधण्यासाठी जोतीरावांनी उदाहरणार्थ, 'आरती ज्ञानदेवा महाकैवल्य तेजा' ही रामजनार्दनकृत आरती पुढे ठेवून 'आरती सत्यराजा महाप्रांजळ तेजा' अशी आदिसत्याची आरती रचली. 'विठूचा गजर हरिनामाचा झेंडा रोविला' या वारकरी गीताप्रमाणे 'शिवाचा गजर शिवनामाचा झेंडा रोविला' अशा ओळींची निर्मिती केली.

आणि सगळ्यांत महत्त्वाची बाब म्हणजे, त्यांनी तुकोबांच्या अभंगांचे अनुकरण करत अखंडांची निर्मिती केली. हा मुद्दा महत्त्वाचा आहे आणि त्याचे महत्त्व तुकोबांच्या शब्दकळेपुरते मर्यादित नाही. जोतीरावांच्या इतिहासलेखनाच्या चौकटीत 'शिवाजीमहाराज म्हणजे शेतकऱ्यांचा राजा' आणि 'तुकाराममहाराज म्हणजे शेतकऱ्यांचा संत' अशी समीकरणे आहेत. दुसरे असे की, एकोणिसाव्या शतकातल्या बहुतेक विचारवंतांनी तुकोबांचा आदर्श म्हणून स्वीकार केला होता. परमहंस सभा आणि प्रार्थना समाजही त्याला अपवाद नव्हता. प्रार्थना समाजाने तर तुकोबांना 'मित्र-तत्त्वज्ञ-मार्गदर्शक' या तिहेरी नात्याने स्वीकारले होते. जोतीराव व त्यांच्यापेक्षाही त्यांचा सत्यशोधक समाज याच मार्गाने पुढे गेला.

जोतीरावांनी तुकारामगाथेची पारायणे केली असल्याचे त्यांचे चरित्रकार नमूद करतात. वारकऱ्यांबरोबर ते देहू आणि आळंदी येथेही जात असत. त्यांचे एक सहकारी तुकाराम हणमंता पिंजण हे देहू देवस्थानचे प्रमुख नारायण सदानंद यांचे मेहुणे होते. पिंजण, तुकारामतात्या आदींबरोबर जोतीराव एकदा त्यांना भेटायलाही गेले होते. जोतीरावांच्या निधनानंतर वृत्तपत्रातून प्रसिद्ध झालेल्या एका मृत्युलेखात संपादकांनी तुकोबा आणि जोतीबा यांच्या काव्यरचनांमधल्या साम्याकडे लक्ष वेधून 'जोतीबांची गाथा' प्रकाशित करण्याचा सल्ला दिला होता.

जोतीरावांचा हा पायंडा त्यांच्यानंतरच्या सत्यशोधकांनीही पुढे सुरू ठेवला. कृष्णाजी पांडुरंग भालेकर, मुकुंदराव पाटील, मोतीरामजी वानखेडे अशी कितीतरी नावे या संदर्भात घेता येतील. सत्यशोधक कीर्तनकारही निर्माण झाले. त्यांचा भर तुकोबांच्या अभंगांवर असायचा, हे वेगळे सांगायची गरज नाही. *सत्यशोधक सुबोध कीर्तनमाला* हा ग्रंथच त्याचा साक्षीदार आहे. *'सत्य-असत्यासी मन केले ग्वाही। मानियेले नाही बहुमता ।।'* ही तुकोक्ती बहुतेक सर्वच सत्यशोधक वक्ते, पत्रकार व लेखक उद्धृत करत असत. तुकोबांमार्फत परंपरेशी नाते जोडण्याचा त्यांचा प्रयत्न होता.

जोतीरावांनी तुकोबांच्या अभंगरचनेचा मनापासून अभ्यास केला होता. वारकरी वर्तुळातही त्यांचा पुरेसा वावर होता. तथापि, ते स्वतः वारकरी परंपरेतले नव्हते. जोतीरावांचे तरुण सहकारी कृष्णाजी पांडुरंग भालेकर हे मात्र पिढीजात वारकरी होते, त्यामुळे भालेकर यांचा अभंगांच्या सगळ्या प्रकारांशी, त्यांच्या पारंपरिक चालींशी जवळून परिचय होता. त्यांनी रचलेल्या अभंगांमधून त्यांचे हे नाते स्पष्ट होते. पारंपरिक वारकरी शैलीत आपणच रचलेले सत्यशोधकी अभंग भालेकर पारंपरिक वारकरी चाली लावून म्हणत. इतकेच नव्हे, तर असे अभंग म्हणत पुणे शहरातून ते वारकरी पद्धतीने दिंड्याही काढत असत.

जोतीरावांनी पारंपरिक वैदिक पॅरेडाइमला नवा पर्याय देत गौतम बुद्धांनंतर एक 'पॅरेडाइम शिफ्ट' घडवून

आणला यात वाद नाही; पण या परिवर्तनात त्यांनी परंपरेचा धागा पार तोडून टाकला, असे मात्र नव्हते. नव्या पॅरेडाइममध्ये तुकोबांना यथोचित स्थान देऊन त्यांनी आपण अलग पडणार नाही, याची खबरदारी घेतली.

जोतीबा आणि तुकोबा यांच्या काव्यातले नाते समजण्यासाठी त्या दोघांच्याही काही ओळी उद्धृत करून या लेखाचा समारोप करू या...

१) *काय प्रारब्ध बापुडे। तुझ्या नामस्मरणापुढे।।* - तुकोबा
धूर्त चिटणिसाच्या पुढे। काय कलेक्टर बापुडे।। - जोतीबा

२) *भिक्षापात्र अवलंबणे। जळो जिणे लाजिरवाणे।।* - तुकोबा
जळो जळो तुमचे जिणे। उद्योगाआधी ताजे खाणे।। - जोतीबा

३) *घ्यावी घ्यावी माझी सेवा।* - तुकोबा
घ्यावी घ्यावी माझी भाक। - जोतीबा

४) *तुका म्हणे धाव घाली।* - तुकोबा
जोति म्हणे धाव घेई। - जोतीबा

५) *नवसे कन्यापुत्र होती। तरी का करणे लागे पती।।* - तुकोबा
जप अनुष्ठाने स्त्रियां मुले होती। दुजा का करिती मुलांलागी।। - जोतीबा

६) *जगाच्या कल्याणा संतांच्या विभूती। देह कष्टविती परोपकारे।।* - तुकोबा
जगाच्या कल्याणा सत्याच्या विभूती। देह कष्टविती परोपकारे।। - जोतीबा

७) *सुखालागी करिसी तळमळ। तरी जा रे पंढरीसी एक वेळ।।*
तरी तू अवघाचि सुखरूप होसी। - तुकोबा
जरी तुझी सुखालागी तळमळ। तरी पाठबळ सत्या देई।।
मग तू अवघाचि सुखरूप होसी। तरुनी तारिसी दुसऱ्याला।। - जोतीबा

८) *आलिया भोगासी असावे सादर। देवावरी भार घालोनिया।।* - तुकोबा
ऐका जोतीबाचा सार। घाला देवावरी भार।। - जोतीबा

■

४७

'आहिताग्नी' राजवाडे

२७ नोव्हेंबर हा 'आहिताग्नी' शंकर रामचंद्र राजवाडे यांचा मृत्युदिन. १९५२मध्ये याच दिवशी ते कालवश झाले. पुण्यातल्या ज्ञानप्रबोधिनीसमोरच्या रस्त्यावरच्या एका वास्तूत ते राहत. तिथेच ते अग्निहोत्र चालवत. म्हणजे अग्नी २४ तास प्रज्वलित ठेवून त्यात नियमितपणे आहुती देण्याचे नित्यकर्म करत. अशा व्यक्तीला 'आहिताग्नी' असे म्हटले जाते. मात्र, आहिताग्नी राजवाड्यांच्या अग्निमंदिरात अग्निहोत्राखेरीज आणखीही काही गोष्टी चालत. दर वर्षी नवरात्राच्या निमित्ताने ते शारदीय व्याख्यानमालेचे ज्ञानसत्र चालवत. या ज्ञानसत्रासाठी ते आपल्यापेक्षा वेगळे विचार मांडणाऱ्यांनाही निमंत्रित करत असत.

त्यांच्या या ज्ञानसत्रामुळेच मला त्यांची अगदी लहानपणीच माहिती झाली. आचार्य अत्रे यांच्या आत्मवृत्तात ती माहिती होती. एकदा आहिताग्नींनी अत्रे यांना व्याख्यान द्यायला बोलावले. अत्रे म्हणजे त्या काळचे पुरोगामी व सुधारणावादी. आहिताग्नी या बाबतीत प्रतिगामी म्हणता येतील, अशा जुन्या वळणाचे; पण तरीही ते वादविवादाचे, वैचारिक देवाणघेवाणीचे पुरस्कर्ते होते. त्यांनी बोलावले व अत्रेही गेलेच. त्या अनुभवाचे वर्णन करताना अत्रे यांनी 'आहिताग्नींच्या गुहेत' असा शब्दप्रयोग केलेला आठवतो.

आहिताग्नींनी अनेक ग्रंथ लिहिले. त्यापैकी त्यांनी लिहिलेल्या 'गीताभाष्या'ला १०० वर्षे उलटून गेली आहेत. या शताब्दीचे निमित्त साधून त्यांच्या परिवारातल्या मंडळींनी एका संकेतस्थळाची निर्मिती करून अभ्यासकांची महत्त्वाची सोय केली आहे. त्या संकेतस्थळाचे उद्घाटन नुकतेच झाले. त्या वेळी आयोजित कार्यक्रमात प्रा. राजा दीक्षित व प्रा. मंगेश कुलकर्णी या ख्यातनाम अभ्यासकांची भाषणेही झाली. आहिताग्नींची ग्रंथसंपदा पाहिल्याशिवाय एकोणिसाव्या शतकाचा उत्तरार्ध आणि विसाव्या शतकाचा पूर्वार्ध समजून घेणे अशक्यप्राय आहे.

अत्रे यांनी वर्णन केलेल्या त्या 'गुहे'त शिरण्याचा योग मला मी सातव्या इयत्तेत असताना आला. तेव्हाची सातवी म्हणजे व्हर्नाक्युलर फायनल. या परीक्षेला महत्त्व असायचे. परीक्षा द्यायला केंद्रात जावे लागे. आमच्या देहू इथल्या प्राथमिक शाळेचे परीक्षा केंद्र पुण्यातले भावे हायस्कूल हे होते. आम्हा सर्व परीक्षार्थी विद्यार्थ्यांची परीक्षेच्या काळातील राहायची सोय आमच्या शाळेने भावे हायस्कूलजवळच्या राजवाडे मंगल कार्यालयात केली होती. राजवाड्यांच्या वास्तूचे आता कार्यालयात रूपांतर झाले होते. ज्या

‘आहिताग्नी’ शंकर रामचंद्र राजवाडे. गेल्याच्या गेल्या पिढीतले हे एक स्वतंत्र विचारसरणीचे आगळेवेगळे व्यक्तिमत्त्व. इतरांना काय वाटेल, याची अजिबात तमा न बाळगता, आपल्याला जे पटले आहे, ते निर्भीडपणे मांडणे हा त्यांचा खाक्या. राजवाडे यांचे विचार पटले नाहीत, तर काही बिघडणार नाही. मात्र, त्यांची जिज्ञासू व चौकस वृत्ती, त्यांची ज्ञानपिपासू, स्वतंत्र व निर्भीड विचारपद्धती, नि:स्पृहता कोणत्याही विचारसरणीच्या सुज्ञ माणसाला भुरळ पाडील अशीच आहे.

वास्तूच्या भिंतींनी अनेक विद्वानांची व्याख्याने ऐकली, तिच्यात आठवडाभर वास्तव्य करायला मिळाले, याबद्दल मला धन्य वाटते. माझा अनुभव माझ्या सहाध्यायांबरोबर ‘शेअर’ करायची सोय नव्हतीच. परीक्षा संपवून घरी आल्यावर मात्र वडिलांशी बोललो. त्यावर त्यांनी स्वत:ही त्यांच्या पुण्यातल्या विद्यार्थिदशेत अशी काही व्याख्याने तिथे ऐकल्याचे सांगितले. अशा व्याख्यानांचा समारोप स्वत: राजवाडेच करत असत. ते त्या व्याख्यानमालेचे पदसिद्ध अध्यक्षच असत, असे म्हटले तरी चालेल. वसंत व्याख्यानमालेशी स्पर्धा करणारे हे ज्ञानसत्र असे.

१९८०च्या दरम्यान पुण्यातल्या श्रीविद्या प्रकाशनाने आहिताग्नींचे आत्मवृत्त प्रकाशित केले आणि माझ्यासारख्या महाराष्ट्राच्या इतिहासाच्या अभ्यासकाला एक खजिनाच खुला झाला.

आहिताग्नी राजवाडे आत्मवृत्त असेच नाव असलेल्या त्या ग्रंथातील राडवाड्यांची मते आजच्या काळात कुणाला पटण्याची शक्यता फारच कमी आहे. मलाही ती पटत नव्हतीच; पण त्या निमित्ताने तो सगळा काळ, त्या काळची मत-मतांतरे, वादविवाद व स्पर्धासंघर्ष यांच्यासह डोळ्यांसमोर साक्षात होतो, असे म्हणण्यात काहीही अतिशयोक्ती नाही. विशेषत: आधुनिक काळातल्या पुरोगामी सुधारणा मान्य नसणाऱ्यांचे म्हणणे नेमके काय होते, हे त्यामुळे लक्षात येते. ते समजले नाही तर ती चर्चा व तो संघर्षही समजणार नाहीच.

जीर्णमतवादाचे समर्थन करणारे इतर शास्त्री-पंडित त्या काळात नव्हते, अशातला भाग नाही; तसेच त्यांचे लेखन मुदलातच उपलब्ध नाही, असेही नाही; पण या मंडळींना आधुनिक विद्यांचे ज्ञान नसे. किंबहुना त्यांना आधुनिक पाश्चात्त्य ज्ञानाविषयी तुच्छताबुद्धी व तिटकारा होता, असे म्हणायलाही हरकत नव्हती. राजवाड्यांचे तसे नव्हते. ते परंपरेची मांडणी आधुनिक ज्ञान-विज्ञानाच्या चौकटीत करत. त्यामुळे शास्त्री-पंडितांना वळसा घालून पुढे गेले तर फारसे बिघडत नाही. मात्र, असे राजवाड्यांच्या बाबतीत करता येत नाही. राजवाडे हे पारंपरिक विचार व आचार आधुनिक चौकटीत मांडूनच थांबत नाहीत; तर ते आधुनिक आचार-विचारांपेक्षा कसे उच्चतर आहेत, हेही दाखवतात!

आहिताग्नींचे आत्मवृत्त प्रकाशित झाल्यानंतर विश्राम बेडेकर यांचे ‘टिळक आणि आगरकर’ हे नाटक आले. नाटकाच्या प्रस्तावनेत बेडेकरांनी, आपण आगरकरांचे चाहते असल्याचा दावा केला असला, तरी प्रत्यक्षात नाटक टिळकांना झुकते माप देणारे होते. इतकेच नव्हे, तर डॉ. य. दि. फडके यांनी म्हटल्याप्रमाणे, नाटकात आगरकरांचे चित्रण हिणकस उतरले होते.

फडके हे त्या काळातले अव्वल दर्जाचे प्रस्थापित संशोधक होते. महाराष्ट्राच्या आधुनिक इतिहासात

त्यांचा शब्द अंतिम मानला जात होता. विशेष म्हणजे, त्यांचा समकालीन अस्सल साधनांवर भर असायचा.

दरम्यान, मीही 'टिळक आणि आगरकर'चे परीक्षण केले. त्यातले बरेचसे निष्कर्ष हे फडके यांच्या निष्कर्षांशी मिळतेजुळते होते. ते पाहून फडके यांना आश्चर्य याचे वाटले, की त्यांनी अस्सल कागदपत्रे पाहून केलेल्या विवेचनाशी माझ्यासारख्या नवख्या व मुख्य म्हणजे, अशा प्रकारच्या साधनांची उपलब्धता होण्याची शक्यता नसलेल्या (मी तेव्हा नगर इथल्या कॉलेजात प्राध्यापक होतो) व्यक्तीने इतके बरोबर लिहिले कसे? त्यांच्या या आश्चर्याला अर्थातच कौतुकाची झालर होती. त्यांनी मला भेटायला बोलावले (तेव्हा ते पुणे विद्यापीठाच्या राज्यशास्त्र विभागात प्राध्यापक होते). मी गेलो. आमच्या गप्पा झाल्या व सूर जुळले.

माझ्या परीक्षणाचे रहस्य असे काही नव्हतेच! मी आहिताग्नींचे आत्मवृत्त वाचून रिकाम्या जागा अक्कलहुशारीने भरून काढल्या होत्या! स्वत: फडके हेही आहिताग्नींच्या आत्मवृत्तावर बेहद्द खूश होते.

पुढे तत्त्वज्ञानाचा आणि इतिहासाचा विद्यार्थी या नात्याने आहिताग्नींमधली माझी रुची वाढतच गेली. तत्त्वज्ञानाच्या बाबतीत आणखी एक कारण होते. ज्यांना आपण 'भारतीय विचारपरंपरेतली सहा दर्शने' म्हणतो, त्यांच्यातल्या अनेकांना आधुनिक काळातही अभ्यासक, वाली आणि समर्थक लाभले होते. सगळ्यात जास्त अद्वैत वेदान्ताला किंवा उत्तरमीमांसेला. न्यायदर्शनात तर्कशास्त्र आणि पद्धतिशास्त्र असल्याने त्यांचा अभ्यासही होत असे. पूर्वमीमांसेला मात्र कुणी वाली नव्हता. आहिताग्नींचे महत्त्व यासाठी, की ते पूर्वमीमांसकांचे प्रवक्ते बनले. त्यांनी मीमांसेचा किल्ला लढवला, तोही विचारांच्या अत्याधुनिक शस्त्रास्त्रांच्या व हत्यारांच्या साह्यानं. त्यांना प्रतिकार करायला कुणी पुढे सरसावण्याची शक्यता तशी कमीच होती. ते उपेक्षित वा दुर्लक्षित राहायचे कारण हेच, की त्यांच्या परंपरेतल्या विरोधकांना आधुनिकतेचे ज्ञान नव्हते आणि आधुनिक तर परंपरेच्या नावाने केव्हाच आंघोळ करून मोकळे झालेले!

राजवाड्यांच्या पुस्तकांच्या आणि इतरही अनेक बाबींच्या प्रसिद्धीसंबंधी ठाम विधाने करता येत नाहीत. भाकीत करणे तर फारच अवघड. आता हेच पाहा ना, आहिताग्नी राजवाडे यांनी लिहिलेल्या 'गीताभाष्या'ला १०० वर्षे झाली. १९१६मध्ये ते प्रकाशित झाले होते; पण महाराष्ट्रात गीतेसंबंधी जी चर्चा होते– आणि ती नेहमी होतच असते– तिच्यात आहिताग्नींच्या मतांचा उल्लेख कुणीही करताना दिसत नाही. याचे एक कारण 'त्या पुस्तकाची कठीणता आहे,' असे कुणी म्हणेल. हे कारण नाकारायचे काही कारण नाही; पण त्यामुळे त्यातल्या मतांची चर्चा होणार नाही. पण इथे तर त्या पुस्तकाचीही स्मृती कुणाला नाही. असे का?

इथे एका व्यावहारिक मुद्द्याची दखल घ्यावी लागते. १९१५मध्ये लोकमान्य बाळ गंगाधर टिळक यांचे गीतारहस्य प्रकाशित झाले. त्यानंतर किमान २५ वर्षे तरी त्या ग्रंथाची गडद छाप महाराष्ट्राच्या विचारविश्वावर पडलेली दिसून येते. त्याची कारणे शोधायची ही जागा नव्हे. मुद्दा हा आहे की, 'गीतारहस्या'च्या चर्चेत अडकलेला महाराष्ट्र गीतेसंबंधी आणखी कुणाच्या ग्रंथाची दखल घेणे शक्यच नव्हते. स्वत: टिळकांचा वैयक्तिक महिमा व प्रतिमा तशी होती आणि ग्रंथही त्या दर्जाचा होता. या पार्श्वभूमीवर राजवाड्यांनी ग्रंथ प्रसिद्ध करायची घाई करायला नको होती. 'आपल्या ग्रंथाची चर्चा गीतारहस्याच्या संदर्भात होईल व राजवाडे हे टिळकांच्याही पुढे गेले आहेत, असे लोकांना वाटेल,' असा जर राजवाड्यांचा समज तेव्हा झालेला असेल तर ती त्यांची चूकच म्हणावी लागेल. याउलट, 'टिळकांपेक्षा हे आणखी काय वेगळे सांगणार आहेत,' असेच लोकांना वाटले असणार.

समकालीन इतर विचारवंतांपेक्षा राजवाड्यांचे वेगळेपण कशात होते, हे समजून घ्यायला राजवाड्यांची वैचारिक जडणघडण कशी झाली, याची माहिती करून घ्यायला हवी. राजवाडे हे पहिल्यापासून जबरदस्त वाचक होते. त्यांच्या जडणघडणीचा काळ हा चिपळूणकर आणि टिळक यांच्या राष्ट्रीय विचारांच्या प्रभावाचा होता. टिळकांच्या उपक्रमशीलतेमुळे गणेशोत्सव व शिवजयंती उत्सव सुरू झाले. त्यातून मेळ्याची कल्पना पुढे आली. स्वत: राजवाडे सन्मित्र मेळ्याच्या आघाडीच्या शिल्पकारांपैकी एक होते. ते मेळ्यासाठी प्रक्षोभक पदे लिहीत असत. पुण्यातल्या प्लेगच्या साथीत जुलमी अधिकारी म्हणून चर्चेत आलेल्या रँडचा वध करणारे चापेकर बंधू व त्यांना पकडून देणारे द्रविड बंधू यांच्याशी राजवाड्यांचे जवळचे संबंध होते. देशासाठी फाशी जाणाऱ्या चापेकरांबद्दल त्यांना इतका आदर व प्रेम होते, की चापेकर फाशी गेल्यानंतर आलेल्या प्रत्येक वर्षीच्या श्राद्धपक्षात राजवाडे हे आपल्या पूर्वजांबरोबर चापेकर बंधूंनाही तर्पण करत!

परंपरेत ज्यांना 'सर्वतंत्र स्वतंत्र' असे म्हणण्यात येते, त्या कोटीत बसणारे राजवाडे हे दुर्मीळ व्यक्तित्व होते. कुणाची कसलीही पर्वा न करता आपल्याला योग्य वाटते ते बोलायचे व मांडायचे हा त्यांचा बाणा होता. त्यामुळे कुणाला काय वाटेल, त्याचा आपल्यावर काय परिणाम होईल, याची त्यांना तमा नसे. ते प्रवाहाच्या विरुद्ध जाणारे विचारवंत होते. तरुण सुशिक्षितांनी मान्य केलेले जॉन स्टुअर्ट मिल व जर्मी बेंथाम हे उपयुक्ततावादी विचारवंत त्यांना कधीच भावले नाहीत. या विचारवंतांना वाट पुसतच महाराष्ट्रातल्या शिक्षित मध्यमवर्गाची वाटचाल होऊ लागली होती. गोपाळ गणेश आगरकर या वर्गाचे वैचारिक नेते होते. परंपरा व रूढी यांच्यावर टीका करत हा वर्ग जातिभेदनिवारण, स्त्रीशिक्षण यांचा पुरस्कार व प्रसार करत होता. राजवाड्यांना अशा रूढी-परंपरांसकट धर्म टिकवायचा होता. मात्र, त्यासाठी वेदांमधल्या व धर्मशास्त्रांमधल्या वचनांचा आधार घेण्याऐवजी ते पाश्चात्त्य विचारवंतांचे दाखले देत.

सुरुवातीच्या काळात चिपळूणकरांच्या प्रभावाखाली असलेल्या राजवाड्यांनी महादेव मोरेश्वर कुंटे यांचे ग्रंथ वाचले आणि ते त्या प्रभावातून मुक्त झाले. कुंटेंपुढे त्यांना चिपळूणकर खुजे वाटू लागले.

मात्र, राजवाडे हे 'राजवाडे' झाले, याचे खरे श्रेय जाते ते त्यांचे डेक्कन कॉलेजमधले गुरू प्राचार्य डब्ल्यू. एफ. बेन यांच्याकडे. वंशाने आयरिश असलेले बेन यांना आतून भारतीय ज्ञानपरंपरेविषयी व अनुषंगाने भारतीय स्वातंत्र्यलढ्याविषयी आस्था होती, सहानुभूतीही होती. बेन ॲरिस्टॉटलवादी असून, कोंत, मिल, बेंथाम, कांट अशा पाश्चात्त्य तत्त्वज्ञांचे ते विरोधक होते. त्यांची मते आधुनिकतेच्या पार्श्वभूमीवर प्रतिगामी म्हणावीत अशीच होती. वैदिक परंपरेची मांडणी आधुनिक ज्ञान-विज्ञानाच्या भाषेत व चौकटीत कशी करायची, त्याचप्रमाणे तिचे समर्थन करत तिचे श्रेष्ठत्व कसे प्रस्थापित करायचे, त्याची 'मेथड' राजवाड्यांनी बेन यांच्या संस्कारातून विकसित केली. गुरुदेव रा. द. रानडे, कादंबरीकार र. वा. दिघे, लेखक स. आ. जोगळेकर अशा बेन यांच्या तालमीत तयार झालेल्या इतर शिष्यांची नावे या संदर्भात सांगायला हरकत नसावी. ॲरिस्टॉटलवादी असल्यामुळेच बेन यांनी मार्क्स यांचा आर्थिक सिद्धान्तच काय; परंतु आईन्स्टाईन यांची सापेक्षतासुद्धा नाकारली.

परंपरेचे इतके कट्टर समर्थक असलेले आहिताग्नी यांना परंपरावाद्यांचे पुढारपण का मिळाले नाही, याचीही चर्चा करायला हवी. राजवाडे ज्या भूमिकेवरून परंपरेचे समर्थन करत होते, ती भूमिका पूर्वमीमांसकाची होती. वैदिकधर्मीयांच्या विद्यमान परंपरेतला मुख्य प्रवाह हा शंकराचार्यांचा अद्वैत वेदान्ती विचार असून, हा विचारच पूर्वमीमांसेच्या विरोधात उदयाला आला. त्यामुळे शंकराचार्य हे राजवाड्यांचे

क्रमांक एकचे प्रतिस्पर्धी ठरले. खुद्द टिळकांनीसुद्धा आपला शंकराचार्यांचा विरोध गीतेपुरता मर्यादित ठेवला. शंकराचार्यांच्या मायावादी अध्यात्माला त्यांनी हात लावला नाही. याउलट, राजवाड्यांनी शंकराचार्यांच्या ईशावास्योपनिषदभाष्यावर चौफेर हल्ला चढवला. 'शंकराचार्यांनी उपनिषदांचा चुकीचा अर्थ लावला,' एवढेच सांगून राजवाडे थांबले नाहीत, तर 'शंकराचार्यांनी मूळ पाठात फेरफार केले,' असा गंभीर आरोपही राजवाड्यांनी केला.

मात्र, हा झाला तात्त्विक मुद्दा. राजकीय व्यवहाराकडे पाहिले तरीही असाच प्रकार आढळून येतो. राजवाड्यांनी संघ आणि हिंदू महासभा यांच्याही मर्यादा दाखवून दिल्या. सावरकर व गांधीजी यांची तुलना करताना त्यांनी जे लिहिले आहे, ते वाचून तर सावरकरवादी मूर्च्छितच व्हावेत! आता अशा माणसाला हिंदुत्ववादी आपला नेता म्हणून कसे स्वीकारणार?

आहिताग्नींचा सर्वात महत्त्वाचा ग्रंथ म्हणजे त्यांनी लिहिलेले ऋग्वेदातल्या नासदीय सूक्तावरचे भाष्य. त्यात काय विशेष, असे एखाद्याला वाटेल. नासदीय सूक्तावरचे राजवाडेकृत हे भाष्य म्हणजे, भारतीय कामशास्त्राचे स्वतंत्र विवेचन आहे. विशेष म्हणजे, हे विवेचन त्यांनी पाश्चात्त्य कामवेत्त्यांच्या संदर्भात केलेले आहे. एलिस हॅवलॉक, सिग्मंड फ्रॉईड या सगळ्यांचे संदर्भ या ग्रंथात आढळून येतात.

राजवाड्यांनी जी तात्त्विक चौकट स्वीकारली, ती मुख्य प्रवाहातले अद्वैत नसून, ज्याला ते निर्द्वंद्व म्हणतात ते तत्त्वज्ञान आहे. त्यांच्या म्हणण्याप्रमाणे मूळ वैदिक तत्त्वज्ञान हे द्वंद्वात्मक असून, निर्द्वंद्व अवस्था हे त्याचे उद्दिष्ट आहे. द्वैत व अद्वैत या संकल्पना नंतरच्याच काळातले प्रक्षेप आहेत.

आहिताग्नी राजवाडे यांचे विचार पटले नाहीत, तर काही बिघडणार नाही. मात्र, त्यांची जिज्ञासू व चौकस वृत्ती, त्यांची ज्ञानपिपासू, स्वतंत्र व निर्भीड विचारपद्धती, निःस्पृहता कोणत्याही विचारसरणीच्या सुज्ञ माणसाला भुरळ पाडील, अशीच आहे.

■

४८

शरद जोशी आणि शेतकरी चळवळ

महाराष्ट्र आणि पंजाब यांचे नाते अतूट आहे. सातशे वर्षांपूर्वी संत नामदेव महाराष्ट्रातून पंजाबात गेले. तिथल्या लोकांमध्ये मिसळले आणि धर्मजागरण करत त्यांनी संत परंपरेचे प्रवर्तन केले. या नात्याच्या उजळणीसाठीच ८८वे अखिल भारतीय मराठी साहित्य संमेलन नामदेवांच्या कर्मग्रामात घुमान येथे भरवण्यात आले होते. त्या संमेलनाच्या अध्यक्षीय भाषणात मी नामदेव, गुरू गोविंदसिंग, हुतात्मा विष्णू गणेश पिंगळे, शिवराम हरी राजगुरू यांचे संदर्भ देत महाराष्ट्र आणि पंजाब यांच्यातले संबंध अधोरेखित केले; पण एक महत्त्वाचा दुवा माझ्याकडून राहून गेला. तो लक्षात आणून देण्याचे काम भानू काळे यांच्या *अंगारवाटा : शोध शरद जोशींचा* या शरद जोशींच्या चरित्राने केले. ऐंशीच्या दशकात शेतकरी संघटनेचे बीजारोपण महाराष्ट्रात करणाऱ्या शरद जोशींनी आपली संघटना थेट पंजाबात नेली आणि बघता-बघता पंजाबी शेतकऱ्यांचे नेतृत्व पटकावले. आधुनिक इतिहासातला हा एक चमत्कारच म्हणावा लागतो. तथापि, राष्ट्रीयच काय; परंतु आंतरराष्ट्रीय पातळीवर कीर्तिमान झालेल्या या नेत्याची पाहिजे तेवढी दखल घेतलीच गेली नाही. हा व्यक्तिश: जोशींवर अन्याय होताच; पण ती इतिहासाशी प्रतारणाही ठरली असती.

सर्वसाधारण मध्यमवर्गीय ब्राह्मण कुटुंबात जन्माला आलेल्या शरद जोशींचे आत्मभान बालपणापासूनच अत्यंत तीव्र असल्याची नोंद काळे यांनी घेतली आहेच. नेत्याच्या व्यक्तिमत्त्वाचा परिणाम त्याच्या नेतृत्वावर आणि कार्यकौशल्यावर होत असतोच. त्या दृष्टीने ही नोंद महत्त्वाची आहेच. जोशींच्या नेतृत्वशैलीचे, त्यांच्या पूर्ण स्वातंत्र्यवादी व्यक्तिवादाचे खरे मूळ त्यांच्या स्वभावातच सापडावे. शिवाय, त्यांच्या आवडत्या लेखिकेच्या पुस्तकांच्या वाचनाचाही त्यात वाटा आहे. आयन रँड या अमेरिकी लेखिकेच्या कादंबऱ्या त्यांना आवडत. सामाजिक समतेचा स्वीकार हा जेव्हा युगधर्म बनला होता आणि जगातल्या अर्ध्याधिक राष्ट्रांनी कार्ल मार्क्सच्या समताधिष्ठित साम्यवादाचा अंगीकार केला होता, तेव्हा रँडबाईंनी आत्यंतिक व्यक्तिवादी नायकांना केंद्रस्थानी ठेवून त्याचा आणि समाजाचा संघर्ष चित्रित केला. जग एकीकडे आणि हा नायक एकीकडे या झुंजीत नायकाच्या म्हणजे व्यक्तिवादी–स्वातंत्र्यवादी विचारांचा विजय होतो, असे दाखवले.

शरद जोशी आयन रँडच्या कादंबरीतले नायक शोभले असते! ...तशा तोलामोलाचा प्रतिभावंत

कादंबरीकार मात्र त्यांच्या वाट्याला आला असता तर... अर्थात, अजूनही वेळ गेलेली नाही.

तरीही, रँडचे नायक आणि जोशी यांच्यामध्ये फरक आहे. रँडचे नायक एकाकी लढतात. संघटना वगैरे बांधण्याच्या भानगडीत पडत नाहीत. व्यक्तिनिष्ठ स्वातंत्र्यवादी लोकांची संघटना होईलच कशी? आणि झाली तर तिचे नेतृत्व कोण करणार? हरकत नाही. अमर्यादित स्वातंत्र्याचे तत्त्वज्ञान न स्वीकारताही अशा नेत्याचे नेतृत्व स्वीकारायला लोक गरजेपोटी पुढे येतील. स्वातंत्र्यपूर्व काळात खिलाफतीच्या रक्षणासाठी भारतातल्या मुस्लिमांनी महात्मा गांधींचे नेतृत्व त्यांच्या अहिंसा सत्याग्रहासकट स्वीकारले होते. जोशींच्या नेतृत्वाचे असेच काही झाले, असे म्हणता येईल काय?

ते काहीही असो, मला तरी जोशींचा संघर्ष हा व्यक्तिवादी विचार स्वीकारणाऱ्याने आपल्यातल्या परोपकारी प्रेरणांना दाबून टाकत परहिताची कृत्ये करू पाहणाऱ्या व्यक्तीचा अंतर्गत संघर्ष वाटतो. त्यातूनच त्यांच्या नेतृत्वाची शोकात्मिकेच्या जवळपास जाणारी कहाणी साकार झाली असावी. मला अशाच प्रकारची कादंबरी अभिप्रेत आहे, हे वेगळे सांगायला नको.

शरद जोशींची चर्चा करताना दुसऱ्या एका 'शरद'ची आठवण आल्याशिवाय राहत नाही. ते म्हणजे, कॉम्रेड शरद पाटील. शरद पाटील हासुद्धा अशाच भव्य कलाकृतीचा विषय आहे. आणि तेसुद्धा शरद जोशी यांच्यासारखेच किंबहुना अधिकच दुर्लक्षित राहिले.

विशेष म्हणजे वेगवेगळ्या विचारांचा पुरस्कार करणारी ही दोन टोके एकत्र आली होती. शरद जोशी मुक्त भांडवलशाही व्यवस्थेचा पुरस्कार करणारे, तर शरद पाटील समाजवादी व्यवस्थेचे समर्थक. शरद जोशी वर्णजातनिष्ठ समाजातून शेतकऱ्यांना वर्गजाणीव देणारे, तर शरद पाटील वर्गांमधील वर्णजातींकडे लक्ष वेधून त्यासाठी कम्युनिस्ट पक्षातून हकालपट्टी ओढवून घेणारे!

अर्थात, दोघांमध्ये एक समान धागा होता. तो म्हणजे स्त्रियांच्या प्रश्नांविषयीची आस्था. या आस्थेपोटीच बहुधा शरद पाटील, शरद जोशी यांनी चांदवड इथे आयोजित केलेल्या शिबिरासाठी हजारो आदिवासी स्त्री- कार्यकर्त्यांसह उपस्थित राहिले होते. व्यक्तिशः मला स्वतःला पाटील यांची ही कृती पटली नाही. मी *श्रमिक विचार*मध्ये अनावृत पत्र लिहून माझ्या भावना व्यक्त केल्या. शरद पाटील यांनी शरद जोशी यांच्या मेळाव्याला जाणे म्हणजे शरद पाटील यांनी शरद जोशी यांच्या जत्रेत स्टॉल लावण्यासारखे आहे, असे औपरोधिक भाष्यही केले. त्यावर जोशींच्या काही स्त्रीवादी सहकाऱ्यांनी 'तू नथीतून तीर मारतोस. सरळ-सरळ साहेबांबद्दल (जोशी) का लिहित नाहीस,' असे विचारले. पुढे तसे लिहिण्याचाही योग यायचा होता.

खरे तर आमच्यातल्या अशा वादसंवादाची सुरुवात जोशी यांच्या चाकण-आंबेठाण म्हणजेच प्रारंभिक पर्वातच झाली. त्या वेळी ते आंबेठाणमध्ये शेती करता-करता परिसरातल्या शेतकऱ्यांची संघटना उभारत होते. त्यात त्यांना बऱ्यापैकी यश मिळाले होते. तेव्हा त्यांचा भर कांदा उत्पादक शेतकऱ्यांवर होता. हे शेतकरी सहसा कोरडवाहू, फार तर विहीर-बागायत करणारे असत.

शेतकऱ्यांची संघटना बांधण्यासाठी जोशी यांनी अक्षरशः जिवाचे रान केले. शेतकरी हा मनुष्य दिवसा गावात सापडणे अवघडच. जोशी रात्री-अपरात्री त्यांच्या प्रसिद्ध बुलेटवर बसून गावात धडकायचे. गावातल्या भल्या लोकांना पंचायतीच्या किंवा सोसायटीच्या इमारतीत, चावडीवर किंवा देवळात बोलवायचे आणि त्यांच्यासमोर आपले विचार मांडायचे. असेच एकदा ते आमच्या देहूगावात आले. त्यांचे विचार ऐकायला आणि त्यांच्याशी चर्चा करायला जमलेल्या निमंत्रितांमध्ये एक मीही होतो. त्या वेळी ते कोरडवाहू

राष्ट्रीयच काय; परंतु आंतरराष्ट्रीय पातळीवर कीर्तिमान झालेल्या शरद जोशी या नेत्याची पाहिजे तेवढी दखल घेतलीच गेली नाही. शरद जोशी यांची भूमिका समजून घेण्यासाठी महाराष्ट्रातल्या शेतकऱ्यांच्या प्रश्नांच्या मांडणीची चर्चा करायला हवी. बदलत्या परिस्थितीचा आणि स्वत: जोशी यांच्या आकलनशक्तीचा परिणाम म्हणून शेतकऱ्यांच्या प्रश्नांचे आकलन व्यापक झाले. त्याला राष्ट्रीय आणि आंतरराष्ट्रीय परिमाण प्राप्त झाले. जातिव्यवस्था आणि ग्रामव्यवस्था यांना ओलांडून जोशी शेतीच्या व्यापक अर्थव्यवस्थेशी सांगड घालू इच्छित होते. प्रभावशाली चळवळ उभारण्यासाठी हे आवश्यकच होते.

शेतकऱ्यांची संघटना करायची आणि चळवळ उभारायची भाषा बोलत होते. मला हा विचार अव्यवहार्य वाटला. मी स्पष्टपणे सांगितले, की कोरडवाहू शेतकरी हे रोजंदारीवर काम करणाऱ्या कामगारासारखे असतात. त्यांचे पोट हातावर असते. इकडे मिळवले आणि तिकडे खर्च केले, अशा अवस्थेत उत्पादित माल न विकता व्यापाऱ्यांची वा जनतेची कोंडी करणे त्यांना शक्य नाही. चळवळ करायची असेल, तर त्यासाठी बागायतदार-ऊस आणि कापूस या पिकांचे उत्पादक शेतकरी टाळता येणार नाहीत. त्यांना या गोष्टी शक्य होतील. जोशींना तेव्हा तरी ते पटत नव्हते. बडे बागायतदार म्हणून गणले जाणारे शेतकरी हे भांडवलदारांसारखेच असल्याची तेव्हा त्यांची धारणा असावी; पण लवकरच ती पालटली आणि पुढचा इतिहास सर्वांना माहीतच आहे. आमच्या या चर्चेनंतर मी *केसरी*मध्ये वाचकांच्या पत्रव्यवहारात एक पत्र लिहिल्याचेही मला आठवते.

शरद जोशी यांची भूमिका समजून घेण्यासाठी महाराष्ट्रातल्या शेतकऱ्यांच्या प्रश्नांच्या मांडणीची चर्चा करायला हवी. शेतकऱ्यांच्या प्रश्नांची पहिल्यांदा मांडणी करण्याचे श्रेय महात्मा जोतीराव फुले यांच्याकडे जाते. त्यांची *शेतकऱ्यांचा असूड* आणि *इशारा* ही पुस्तके या संदर्भात फारच महत्त्वाची आहेत. त्यांच्या तपशिलात जायचे इथे कारण नाही. इथे सांगायचा मुद्दा असा आहे की, जोतीरावांनी शेतकऱ्यांच्या प्रश्नांचे विश्लेषण तत्कालीन जातिव्यवस्थेच्या चौकटीत केले होते. अर्थात, ते करताना त्यांनी तत्कालीन परकीय ब्रिटिश राजवटीचा विसर पडू दिला नव्हता. 'असूडा'चे प्रकाशन त्यांनी नारायण मेघाजी लोखंडे यांच्या 'दीनबंधू' पत्रातून क्रमश: केले. त्यातला काही भाग सरकारची बदनामी करणारा असल्यामुळे त्यासाठी कायदेशीर कारवाई होईल, या भीतीने लोखंडे यांनी तो छापला नाही. या कारणाने या दोन सत्यशोधकांच्या संबंधांत व्यत्ययसुद्धा आला होता. खरे तर जोतीरावांनी 'सरकार' (state) या गोष्टीवरच हल्ला चढवून तिचे आगंतुकत्व आणि दमनाचे आणि शोषणाचे स्वरूप सिद्ध केले होते.

जोतीरावांनंतर शेतकऱ्यांच्या प्रश्नांची मांडणी त्रिंबक नारायण आत्रे यांनी *गावगाडा* या पुस्तकातून केली. ती त्यांनी फुले यांच्याप्रमाणे जातिव्यवस्थेच्या संदर्भात न करता ग्रामव्यवस्थेच्या चौकटीत केली. ही चौकट म्हणजेच गावगाड्याचे रूपक.

त्रिंबकराव आत्रे यांच्या मांडणीनंतरच्या काळात महर्षी विठ्ठल रामजी शिंदे यांनी शेतकरी परिषदा भरवून काही चळवळी केल्या; पण त्यातूनही त्यांची वेगळी अशी संकल्पनात्मक चौकट स्पष्ट होत नाही. त्यासाठी शरद जोशी यांच्यापर्यंत थांबावे लागते.

शरद जोशी यांच्या शेतकरी प्रश्नांच्या आकलनात त्यांनी स्वित्झर्लंडमध्ये नोकरीच्या निमित्ताने केलेल्या वास्तव्यास आणि तिथल्या समाजजीवनाच्या घेतलेल्या अनुभवासही महत्त्वाचे स्थान दिले आहे. जोशी यांच्या आयुष्यातल्या या कालखंडाबद्दल काळे यांनी विस्तारपूर्वक विवेचन केले आहे. एरवी हा कालखंड आपल्यासाठी अज्ञातच राहिला असता.

फुले आणि आत्रे यांच्यानंतर आपण जोशी यांच्याकडे येतो, तेव्हा लक्षात येते, की बदलत्या परिस्थितीचा आणि स्वत: जोशी यांच्या आकलनशक्तीचा परिणाम म्हणून शेतकऱ्यांच्या प्रश्नांचे आकलन व्यापक झाले आहे. त्याला राष्ट्रीय आणि आंतरराष्ट्रीय परिमाण प्राप्त झाले. जातिव्यवस्था आणि ग्रामव्यवस्था यांना ओलांडून जोशी शेतीच्या व्यापक अर्थव्यवस्थेशी सांगड घालू इच्छितात. प्रभावशाली चळवळ उभारण्यासाठी हे आवश्यकच होते; परंतु भारतीय समाजातील ग्रामीण संदर्भ पूर्णपणे संपुष्टात आले आहेत, असे म्हणता येत नाही. कॉम्रेड शरद पाटील याच वेळी जातिव्यवस्थेच्या अस्तित्वाकडे आणि प्रभावाकडे लक्ष वेधत होते. म्हणजेच एका पातळीवर या दोन शरदांचे काम एकमेकांना पूरकही होते. अर्थात ते पूरक होते, असे नुसते म्हणून चालणार नाही. ती पूरकता नेमकेपणाने दाखवता आली पाहिजे. शरद पाटील यांना अनावृत पत्र लिहिले, तेव्हा ती माझ्याही लक्षात आली नव्हती. विशेष म्हणजे ती या दोघांनीही नीटपणे स्पष्ट केलेली दिसत नाही. वर्गवर्णजातस्त्रीदास्यांतक, असे शरद पाटील यांच्या मांडणीचे स्वरूप होते. शरद जोशी यांची चळवळ स्त्रीदास्याच्या अंतासाठी शंभर टक्के अनुकूल होती, यात शंका नाही. दुसरा मुद्दा, शेतकरी हा एक आर्थिक वर्ग समजून जोशी चळवळ उभारत होते. त्यात शरद पाटील यांना काही अडचण असायचे कारण नव्हते. फक्त मार्क्सवादापासून फारकत घेतलेले पाटील शेतकरी नावाच्या वर्गात मोडणाऱ्यांच्या शोषणामागे त्यांनी मराठा-कुणबी-शूद्र जातवर्गाचे असणे कसे आणि कितपत जबाबदार ठरते, हे पाहणार!

या साऱ्या प्रकरणाचा व्यापक सैद्धान्तिक पातळीवरून उलगडा करता येतो का, हे पाहायला हरकत नसावी; पण त्यासाठी आपल्याला युरोपच्या इतिहासात घुसायला हवे. आधुनिक अभिजात भांडवली अर्थशास्त्राचा जनक ॲडम स्मिथ याने ज्या अर्थशास्त्राच्या पार्श्वभूमीवर आपला विचार मांडला, ते अर्थशास्त्र शेतीचे अर्थशास्त्र होते. त्यालाच अर्थशास्त्रातला 'फिजिओक्रॅट' संप्रदाय म्हणतात. मध्ययुगीन काळात पाळेमुळे रुजलेला युरोपमधला तेव्हाचा उत्पादनाचा स्रोत शेती हाच होता. स्मिथ हा औद्योगिकरणाच्या उंबरठ्यावर असलेला भांडवलशाहीचा प्रवक्ता होता. भांडवल हा या नव्या युगातला उत्पादनस्रोत असणार होता, जमीन नाही. नव्या भांडवली अर्थशास्त्रात शेतीला देण्यात आलेले गौण स्थान मार्क्सला मान्यच होते. मात्र, तो भांडवली अर्थशास्त्रातल्या भांडवल या घटकाऐवजी श्रम या घटकाची प्रस्थापना करू पाहत होता. त्याच्यासाठी श्रम हा प्रधान उत्पादनस्रोत होय. थोडक्यात काय, की अभिजात भांडवली अर्थशास्त्र काय किंवा मार्क्सवादी अर्थशास्त्र काय, दोघांचीही प्रवृत्ती शेती आणि शेतकरी यांना दुय्यम मानण्याकडेच होती.

युरोपातील देशांमधली भांडवलशाही उभी राहिली, ती मुख्यत्वे त्यांच्या जगभरच्या वसाहतींच्या शोषणातून. त्यात तिथल्या शेतकऱ्यांचे शोषणही होतेच. रशियाकडे अशा वसाहती नव्हत्या आणि कम्युनिझम आणण्यासाठी तर औद्योगिक समाजाची निर्मिती होणे अत्यावश्यक होते. ही निर्मिती रशियाने आपल्याच देशातल्या शेतकऱ्यांच्या शोषणातून साध्य केली.

१९४७मध्ये स्वतंत्र झालेल्या भारतापुढेही वासाहतिक काळातल्या मागासलेपणाचा अनुशेष भरून काढायची समस्या होती. त्याशिवाय आधुनिक जगात उभे राहणे त्याला शक्य नव्हते. त्यासाठी त्यालाही

शेतकऱ्यांचे शोषण करणे भाग पडले. हे शोषण रशियातल्या शेतकऱ्यांएवढे नसेल; पण शेवटी शोषण हे शोषणच.

याचाच अर्थ असा होतो, की भांडवली अर्थशास्त्र असो किंवा मार्क्सवादी, दोघेही शेतकऱ्यांचे शोषण टाळू शकत नाहीत. त्यासाठी कुठे तरी 'फिजिओक्रॅटिक' संप्रदायाशी नाते जोडणे आवश्यक ठरते. शरद जोशी यांनी नेमके हेच केले. भानू काळे यांनी जोशी यांचे जे अवतरण ग्रंथारंभी घेतले आहे, ते या संदर्भात फार महत्त्वाचे आहे. 'जगातला पहिला व्यवसाय शेती हाच आहे. प्रकृती आणि मनुष्य एकत्र आल्यानंतर तो निर्माण झाला. पंचमहाभूतांच्या लक्षावधी वर्षांच्या साठलेल्या ऊर्जा माणसांच्या श्रमांचा स्पर्श होताच गुणाकार करत फळाला येतात. एका दाण्यातून शंभर दाणे तयार होण्याचा चमत्कार शेतीतच होतो. ज्या दिवशी हे लक्षात आले, त्या दिवसापासूनच शेतीमध्ये तयार झालेली ही बचत लुटून न्यायला सुरुवात झाली. आजपर्यंतच्या इतिहासाची खरी प्रेरणा ही शेतीमध्ये होणारा गुणाकार लुटण्याची आहे.'

जोशी सरळ-सरळ फिजिओक्रॅटिक स्कूलचे पुनरुज्जीवन करू पाहतात. औद्योगिक भांडवलशाहीच्या संदर्भात मार्क्सने मांडलेली श्रमिकांच्या श्रमातून उत्पन्न झालेल्या वरकड मूल्याची आणि त्या मूल्याच्या भांडवलदारांकडून होणाऱ्या शोषणाची संकल्पना आपल्याला माहीत आहेच. शरद जोशी हीच संकल्पना फिजिओक्रॅटिक अर्थशास्त्राच्या चौकटीत मांडतात. 'माणसांच्या श्रमांचा स्पर्श' म्हणजे अर्थातच शेतकऱ्यांचे श्रम. एका दाण्यातून शंभर दाणे आपल्या श्रमाने निर्माण करणारा शेतकरी पुढील हंगाम येईपर्यंत एका दाण्यानेसुद्धा मोताद होतो आणि त्याला आत्महत्या करावी लागते, हे शोषण नाही काय?

भांडवलशाहीतल्या श्रमिकांचे शोषण संपुष्टात आणण्यासाठी मार्क्सने श्रमिकांचे राज्य आणण्याचा कार्यक्रम दिला. त्याप्रमाणे जोशी शेतकऱ्यांच्या राज्याची भाषा करताना आढळत नाहीत. खरे तर त्यांना एकूणच राज्यसंस्था या प्रकाराबद्दलच अनास्था, नव्हे तुच्छता आहे. गेल्या शतकात दिनकरराव जवळकर आणि 'प्रबोधन'कार ठाकरे 'शेतकऱ्यांचे स्वराज्य' आणण्याची भाषा बोलत होते. जोशी यांनी तसे न करता एकदम राजाजींच्या स्वतंत्र पक्षाचे पुनरुज्जीवन करण्याचे धाडस केले. ही त्यांची मोठीच चूक होती. अर्थात, त्याचे कारण ते समतेपेक्षा स्वातंत्र्य या मूल्याला अधिक महत्त्व देत होते, हे आहे.

ते काहीही असो. शरद जोशी आणि त्यांचे कार्य इतिहासात अजरामर झाले आहेच, हे मात्र निर्विवाद.

■

४९

समताधिष्ठित समाजरचनेचा पुरस्कर्ता

विसाव्या शतकातून एकविसाव्या शतकात पदार्पण करणाऱ्या महाराष्ट्रातल्या वेगवेगळ्या क्षेत्रांवर प्रभाव टाकणाऱ्या तीन महत्त्वाच्या व्यक्तींच्या नावांत साधर्म्य आहे. या तीन व्यक्ती म्हणजे शरद जोशी, शरद पाटील आणि शरद पवार. या तिघांची कार्यक्षेत्रे व कार्यपद्धती वेगळ्या असल्यामुळे त्यानुसार त्यांच्या प्रसिद्धीत व लोकप्रियतेत फरक पडणार, हे उघड आहे; पण तो मुद्दा वेगळा.

या तीन शरदांपैकी शरद जोशी शेतकऱ्यांचे नेते म्हणून प्रसिद्धीस आले. लाखो शेतकऱ्यांचे मेळावे यशस्वीरीत्या आयोजित करून, आवश्यक तेव्हा रास्ता रोको आंदोलन करून शरद जोशींनी तत्कालीन सत्ताधाऱ्यांची झोप उडवली होती.

शरद पवारांचा बाजच वेगळा. घरी शेतकरी कामगार पक्षाची पार्श्वभूमी असलेल्या शरदरावांनी तरुणपणीच काँग्रेसची कास धरली. 'सत्तेच्या माध्यमातून विकास' हे काँग्रेसचे धोरण होते. समाजातल्या त्यातही भारतातल्या विविध जातिधर्मयुक्त समाजातल्या समूहांच्या हितसंबंधांमध्ये संघर्ष होणे अपरिहार्य असल्याची जाणीव काँग्रेसनेतृत्वात पहिल्यापासूनच होती. तथापि, या परस्परविरोधी हितसंबंधांचा लसावि काढून तोच कार्यक्रम म्हणून स्वीकारून काँग्रेसने सगळ्यांचे समाधान करण्याचा प्रयत्न केला, हे नाकारता येत नाही. असा कार्यक्रम राबवण्यात शरद पवारांचा हात कुणी धरू शकेल, असे वाटत नाही. त्यामुळे ते महाराष्ट्रातले लोकप्रिय मुख्यमंत्री ठरले असल्यास त्यात आश्चर्य वाटायचे कारण नाही. याउलट 'शरद जोशी म्हणजे फक्त शेतकरीवर्गाच्या हितासाठी संघर्ष करणारे' अशी प्रतिमा रूढ झाल्याने त्यांच्या लोकप्रियतेला मर्यादा पडणार, हेही उघड आहे.

शरद पाटलांच्या बाबतीत लोकप्रियता तर सोडाच; पण पुरेशी प्रसिद्धीही त्यांना लाभली नाही. एक तर ते कार्ल मार्क्सप्रेरित कम्युनिस्ट विचारांचे व पक्षाचे. हा पक्ष कामगारांचा किंवा श्रमिकांचा पक्षपाती असल्याने त्याच्या लोकप्रियतेला एक स्वाभाविक मर्यादा होतीच होती. त्यातही पक्षात राहून आपले कर्तृत्व सिद्ध करत पक्षातच डांगे, नंबुद्रीपाद अशा नेत्यांप्रमाणे सर्वोच्च स्थान पटकवायचे सोडून पाटलांनी पक्षाच्या अधिकृत वैचारिक पायालाच आव्हान दिल्यामुळे पाटलांनी हकालपट्टी ओढवून घेतली.

आर्थिक वर्ग आणि वर्गसंघर्ष यांची भाषा बोलणाऱ्या कम्युनिस्ट पक्षात शरद पाटलांनी जातींची आणि

> पारंपरिक कर्मठ कम्युनिस्ट विचारांच्या मर्यादा समजल्यामुळे कॉम्रेड शरद पाटील त्या चाकोरीतून नंतर बाहेर पडले; पण पुढे त्यांना मुळात मार्क्सच्याच विचारांच्या मर्यादांची जाणीव होऊ लागली. याचा अर्थ त्यांनी मार्क्सचा समाजवाद किंवा क्रांतीचा विचार नाकारला, असा होत नाही. पण जातिप्रधान भारतीय परिस्थितीच्या आकलनासाठी मार्क्सचा सिद्धान्त पुरेसा नाही. त्याला महात्मा फुले आणि डॉ. बाबासाहेब आंबेडकर यांच्या विचारांची जोड द्यायची गरज आहे, या निष्कर्षांपर्यंत ते आले. त्यातून त्यांचा मार्क्स–फुले–आंबेडकरवाद (माफुआं) सिद्ध झाला.

त्यातही ब्राह्मणी-अब्राह्मणी संघर्षाची भाषा आणली. ती पक्षाला खपणे शक्यच नव्हते.

खरे तर अशा परिस्थितीत पाटलांची लोकप्रियता निदान त्यांच्याच स्वतःच्या मराठा जातीत तरी वाढायला हवी होती की नाही? पण तसे झाले नाही. कारण जातींच्या भाषा बोलणाऱ्या पाटलांमध्ये जातीयता, जातीयवाद, जातिमत्सर यांचा लवलेशही नव्हता. त्यांची मांडणी पूर्णतः वैचारिक किंवा 'ॲकॅडेमिक' अशीच होती. त्यामुळे त्यांना त्या अर्थाने कोणत्याच जातीचे नेतृत्व मिळणे शक्य नव्हते. जातींचे नेतृत्व करणाऱ्यांना वैचारिकतेचे काही घेणे-देणे नसते.

शरद पाटलांच्या प्रसिद्धीत व लोकप्रियतेत आलेली दुसरी अडचण म्हणजे त्यांच्या मांडणीतली दुर्बोधता. शास्त्रीय संगीताच्या क्षेत्रात जयपूर घराण्याचे उस्ताद अल्लादियाँ खाँसाहेब यांना लोक 'अवघडदास' असे म्हणत. कारण, त्यांची गायकी समजायला अवघड, अनवट अशी होती. पाटील हे 'ॲकॅडेमिक्स'मधले अवघडदासच होत! त्यामुळे त्यांच्या वाटेला जायला सहसा कुणी धजावत नसे.

पाटलांच्या मातुल घराण्यात ब्राह्मणेतर चळवळीचे वातावरण होते. माधवराव दिवाण हे खानदेशातले नाणावलेले ब्राह्मणेतर कार्यकर्ते. भिडेनामक कुणीएक जिल्हाधिकारी बहुजनांशी जातीय पद्धतीने वागतात, म्हणून दिवाणांनी त्यांच्याशी संघर्ष केला. त्यात त्यांना यश येऊन शेवटी त्या जिल्हाधिकाऱ्याची बदली झाली. ही अर्थातच ब्रिटिश अमदानीतली घटना आहे.

अशा परिस्थितीत पाटलांना खरे तर शेतकरी कामगार पक्ष जवळचा वाटायला हवा होता; पण तसे झाले नाही. ते सरळ-सरळ कम्युनिस्ट पक्षाच्या छावणीत दाखल झाले; तेही पूर्ण वेळ जीवनदायी कार्यकर्ता म्हणून! त्या वेळच्या भारतातल्या कम्युनिस्टांमध्ये आणि एकूणच डाव्या चळवळीतले कार्यकर्ते-नेते-अभ्यासक यांच्यात सगळ्यात महत्त्वाचा व निर्णायक प्रश्न 'मार्क्सवाद कुणाला अधिक चांगला समजला आहे,' हा असायचा. प्रस्थापित कम्युनिस्ट पक्षाच्या नेत्यांचे मार्क्सवादाचे आकलन सदोष आहे आणि ते सुधारण्याची संधी पक्षात मिळत नाही म्हणून कम्युनिस्ट पक्षातून 'लाल निशाण गट' बाहेर पडला. एस. के. लिमये, यशवंत चव्हाण, संतराम पाटील, भास्कर जाधव, ए. डी. भोसले, दत्ता देशमुख, व्ही. एन. पाटील आदी मंडळी याच पक्षाची. तिकडे शेतकरी कामगार पक्षानेसुद्धा मार्क्सवादाचा अंगीकार केला होता. 'आपल्याला मार्क्सवाद सगळ्यांपेक्षा, अगदी कम्युनिस्ट पक्षातले डांगे वगैरेंपेक्षाही अधिक चांगला समजतो,' या भांडवलावर शंकरराव मोरे यांनी शेकापवरची आपली पकड मजबूत केली.

अर्थात डांगे, लिमये, मोरे अशा सगळ्याच डाव्या नेत्यांचा मार्क्सवाद हा मार्क्स-लेनिन-स्टॅलिनवाद होता. रशियातल्या कम्युनिस्ट पक्षाने मार्क्सवादाचा लावलेला अन्वयार्थ योग्य असल्याचे गृहीत धरूनच

त्यांचे विचारमंथन आहे. त्याबाहेर जाऊन विचार करणारे ट्रॉट्स्की, लुक्झेंबर्ग अशा विचारवंतांना व त्यांच्या विचारांना बहिष्कृतच मानले जायचे. खरे तर शेकापच्या नेत्यांकडून प्रस्थापित मार्क्सवादाच्या आहारी न जाता, त्यांनीच मान्य केलेल्या जोतीराव फुले यांच्या विचारांना अनुसरून नव्या स्वतंत्र मांडणीची अपेक्षा होती; पण त्यांच्याकडून ते होऊ शकले नाही.

डाव्या विचारांची ही कोंडी कॉम्रेड शरद पाटील यांनी फोडली. त्यांना ब्राह्मणेतर चळवळीची पार्श्वभूमी लाभली नसती, तर त्यांनासुद्धा हे कितपत शक्य झाले असते, याची शंकाच आहे. या पार्श्वभूमीमुळेच त्यांच्या मनातली जोतीरावांच्या विचारांची ज्योत विझून गेली नव्हती. त्यामुळेच कार्ल मार्क्सचा वर्गाधिष्ठित विचार भारतीय परिस्थितीत जसाच्या तसा लागू करण्याऐवजी इथल्या वर्ण-जात वास्तवाची दखल घेऊनच मांडणी व चळवळी केल्या पाहिजेत, हे त्यांच्या लक्षात आले. त्यांच्या आणखीही असे लक्षात आले, की मार्क्सवादात स्त्रियांच्या प्रश्नांची समाधानकारक उत्तरे मिळत नाहीत; त्यामुळे या प्रश्नांकडेही स्वतंत्र दृष्टीने पाहण्याची आवश्यकता आहे. त्यांच्या पुढच्या आयुष्याची वाटचाल याच दिशेने झाली.

कम्युनिस्ट पक्षात आपली कशी कोंडी झाली, याचे वर्णन करताना पाटील सांगतात : 'एक शूद्र म्हणून जेवढे जाणावयाचे– नवब्राह्मणी कम्युनिस्ट नेतृत्वाच्या कटाक्षानुसार– त्यापेक्षा जास्त जाणावयाची हाव.''

अशा 'हावरट' कार्यकर्त्यांना पक्षाच्या संघटनेत स्थान नसते. त्यामुळे परिणाम व्हायचा तोच झाला. पाटलांना पक्ष सोडावा लागला. पण पाटील हार मानणाऱ्यांपैकी नव्हते आणि हाय खाणाऱ्यांपैकीही नव्हते. प्राचीन भारतीय इतिहासातली कोडी उलगडायची झाली तर संस्कृत भाषेवरच्या प्रभुत्वाला पर्याय नाही, याचा अंदाज त्यांना एव्हाना आला होता. त्यामुळे त्यांनी धाव घेतली ती थेट बडोदे इथले संस्कृतचे विद्वान मणिशंकर उपाध्याय यांच्याकडे. उपाध्याय यांच्याकडे त्यांनी पाणिनीच्या व्याकरणाचे रीतसर अध्ययन केले.

पाणिनीचे व्याकरण शिकताना त्यांचे लक्ष पाणिनी व त्याच्या भाष्यकारांनी निर्दिष्ट केलेल्या अन्य व्याकरणकारांकडे गेले. त्यातले काही व्याकरणकार पाणिनीच्या वैदिक परंपरेतल्या व्याकरणकारांपेक्षा वेगळे आहेत, हेही त्यांच्या लक्षात आले. या परंपरेचे नामकरण त्यांनी 'अब्राह्मणी परंपरा' असे केले. या व्याकरणाचा अभ्यास करताना ते या निष्कर्षापर्यंत आले, की भारतातला वैचारिक, सामाजिक व राजकीय संघर्ष हा मुख्यत्वे ब्राह्मणी आणि अब्राह्मणी परंपरांमधला आहे, त्याच दिशेने संशोधन करून इतिहासाची फेरमांडणी करायला हवी.

या संदर्भात 'ब्राह्मणी' आणि 'अब्राह्मणी' हे शब्दप्रयोग जातिवाचक नाहीत, हे पुन्हा एकदा अधोरेखित करायला हवे. अब्राह्मणी व्याकरणाचे कितीतरी विद्वान वर्णाने ब्राह्मण असू शकतात. भगवान बुद्धांच्या शिष्यांमध्ये व भाष्यकारांमध्ये अनेक ब्राह्मण-पंडित होते. विशेषत: ज्यांच्या आधारे पाटलांनी आपला नवसाम्यवाद सिद्ध केला ते धर्मकीर्ती आणि दिङ्नाग हे बौद्ध तत्त्ववेत्ते ब्राह्मणच होते.

या अब्राह्मणी व्याकरणामुळे शब्दांच्या वेगळ्या व्युत्पत्ती सुचू लागल्या. त्यामुळे त्यांचे अर्थ बदलले. त्यातून इतिहास नव्याने उलगडू लागला. त्यानंतर पाटलांनी मागे वळून पाहिलेच नाही! वेद, रामायण, महाभारत, संस्कृत नाटके, नाट्यशास्त्र, बौद्धांचे व जैनांचे संस्कृत-प्राकृत ग्रंथ ते वाचत आणि वाचतच गेले. बहुजनांच्या संस्कृत ज्ञानाचा 'बॅकलॉग' त्यांनी एकट्याने भरून काढला, असे म्हणण्यात काहीही अतिशयोक्ती नाही.

पारंपरिक कर्मठ कम्युनिस्ट विचारांच्या मर्यादा समजल्यामुळे त्या चाकोरीतून पाटील बाहेर पडले; पण पुढे त्यांना मुळात मार्क्सच्याच विचारांच्या मर्यादांची जाणीव होऊ लागली. याचा अर्थ त्यांनी मार्क्सचा समाजवाद किंवा क्रांतीचा विचार नाकारला असा नाही; पण जातिप्रधान भारतीय परिस्थितीच्या आकलनासाठी मार्क्सचा सिद्धान्त पुरेसा नाही. त्याला महात्मा फुले आणि डॉ. बाबासाहेब आंबेडकर यांच्या विचारांची जोड द्यायची गरज आहे, या निष्कर्षांपर्यंत ते आले. त्यातून त्यांचा मार्क्स-फुले-आंबेडकरवाद (माफुआं) सिद्ध झाला. या टप्प्याचे श्रेय ते प्रा. रावसाहेब कसबे यांना देतात.

मुळात हाडाचे कार्यकर्ते असलेले, विविध चळवळी करून तुरुंगांची हवा चाखलेले कॉम्रेड पाटील केवळ वैचारिक मांडणी करून स्वस्थ बसतील, हे शक्यच नव्हते. आपल्या समाजवादी विचारांनुसार क्रांती करण्यासाठी त्यांनी नव्या राजकीय पक्षाची उभारणी केली. त्याचे नाव सत्यशोधक कम्युनिस्ट पक्ष. मार्क्स-फुले किंवा आंबेडकर या आपापल्या प्रेरणास्थानांना दैवत बनवून त्यानुसार विचारांचा वा कृतीचा व्यवहार करणारी मंडळी पाटलांच्याच मागे जातील, हे शक्यच नव्हते. त्यामुळे त्यांच्या पक्षाला अनुयायी तसे कमी मिळाले. शिवाय, त्यांच्याच उत्तरायुष्यात हा पक्षही फुटला ते वेगळे!

मार्क्स-फुले-आंबेडकरवाद मांडून पाटील तिथेच थांबले नाहीत. त्यांना समाजवादी क्रांतीच्या पाइकांना त्यासाठी योग्य ती वैचारिक हत्यारे द्यायची होती. उपरोक्त प्रत्येक विचारवंताच्या मर्यादा लक्षात घेत व त्यांना विधायक नकार (sublation) देत ते पुढेच जात राहिले. त्यांच्याच शब्दांत त्यांच्या वैचारिक प्रवासाची मांडणी करायची झाल्यास (*दासशूद्रांची गुलामगिरी खंड - १ :* भाग १ नंतर) *जातिव्यवस्थाक सामंती सेवकत्व*च्या १९९६मधल्या प्रकाशनापासून 'अब्राह्मणी बहुप्रवाही अन्वेषण पद्धती'ला 'समाजवादी सौतांत्रिकवादी' या नव्या सौंदर्यशास्त्राची जोड मिळाली. २००३मध्ये प्रसिद्ध झालेल्या '*खंड ३ : जात्यंतक भांडवलदारी लोकशाही क्रांती व तिची समाजवादी पूर्ती*पासून या अन्वेषणपद्धत व सौंदर्यशास्त्र 'सौत्रांत्रिक मार्क्सवाद' या नव्या तत्त्वज्ञानावर अधिष्ठित झाली.

पाटलांचा हा वेग सर्वसामान्य वाचक, जिज्ञासूच काय; परंतु कार्यकर्त्यांनाही परवडणारा नव्हताच. 'माफुआं'पासून सुरू झालेला हा वैचारिक प्रवास सौतांत्रिक मार्क्सवादाशी येऊन स्थिरावला. खरे तर हा प्रवास नसून झेपच आहे.

पहिल्याच टप्प्यावर पाटलांनी व्युत्पत्ती आणि मानववंशशास्त्र यांचा आधार घेत मार्क्सवादातल्या प्राथमिक साम्यवादाची संकल्पना नाकारली. त्यांच्या मते, भारतात पूर्वी मातृसत्ताक पद्धती होती, या सत्तेतून गणसत्ता विकसित झाली, तिचा छडा लावताना ते आद्य गणमाता निर्ऋतीपर्यंत पोहोचले. ब्राह्मणी पुराकथांमध्ये या अवस्थेचा व गणमातांचा विपरीत अर्थ कसा लावण्यात आला, हेही त्यांनी सांगितले.

मातृसत्ताक पद्धतीचा विचार करताना त्यांना अवैदिक शाक्ततंत्रमार्गाचाही नवा अन्वयार्थ स्फुरला. शाक्ततंत्रमार्गात लोक समजतात त्याप्रमाणे अनैतिक वामाचार वगैरे काही नसून, तो उलट समता प्रस्थापित करण्याचा विज्ञानपूर्व मार्ग होता.

या सर्व विचारप्रक्रियेत पाटलांनी रामायण, महाभारत, बुद्धविचार आदी सगळ्याच गोष्टींचा वेगळा अन्वयार्थ लावला; आणि मुख्य म्हणजे वेगळे असे अब्राह्मणी सौंदर्यशास्त्रही सिद्ध केले.

या अनित्य जगाचा अन्वयार्थ लावून इच्छित परिवर्तन घडवून आणण्यासाठी गत्यात्मक तर्कशास्त्र पाटलांना हवे होते. ते त्यांना बौद्ध दार्शनिक दिङ्नाग यांच्या विचारांमध्ये गवसले. सगळ्यात महत्त्वाचा मुद्दा

नेणिवेच्या मानसशास्त्राचा; तेही त्यांना बौद्ध विचारांमधून मिळाले. थोडक्यात, मार्क्सवाद, फ्रेजर, बोशोफेन आदी पाश्चात्त्य मानववंशशास्त्रज्ञ, युंगसारखे मानसशास्त्रज्ञ, शाक्ततंत्र, अब्राह्मणी व्याकरण, सौतांत्रिक बौद्धाचे तत्त्वज्ञान या वेगवेगळ्या विचारांच्या महासमन्वयातून पाटलांच्या सौत्रांत्रिक मार्क्सवादाचे अद्‌भुत रसायन सिद्ध झाले. त्याचा अंगीकार करूनच भविष्यातील सामाजिक क्रांती शक्य आहे, असे त्यांचे म्हणणे होते. सर्वसाधारण कम्युनिस्ट कार्यकर्त्यांना सोडाच; पण पॉलिट ब्यूरोच्या सदस्यांनासुद्धा हा डोस रुचणे-पटणे अवघड आहे.

शरद पाटलांची व माझी अधूनमधून चर्चा होत असे. थोडाफार पत्रव्यवहारही होता. पाटलांचा प्रवास सुरू असताना मी लाल निशाण गटाच्या *श्रमिक विचार* पत्रातून लिहीत असे. 'यादवांच्या अंतर्गत कलहात श्रीकृष्णाने सत्राजिताच्या मालकीचा स्यमंतक मणी आपल्या ताब्यात घेतला,' असे त्यांनी लिहिले होते. मी हा मणी 'कृष्णाने अक्रूराकडेच 'ट्रस्टी' या नात्याने राहू दिला,' असे दाखवून दिले. 'ॲकॅडेमिक' व्यवहाराला साजेशा पद्धतीने पाटलांनी ते मान्य केले.

पाटील निर्ऋती, शूर्पणखा, गणदास आदीं बाबींपर्यंत मागे जायचे. मात्र, चळवळ करायची असेल, तर लोकांचे भूतकाळातल्या इतक्या पूर्वीच्या व्यक्तींशी तादात्म्य होत नाही, तो फक्त वैचारिक खेळ ठरतो. महाराष्ट्रातले लोक यादवकाळापर्यंत-चक्रधर-ज्ञानेश्वरांपर्यंत जातात आणि शिवकाळापर्यंत येऊन थांबतात, तेव्हा या अलीकडच्या इतिहासाचा अर्थ लावण्याची गरजही मी अधोरेखित केली. माझ्या सूचनेमुळे नव्हे, तर पद्धतिशास्त्राची व चळवळीची गरज म्हणून पाटील याही प्रांतात शिरले. थोडक्यात, पाटील यांच्या संशोधनाचे मोल फार मोठे आहे. समताधिष्ठित समाजरचना हवी असलेल्या कुणालाही कॉम्रेड शरद पाटलांना डावलून पुढे जाता येणार नाही.

■

५०

महानुभाव आणि वारकरी

महाराष्ट्राच्या इतिहासात 'महानुभाव' नावाचे एक अद्भुत पर्व आहे; पण ते अनेकांना आणि विशेष म्हणजे अजूनही पुरेसे ज्ञात नाही. विशिष्ट वेशामुळे महानुभाव संप्रदायाचे भिक्षू ओळखू येतात, हे खरे असले तरी गृहस्थाश्रमी महानुभाव ओळखता येत नाहीत; आणि भिक्षूंची ओळखही 'हे एका विशिष्ट पंथाचे आहेत,' एवढ्यापुरतीच मर्यादित असते. त्यांच्या आचारविचार-धोरणांविषयी फारच थोडी माहिती असते. आणि जी असते तीसुद्धा बऱ्याच प्रमाणावर गैरसमजांवर आधारित असते.

ही परिस्थिती निर्माण होण्यात काही वाटा स्वतः सांप्रदायिकांचाही आहे, हे नाकारण्यात काही मतलब नाही. महानुभावांनी या प्रकारची गुप्तता आणि गूढता का स्वीकारली, याचीही चर्चा अभ्यासक करत असतात. त्याचे एक कारण म्हणजे पंथाचे ईश्वरी अवतार श्रीचक्रधर यांना तत्कालीन धर्मसत्तेने व राजसत्तेने दिलेली क्रौर्याची व अन्यायाची वागणूक. दुसरे कारण पंथाच्या म्हणून सांगण्यात आलेल्या एका विशिष्ट धारणेत सापडते. स्वतः चक्रधरांनीच आपला उपदेश हा 'गौप्य' आहे, त्याची 'हाटचौहाटी' वाच्यता करू नये, अशा सूचना केल्याचे दिसून येते. उत्तरकालीन महानुभावांनी स्वामींचा हा आदेश शब्दशः घेतला आणि आपल्या पंथाचे विचार फक्त अधिकृत दीक्षितांनाच समजावेत, असा कायमस्वरूपी बंदोबस्त करून ठेवला. त्यांनी अनेक सांकेतिक लिप्या तयार केल्या आणि आपल्या पोथ्या त्यात बंदिस्त करून टाकल्या. या प्रकारामुळे पंथाचे विचार अविकृत स्वरूपात राहिले असतील; परंतु त्यांच्या प्रसारावर मर्यादा पडली.

दुसरे असे की, या पंथात बौद्ध, जैन या धर्मांप्रमाणे अनुयायांचे दोन प्रकार आहेत. एक म्हणजे गृहस्थाश्रमात राहून संसार - प्रपंच करणाऱ्या सर्वसामान्य लोकांचा; आणि दुसरा म्हणजे संन्यस्त जीवन जगत ईश्वरचिंतन आणि उपदेश करणाऱ्यांचा म्हणजेच संन्याशांचा. बौद्ध-जैनांचे शब्द वापरायचे झाल्यास 'श्रावक' आणि 'श्रमण' असा हा भेद आहे. पंथातल्या गुप्त सांकेतिक लिप्यांचे ज्ञान पंथाबाहेरच्या लोकांना होणे तर अशक्यच; परंतु पंथातल्या गृहस्थधर्म पाळत साधना करणाऱ्यांनाही होणे कठीण. या परिस्थितीत सर्वसामान्य लोकांना त्यासाठी महंतांवरच अवलंबून राहावे लागणार, हेही उघड आहे.

याच दरम्यान म्हणजे तेराव्या शतकात पुढे आलेल्या वारकरी पंथाची भूमिका मात्र त्याच्या अगदी विरुद्ध दिसून येते. वारकऱ्यांमध्ये श्रावक-श्रमण असा भेद नसून, तो गृहस्थाश्रमी लोकांचा पंथ आहे. दुसरे

असे की, वारकऱ्यांमध्ये गुप्ततेला अजिबात थारा नाही. त्यांचा सर्व काही उघड मामला.

आणखी एक महत्त्वाचा भेद आहे. महानुभावांचे उपदेशाचे माध्यम म्हणजे गद्य प्रवचन. याउलट, वारकऱ्यांचा जोर चाली लावून गाण्यावर, नाचण्यावर.

दोन पंथांमधल्या अशा भेदांमुळे महानुभाव पंथापेक्षा वारकरी पंथाचा प्रसार अधिक झाला असल्यास त्यात आश्चर्य काहीच नाही. पण तरीही, आपल्या पंथाचे हेच खरे स्वरूप आहे आणि त्यातच त्याच्या श्रेष्ठत्वाचे वर्म आहे, असेच पंथीयांना वाटत असणार. या वाटण्याचा एक परिणाम म्हणजे, पंथाच्या स्पर्धकांना व विरोधकांना पंथाविषयी व पंथातल्या सत्पुरुषांविषयी गैरसमज पसरवणे शक्य झाले.

गुप्ततेमुळे होणाऱ्या हानीची पंथाच्या आचार्यांना कल्पना येण्यासाठी विसाव्या शतकाची वाट पाहावी लागली. या काळात विशेषत: खानदेशात वारकरी व महानुभाव यांच्यात मोठा संघर्ष झाला. पंथाची बदनामी केली म्हणून महानुभावांनी वारकरी संप्रदायाचे अध्वर्यू विष्णुबुवा जोगमहाराज यांच्यावर खटला भरला. खटल्यातून जोगमहाराजांची मुक्तता तर झालीच; पण गैरसमजांचे सावट काही संपले नाही. या प्रसंगी महानुभाव महंतांनी लोकमान्य टिळक, डॉ. रा. गो. भांडारकर यांच्याकडे आपली कैफियत मांडली. या दोन विद्वानांनीही पंथाला सहानुभूतीने समजून घेतले आणि तो हिंदू धर्माचाच एक कृष्णभक्तिसंप्रदाय असल्याचा निर्वाळा दिला. या प्रकरणातून आपण खरे कोण आहोत, याची जाणीव एकूण समाजालाच असण्याची गरज महंत मंडळींना समजली. आणि निदान तेवढ्यापुरता का होईना; आपल्या ग्रंथातला आशय लोकांपर्यंत न्यायला हरकत नाही, याचीही खातरी पटली.

याच दरम्यान आणखीही एक घटना घडली. महाराष्ट्राच्या इतिहासाचे व मराठी भाषेचे विद्वान अभ्यासक, इतिहासाचार्य वि. का. राजवाडे यांनी आपल्या बुद्धिमत्तेच्या जोरावर महानुभावांच्या सांकेतिक लिप्यांचा उलगडा करण्यात यश मिळवले. त्यामुळे इथून पुढे हे ग्रंथ गुप्त ठेवण्यात काही हशील नाही, हेसुद्धा महानुभाव पंडित समजून चुकले. राजवाड्यांचेच शिष्य गणले जाणारे वि. ल. भावे यांच्याकडे हे पंडित आपल्या पोथ्या घेऊन जाऊ लागले. महानुभावांची ग्रंथसंपत्ती जगासमोर येण्याची प्रक्रिया इथे सुरू झाली. प्राचीन मराठी भाषा आणि साहित्य यांच्या थोरपणाचा प्रत्ययही त्यामुळे आला. मराठीच्या इतिहासाच्या अभ्यासक-संशोधक-प्राध्यापकांचे लक्ष तिकडे वळले. त्यातूनच देशपांडे, नेने, भवाळकर, कोलते, डोळके असे पंथेतर विद्वान पुढे आले. हे एक नवेच दालन होते. *लीळाचरित्र*, *स्मृतिस्थळ* असे चरित्रग्रंथ, *रुक्मिणीस्वयंवर*, *शिशुपालवध* असे काव्यग्रंथ, *सूत्रपाठ* व त्यावरची विविध विद्वत्तापूर्ण भाष्ये यांचा परिचय महाराष्ट्राला झाला; परंतु अजूनही ज्यांना अधिकृतपणे पंथीय म्हणता येईल असे आचार्य, महंत पुढे येऊन संशोधक-अभ्यासकांमध्ये मान्य असलेल्या चौकटीत बोलायला तयार नव्हते. त्यांचा 'लक्ष्य-श्रोता' पंथीय अनुयायी हाच राहिला.

माझ्या समजुतीने ही कोंडी डॉ. पुरुषोत्तम नागपुरे यांनी फोडली. तरुण वयात नरभक्षक वाघाची शिकार करणारे नागपुरे हे नंतर रीतसर दीक्षा घेऊन संन्यास ग्रहण करतील, असे कुणाला वाटले नसते; पण हे घडले खरे.

नागपुरे यांनी विद्यापीठीय विद्वानांशी संबंध ठेवून (उदाहरणार्थ, डॉ. व. दि. कुलकर्णी) ग्रंथनिर्मिती केली, 'अज्ञात लीला' प्रसिद्ध केल्या आणि शेवटी संपूर्ण लीळाचरित्रही संपादित केले. चक्रधरचरित्र आधुनिक पद्धतीने व दृष्टिकोणातून लिहिले.

वारकरी आणि महानुभाव यांच्यात आंतरक्रिया कशी होऊ शकते हे पाहायचे असेल, तर त्यासाठी बाभुळगावकर शास्त्री यांच्यासारखे उदाहरण शोधून सापडणार नाही. शास्त्रीबाबांनी विपुल ग्रंथसंपदा निर्मिली आहे. आजच्या धार्मिक विद्वेषाच्या विषारी वातावरणात सांप्रदायिक सद्भाव निर्माण व्हावा, यासाठी शास्त्रीबाबांसारख्या संत–महंतांची आज समाजाला गरज आहे. शास्त्रीबाबांकडे मी विशिष्ट संप्रदायाचा म्हणून पाहत नाही. संप्रदायांच्या मर्यादा त्यांनी केव्हाच ओलांडल्या आहेत. ते सर्वधर्मसहभावाचे प्रतीकच वाटतात.

विशेष म्हणजे कादंबरीसारख्या माध्यमाचा अवलंब करण्यातही नागपुरे यांना काही वावगे वाटले नाही. अल्लाउद्दीन खिलजीच्या आक्रमणाचा पहिल्यांदा प्रतिकार करणारा वैदर्भीय राजा राम दरणा याचे नाव महानुभाव साहित्यात येते; पण त्याची पुरेशी माहिती उपलब्ध होत नाही. नागपुरे यांनी ती मिळवून तिच्यावर आधारित कादंबरी लिहिली. संन्याशाच्या वेशातला माणूस कादंबरी वगैरे लिहितो, ही गोष्ट पंथीयांना कितपत रुचली असणार, ही शंकाच आहे. तथापि, नागपुरे ते करू शकतात.

वारकरी आणि महानुभाव यांच्यातल्या संघर्षाच्या संदर्भात नागपुरे यांनी लिहिलेल्या *महानुभाव : एक आव्हान* या पुस्तकाचाही इथे आवर्जून उल्लेख करायला हवा. वस्तुतः महानुभाव आणि वारकरी या दोन पंथांमध्ये जशी भेदस्थळे आहेत, तशी साम्यस्थळेही आहेत. कृष्ण हे दोघांचेही उपास्यदैवत, त्यामुळे गीता आणि भागवत हे ग्रंथ दोघांनाही प्रमाण आहेत.

दोन्ही पंथ मराठी भाषेचा अभिमान बाळगणारे. अहिंसेच्या तत्त्वावर विश्वास असल्यामुळे हे दोन्ही पंथ शुद्ध शाकाहाराचा पुरस्कार करतात.

अर्थात, दैवतांचा विचार केला, तर वारकरी कृष्णाला विष्णूचा अवतार मानतात. हाच कृष्ण पुंडलिकासाठी द्वारकेहून पंढरीत आला आणि पुंडलिकाच्याच सांगण्यावरून विठ्ठलरूपाने विटेवर उभा राहिला, अशी त्यांची श्रद्धा आहे. तेराव्या शतकातल्या महाराष्ट्रात हीच श्रद्धा प्रचलित होती, असे शिलालेखीय लिखित पुरावे उपलब्ध आहेत. त्यांना महानुभाव साहित्यातूनही दुजोरा मिळतो; परंतु महानुभाव हे विष्णूलाच ईश्वर न मानता अनेक दैवतांपैकी एक देवता मानतात, तसेच कृष्णाचा विठ्ठलाशी काही संबंध नाही, अशीही त्यांची धारणा आहे. याउलट, वारकरी हे महानुभाव ज्यांना ईश्वरी अवतार समजतात, त्या चांगदेव राऊळ, गोविंद प्रभू आणि चक्रधर यांना ईश्वर समजत नाहीत.

मात्र, अशा प्रकारचे भेद वारकऱ्यांचे वा महानुभावांचे इतर अनेक पंथांशी असणार, हे उघड आहे. याचाच अर्थ असा होतो, की उपरोक्त भेदांचे अवाजवी भांडवल करून एकमेकांशी भांडत बसण्याऐवजी, एकमेकांना कोर्टात खेचण्याऐवजी साम्यस्थळांकडे लक्ष दिले, तर त्यातून महाराष्ट्राचा आणि मराठी भाषेचा फायदाच होईल. अनेक ठिकाणी वारकरी आणि महानुभाव (अर्थात एकाच जातीतले) यांच्यात सोयरसंबंधही

होत असल्याचे आढळून येते (खुद्द नागपुरे यांची सासुरवाडी वारकरी पंथाची आहे. भालचंद्र नेमाडे यांचे घराणे वारकरी असले, तरी मातुल कुळाकडून त्यांना महानुभाव पंथाची पार्श्वभूमी लाभलेली आहे), त्यामुळे आपल्या पंथाचा अभिमान बाळगताना दुसऱ्या पंथाची निंदा-नालस्ती करायलाच हवी, असे नाही.

या संदर्भात महंत नागराजबाबा यांचे नाव घ्यायलाच हवे. बाबांनी महानुभावीयांशी खूप चांगले संबंध ठेवले. त्यांच्यामुळे प्रा. ब्रह्मानंद देशपांडे यांच्यासारखे वारकरी हे महानुभाव-संशोधक झाले. वारकरी आणि महानुभाव यांच्यात आंतरक्रिया कशी होऊ शकते, हे पाहायचे असेल, तर त्यासाठी बाभुळगावकर शास्त्री यांच्यासारखे उदाहरण शोधून सापडणार नाही. शास्त्रींनी विपुल ग्रंथसंपदा निर्मिली आहे. कादंबरीसारखा फॉर्म हाताळून त्यांनी पंथाचे तत्त्वज्ञान विशद केले. *झांजर* हे त्यांच्या कादंबरीचे नाव. महानुभाव संन्यासी आणि महानुभाव गृहस्थ यांच्या आचार-विचारांना कवेत घेणारी ही कादंबरी आहे. 'संन्यास हा संसाराचा पर्याय नसून संसाराचा विस्तार आहे... पहिल्यातून दुसऱ्याकडे जाण्याची प्रक्रिया स्वाभाविक व सुखद असायला हवी... पारमार्थिकांनी संसाराचा व सांसारिकांचा उपहास करायची, त्यांना तुच्छ मानायची गरज नाही... संसार हा परमार्थाचा पाया आहे,' असे बंडखोर विचार ते व्यक्त करतात. मुख्य म्हणजे त्यांना आत्मपरीक्षण व आत्मटीका यांचे अजिबात वावडे नाही. माझ्या मते, सर्वच संप्रदायांच्या अनुयायांनी त्यांचे साहित्य वाचावे; म्हणजे परद्वेष न करतासुद्धा स्वाभिमान टिकवता येतो, हे त्यांच्या लक्षात येईल.

शास्त्रीजींचे सगळ्यात महत्त्वाचे योगदान म्हणजे *मार्गस्थ* हे दोन भागांतले आत्मचरित्र. या आत्मचरित्रामुळे महानुभाव पंथाचे इतके स्पष्ट दर्शन पहिल्यांदाच मराठी वाचकांना होत आहे. 'हजारो पृष्ठांची साहित्यनिर्मिती करणारा हा संप्रदाय स्वत:विषयी मौन बाळगून राहिल्याने त्याच्या विरोधकांचे फावले आणि त्याच्याविषयी चुकीच्या समजुती विरोधकांनी रूढ केल्या,' ही बाभुळगावकरांची खंत आहे. हे मौन तोडणारे ते पहिलेच महानुभाव होत. तुकोबांच्या एका अभंगावरून डॉ. बाबासाहेब आंबेडकरांना स्फुरलेला शब्द वापरून सांगायचे झाल्यास ते महानुभावांचे 'मूकनायक' आहेत.

महानुभावांचा आणि वारकरी संप्रदायाचा संबंध काय, असे एखाद्याला वाटेल. तर सांगतो, बाबांची कौटुंबिक पार्श्वभूमी वारकरी संप्रदायाची आहे. त्यांचे ज्येष्ठ बंधू भानुदासमहाराज हे नाणावलेले कीर्तनकार असून, त्यांनी कीर्तन-प्रवचनाचे रीतसर शिक्षण आळंदीच्या वारकरी शिक्षण संस्थेत घेतले. आपणही तसे करावे, असे एके काळी यांनाही वाटत होते; पण परिस्थिती आणि मुख्य म्हणजे निरक्षरता आड आली. त्यांना अक्षरओळख झाली तीच मुळी महानुभाव पंथात आल्यानंतर!

बाबांनी परंपरेचा आदर राखला; पण परंपरेला शरण जायचे नाकारले. पारंपरिक पोथ्यांची घोकंपट्टी करून तिच्या आधारे पांडित्यप्रदर्शन करण्याऐवजी, सर्वसामान्य लोकांच्या भाषेत त्यांच्या अनुभवाच्या आधारे निरूपण करण्याची; इतकेच नव्हे, तर त्यासाठी वेगळ्याच माध्यमाचीही हाताळणी करण्याची आवश्यकता त्यांच्या ध्यानी आली. एकाच काळात निर्माण झालेल्या महानुभाव आणि वारकरी या संप्रदायांच्या विस्तारात व लोकप्रियतेत एवढा फरक का असावा, याचा त्यांनी गंभीरपणे विचार केला. वारकरी सांप्रदायिकांच्या निरूपणामधला साधेपणा लोकांना भावतो. महानुभाव पंथप्रवर्तक चक्रधरांच्या निरूपणात तसाच सरळपणा आहे, स्पष्टता आहे; पण त्यांच्या नंतरच्या काळात तो पारिभाषिक जंजाळात अडकला, त्यामुळे हा पंथ विचारांत दुर्बोध आणि आचरणातही अवघड झाला. ही कोंडी बाबांनी फोडली. त्यासाठी त्यांनी चक्क वारकऱ्यांच्या कीर्तनपद्धतीचा अवलंब केला. त्याही पुढे जाऊन ते आपल्या कीर्तनातून वारकरी पंथाचे,

ज्ञानोबा-तुकोबांचे अभंग-ओव्या गाऊ लागले. महानुभाव पंथाच्या दृष्टीने पाहिले तर या प्रकाराला क्रांतीच नव्हे; तर बंडखोरीच म्हणावी लागते. त्यासाठी बाबांना बाह्य आणि आंतरिक संघर्ष करावा लागला. त्याची कहाणी *मार्गस्थ* या आत्मचरित्रात ते सांगतात.

या पुढचे पाऊल म्हणजे बाबांनी महानुभावपंथीयांना कीर्तन शिकवण्यासाठी चक्क एक विद्यालयसुद्धा चालवले. त्यांचा या वाटेवरचा प्रवास फारच रोचक आहे. 'निवडक अभंगांच्या चाली वारकऱ्यांच्या मदतीने आम्ही आत्मसात करत होतो. अभंग म्हणजे लहान जागेत बनवलेली सुंदर इमारत. अभंगरचनेत सूत्रबद्धता आहे, आशयाची खोली आहे, अभंगाचे प्रत्येक चरण रसात्मक आहे. काव्याचा व तत्त्वज्ञानाचा संगम म्हणजे अभंग. अभंग म्हणजे सूत्रावरचे भाष्य. अशा सुंदर अभंगाला वारकरी संप्रदाय नवीन चालीचा पेहराव चढवतात, तेव्हा जुनाच अभंग नवे रूप घेऊन आपल्या समोर उभा राहतो,' हे अभंगाचे मूल्यमापन करणारा माणूस वारकरी नसून महानुभाव आहे, हा सुखद धक्का आहे.

शास्त्रीबाबांचा प्रवास सोपा नव्हताच. स्वतः चक्रधरांची 'गीतु विखो' ही सूत्रोक्ती त्यांच्या आड येऊ शकत होती; पण त्यांनी त्या सूत्राच्या अर्थाचीही वेगळी व्यवस्था लावली. त्यासाठी लागणारी प्रतिभा व धैर्य अर्थातच त्यांच्याकडे आहे. 'प्रचाराची धुरा महानुभावांनी (म्हणजे संन्यासदीक्षा घेतलेल्यांनी) वासनिकांकडेच (म्हणजे गृहस्थाश्रमातल्या लोकांकडे) सोपवायला पाहिजे होती; आणि त्यांनी पोथी व आपल्या साधनेतच लक्ष द्यायला हवे होते,' हे त्यांचे विचार महानुभाव संप्रदायात उलथापालथ घडवून आणणारेच आहेत.

आजच्या धार्मिक विद्वेषाच्या विषारी वातावरणात सांप्रदायिक सद्भाव निर्माण करणाऱ्या अशा अनेक संत-महंतांची समाजाला गरज आहे. बाभुळगावकर शास्त्रीबाबांकडे मी विशिष्ट संप्रदायाचा म्हणून पाहत नाही. संप्रदायांच्या मर्यादा त्यांनी केव्हाच ओलांडल्या आहेत. ते सर्वधर्मसहभावाचे प्रतीकच वाटतात. त्यांच्यामुळे मला तरी कितीतरी अज्ञात गोष्टी ज्ञात झाल्या.

■

विषय सूची

प

फ

ब

डॉ. सदानंद श्रीधर मोरे, देहूकर

- संत साहित्य आणि महाराष्ट्राच्या लोकव्यवहाराचे अभ्यासक
- अध्यक्ष, महाराष्ट्र राज्य साहित्य आणि संस्कृती मंडळ
- घुमान येथील ८८व्या अखिल भारतीय मराठी साहित्य संमेलनाचे अध्यक्ष
- *तुकाराम दर्शन*साठी साहित्य अकादमी पुरस्कार
- समकालीन घटनांचे जागरूक भाष्यकार

- एम. ए. (तत्त्वज्ञान), एम.ए. (प्राचीन भारतीय संस्कृती आणि इतिहास), पीएच.डी. (द गीता : अ थिअरी ऑफ ह्युमन ॲक्शन) सर्वोत्कृष्ट प्रबंधासाठी गुरुदेव दामले पुरस्कार
- विद्यापीठीय अनुदान मंडळाकडून मिळालेल्या 'करिअर अवॉर्ड'अंतर्गत 'कृष्ण : द मॅन अँड हिज मिशन' या विषयावर पोस्ट डॉक्टरल संशोधन
- पुणे विद्यापीठात तत्त्वज्ञान विभाग, विविध अभ्यासने आणि संशोधन केंद्रांचे विभागप्रमुख आणि संचालक म्हणून कार्य
- महाराष्ट्र शासनाच्या विद्यापीठ पातळीवरील उत्कृष्ट शिक्षक पुरस्काराने सन्मानित
- महाराष्ट्राच्या सांस्कृतिक इतिहासाचे विविध पैलू उलगडून दाखवणारे *तुकाराम दर्शन, लोकमान्य ते महात्मा आणि गर्जा महाराष्ट्र* हे ग्रंथ लिहून इतिहासलेखनाचा एक वेगळा बाज सिद्ध केला. *त्रयोदशी, मंथन, प्रसादाची वाणी, निवडक सकल संत सार्थ गाथा, लोकमान्य टिळक चरित्र, ताटीचे अभंग : एक विवेचन, ज्ञानबा तुकाराम, या सम हा : योगेश्वर कृष्णाचे वैचारिक चरित्र, समाजसुधारक, विद्रोहाचे व्याकरण : महात्मा जोतीराव फुले यांचे निवडक साहित्य* आदी ग्रंथ प्रकाशित
- ग्रंथलेखनासाठी साहित्य अकादमीसह विविध मानाचे पुरस्कार
- 'उजळल्या दिशा' आणि 'शिवचरित्र' या नाटकांमधून महाराष्ट्राच्या राजकारणाचा कलात्मक पातळीवरून आविष्कार
- संतसाहित्य व सामाजिक विषयांशी संबंधित अनेक ग्रंथांचे आणि नियतकालिकांचे संपादन
- व्याख्याने, परिसंवाद, चर्चासत्रे यांच्या निमित्ताने सर्वत्र संचार
- साहित्य अकादमी, साहित्य संस्कृती मंडळ, भाषासल्लागार समिती अशा अनेक शासकीय व अशासकीय संस्थांचे पदाधिकारी; विविध साहित्यिक-सांस्कृतिक संघटनांशी दीर्घ काळचे विविधस्तरीय संबंध
- वारकरी साहित्य परिषदेचे संस्थापक
- पहिल्या अखिल भारतीय मराठी संत साहित्य संमेलनाचे अध्यक्ष (२०१२)
- घुमान येथील ८८व्या अखिल भारतीय मराठी साहित्य संमेलनाचे अध्यक्ष (२०१५)
- भाषा सल्लागार समितीचे अध्यक्ष

www.ingramcontent.com/pod-product-compliance
Lightning Source LLC
LaVergne TN
LVHW082033051026
849532LV00011B/3338
9789387408425